சொட்டாங்கல்

எஸ். அர்ஷியா

எதிர்
வெளியீடு

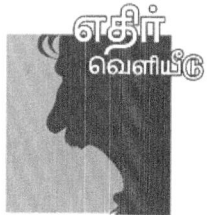

சொட்டாங்கல்
எஸ். அர்ஷியா

முதல் பதிப்பு: டிசம்பர் 2016
எதிர் வெளியீடு,
96, நியூ ஸ்கீம் ரோடு, பொள்ளாச்சி - 642 002
தொலைபேசி: 04259 - 226012, 99425 11302

விலை: ரூ. 300

Athikaram
S. Arshiya
Copyright © S. Arshiya

First Edition: December 2016

Published by
Ethir Veliyeedu, 96, New Scheme Road, Pollachi - 2
email: ethirveliyedu@gmail.com
www.ethirveliyeedu.com

ISBN: 978-93-84646-83-7
Cover Design: Vijayan
Printed at Manipal Technologies Limited, Manipal

All rights reserved. No part of this book may be reprinted or reproduced or utilised in any form or by any electronic, mechanical or other means, now known or hereafter invented, including photocopying and recording, or in any information storage or retrieval system, without permission in writing from the Publisher.

என்னைப் பெற்று, வளர்த்து, செழுமையாக்கிய
மதுரை மண்ணுக்கு வணக்கத்துடன்...

நண்பர் 'மேகா' அருணாச்சலத்துக்கு...

எஸ். அர்ஷியா
(எஸ். சையத் உசேன் பாஷா)

மதுரையைச் சேர்ந்தவர். விவசாயம்சார் தொழிலைச் செய்பவர். மனைவி அமீர்பேகம். மகள் எஸ். அர்ஷியா.

இவரது நூல்கள்

சிறுகதைகள்
    கபரஸ்தான் கதவு
    மரணத்தில் மிதக்கும் சொற்கள்

நாவல்கள்
    ஏழரைப்பங்காளி வகையறா
    பொய்கைக்கரைப்பட்டி
    அப்பாஸ்பாய் தோப்பு
    கரும்பலகை
    அதிகாரம்

கட்டுரைகள்
    சரித்திரப் பிழைகள்

மொழிபெயர்ப்புகள்
    நிழலற்ற பெருவெளி
    திப்புசுல்தான்
    பாலஸ்தீன்
    பாலைவனப் பூ
    மதுரை நாயக்கர்கள் வரலாறு

999 487 3456
s.arshiya12@gmail.com

இருண்ட பக்கங்களைப் புரட்டும் வெளிச்சப்புள்ளி

■ இரா. முருகவேள்

ஓர் இலக்கியம் எந்த அளவுக்கு ஒரு குறிப்பிட்ட நிலப்பகுதியின் அல்லது ஒரு குறிப்பிட்ட பிரிவு மக்களின் வாழ்க்கை முறையைப் பற்றி ஆழமாக, கூர்மையாக, அறிவுப்பூர்வமாகப் பேசுகிறதோ அந்த அளவிற்கு அது உலகத்தரம் வாய்ந்த இலக்கியமாகக் கருதப்படுகிறது. அந்த விதத்தில் தோழர் எஸ். அர்ஷியாவின் 'சொட்டாங்கல்' மதுரையின் கதை மட்டுமல்ல. தமிழகத்தின் அனைத்து நகரங்களின் கதையும்கூட.

இப்போதுபோலவே சுதந்திரத்துக்குப் பிந்தைய ஆண்டுகளிலும் கிராமங்களில் சாதி தாண்டவமாடியது. மக்கள் பிளவுண்டு கிடந்தார்கள். அடிமைத்தனமும் மூடநம்பிக்கைகளும் கோலோச்சின. நவீனமான நகரங்களின் வளர்ச்சியும், கல்வியறிவும் மக்களை இந்தப் பிற்போக்குத்தனங்களிலிருந்து விடுதலை செய்யும் என்ற எதிர்பார்ப்பு ஏறக்குறைய எல்லோரிடமும் இருந்தது. இந்தியாவில் மற்ற மாநிலங்கள் நினைத்தே பார்க்க முடியாத நகர வளர்ச்சியை தமிழகம் கடந்த இருபது முப்பது ஆண்டுகளில் எட்டிப்பிடித்தது. ஆனால் இந்த நகரங்கள் நமது மக்களுக்குக் கொடுத்தது என்ன?

அதைப்பகுத்து ஆராயும் கலைத்தன்மைவாய்ந்த ஒரு முயற்சிதான், 'சொட்டாங்கல்'. இந்தக்கதை தொடங்கும் காலப்பகுதியில் தமிழகத்தின் பெரும்பாலான நகரங்களைப்போலவே மதுரையும் தூங்கி வழிந்து கொண்டிருந்தது. மசூதிகளும், கிராம தெய்வங்களின் கோயில்களும் அருகருகேஇருந்தன. பெண்கள் அல்லா கோயிலுக்கு நேர்ந்துகொண்டார்கள். இந்து தெய்வங்களின் விசேஷங்களில் இஸ்லாமியர்கள் கூட்டமாகக் கலந்துகொண்டார்கள்.

புதிய வாய்ப்புகள்தேடி நகரத்துக்கு வருபவர்கள் தூங்கா நகரின் மக்களோடு மக்களாக இயைந்து போவதும், நகரின் வளர்ச்சிக்கு தங்களால் முடிந்த அளவு பங்களிப்புகள் செய்வதும் மண்குதிரைகள் செய்பவர்கள் மூலம் இயல்பாகக் காட்சிப்படுத்தப்பட்டிருக்கிறது. அதேநேரம் கிராமத்தில் குற்றம்செய்துவிட்டு ஓடிவருபவர்களும் இங்கே வந்து அடைக்கலமாகிறார்கள்.

நகரம் வளர்கிறது... தீராப்பசி கொண்டதாக மாறுகிறது. வேலை தேடியும், புதிய வாய்ப்புகளைத் தேடியும் தன்னை நாடிவருபவர்களுக்கு இடமளித்து, பெருகிக்கொண்டே இருக்கிறது. புதிய நீர்ப்பாசனத் திட்டங்களாலும், வணிக வாய்ப்புகளாலும் புது பலமும் விழிப்புணர்வும் பெற்ற வேளாண் வர்க்கங்கள் அரசியல் கட்சிகளில் தங்கள் கொடியை உறுதியாக நாட்டின. சென்னை தவிர்த்த பெருநகரங்கள் இவர்களது அதிகார மையங்களாகின. அதேநேரம் விவசாயம் பொய்த்துப்போய் நகரங்களுக்கு வந்துகுவிந்த மக்களும் இவர்களுக்கு இயல்பான படையாக மாறினார்கள். அல்லது மாற்றப்பட்டார்கள். சில்லறை ரவுடிகளும் பகுதிநேரப் போக்கிரிகளும் சுற்றித்திரிந்தத் தெருக்களில் ரத்தம் படிந்ததும், தீராத பகைகளும் அரசியல் போட்டிகளும் வீச்சரிவாள்கொண்டு முடித்து வைக்கப்படத் தொடங்கியதும் இப்படித்தான்.

கடன் வசூலித்துத் தருபவர்களாக இருந்த சாதாரண முரட்டு ஆட்கள் மெல்ல அதிகார மட்டத்தின் மிக உயர்ந்த இடங்களோடு தொடர்பு கொள்வதையும் இதற்கு சாதி அடிப்படையானக் காரணமாகயிருப்பதையும் நாவல் மின்னல்போலக் காட்டிச் செல்கிறது.

இதை மிகஅழகான சொற்களில் அலட்சியமாக எழுதிச்செல்கிறார் அர்ஷியா. "பட்டன் கத்திகளும் சலம்பலுமாக இருந்த ரவுடிகள், பெண்களைப் பார்த்தவுடன் பம்மிவிடுவார்கள். 'நீங்க போங்கம்மா...' என்று அன்புமழை பொழிவார்கள். சோடா பாட்டில்தான் இவர் களது வழக்கமான ஆயுதம். இதுமாறி, தும்பைப் பூப்போன்ற வெண் உடைகளில் புதிதாக உருவான உள்ளூர் தலைவர்கள் வீச்சரிவாள் தாங்கிய ஜிம்பாடி இளைஞர்கள் புடைசூழ உலா வந்தபோது நகரம் வேறு முகமூடி பூண்டது."

அர்ஷியா பத்திரிக்கையாளராக இருந்தவர். அதிகாரத்தின் இருண்ட மூலைகளை நன்கறிந்தவர். அதேநேரம் மதுரை வரலாற்றிலும் இனக்குழுக்களின் பழக்க வழக்கங்கள், பின்னணி போன்றவற்றிலும் ஆழ்ந்த ஈடுபாடுகொண்டவர். இப்படி

ஒருவருக்காகத்தான் இந்தக்கதை காத்திருந்ததுபோலும். அரசியல்வாதிகளிடையே நிலவும் அதிகாரப் போட்டி பற்றி நாவல்கள் வந்துள்ளன. நகரமயமாக்கலைத் தொட்டு சில நல்ல நாவல்கள் வந்து, வரவேற்பைப் பெற்றுள்ளன. ஆனால் இரண்டுக்குமான உறவு பற்றி, அது ஒரு நகரத்தின் தலைவிதியை எப்படிப் புரட்டிப் போடுகிறது என்பது பற்றி, ஏதாவது எழுத்து வந்திருக்கிறதா என்று தெரியவில்லை. தனியானது என்று எதுவுமில்லை. எல்லாம் ஒன்றுடன் ஒன்று இணைந்தது. ஒவ்வொன்றும் தனக்குள்ளான முரண்பாடுகளைக் கொண்டுள்ளது. இந்த நாவல் சொல்வது இதைத்தான். அந்தவிதத்தில் தனித்துவமானது, 'சொட்டாங்கல்' என்று தலைப்பிடப்பட்ட புலப்படாத நகரம்.

புதிதாக உருவான ஒருவிதமான மாஃபியா தன்மைகொண்ட ஆளும்வர்க்கம், அந்த வரலாற்றுச் சிறப்புமிக்க நகரின் ஒவ்வொரு அங்குல நிலத்தையும் ரியல் எஸ்டேட்டாகப் பார்க்கிறது. அதற்குக் குறிப்பிட்ட இடங்கள், கட்டடங்கள் மீது மக்கள் கொண்டிருக்கும் உளப்பூர்வமான பிணைப்பு எல்லாம் ஒரு பொருட்டே இல்லை. ஆறுகளும் கண்மாய்களும் மயானங்களும் கோவில் நிலங்களும் கரன்சி நோட்டுகளாகவே இவர்கள் கண்களுக்குத் தெரிகின்றன. இந்த வர்க்கத்தின் அசுர வளர்ச்சியில் கொள்கைப் பிடிப்பு கொண்ட பழைய கட்சிக்காரர்கள் நான்குபுறமும் சிதறடிக்கப்படுகின்றார்கள். எல்லா காரியங்களையும் தந்திரம், அடிமைத்தனம், மூர்க்கம்கொண்டு நினைத்ததையெல்லாம் சாதிக்கிறது. அபரிமிதமான பணத்தையும், அதிகாரத்தையும் தன்னிடம் குவித்து வைத்திருக்கிறது.

சங்கு முத்தையாவும் முட்டை முருகனும் இந்தவகையான ஆட்கள். பழைய அரசியல்வாதிகளின் போராட்ட அனுபவங்கள் இல்லை. படிப்பு இல்லை. எந்தத் தனித்துவமானத் தகுதியும் இல்லை. கொஞ்சம் மூர்க்கம், நிபந்தனையற்றுப் பணியும் அடிமைத்தனம், கொஞ்சம் தந்திரம், கொஞ்சம் காரியம் சாதிக்கும் திறமை, அப்புறம் சாதி...

சாதிதான் இந்த வகையான ஆட்களின் பலம். ஆனால் அதேநேரம் தங்கள் சாதியை தாங்களே அழித்து உண்ணும் பட்சிணிகளாகவும் இருக்கிறார்கள் இவர்கள். இந்த அதிகாரத்துக்கும் பணத்துக்கும் விலை, சில நேரங்களில் உயிராகவும் இருக்கிறது. அது அடுத்தவன் உயிராகவும் இருக்கலாம். தனது உயிராகவும் இருக்கலாம்.

எல்லாவற்றுக்கும் ஒரு விலை இருக்கிறது. பணமும் அதிகாரமும் எட்டிப்பிடிக்கக் கூடியவைதான். இவற்றைத்

தேடிய முடிவில்லாத ஓட்டத்தை நிறுத்திக்கொள்ளலாம் என்ற பேச்சுக்கே இடமில்லை. முன்னேறிச் செல்ல வேண்டும். இல்லாவிட்டால் அழிய வேண்டும். மூன்றாவது வழி என்பது இல்லை. இனிமையான, மென்மையான வெற்றி என்று ஒன்று இல்லை. லட்சியங்களுக்குக் குறுக்கே நிற்பவை அல்லது நிற்பவர்கள் ஒழிக்கப்பட வேண்டும். அர்ஷியாவின் எழுத்து நகரின் தெருக்களில் நடக்கும் இந்த இருண்ட போராட்டத்தை உக்கிரம் குறையாமல் பதிவுசெய்கிறது. அதற்கு வீரம் என்றோ முட்டாள்தனம் என்றோ முத்திரை குத்தாமல், உள்ளதை முடிந்தவரை உள்ளபடியே கொடுப்பதில் அர்ஷியா வெற்றிபெற்றிருக்கிறார்.

அர்ஷியாவின் எழுத்தில் அங்கங்கே மின்னி மறைகின்றன, புலப்படாத நகரத்தின் கூட்டு மனச்சாட்சியில் புதையுண்டு போயிருக்கும் மக்கள் வரலாற்றின் எச்சங்கள். அர்ஷியாவின் நடை ஒருபோதும் வருடிக் கொடுக்கும் மென்மையைக் கொண்டிருப்பதில்லை. ஒரு உக்கிரம், அலட்சியம், குத்திக்காட்டும் நகைச்சுவை என்ற ஒரு விசித்திரமானக் கலவை, அது. தேவரின் மனைவியும் காதலியும் நாள் முழுவதும் அடித்துக் கொள்வதை தேவர் கயிற்றுக்கட்டிலில் உட்கார்ந்து வேடிக்கை பார்க்கிறார். அந்த ஆண் திமிரும் முறுக்கிய மீசையும் ஓர் அடாவடிக்காரனிடம் ஒடுங்கிப்போகிறது. அவர் மனைவி தண்டட்டிதான் கிளம்புகிறாள். அவள் என்ன செய்தாள்... என்ன பேசினாள்... என்று அர்ஷியா சொல்வதில்லை. ஆனால் காரியத்தை நடத்திக்காட்டியது அவள்தான்.

பெண்ணுக்கு ஒப்பீட்டளவில் அதிக சுதந்திரமிருந்த சமூகங்களில் அவர்களது பிடிவாதத்தையும் துணிச்சலையும் சொல்லாமல் சொல்லும் இந்தக்காட்சி, சேலையை இழுத்துச்செருகியபடி சண்டைபிடிக்கும் எத்தனையோ தண்டட்டிகளை நினைவுபடுத்துகிறது. தண்டட்டி நாவலில் முக்கியமானப் பாத்திரம் என்று சொல்லிவிட முடியாது. ஆனால் அது ஓர் அற்புதமான ஒப்பீட்டுக்கு வழி சமைக்கிறது. தண்டட்டி வாயாடி, துணிச்சல்காரி. ஆனால் ஒருபோதும் கணவனைவிட்டு அடுத்தவனை நினைத்தவள் அல்ல. தன் உரிமைக்காக சண்டை போடவும் சொத்தை மீட்கவோ அல்லது கணவனின் மரியாதையை நிலைநாட்டவோ எந்த எல்லைக்கும் போகத் தயங்காதவள். தண்டட்டியின் காதல் அவளே தேர்ந்தெடுத்துக் கொண்டது, நிர்பந்தத்தால் வந்தது அல்ல!

'அழகி' என்று காட்டுவா விளிக்கும் தேன்மொழியுடன் இந்தத் தண்டட்டியை ஒப்பிடுவது கொஞ்சம் ஏடாகூடமாக இருந்தாலும் அப்படியொரு ஒப்பீட்டுக்கும் வாய்ப்பளிக்கிறது, புலப்படாத நகரம். தேன்மொழி அதிர்ந்து பேசாதவள். மயக்கி வசீகரிக்கும் தேவதை. அவளது ஆழ்மனதில் காதலுக்கான ஏக்கம் உறைந்துகிடக்கிறது. 'அழகி' என்று காட்டுவா உச்சரிக்கும் சொல்லில் இருக்கும் ஈர்ப்பில் அவள் காதல் விழித்துக்கொள்கிறது. மிக அழகான பக்கங்கள் அவை. ஒரு தனி நாவலுக்கானக் களம். ஆனால் ஒரு ஓவியம் வரையும்போது பின்னணிக் காட்சிகள் அவையவையே அமைந்துவிடுவது போல, இந்தக்காதலும் நாவலுக்குள் இணைந்துகொண்டுவிட்டது போலும். இதைத் தனியாகப்பிரித்து, ஒருநாவலோ பெரிய சிறுகதையோ எழுதும் ஆசை நாவலாசிரியருக்கு இருந்திருக்கக்கூடும். ஆனால் வருங்காலத்துக்கு சேர்த்து வைக்காத எழுத்தாளனின் ஊதாரிமனம், இந்த அழகானக் கதையை புலப்படாத நகரத்தில் பொதித்துவிட்டது சிறப்பு.

தேன்மொழி அந்த வகையறா அல்ல போலிருக்கிறது. அவளுக்குத் தேர்ந்தெடுக்கும் சுதந்திரம் இல்லவே இல்லை. ஆனால் அவள் காதலை வேண்டுகிறாள். காதலும் காமமும் கலந்த ஒரு தவிப்பு அது. அழகான குடும்பம், குழந்தைகள், பொறுப்பான கணவன். ஆனாலும் அவள் கலகம் செய்கிறாள். புயல் அந்த அழகான கணத்தை அவளிடமிருந்து பிய்த்தெடுத்துச் செல்கிறது, அவள் உயிரைக் காவு கொள்கிறது. மனித உணர்வுகளைப் பற்றிக் கொஞ்சமும் கவலைப்படாத மனிதர்களைப் பற்றியக் கதையில் இம்மாதிரி நுட்பமான அழகியல்மிக்கக் காட்சிகளை இயல்பாக இணைக்க அர்ஷியா போன்ற ஒரு தேர்ந்த எழுத்தாளரால்தான் முடியும். ஒருசில பக்கங்களே வந்தாலும் ஒரு இனிப்பின் சுவையைபோல மனதில் தங்கிப்போகிறது, இந்தக் காதல்.

நில ஆக்கிரமிப்புகள், அபகரிப்புகள் எல்லாம் அரசல்புரசலாகக் கேள்விப்பட்டதுதான். ஆனால் அவை எப்படி நடந்தன என்று வர்ணனைகளோடு படிக்கும்போது அதிர்ச்சி ஏற்படுகிறது. அடுத்தவர் நிலத்தை ஆக்கிரமித்து, அதில் ஆறுமாடிக் கட்டடத்தை இழைத்து இழைத்துக் கட்ட எவ்வளவு துணிச்சலும் தன்னம்பிக்கையும் வேண்டும். என்ன நடந்திருக்கும் என்பதில் ஒரு துளிதான் இது!

கிராமங்களில் கட்டுப்பாடு, ஒருவிதமானக் கூட்டுவாழ்க்கை ஏதோ ஒரு பாதுகாப்பை அங்கே இருப்பவர்களுக்கு வழங்குகிறது. நகரம் இந்த விதமான ஒற்றுமையுணர்ச்சியை ஒழித்துக்கட்டுகிறது. தந்திரமுள்ளதே வெல்லும் என்னும் வேட்டைக் காடாக மாறி

விடுகிறது. காலங்காலமாக அந்த மண்ணில் வசித்துவந்தவர்கள், மகூதியைச் சேர்ந்தவர்கள், புதிய வெள்ளை வேட்டி சட்டை ஆட்களால் தங்கள் சொத்துகள் ஆக்கிரமிக்கப்படுவதை இயலாமையுடன் பார்க்கிறார்கள். வன்புணர்ச்சி செய்யப்பட்டு கொல்லப்படும் பெண்கள், கூலிக்கொலைகாரர்கள், வேடிக்கை பார்க்கும் அரசு இயந்திரம்... புனைவு என்பதைக் கடந்து யதார்த்தத்துக்கு நெருக்கமான ஆவணமாகக் கருதக்கூடிய நாவலின் பக்கங்கள் இவை.

இப்போதைக்கு நாவல், இலக்கியத்தின் உச்சபட்ச வடிவமாக இருக்கிறது. எழுத்தாளனுக்கு அளப்பரிய வாய்ப்புகளை வழங்குகிறது. உணர்வுகளையும், வரலாற்றையும், அழகியலையும், ஆய்வுகளையும், வன்மத்தையும், மாயாவாதத்தையும் ஒரு கச்சிதமான இணைப்பில் கொண்டுவர நாவலில் இயலும். ரிக்வேதத்தில் வருவதுபோல, எழுத்தாளன் கலையுணர்வோடு ஒரு தேரை ரசித்து உருவாக்கும் தேர்ந்த தச்சனாக, பேரழகு வாய்ந்த ஆடையை நெய்யும் நெசவாளனாக, ஓவியனாக, சிற்பியாக மாறி நிற்கும் சாத்தியத்தை வழங்குகிறது, நாவல். தேவைதனைத் தவிர இன்னொரு உலகம் இருக்கிறது. இயங்குகிறது என்று ஒப்புக்கொள்ளும் எளிய மனம்தான். அர்ஷியா உலகத்தைப் பார்க்கிறார். தேடுகிறார். முடிவுகளை முன்வைக்காமல் அதேநேரம் எந்த சமரசமும் செய்துகொள்ளாமல் உண்மைகளையும் அவற்றின் பின்னணியையும் நேர்த்தியாக முன்வைக்கிறார். கத்திமேல் நடப்பது போன்றதுதான். ஆனால் வெற்றிகரமாக நடந்து விட்டார்.

சமகால அரசியலை எழுதுவது சவாலான வேலை. எல்லோருக்கும் தெரிந்த சம்பவங்களை எழுதும்போது அதுவெறும் பத்திரிக்கைச் செய்தி போலாகிவிடும் வாய்ப்பிருக்கிறது. அதேபோல நிகழ்வுகளில் பின்னணி பற்றி ஆய்வுகளோ, தொகுப்புகளோ இன்னும் வராத நிலையில் அந்த வேலையையும் எழுத்தாளரே செய்ய வேண்டியிருக்கிறது. எல்லாவற்றுக்கும் மேலாக நிகழ்வுகளில் தொடர்புடையவர்கள் இன்னும் நம் கண்முன்னே வாழ்ந்து கொண்டிருக்கும்போது யாரையும் அடையாளம் காட்டிவிடாமலிருக்கும் சிக்கல் வேறு இருக்கிறது. இந்தக் காரணங்களால் சமகால வரலாற்றைப் பேசும் நாவல்கள் அதிகம் வருவதில்லை. அப்படியே வந்தாலும் தனியொரு சம்பவத்தையோ அல்லது ஒருவரின் வாழ்க்கையைக் கூறுபவையாகவோ பெரும்பாலானவை அமைந்து விடுகின்றன. இந்த எல்லா நெருக்கடிகளையும் கத்திமேல் நடப்பது போன்ற திறமையுடன் கடந்து வரும், ‘சொட்டாங்கல்’ தனித்துவமான நாவல்.

முன்பெல்லாம் அரசியல்வாதிகளுக்குத் தேவையாகவிருந்த கொள்கைப் பிடிப்பு, போர்க்குணம், படிப்பு, பேச்சுத்திறமை, மக்கள் தொடர்பு போன்றவை காணாமல் போய்விட்டதும், ஒரு கண்துடைப்புக்குக்கூட மறைத்துக் கொள்ளாமல் நேரடி லாபம் மட்டுமே குறிக்கோளாகி விட்டதும்தான் அண்மைக்கால அரசியல் மாற்றங்கள். கண்முன் நடந்தவை அவற்றின் ஆழமும் அழுத்தமும் குறையாமல் இலக்கியமாக்கப்பட்டிருப்பது சிறப்பு.

தோழர் அர்ஷியாவுக்குப் பாராட்டுகளும் வாழ்த்துகளும்...

கோயமுத்தூர்,
31 - 10 - 2016.

புழுதிபோர்த்திய வெண்மை

ஏழ்மையும் துயரமும் சூடியிருந்த என் பால்யத்தின் இன்னொரு பக்கம் சாகசங்களும் சந்தோஷமும் இருந்தது, வாழ்க்கையின் இயல் முரண்கள். பள்ளிக்கூடம் இல்லாத நாட்களிலும் போகாத நாட்களிலும் 'சேக்காளி'களுடன் சேர்ந்து முழங்காலளவு தண்ணீர் ஓடிக் கொண்டிருக்கும் வைகையின் கரையைப் பிடித்து மேற்கே மேலக்கால், சோழவந்தான், கிழக்கே பாண்டிகோவில், புளியங்குளம், சிலைமான், திருப்புவனம் என்று நீராய் அலைந்ததும் வடக்கே அழகர்மலைக்கும் தெற்கே விமானநிலையத்துக்கும் புழுதி படியப் படிய நடைபயணம் போய்க்கொண்டே இருந்ததும், நான்பெற்ற வரம். ஒவ்வொரு முறையும் வெவ்வேறு அனுபவங்கள் கூடிக்கொண்டேயிருந்தன.

நான் பிறந்து வளர்ந்த பகுதி, மற்றவர்களுக்கு அச்சுறுத்தும் பூமியாக இருந்தபோதும் எனக்கு அது, தொட்டில். பிறந்த மண். அன்னை. அன்னை பூமி. அங்கே வகை வகையான மனிதர்கள், வகைவகையான குணாதிசியர்கள், சாதாரணர்கள், ரொம்ப சாதாரணர்கள், நல்லவர்கள், ரொம்ப நல்லவர்கள். போக்கிரிகள், குணக்கேடர்கள் என்று வகைப் பிரிக்கப்பட்டவர்களில் போக்கிரிகளையும் குணக்கேடர்களையும் உற்றுப் பார்த்தவனாகவே வளர்ந்திருக்கின்றேன். நான் கண்ட போக்கிரிகளையும் ரவுடிகளையும் என்னால் பகுத்துப் பார்க்க முடியும்.

தடை செய்யப்பட்டிருந்த ஜிஞ்சர், அம்ருதாஞ்சனம், கலக்குமுட்டி, சிவா (கஞ்சா), லோட்டா கஞ்சி அவர்களின் போதைப் பொருட்களாக இருந்தன. கல்லும், சோடாபாட்டிலும், எப்போதாவது பயன்படுத்தும் பட்டன் கத்தியும்தான் அவர்களின் ஆயுதங்கள். மேற்கண்ட லாகிரி வஸ்துகளை 'அடித்து' போதையேறி தெருவில் சலம்புவது, அவர்களின் மன அழுத்தத்துக்கு மருந்தாக இருந்திருக்க வேண்டும். அழுக்கடைந்த கிழிந்த சட்டையும் தூக்கிக் கட்டிய அழுக்கானக் கைலியும்தான் அவர்களின் ஆடைகள். சிலவேளைகளில் பட்டாபட்டி

டவுசர் தெரியலாம். சலம்பும்போது தெருவில் பெண்களோ குழந்தைகளோ வந்துவிட்டால், அவர்களின் நடவடிக்கை தலைகீழாக மாறிவிடும். 'அம்மா... தாயி... தெய்வமே.. நீங்க போங்க!' என்று ஒதுங்கி நின்று தாங்குவார்கள். குழந்தைகளிடம், 'நல்லா படிங்க!' என்று நாடிபிடித்துக் கெஞ்சுவார்கள். அவர்கள் போன பின்பு மறுபடியும் சலம்பல் தொடரும். போதை இறங்கியதும் அடிபட்ட நாய்போல சுருண்டு கொள்வார்கள். பின்னாளில் ரவுடிகளின் ஆயுதம் பட்டன் கத்தியிலிருந்து சூரிக்கத்திக்கும் பட்டாக் கத்திக்கும் மாறியபோது, நகரம் வேறொரு முகமூடி அணிந்திருந்தது.

எல்லா ஊர்களைக் காட்டிலும் எங்கள் ஊர் அரசியலுக்கு முக்கியத்துவம் இருந்தது. பகுத்தறிவைக் கைப்பிடித்து கட்சி நடத்தியவர்கள்கூட மதுரையில்தான் நம்பிக்கையுடன் பிள்ளையார்சுழி போட்டார்கள். எங்கள் ஊரில் எம்ஜிஆர் - சிவாஜி ரசிகர்களுக்கிடையில் இடைவிடாத போர்கள் நடந்தபடியிருந்தன. ரசிகர் மன்றங்கள் எரிப்பு பொதுவான ஒன்றாக இருந்தது. இஸ்மாயில்புரம் 9வது தெரு முக்கிலிருந்த சிவாஜி மன்றம் எரிந்த மறுநாள் இரவு இஸ்மாயில்புரம் 8வது தெரு முக்கிலிருந்த எம்ஜிஆர் மன்றம் தீக்கிரையானது தற்செயலானது அல்ல.

மதுரை சென்ட்ரல் டாக்கீஸில் சிவந்தமண் படம்பார்க்க சிறுவனாகயிருந்த என்னை என் அண்ணன் அழைத்துச் சென்றிருந்தபோது, முதல்காட்சிக்கு டிக்கெட் கிடைக்கவில்லை. ஆண்கள் கௌண்டர் மூத்திரச் சந்தில் டிக்கெட் எடுக்க நின்ற வரிசை அப்படியே அடுத்தக் காட்சிக்கு நின்றுகொண்டது. அந்த மூத்திரச்சந்தில்தான் மதுரையை வலம் வரும் மாடுகளின் கொட்டம் இருந்தது. ஒருபக்கம் ரசிகர்கள் கூட்டம். மறுபக்கம் முறைவைத்து நடத்திய மாடுகளின் ஜல்லிக்கட்டு. நேரமாக ஆக சிறுவனான எனக்கு மூச்சுத் திணறிவிட்டது. பயந்து அழத் தொடங்கியபோது, கரிமேட்டில் பிரபல போக்கிரியாகக் கருதப்பட்ட 'ஒரு அண்ணன்' என்னை, திருவிழா காட்டும் மூத்தவர்போல, தன் தோள் மீது ஏற்றி அமர்த்திக்கொண்டு வரிசையில் நின்று, டிக்கெட் எடுத்து படம் பார்க்க வைத்தது அந்தப் பகுதியைக் கடக்கும்போதெல்லாம் இன்றும் நினைவில் நிழலாடுகிறது.

திருவிழாக்கள், மண்டகப்படி, தண்ணீர் பந்தல், எதிர்சேவை தவிர, நாள்தோறும் ஏதாவது ஒருதெருவில் ஏதாவது ஒரு ஆன்மிக நிகழ்ச்சி நடந்தபடியே இருக்கும். அதில் எல்லா சமூகத்தின் பங்களிப்பும் இருக்கும்.

இன்று, மதுரை எல்லாவகையிலும் மாறிவிட்டது. தெருவில் தனியாக நின்று சலம்பிய போக்கிரிகளும் ரவுடிகளும் இன்று இல்லை. அதனால் யாருக்கும் அவர்களின் இடையூறுகளும் இல்லை. மாறாக, 'மினிஸ்டர் ஒயிட்' வெள்ளைவேட்டி, வெள்ளைச் சட்டை அணிந்தவர்களைக் கண்டால் மரியாதைக்கு பதில், பயம் வருகின்றது. வெள்ளை... வெண்மை என்பது எளிமையின் சின்னம், தூய்மையின் அடையாளம் என்றிருந்த நிலைமாறி, அதிகார வன்முறையின் போலிப்பூச்சாக ஆகி விட்டிருக்கின்றது. அவர்கள் ஜீன்ஸ் டிசர்ட் அணிந்த ஜிம் பாய்ஸ்களுடன் வலம்வரும் காட்சிகள் அச்சமூட்டுகின்றன. மனிதர்களின் நவரசங்களில் ஒன்றான, இயல்பான மக்கள் பயத்தை, வெள்ளைவேட்டி, வெள்ளைச் சட்டை அணிந்தவர்கள் தங்களின் தொழிலுக்கு மூலதனமாகக் கொண்டிருக்கின்றார்கள். அவர்களின் இருப்பு எல்லாத் திசைகளிலும் எல்லா நிலைகளிலும் வியாபித்திருக்கின்றது. ஆன்மிக விழாக்கள் முன்னைக் காட்டிலும் விமரிசையாக இருந்தாலும் அதன் எல்லை சுருங்கி விட்டது. ஒவ்வொரு சாதியின் உட்பிரிவுமே தனித்தனியே நடத்திக்கொள்ள ஆயத்தமாகிவிட்டன.

முன்பெல்லாம் 'ஏரியா'விட்டு 'ஏரியா' பிரச்சனைகளை வளர்த்தவர்கள், இப்போது ஒரே பகுதியில், ஒரு குழுவுக்குள்ளேயே 'யார் முந்தி' என்பதில் பயந்து கிடக்கின்றார்கள். வெள்ளை வேட்டி, வெள்ளைச்சட்டை அணிந்து பாந்தமாக இருந்தாலும், யாரொருவரும் தனியாக வெளியில் வரும் தைரியமுடையவர்களாகவும் இல்லை. கூட்டம் சாமானியர்களுக்கு அச்சம் தருவதாக இருக்கின்றது.

மனிதனுக்கு அடைக்கலம் தருமே நிலமே, மனிதனுக்குப் பேராசையையும் தூண்டுவதாக இருக்கின்றது. நிலத்தின் மீதான மையல், சகலபடி நிலைகளிலும் படிந்து கிடக்கின்றது. அதை அடைவதற்கு எதையும் செய்யும் துணிவு யாவரிடத்திலும் மலிந்திருக்கின்றது.

நான்கண்ட மதுரையின் வைகையில் தண்ணீர் ஓடிக் கொண்டிருந்தது. சிறுசிறு சச்சரவுகளைத் தாண்டி, மக்கள் சமயங்கள் கடந்து சமூக இணக்கத்துடன் இருந்தார்கள். தேசமே மதக்கலவரத்தில் எரிந்து கொண்டிருந்தபோது, இங்கே இந்துக்களும் முஸ்லீம்களும் மாப்பிள்ளை - மச்சான் உறவு கொண்டாடியபடி இருந்தார்கள். அது இம்மண்ணின் தனிக்குணம். சச்சரவுகளும் பெரிதானதாக இருக்கவில்லை.

இப்போதும் நான் மதுரையைக் காண்கின்றேன். எல்லாமே தலைகீழ். மனிதன் மாறிவிட்டான் என்பது உண்மைதான்.

சமயங்களுக்குள்ளேயே படிநிலைகளின் நீட்சி, வாழ்க்கையை நகர்த்துவதற்குத் தேவையாக இருக்கின்றது. அது வன்மமாக வளர்ந்திருக்கின்றது. அச்சமின்றி நடமாட அச்சமாக இருக்கின்றது. கை தவறியப் பொருளை குனிந்து எடுப்பதற்குள் யாரோ ஒருவன் முதுகில் ஏறி, குதிரைப் பாய்ச்சலில் ஓடும் நிலை யாவருக்கும் கைவந்திருக்கின்றது. கண்மூடித் திறப்பதற்குள் கருவிழி காணாமல் போய்விடுகின்றது. அப்படிப் பறிகொடுத்தவர்களின் பெயர்ப் பட்டியல் இன்று மாநகரக் காவல் அலுவலகத்தில் தனி பேரேடாகப் பராமரிக்கப்படுகின்றது.

மதுரை என்ற பெயர் இம்மண்ணுக்கு சூட்டப்படுவதற்கு முன்பே, ஏதோ ஒரு பெயரில் இந்த நிலம் இருந்திருக்க வேண்டும். பெயர் என்பது அழைப்பதற்கு ஒரு சொல். அவ்வளவுதான். எங்கெங்கிருந்தோ வந்துதான் இங்கே ஒரு கூட்டுச் சமூகத்தை ஆதியில் யார் யாரோ உருவாக்கியிருக்க வேண்டும். இணக்கமில்லாமல் கூட்டு இல்லை. கண்ணுக்குத் தெரியாத ஏதோ ஓர் இழை அவர்களைப் பிணைத்தபடி இருந்திருக்கின்றது. அந்த இழை தனித்தனிக் குடும்பங்களை ஒன்றிணைத்து பாசக்கயிறாக பலப்படுத்தியிருக்கின்றது.

இன்று மதுரையின் மக்கள்தொகை அரசு குறிப்பிடும் பட்டியலைக் காட்டிலும் அதிகமாகவே இருக்கின்றது. மக்கள் கூட்டம் கூட்டமாய்க் கடக்கிறார்கள். ஆனால் இணக்கத்தைத் தொலைத்து விட்டவர்களாக இருக்கிறார்கள். காலம் கலைத்துப் போடும் விளையாட்டில் பிரிவதும் சேர்வதும் இயல்பானதுபோல உறவும் பகையும் தவிர்க்கவியலாதது. அது உறவுகளுக்குள், குடும்பங்களுக்குள் தனது ஆட்டத்தை நிகழ்த்தி, தனித்தனித் தீவுகளாக்கி விடுகிறது.

'சொட்டாங்கல்' விளையாட்டில் ஒரு கல்லைத் தவறவிட்டாலும், தோற்றதாகத்தான் பொருள். அதுபோலத்தான் வாழ்க்கையும். வாழ்க்கையை விளையாட்டாக எடுத்துக்கொள்ள முடியாது. மறுபடியும் முதலிலிருந்து ஆரம்பிக்கவும் முடியாது. மாற்றமென்பது காலத்தின் கட்டாயம். தவிர்க்க முடியாதது. அது, ஒட்டுமொத்த சமூகத்தின் வளர்ச்சிக்கு வித்திட வேண்டும். இன்றைய மாற்றம் அப்படியாக இல்லை. சமகாலத்தின் நிகழ்வுகள், எதிர்காலத்தை எதுவுமில்லாமல் சூனியமாக்கிவிடுமோ என்ற கவலையின் வடிவமே இந்தப் பதிவு.

வாழ்க்கையே அரசியல்தான். அரசியலின்றி எதுவும் இல்லை. மதுரையின் நிலவியல் வடிவத்தில் மட்டுமின்றி அதன் அகவய வாழ்வியலிலும் அரசியல் புகுந்து கொண்டிருப்பது உலகமயமாதலின் நீட்சிதான். நான் காணும் மதுரையில், ஒரு

பகுதியின் நிலவியலில் இப்பதிவு பயணித்தாலும், ஒட்டுமொத்தத் தமிழ்நாட்டுக்கும் ஏன் இந்தியா முழுவதுக்குமே பொருந்திப் போகும் குறியீடாகத்தான் இருக்கின்றது. இதில், நீங்கள் கண்ட உங்கள் பகுதியும் பிரதிபலிக்கலாம்.

*****

எனது ஐந்தாவது நாவல் இது. ஆறாவதாக வெளியாகிறது. முதல் நாவலான ஏழரைப் பங்காளி வகையறாவிலிருந்து இன்றுவரை நேசமுடன் விரல்பிடித்து அழைத்துச் செல்லும் எழுத்தாளர்களின் நண்பர் ந.முருகேசபாண்டியன் மதுரையின் பெருத்த அபிமானி. மாநகரின் இண்டுஇடுக்கு எல்லாமே அவருக்கு அத்துப்படி. நாவலை முழுமைப்படுத்த அவரது மதுரை ஞானம் எனக்கு உறுதுணையாக இருந்தது. அச்சுக்கு முன்பே இந்த நாவலை இரண்டு முறை சலிப்பின்றி வாசித்து, செம்மைப்படுத்தும் ஆலோசனையை கொடுத்தபடியிருந்தார். ந.முருகேசபாண்டியனின் கைமாறில்லாப் பங்களிப்பு மகத்தானது. நன்றி சொல்லி ஈடுசெய்ய முடியாதது.

எனது வளர்ச்சியில் அக்கறை கொண்டவர்களில் தோழர் எஸ். பாலச்சந்திரன் மிக முக்கியமானவர். நான் வைக்கும் ஒவ்வொரு அடியையும் கவனித்து, முறைபடுத்துபவர். பத்தாண்டு காலத்திற்குள்ளான நட்புதான். நூற்றாண்டுகளின் பிணைப்பை வெளிக்காட்டுவார். இலக்கிய வெளியில் நுட்பமானவர். அதுவே நூலின் எழுத்துப் பிழையில்லாத வாக்கிய அமைப்பிலிருந்து சமூக யதார்த்தக் கட்டமைப்பின் அரசியல் வரை நேர்த்திப்படுத்தக் காரணமாக இருந்தது. பரபரப்பான பணிகளுக்கிடையிலும் நேரமொதுக்கி, என்னைப் பெருமைப்படுத்தும் பெருந்தனக்காரர். காலம் எனக்களித்த கைமாறு செய்ய முடியாதக் கொடை அவர்.

எனது எழுத்துகளின் ரசிகர் பொன்னுலகம் பதிப்பகம் திருப்பூர் குணா. தயக்கங்களையும் சந்தேகங்களையும் களைந்து, செல்ல வேண்டிய தூரத்தை நினைவூட்டிக் கொண்டே இருப்பவர். இந்நூலில் அவரது பங்களிப்பு மிகவும் நுட்பமானது. தரம் நாடும் அவரும் நன்றியை மறுப்பவர்.

தொடர்ந்து இயங்கிக் கொண்டிருக்கும் சமூக செயல்பாட்டாளரும் வழக்கறிஞரும் எழுத்தாளருமான இரா.முருகவேள் என்னை ஆற்றுப்படுத்தும் நண்பர்களுள் முக்கியமானவர். அணுகுதலுக்கு இலகுவானவர். என் எழுத்தை ரசிப்பவர். இந்த நாவலின் கட்டமைப்பில் அவர் தன்னை ஒரு பொறியாளராக இணைத்துக் கொண்டது, அன்பையும் நட்பையும் கடந்த ஒன்று. ‘சொட்டாங்கல்’லுக்கு அழகிய அணிந்துரையை

‘இருண்ட பக்கங்களைப் புரட்டும் வெளிச்சப்புள்ளி’ எனும் தலைப்பில் எழுதியிருப்பது தற்செயலானது அல்ல.

எனது படைப்புகளுக்கு தொடர்ந்து இடமளிக்கும் இருவரில் ஒருவர் எதிர் வெளியீடு அனுஷ். அடுத்தடுத்து எனது நூல்களை வெளியிடுவதில் ஆர்வம் காட்டுபவர். மௌனம் பூசிய அவரது அன்பு என்னை எழுதச் செய்கிறது. நண்பன் சீனிவாஸையும் இங்கே பிணைத்துக்கொள்கிறேன்.

அரைநூற்றாண்டைத் தாண்டிய வாழ்வின் நோய்மையை, வலிகளைக் கடக்கும் மனோபலத்தைக் கொடுக்கும் அன்பு மனைவி எம். அமீர்பேகத்தின் நேரமும் அப்பாவின் வாசத்தைத் தொடர்ந்து தொலைக்கும் மகள் எஸ்.அர்ஷியாவின் நேரமும் விலைமதிக்க முடியாதது. அவர்களிடமிருந்து களவாடிய பொழுதுகள்தான் எனது எழுத்துகள். அப்படியானதுதான் இந்த நாவலும்.

மதுரை - 17. எஸ். அர்ஷியா
01-11-2016.

1

தடைகள் ஏதுமற்ற சூனிய வெளியில் மின்மினிப் பூச்சியொன்று பறந்தலைந்தது. தன்னிஷ்டலயப் பாதையில் குதூகலத்துடன் குறுக்கும் நெடுக்குமாய் அது வரைந்து தள்ளிய மரகதப் பசும்ஒளி, அடர்நீலத்தில் பழுத்த அமாவாசை இருட்டில் ஒளிவட்டப் புள்ளியாய் மிளிர்ந்தது. அமைதியைக் கீறிய அதன் சிறகடிப்பின் 'ஸ்ஸ்ஸ்ஸ்' ஒலி, ஆழ்சமுத்திரத்தின் அடிமட்டக் கல்லாய் அசைவற்று மல்லாந்து கிடந்த காட்டுவாவின் உள்ளொளியை எட்டிப் பிடித்தது. கூரிய அவரது உணர்வுகளின் விழிப்பால், உடம்பு வெட்டித் துள்ளியது. அதிர்வுடன் துடித்துத் தூக்கம் கலைந்தார்.

அரைகுறையாய்த் திறந்த விழிகளின் வழியே, மேலே அரைக் கோளமாய்க் கவிழ்ந்திருக்கும் வானம் நொடிப்பொழுதில் சரிந்து, பூமியுடன் சேர்த்துப் போர்த்திக் கொள்ளத் தயாராகத் தொங்கிக் கொண்டிருந்ததைக் கண்டு அதிர்ந்தார். சகலமும் பதறி வியர்த்தது. மூச்சுவிடத் திணறினார். நட்சத்திரங்கள், குளிர்மேகப் போர்வைகளுக்குள் சுருண்டிருந்தன. அடுக்குகள் ஏதுமற்று சீராய்ப் படர்ந்திருந்தது மென்காற்று. அவருக்கும் வானத்துக்கும் ஊடான வெளியில் மிதந்தபடி, முகத்துக்கு நேரே நின்று, பூக்களின் சித்திரத்தைக் கிறுக்கிக்கொண்டிருந்த மின்மினிப்பூச்சி அவரை ஈர்த்தது.

சையத் சுல்தான் அலாவுதீன் பாதுஷா-சையத் சம்சுதீன் அவுலியா தர்ஹாவின் உச்சி விளக்கொளியைப் பார்த்தபடி தூக்கம் வராமல் புரண்டு, பல்வேறு திசைகளில் மனமலைந்துக் கிடந்தவர், அயர்ந்தது அவருக்கே தெரியவில்லை. அறுபதின் முதுமை, தூக்கமின்மையும் தூக்கமுமாக

அவரைச் சூழ்ந்திருந்தது. விரிப்பேதுமின்றி படுத்துக் கிடந்தத் தரைக்கும் உடம்புக்குமிடையில் பொதுமியிருந்த வியர்வை, கசகசத்தது. உடம்பை அசைத்துக் கொடுக்க, அவர் புரண்டார். புரளலில் தரைக்கும் உடம்புக்குமிடையிலான வெளியில், இரவுக்காற்று புகுந்து நிரவியது. ஒலியலை மாறுபாட்டில் துணுங்கிய மின்மினிப்பூச்சி, தடுமாறியது. தன் வாழ்வின் அனைத்து ஒலிகளையும் ஒரு புள்ளியில் இணைத்த அது, தன் லயத்தில் வரைந்த சித்திரத்தை விட்டு விலகி, தாறுமாறாய் ஒளியைச் சிந்தி அலையாடியது. அப்படியே அவரைக் கடந்து இருளினூடே பயணத்தைத் தொடர்ந்து, புள்ளியாகி மறைந்துபோனது.

பார்வையை, மறைந்துபோன அப்புள்ளியில் நிறுத்தியிருந்தார். அது விட்டுச் சென்ற ஒலி, அங்கேயே இருப்பதாக உணர்ந்தார். காதுகளுக்குள் அவ்வொலி, பாம்பின் சீறலாய், 'ஸ்ஸ்ஸ்ஸ்'ஸென்று இரைந்தது. நேரமாக ஆக, அவருக்கு மட்டுமே கேட்கும் பேரிரைச்சலாய்ப் பல்கிப் பெருகியது. ஒலிக்குள் அமிழ்ந்து, கரைந்து கலக்கத் தொடங்கினார். இதுபோலான மென்னொலி பலகாலமாகவே அவரைத் தொட்டுத் தொடர்ந்து பாரம்பரியமாக வருகின்றது.

முதன்முதலாக அவர் மென்னொலியை உணர்ந்தபோது, அவருக்கு வயது ஒன்பது. அழைப்பைத் தரும் இதுபோன்ற மென்னொலிகளைப் பற்றிப் பேச, அவரிடம் நிறைய விஷயங்கள் இருக்கின்றன.

திடுக்கிட்டு விழித்திருந்தாலும், ஆழ்ந்த தூக்கம் அயர்ச்சியைக் குறைத்திருந்தது. எழுந்து உட்கார்ந்தால், இலகுவாக இருக்கும் என்று நம்பினார். கையைத் தரையில் ஊன்றி, உடம்பை உந்தி எழுப்பினார். கஷ்டமாக இருந்தது. வலுவற்ற கை, உடம்பின் எடையைத் தாங்குவதாக இல்லை. முறிந்துவிடுமளவில் முருங்கைக் குச்சியாய் இருந்தது. தடுமாறினார். வியர்வையில் 'சொத'த்திருந்த உடம்பில், இரவுக் காற்றின் குளிர் இதமாய்த் தழுவிப்போனது. முகத்தை மேலே தூக்கி, கண்களை மூடி, ஓரிரு நிமிடங்கள் இதத்தை அனுபவித்தார். அது அவருக்குப் பிடித்திருந்தது. சுகத்தை ஆசுவாசித்தார். மணி மூன்றுக்குமேல் இருக்கலாம். முன்பெல்லாம் தர்ஹாவின் உச்சிவிளக்கை அணைக்க மாட்டார்கள். விடிந்தும் எரிவதை பல நாட்கள் பார்த்திருக்கின்றார். மாநிலத்தில் மின்சாரத் தட்டுப்பாடு என்கிறார்கள். 'இப்போது மின்சாரம் இருக்கிறதா... இல்லையா?' என்பதை அவரால் அறுதியிட முடியவில்லை.

வானம், மேலும் அடர்ந்திருந்தது. இருட்டுக்குப் பழகிய கண்களைச் சுழற்றினார். வரிசையாய், குறுக்குமறுக்காய், குறுகி, நீட்டி நிமிர்ந்து, கால்களைத் தூக்கி நிறுத்தி, மடக்கிப்போட்டு, ஒரு காலை நிறுத்தி மற்றதை அதன்மீது அட்டணக்கால் போட்டு, தலைக்குத் துணிமூட்டையை அடைவைத்து, முழங்கையை மடக்கித் தலையணையாக்கி, விதவிதமான பாவனைகளில் ஆண்கள், பெண்கள், குழந்தைகள் யாவரும் தூங்கிக் கொண்டிருந்தார்கள். மூச்சொலி, குறட்டை, பெருங்குறட்டை, முனகல், மூச்சுவிடத் திணறல், தூக்கத்தில் உளறல், இளஞ் சிரிப்பு, கள்ளச்சிரிப்பின் நீட்சி எல்லாமே கதம்பமாய்க் கலந்து கேட்டது.

யாரோ ஒருவன், ‘யா... ரப்பு... சையத் சுல்தான் பாதுஷா அவுலியாவே, என்னைக் காப்பாத்துங்க!’ என்று, அர்த்தஜாமத் தூக்கத்திலிருந்த பாதுஷாவிடம் தன் தூக்கத்தில் புரண்டுபடித்தபடி, கோரிக்கை வைத்துக் கொண்டிருந்தான். தூரத்தில் ஒரு நாய் விடாமல் குரைத்துக் கொண்டிருந்தது. கண்விழித்துக் குரைக்கும் அதன் தேய்ந்த குரலை சுமந்து வந்த காற்று, வெளியெங்கும் நிரவியது.

முன்னிரவு இப்படியில்லை. வேறாக இருந்தது. உள்ளே நுழைய முடியவில்லை. உள்ளேயும் வெளியேயுமாக ஒவ்வொரு இடமாக, நின்று நின்று அவர் பார்த்தார். நின்ற இடம் யாவிலும் நினைவுகள் பூத்தன.

வைகைக் கரையோரம் அழகிய அரசாங்கம்...
சையத் சுல்தான் அலாவுதீன் பாதுஷா
சையத் சுல்தான் சம்சுதீன் அவுலியா
நடத்தும் ராஜாங்கம்...

படியேறி தர்ஹாவுக்குள் நுழையுமிடத்தில் பக்கிரிசா ஒருவர், தாயிரா இசைத்தபடி பாடிக் கொண்டிருந்தார். அவரைச் சுற்றி நாலைந்து பேர் ஆர்வமும் ஆச்சரியமுமாக அவரது வாயைப் பார்த்துக் கொண்டிருந்தார்கள். ஒருவன் தாயிராவின் ஒலிச்சிதறல் சத்தத்திற்கேற்ப தலையை முன்னும் பின்னுமாக அசைத்தசைத்து லயிப்பதாகக் காட்டிக் கொண்டான். முன்னால், அகல விரித்திருந்த விஜய் படம்போட்ட பிளக்ஸ் விரிப்பின்மேல் தாயத்துகள் பிணைத்த நிறையக் கறுப்புக் கயிறுகளும், கொஞ்சமேயான சிகப்புக் கயிறுகளும், பல வண்ணங்களில் கல் வைத்த மோதிரங்களும் இருந்தன. பாடிக்கொண்டே கயிறுகளையும் மோதிரங்களையும் பக்கிரிசா பார்த்துக்கொண்டார். திருவிழாவுக்கு வந்ததுபோல ஓரிரு சிறுவர்கள் கைகளில் பலூன் இருந்தது. ஊதினால், நீண்டு

சுருளும் காகிதப் பாம்பை வைத்து, ஒரு சிறுவன் பயமுறுத்திக் கொண்டிருந்தான்.

கல் வைத்த மோதிரம் ஒன்றை வாங்க விருப்பத்துடன் வந்த இளைஞனொருவன், விஜய் படம்போட்ட பிளக்ஸ் விரிப்பைப் பார்த்ததும், 'மண்ணு மூஞ்சிப்பய' என்று வாங்காமல் போய்விட்டான். அவன், 'சீப்பி கட்டை' ரசிகனாக இருக்கலாம்.

சர்க்கரை, பத்தி விற்பவர்களின் குரலழைப்புகளையும், கையில் திணிக்கும் மறிப்பையும் தாண்டி உள்ளே சென்றுவிட முடியவில்லை.

மனதை வதைக்கும் வற்றிப்போன வைகையின் வடக்கே, மனிதனின் நரம்பு மண்டலமாய்ப் பிணைந்து கிடக்கும் சாலைகள். கையில் சுருட்டிய தாளுடன் மையமாய் உயர்ந்து நிற்கும் முத்துராமலிங்கத் தேவர் சிலை. அதனினும் உயரமாய் அடர்வெளிச்சம் சிந்தும் 'ஹைமாஸ்' விளக்குகள். மாளாத எண்ணிக்கையில் வாகனங்கள். அவை வெளித்துப்பும் கரியமில விஷம். வெயிலின் வெக்கையை மிஞ்சும் வாகன வெப்பம். ஒழுங்குபடுத்தும் ஆண், பெண் காவலர்கள். ஊர்க்காவல் படையினர். அதைப் பற்றிய யோசனையே இல்லாமல் எல்லாத் திசைகளிலும் கூட்டங்கூட்டமாய்க் கடக்கும் மக்கள்.

மாவட்டத்தின் பெரிய ஆஸ்பத்திரி. வலியும் வேதனையும் சோகமுமான மனிதர்கள். விரக்தியோ... சந்தோஷ ரேகையோ படரத்துவங்கிய முகங்கள். எதிரே பாட்டிலிலிருந்து கடைசிப் பயணம் போவதற்கான ரதம் வரை எளிதில் கிடைக்கும் வகையில் எல்லாப் பொருட்களும் தயார் நிலையில். அவற்றிற்கிடையில் உணவுப் பதார்த்தச் சிறு கடைகள். சாம்பாருடன் மூன்றுவகை சட்னி. மூக்கில் நுழைந்து நாக்கைச் சப்புக்கொட்ட வைக்கும் எண்ணெய்ப் பொடியின் மணம். இட்லி, தோசை, பூரி, பொங்கல், வடை வியாபாரம். சாப்பிட அழைக்கும், 'அண்ணே வாங்க.. அக்கா வாங்க...' அழைப்புகள். எண்ணெய் தேய்த்துத் துடைத்து, அடுக்கிவைக்கப்பட்ட பழங்கள். பல்வேறு மொழிகளில் பல்வேறு குரல் அடர்த்தியில் பேச்சொலிகள். நடைபாதைக் கடைகள். தள்ளுவண்டிக் கடைகள்.

அத்தனைக்கும் நடுவில் அமைதியாய் ஒதுங்கி, பசிந்த மரங்களடர்ந்த நூற்றாண்டைத் தாண்டிய அமெரிக்கன் கல்லூரி. அதையொட்டி விரியும் மருத்துவக் கல்லூரி வளாகம். மலிவுவிலை பேசி மல்லுக்கட்ட எதிரெதிரே வர்த்தக வளாகங்கள். மனதைக் கவரும் கல் கட்டிடத்தில் ஸ்ரீமீனாட்சி அரசுப் பெண்கள் கல்லூரி. மதுரையின் இரு கரைகளையும் இணைக்கும் வைகையாற்றுப் பாலம். கொசுக்களையும் மாசையும் உற்பத்தி செய்யும் சாக்கடைகள். ஒருபுறம்

ஆழ்வார்புரம். மூங்கில் மரக்கடைகள். எதிர்ப்புறம் மலிவாய் உடல்விற்கும் பெண்களை அனுமதிக்கும் விடுதி. அதையொட்டி, தேளையும் பாம்பையும் அவித்து, அசூசையில்லாமல் தின்றால் மட்டும் சிஷ்யனாக ஏற்றுக்கொள்ளும் சூட்டுக்கோல் சாமி மடம். அதில் வாடகைக்கு விடப்பட்ட புறாக்கூண்டு அலுவலகங்கள்.

புதிதாய் முளைத்த பிரியாணிக் கடைகள். வெள்ளைக்காரனுக்கு ரொட்டிக் கடையாகயிருந்து பின்பு, பெட்ரோல் பங்காக மாறிய கண்ணப்பா பங்க். மேளக்காரத் தெரு. அதன் ஜமாத். கபரஸ்தான். அப்போதிலிருந்து இப்போது வரையிருக்கும் விசாலம் காபி. அதற்குப் பக்கத்தில் ஹோட்டலாக மாறிப்போன உஷா புத்தகக் கடை. வீட்டுப் பொருட்கள் விற்பனைக் கண்காட்சி மையமாகிப்போன, மல்யுத்தம் நடந்த தன்வரலாறு மறந்த தமுக்க மைதானம்.

தெருவில் செல்பவர்களை வழிமறித்து நிறுத்தி, ''ஊரு கடமலைக்குண்டு. ஆஸ்பத்திரிக்கு வந்தோம். கைலருந்த காசு செலவழிஞ்சு போச்சு. பசி. ஊருக்குத் திரும்பணும்...'' என்று ஒரே வசனத்துடன் பல நாட்களாய்க் கைக்குழந்தையுடன் கெஞ்சும் நடுவயதுத் தம்பதிகள். மூங்கில் கடைகளுக்கு மத்தியில் அமைந்து கொண்ட டாஸ்மாக் கடைமுன்னே, குடிநோயாளிகளை மறித்து, 'குடிக்காதீங்க... உடல்நலத்துக்குக் கேடு. பிள்ளைகுட்டிகளை படிக்க வைங்க. இந்தக் காச குடும்பத்துக்கு செலவு செய்ங்க!' என்று பிரச்சாரம் செய்யும் பள்ளி மாணவியும் அவளது தந்தையும். மாநகரின் பரபரப்பு. அத்தனைக்கும் நேர்மாறாய் வேறோர் உலகமாக இருந்தது, தர்ஹா.

வைகையாற்றுக்கு வடக்கே மேற்குத் தொடர்ச்சி மலைகளின் கரடுகளில் உற்பத்தியாகி மேட்டுப்பட்டி, சாத்தியார் மலை, பாலமேடு, அலங்காநல்லூர் என்று வாகாய் வழிந்தோடி, நகருக்குள் வைகையாற்றில் கலக்கும் சாக்கடை துணைநதியைப் பின்னுக்குக்கொண்ட சையத் சுல்தான் அலாவுதீன் பாதுஷா - சையத் சம்சுதீன் அவுலியா தர்ஹாவுக்கு எட்டுப் படிகள். சர்க்கரை, பத்தி, பக்கிரிசா, தாயத்துகளைத் தாண்டி, உள் நுழைந்தால் விரிந்து கிடக்கும் பரந்தவெளி.

முன்னிரவின் இருளும் ஒளியும் புணர்ந்த மயக்க நிலை. ஆங்காங்கே சமாதிகள். தரையிலேயே மிதக்கும் பரவசமும் பரிதவிப்புமாய் அலாதிச் சிலிர்ப்பு. இனிப்பா... காய்ந்த பூக்களின் வாசமா... அழுக்கு வாசமா... எண்ணெயும் பிசுக்கும் கலந்த மக்கு வாசனையா... என இனம் பிரிக்கவியலாததொரு மெல்லிய கூட்டு வாசனை. இடதுபுறம் ஓங்கியுயர்ந்த மினாரா. அதன் வேலைப்பாடு நிறைந்த கூண்டுகளில் கிறக்கமான மொழியில்,

இசைப்பதும் சிறகடித்துப் பறப்பதுமாய் புறாக் கூட்டம். ஒற்றைக்கல் விமானத்தைக் கொண்ட தர்ஹா கட்டிடத்துக்கு முன்னே, ஓங்கியுயர்ந்திருக்கும் கொடிக்கம்பம். அதன் உச்சியில் பாந்தமாய்க் கையலைக்கும் பச்சை நிறத்தில் சிறிய கொடி. வலதுபுற கபர்களையடுத்து ஆலகால விருட்சமாய் வளர்ந்து, வானத்தைத் தொடும் தூர்தடித்த ஆலமரம். அதைத் தாங்கிப் பிடித்து தரையைத் தொட்டிருக்கும் சிறிதும் பெரிதுமான விழுதுக் குழந்தைகள். அதில் அடைக்கலம் புகுந்திருக்கும் பெயர் தெரிந்த... தெரியாத, நூறாயிரம் பறவைகள். அவற்றின் சுகமொழிகள். சிதறிக்கிடக்கும் எச்சம். அவை உதிர்த்த இறகுகள். சுகம்பெறவும் நேர்த்திக்கடனைச் செலுத்தவும் வந்தவர்கள் தங்குவதற்கான அறைகள். நகருக்குள் கிராமத்தை நினைவுபடுத்தும் மண்வெளி. கிடைத்த இடைவெளியில் விரித்தும் விரிக்காமலும், படுத்துக்கொண்டு, உட்கார்ந்துகொண்டு அரட்டும் நோயாளிகள். அவர்களின் கெஞ்சுதலில், இறைஞ்சுதலில், வேண்டுதலில் பாதுஷாக்கள் சுகப்படுத்தி விடுவார்கள் எனும் நம்பிக்கை. நோயாளிகளுக்குத் துணையாக வந்த உறவுகளின் சலனமற்ற முகங்கள்.

'ஊத்தாஃன்' எனும் சாம்பிராணிக் கூண்டிலிருந்துக் கிளம்பும் நறுமணம். பத்திகளின் புகைநெளி நடனம். சாம்பல் பூத்த கங்குகள். அருகிப்போன நாட்டுச் சர்க்கரையின் தேன்வாசம். அதில் கொட்டிக் கிடக்கும் அவுலியாக்கள் டேர்களின் மீது போர்த்தப்பட்ட மல்லிகைப் பூக்களின் காய்ந்த சருகுகள். பாத்திஹா ஓதி, துவா கேட்கும் நோயர்களுக்கு 'சொஸ்தயாகி'விடுமென்ற நம்பிக்கையளிக்க, தலையிலும முகத்திலும் வருடப்படும் மயில்தோகைகள்.

'ஷமா' எனும் பல்லிதழ் குத்துவிளக்குகள் தெளிக்கும் தங்க வெளிச்சம். திரிகளின் மேலே நாட்டியமாடும் மென்தீ தாரகைகள். புறவெளியிலிருந்து முற்றிலும் அந்நியப்பட்ட அகவெளி. அங்கே வேறொரு உலகம். முஸ்லிம்கள் மட்டுமன்றி அனைத்து சமயத்தைச் சேர்ந்தவர்களாகக் கூட்டங்கூட்டமாக, உதிரிகளாக பக்தர்கள். ஐம்பது ஆண்டுகளுக்கும் மேலாக எல்லா இரவுகளிலும் அவுலியாக்களின் கருணை வேண்டி வந்து தங்கிச் செல்லும் 'பொதுக்க' கன்னியம்மா கிழவி.

வெளியே, தர்ஹாவிலிருந்து நேரே சென்று வடக்கேயும் தெற்கேயுமாய் பிரியும் சாலையைப் பார்த்தபடி எதிர்க்கட்சியின் பிரச்சாரக் கூட்ட மேடை அமைக்கப்பட்டு, பாடல்கள் ஒலித்துக்கொண்டிருந்தன. அக்கட்சித் தலைவரின் வாழ்க்கை வரலாறு, பிரிக்கப்பட்ட பல கட்டங்களாய் கனத்த, கரகரத்த குரலில் இலக்கியமாய் இளகி வழிந்தது. மரித்த பின்பும்

நினைவில் நிற்கும் குரலாய் அது இருந்தது. மினாராக்களில் அடைந்திருந்த புறாக்கள் அக்குரலில் கவனம்பெற்று வெளியே வந்து சிறகடித்தன. பரிதவித்துத் திரிந்தன. பிறகு அக்கட்சியின் தலைவர், தனது தலைவரின் இறப்பில், 'இரவலாய் இதயத்தைக் கேட்டு, தான் வரும்போது, அதைத் திருப்பித் தந்துவிடுவதாய் 'பிராமிசரி நோட்' வாசித்த கடன் கவிதை இரைச்சலுடன் ஓடியது. நாற்பது ஆண்டுகளுக்கும் மேலாக தேயத்தேய ஓட்டப்பட்ட சுழல் தட்டிலிருந்து குறுவட்டாகி, இப்போது பென்டிரைவிலும் அதே குரல்.

புறாக்கள் இருப்பிடம் திரும்பியிருந்தன. அடுத்ததாக, தமிழகச் சிறைச்சாலைகளில் பாம்புகளும் பல்லிகளும் கைதிகளுடன் வாழும் நிலையையும் அவற்றுடன் தனது தலைவன் வசித்த பெருமையையும் ஒருவன் பகடியாய்ப் பாடி பெருமைப்பட்டுக் கொண்டிருந்தான். சிறிது நேரத்தில் கூட்டம் தொடங்கி விடுவதற்கான மும்முரத்தை ஏற்பாட்டாளர் உருவாக்கிக் கொண்டிருந்தார்.

காட்டுவா, அங்கே நடப்பதை வேடிக்கை பார்த்தபடி நின்று கொண்டிருந்தார். டாஸ்மாக்குக்கு கரைவேட்டி, துண்டுடன் போய்விட்டு அவசர அவசரமாகத் திரும்பி வந்த ஒரு கத்துக்குட்டி, முதல் நபராகப் பேசத் தயாராகியிருந்தான். தொண்டைக் கமறலை செருமி சரிப்படுத்திக்கொண்டான். தன்குஞ்சு பொன்குஞ்சாக, 'நம்ம ஆட்சில சரக்கு நல்லாருந்துச்சு. வக்காலி... இவனுகது மட்டமான சரக்கு. வெலையும் மாசத்துக்கு ரெண்டுதடவ கூட்டிர்றாய்ங்க' ஒருமுறை காறித் துப்பினான். முகத்தை வேறு திசையில் திருப்பிக்கொண்டார்.

நினைவும் வேறொன்றில் படர்ந்தது. எங்கிருந்தோ கிளம்பி வந்து ஒட்டிக்கொண்ட வண்ணாத்திப்பூச்சி போல வீட்டின் நினைவு ஒரு அலைபோல வந்து, அவரைப் புரட்டி விட்டுச் சென்றது. காலையில்தான் வீட்டைத் தேடிப்போக வேண்டும். அவர் மெல்ல நகர்ந்து தர்ஹாவுக்கு வந்து விட்டார். தர்ஹாவில் பரபரப்பு அடங்கவில்லை. யாரும் யாருடனும் இல்லை என்பதுபோலவோ... எதுவும் இங்கே பிரச்சனையில்லை என்பது போலவோ அது இயங்கிக் கொண்டிருந்தது. ஆங்காரமும் ஆவேசமுமாய் ஒருபெண் தலைவிரிக் கோலத்துடன் தலையிலும் தரையிலும் மாரிலும் அடித்துக்கொண்டு, தன்னெதிரே சிம்மாசனங்களில் வீற்றிருக்கும் தான் காணும் பாதுஷாக்களிடம் கோரிக்கை வைக்கின்றாள். வார்த்தைகளுக்கு ஏற்ப நடனமாடுகின்றது, விரிந்து கிடக்கும் அவளது தலைமுடி. தாள லயத்துடன் தெறித்து விழும் வார்த்தைகளில் தெளிவு. தனக்கு நீதி கிடைக்கும் என்ற உறுதிப்பாடு. பாதுஷாக்கள்

காதுகொடுத்துக் கேட்கக் கேட்க, அவள் கேள்விகள் உக்கிரம் பெறுகின்றன. கேள்விகளில் அவளுக்குத் தேவையான தீர்வுகளை அவளே முன்வைக்கின்றாள். தீர்வுகள் ஏற்கப்பட்டதற்கான உறுதி கிடைத்தது போலான சந்தோஷம், தேய்ந்து போயிருந்த அவள் முகத்தில் பூர்ண சந்திரனின் ஒளியைத் தெளிக்கிறது. உக்கிரம் குறையக் குறைய, அவள் குரல் ஒரு புள்ளிக்கு வந்து ஓய்கிறது.

கரகரப்பான சத்தத்தை இயந்திரங்கள் நிறுத்தியது போலானதோர் அமைதி. மழை ஓய்ந்த சித்திரமாய் வெறிச்சிடல். ஆங்காரமும் ஆவேசமுமாய் பாதுஷாக்களிடம் கோரிக்கை வைத்தப் பெண் எதுவுமே நடவாததுபோல அங்கிருக்கும் தூண் ஒன்றில் சாய்ந்து அமர்கின்றாள்.

அவளையே பார்த்துக்கொண்டிருக்கிறாள், மற்றொருத்தி. நேற்றிரவே பாதுஷா அவள் கனவில் வந்து விட்டார். அவள் தலையை வருடி, வாயில் நாரிஜா பிரசாதத்தை போட்டுவிட்டுப் போனார். அவள் சுகமடைந்துவிட்டதன் அறிவிப்பு அது. அதைத் தொடர்ந்து அவள் வீட்டுக்குப் போகலாம் என்பதன் அடையாளமாக, பேருந்து ஒன்றின் நிழற் சித்திரமும் அவள் கனவில் வந்து போயிருந்தது. ஆனால் அவள்தான் இன்னும் கிளம்பிப் போகாமல் இங்கேயே இருக்கின்றாள்.

யாரோ பேசிக்கொண்டது, அவர் காதுகளை வந்தடைந்தது. அவளுக்குக் கைக்கும் வாய்க்குமானப் பொருளாதாரம். சீரான வாழ்க்கை. நாளும்பொழுதும் நல்லபடியாகத்தான் ஓடின. உறவுக்காரர்களில் யாரோ சூனியம் வைத்துவிட்டதாகப் பேச்சு இருந்தது. வாழ்க்கையின் ஊடே வந்துகுதித்தது, சிக்கல். ஊணில்லை. உறக்கமில்லை. உடம்பு மெலிந்து ஏதேதோ பேசினாள். எதிரே வந்தவர்களை ஏசினாள். தாய், தங்கையைக்கூட விட்டு வைக்காமல், எல்லோரும் தன் கணவனை முடிந்துகொண்டிருப்பதாக வார்த்தைகளை வீசினாள். மருத்துவம் கை கொடுக்கவில்லை. மருந்து, மாத்திரைகள் வீண்போயின. மாந்திரீகம் எடுபடவில்லை. மஞ்சள் குங்குமம் எலுமிச்சைப் பழங்கள் பாழாயின. மனநோய் முற்றியதாக இங்கே கொண்டுவந்து விட்டுவிட்டுப் போய்விட்டார்கள்.

காய்ச்சல், வயிற்றுப்போக்கு, இரவு முழுதும் அழுகை, பயத்தில் வீறிட்டுக் கதறும் குழந்தை, தீராத வியாதி, நாள்பட்ட நோய், ஏமாற்றப்பட்டவர்களின் விரக்தி, ஏமாற்றியவர்களின் மனஉறுத்தல், நீண்டுசெல்லும் வழக்குகளுக்கு விரைவில் தீர்வுவேண்டி மன்றாடல், தள்ளிப் போகும் திருமணங்கள், குழந்தைப் பேறின்மை, பேயாய்ப் பிடித்தாட்டும் காத்து, கருப்பு,

முனியின் ஆக்கிரமிப்பு, முற்றிப்போன மனநலம் குன்றல், இன்னுமின்னும் நினைத்துப் பார்க்க முடியாதபடிக்கான கோரிக்கைகளுடன் தினம்தினம் வந்து சேருபவர்களின் எண்ணிக்கையும், கோரிக்கை நிறைவேறிய திருப்தியுடன் வெளியேறிச் செல்பவர்களின் எண்ணிக்கையும் அதிகரித்துக் கொண்டேயிருக்கின்றது. ஏறத்தாழப் பத்து நூற்றாண்டுகளாய் தங்களை நாடிவருபவர்களுக்கு சுகம்தருவதையே வாடிக்கையாக வைத்திருக்கும் சையத் சுல்தான் அலாவுதீன் பாதுஷா சையத் சுல்தான் சம்சுதீன் அவுலியாக்கள் நடத்திய ராஜாங்கத்தில் பாண்டிய மன்னர்களே கராமத்து சக்திகளைக் கண்டு அசந்துபோயிருந்தார்களாமாம்.

''அப்பறம் இருக்காதா பின்னே? அவுலியாகளுக்கு எவ்வள சக்தினு நெனைக்கிற?'' இருமியபடி, குத்தவைத்து உட்கார்ந்திருந்த எண்பது வயதுக்கும் மேலான தொண்டுக் கிழமொன்று தனது பங்குக்குத் துவங்கியது. ''அது எப்பவோ ஆகிப்போச்சுல்ல. இஸ்லாம் பரப்ப போதகங்க வந்ததெல்லாம் அப்புறமேட்டுதான். அதுக்கும் முந்தியே பாண்டிநாட்டுல முஸ்லீம் மக்க இருந்தாய்ங்கள்ல. அரபுதேசத்துலருந்து 'யாவார'த்துக்கு வந்தவிய்ங்க, அப்டியே இங்கனக் குச்சுக்கட்டிக் குடியாய்ட்டாய்ங்க. அப்டித் தங்குனவிய்ங்க, பதினாயிரம் பொற்காசுகளக் குடுத்து, அப்போருந்த பாண்டிய மன்னன் கூன் பாண்டியன்டருந்து பதினாயிரம் கஜ நீள அகலத்துக்கு ஆறு கிராமங்கள வெலைக்கு வாங்கிருக் காய்ங்க. அந்தக் காலகட்டத்துல சையத் சுல்தான் அலாவுதீன் பாதுஷா சையத் சுல்தான் சம்சுதீன் அவுலியாக்க வைகையாத்துக்கு வடக்கால தங்கியிருந்து 'கராமத்து' கள செஞ்சு, மக்கட்ட நெருக்கமாருந்துருக்காங்க. அவுக உருவாக்குன தர்ஹாக்கு பாண்டிய மன்னன்ட்டருந்து வாங்குன ஆறு கிராமங்களையும் முஸ்லீம்க நன்கொடை குடுத்திருக்காய்ங்க. அப்போ பாண்டியனோட அரண்மனையில ரிப்பேரு வேலை நடந்து கிட்டுருந்துருக்கு. அதுக்கான கல்லுகள வடக்கால அழகர்மலைக்குப் பக்கத்துலருந்து அறுத்தெடுத்து, வைகைக்குத் தெக்கால கொண்டுட்டுப் போயிருக்காய்ங்க. அப்டிப் போறப்ப, அவுலியாகளோட எல்லைக்குள்ளாற வந்தப் பாறைகள்ல ஒண்ணை அவிய்ங்களால இழுக்க முடியலை. அந்த எடத்துல நின்னுக்கிட்டு பாறை மல்லுது. பலநூறு ஆட்க வந்துட்டாய்ங்க. யார் வந்து என்ன செய்ய? அவுலியாகளோட கராமத்துல்ல அது! அப்பறம், யானைகளைக் கொண்டாந்து இழுக்க விட்டுருக்காய்ங்க. நடந்துருமாக்கும்? பாறை நகரலல்ல! கல்லு நகரமறுத்தக் கதையக்கேட்டு, மன்னனே அங்கன வந்துட்டான். அவனுக்கு ஒரே ஆச்சரியம். அவன்ட்ட, 'கல்லு நவுறாது. அது எங்க தர்ஹாவுக்கான விதானக் கல்லு'னு அவுலியாக்க சொல்லிருக்காங்க.''

அவுலியாகளோட கராமத்துகள்ல கெறங்குன பாண்டிய மன்னன், 'கல்லை எடுத்துக்கோங்க'னு சொன்ன மறுநிமிஷமே சுளுவா, கல்லு நகர்ந்துருச்சுல்ல'. அந்தப் பெருசு சிலாகிப்புடன் சொன்னது. அத்துடன், முன்பு விலைக்கு விற்ற ஆறு கிராமங்களான கோரிப்பாளையம், சொக்கிகுளம், பீபீகுளம், திருப்பாலை, கண்ணனேந்தல் நாகனாக்குளம் ஆகிய ஊர்களின் பரிபாலனத்தை அவுலியாக்களே செய்து கொள்ளலாம் என்று மன்னன் அறிவித்திருக்கிறான்.

எப்போதோ 'மௌத்'தாகிப்போன தாதிமாவின் நினைப்பு, இப்போது அவருக்குள் ஊற ஆரம்பித்தது. அவர் சிறுவனாக இருந்தபொழுது, தாதிமா இதுபோன்ற நிறைய சம்பவங்களைக் கதைகளாகச் சொல்லியிருக்கிறார். முப்பது ஆண்டுகளுக்கும் மேலான கால இடைவெளியில் அவர் எல்லாவற்றையும் தொலைத்திருந்தார். வேறுவேறு வாழ்க்கை, பிடிப்பும் பிடிப்பற்றதுமான போக்கு, உச்சபட்சக் கொண்டாட்டம், ஆழ்துயரம், மலைப்பு காணாத ஏற்றம், சரிந்து உருளச்செய்யும் இறக்கம், பேரமைதி, பெருங்கொந்தளிப்பு, இயலாமை, இன்னபிற அம்சங்கள் அவர் ஆதிநினைவுகளைத் தூசிபடியச் செய்திருந்தன. பழைய நினைவுகளைத் துடைத்தெடுக்க, அவர் மனம் விழைந்தது. துடைக்கத் துடைக்கப் பொட்டு வைக்கும் பெருமழையாய் ஏதேனும் ஒன்று அவரை நனைத்தபடியிருக்கின்றது.

அவரை அங்கே யாருக்கும் தெரியவில்லை. நாள்தோறும் வந்து போகும் எண்ணிலடங்காதவர்களில் ஒரு ஆள் என்று கடந்து போனார்கள். அந்தளவுக்கு, அவரை அறிந்து வைத்திருக்கும் யாரும் கண்டால், 'அவரா... இவர்?...' என்று மலைக்குமளவுக்கு வடிவம் மாறிப் போயிருந்தார்.

இரவு உள்ளே நுழையும்போது, தர்ஹா அலுவலக வாசலில் கொஞ்சநேரம் நின்றிருந்தார். வியாழக்கிழமை இரவின் தங்கும் கூட்டம் தர்ஹா வெளியெங்கும் மிகுந்திருந்தது. நேர்ச்சைக்காக இரவு தங்கிவிட்டு, வெள்ளிக்கிழமை காலையில் கிளம்பிச் செல்லும் தற்காலிகத் தங்கல் கூட்டம், அது. நேர்த்திக் கடனுக்காகவும், நோய்த்தீர மண்டலங்கள் கணக்கிலும் தங்கியிருக்கும் பலரின் முகம் அவருக்குப் பரிச்சயமானதாகத் தெரிந்தது. 'தன்னை யாராவது நினைவில் வைத்து, அடையாளம் கண்டுகொள்வார்களா?' எனும் நப்பாசை அவருக்கிருந்தது. காற்றில் அலையும் காகிதத் துண்டாய் கண்களை நாலாபுறமும் சுற்றில் விட்டார்.

அலுவலக வாசலிலிருந்த கல்வெட்டில் பதிந்து நின்றக் கண்களில், தாதா சாஹேப் பசலுல்லாதீன் பெயர் இருந்தது.

ஏழெட்டுத் தலைமுறைக்கு முந்திய தாதாவின் பெயர். பார்த்த மாத்திரத்திலேயே அவருக்கு அப்பெயர் சிலிர்ப்பைத் தந்தது. கல்வெட்டிலிருந்து கனப்பு ஒன்று கிளம்பி தன்னைத் தழுவுவதுபோல உடல் வெப்பமடைவதை உணர்ந்தார். முன்னோரின் ஆத்மா தனக்குள் இடம்மாறும் பரவசத்தில் அதிலிருந்து கண்களை நகர்த்தச் சிரமப்பட்டார். ஈரப்பசையில் சிக்கிக்கொண்ட பல்லியின் கால்கள்போல அவை நகர மறுத்தன. வெப்பம் தணிந்து பெருமூச்சு உதிர்ந்தது.

முப்பது ஆண்டுகளுக்கும் மேலாக தர்ஹா நிர்வாகப் பொறுப்பில் இருக்கும் தர்வேஷ், வெளியே நடப்பதெல்லாம் தன் பார்வையில்படும்படி ஏதுவாக உட்கார்ந்திருந்தார். உடம்பளவில் தளர்ந்தும் போயிருந்தார். ஆனாலும் உள்ளே வரும் ஒவ்வொருவரையும் உன்னிப்பாகக் கவனித்தார். பார்வை கூராக இருந்தது. வாசலிலேயே நீண்ட நேரமாக நின்று கொண்டிருந்த காட்டுவாவை ஓரிரு நிமிடங்கள் பார்த்துவிட்டு, யதேச்சையாகத் திரும்பிக் கொண்டார். 'அவனாக இருக்குமோ?' என்ற சில்லறைச் சந்தேகம்கூட தர்வேஷுக்கு வந்திருக்கவில்லை. அதில் காட்டுவாவுக்கு வருத்தம் ஏதும் இருக்கவில்லை. கிளையில் சிக்கிப் படபடத்து அடங்கும் காகிதமாய் அமைதியாய் அங்கிருந்து நகன்றார்.

துவா ஓதும் இடத்திலும் அப்படியே கொஞ்ச நேரம் நின்று பார்த்தார். துவா ஓதிக் கொண்டிருந்த லுக்மான், அவருடன் படித்தவன்தான். வளமையையும் செழிப்பையும் காலம் அவன் உடம்பில் ஏற்றியிருந்தது. வயது குறைந்தவனாகத் தெரிந்தான். அலறிக் கொண்டு இரவில் பயந்து எழுவதாகச் சொன்ன அம்மா மடியில் உட்கார்ந்திருந்த குழந்தைக்கு துவா ஓதி, முகத்தில் தண்ணீர் அடித்து குழந்தையிடம் புதியதொரு பீதியை உருவாக்கி, முந்தைய பயத்தைப் போக்கி, காசு வாங்கினான்.

பின்பு, நடப்பதை வேடிக்கைப் பார்த்துக்கொண்டு பக்கவாட்டில் நின்றிருந்த அவரிடம் மருத்துவரைப்போல, "என்ன பண்ணுது?" என்று கேட்டான்.

அவர் பதிலேதும் சொல்லவில்லை.

யாராகயிருந்தாலும் உள்ளே வந்துவிட்டால் துவா, பிஸ்மில்லாதான். பதிலில்லாதபோதும் கையிலிருந்த மந்திரிக்க உதவும் துண்டுத் துணியான ருமாலால் அவர் முகத்துக்கு நேரே ஆட்டியாட்டி ஓதி, 'ஷ்ஷூ.. ஷ்ஷூ...' என்று முகத்தில் ஊதினான். அப்படியே தனது வலதுபுறத்திலிருந்த மயிலிறகை எடுத்து, முடி கொட்டிப் போயிருந்த அவர் முன்னந் தலையிலும் கிரேக்கச் சிற்பத்தோற்றத்திலிருந்த ஒட்டியுலர்ந்தக் குழிந்த

முகத்திலும் வருடி விட்டான். அடக்கிக் கொண்டிருந்த சிறுநீரை வெளியேற்றியபின் உண்டாகும் ஆசுவாச பாவனையில், அவர் முகம் போனது.

லுக்மான், தன் இடப்பக்கத்துக் கும்பாவிலிருந்த நாட்டுச் சர்க்கரையை அள்ளிப் பொட்டலமாக்கி அவரிடம் நீட்டி, மறுகையை காசுக்காக ஏந்தினான். அவர் சர்க்கரைப் பொட்டலத்தை வாங்கவில்லை. சிரிப்பு வந்தது. வாய்மூடிச் சிரித்தார். ஓரிரு பற்களைத் தொலைத்துவிட்ட வாயின் இடதுபுறம் டொக்கு விழுந்திருந்தது. சிரிப்பில் டொக்கு மறைந்து முகத்துக்கு அழகூட்டியது. விட்டேத்தியாய் நின்றிருக்கும் அவரை ஏறிட்ட லுக்மானுக்கு ஏதோபட்டிருக்க வேண்டும். "நகரு... அடுத்தாளுக்கு ஓதணும்?" என்று விரட்டினான். காசு பெயராத எரிச்சலில், மென்மையான மயிலிறகை கனமாகத் தூக்கிக் கீழே போட்டான். அவன் குரல் கேட்டு, துவா ஓதிக்கொள்ள வரிசையில் காத்திருந்தவர்களும், டேர் முன்னே நின்று, யாசின் ஓதிக் கொண்டிருந்தவர்களும் அனிச்சையாய்த் திரும்பிப் பார்த்துவிட்டு, விட்ட இடத்திலிருந்து தொடர்ந்தார்கள்.

எதிரே உட்கார்ந்து துவா ஓதிக்கொண்டிருந்த ஷபியுல்லாவும் பார்வையை அவர் மேல் வைத்து, எடுத்தான். அவனுக்குமே அடையாளம் தெரியவில்லை. 'எத்தனை வேகமாக காலம் எல்லாவற்றையும் மாற்றி விடுகின்றது? இதே லுக்மானும் ஷபியுல்லாவும் எப்படியெல்லாம் தன்னைச் சுற்றிச்சுற்றி வந்தவர்கள்?' தனக்குள் சிரித்துக்கொண்டே, மெதுவாக நடந்து, ஓங்கி உயர்ந்திருக்கும் கொடிக் கம்பத்துக்கு வடக்கே, ஆக்கிரமிக்காமலிருந்த ஓர் ஆள் உட்காரும் அளவிலான இடத்தைத் தனக்கானதாய் ஆக்கிக் கொண்டார்.

தாமதமாகக் கூடு திரும்பிய புறாவொன்று மினாராவின் பொந்தருகே நின்று படபடத்தது. சிறகடிப்பில் ஓர் இறகு பிரிந்து, காற்றில் மிதந்து, அலைந்து, ஒரு தூதுவனைப்போல கீழிறங்கி வந்து, அவர் மீது விழுந்தது. அதைக் கையிலெடுத்து பதவிசாய்த் திருப்பித் திருப்பிப் பார்த்தார். அது ஏதோ செய்தியைச் சுமந்து வந்திருப்பதாக எண்ணினார். என்னவாக இருக்கும் என்பதை உத்தேசமாகக்கூட அவரால் யூகிக்க முடியவில்லை. பறவையின் இறகால் காதுகுடையும் வழக்கம் அவருக்கிருந்தது. இறகைப் பார்த்து லேசாக முறுவலித்தார். காதுகுடையும் சுகத்தை அனுபவித்து வெகுநாட்களாகி விட்டன. அதுவொரு இன்ப லாகிரி. நினைத்துக்கொண்டு அதன் மேல்புறத்தில் சிறுபகுதியை விட்டுவிட்டு, கீழ்ப்புறத்தை உருவிக் கீழேபோட்டார். இறகின் மேல்புறத்தில் எச்சில் நனைத்து, மெதுவாகக் காதுக்குள்

திணித்து, கவனமாகச் சுழற்றினார். சுகமாக இருந்தது. பொந்துக்குள்ளிருந்த புறாவுடன் சமாதானமாகிப் படபடத்த புறா உள்ளே போனதும் உச்சி விளக்குக்கு, இறகின் சுகத்துடன் பார்வையை நகர்த்தினார்.

கொஞ்ச நாட்களாகவே மனம் முழுவதும் கனத்துப் போயிருக்கின்றது. ஒட்டுப்புல் போல பிடுங்கிக்கொண்டு சென்றுவிட்ட ஆதிநினைவுகள் நெஞ்சத்தின் கரைகளைத் தொட்டு விட்டுத் திரும்பும் எண்ண அலைகளாய் இடைவிடாது அலையாடிக் கொண்டிருக்கின்றன. கனவிலும் நினைவிலும் சொந்த மண்ணின் வாசம் அடிக்கின்றது. தர்ஹா கண்ணுக்குள்ளேயே இருந்தது. கல்வீடு கனவில் வந்துவந்து போனது.

“அவுலியாக்க தங்கியிருந்த வீடுடா!”

“தாதிமா, நீங்க பொய் சொல்றீங்க!”

“தோன்கா சிந்தி. நா பொய் சொல்றேனா?...” தாதிமா தன்னை எதிர்த்துப் பேசுபவர்களைத் திட்டும் வார்த்தைகளில் ஒன்று, இது. அது இப்போது நினைவுக்கு வந்தது. சிரித்துக்கொண்டார். எத்தனைப் பெரிய வீடு அது? அப்படியே இருக்குமா? காலவெள்ளத்தில், இன்று அது என்னவாக ஆகியிருக்கும்?

இதுவரை இந்த இடமென்று இல்லாமல் எல்லா இடங்களுக்கும் தகவிக்கொண்ட உடலும் மனமும் இப்போது இருக்குமிடத்தை அன்னியமாக உணரத் தொடங்கின. பயணச் சீட்டுகள் ஏதுமில்லாமலேயே தொடர்வண்டிகள் மாறிமாறி ஒருவார காலப் பயணத்துக்குப்பின், பிறந்த ஊருக்கு வந்துசேர்ந்திருந்தார்.

அவர் நினைவுகளில் பதிந்திருந்த தர்ஹாவாக அது இருக்கவில்லை. எல்லாமே மாறியிருந்தது. இதுவே மாறியிருக்கும்போது வீடும் மாறியிருக்குமோ? புலனுணர்வில் கழைக்கூத்தாடியின் துள்ளலும் மனப்பிறழ்வாளனின் மூர்க்கமும் அடர்ந்து கிடக்கும் அவர் மனது, கவலையின் பிடியில் சிக்கிக்கொண்ட துயர நொடிகளின்போது, இரவின் அமைதியுடன் இணைந்திருந்த இருட்டு, மெல்ல விலகத் தொடங்கியது. அடர்நீல வானம் நிறம்மாறி, இளஞ்சிவப்பில் கரைந்தது. விடிநட்சத்திரமொன்று மிளிர்ந்து, நேற்றிரவு சிறகடித்த மின்மினிப் பூச்சியை நினைவூட்டியது. பறவைகளின் ஆலாபனை தொடங்கியிருந்தது. கண்விழித்துக்கொண்ட ஆலமரத்து இலைகள் ஆடுகளின் காதுகள்போல சோம்பலுடன் அசையத் தொடங்கின. குளிர் தடவிய இளங்காற்று அவரையும் தழுவிக் கொண்டுபோனது.

நீண்டநேரமாய் உட்கார்ந்திருந்ததில் அவருக்கு இடுப்பு வலித்தது. சரிந்து மல்லாக்கப் படுத்தார். கவிழ்ந்திருந்த வானம் இப்போது பயமுறுத்துவதாக இல்லை. நீலமும் இளஞ் சிவப்புமான வானத்தில் வெண்மேகங்கள் சித்திரங்களைச் செதுக்கியிருந்தன. மேகம் குதிரையைப் போல தனித்துத் தெரிந்தது. அதில் ஓர் உருவம் ஆரோகணித்திருப்பதும் தெரிந்தது. கூர்ந்துபார்த்தபோது அது, தான்தான் என்பதை உணர்ந்தார்.

அதிகாலைப்பொழுது ரசனையானது என்பதை அவர் அறிவார். ரசனையை மீறி, ஓடும் நதியில் தவறி விழுந்த ஒற்றையிலை, சலனப்படுத்தாமல் போய்விடுவதுபோல, தான் ஆகிவிட்டதான சஞ்சலம், அவர் உள்ளொளிக்குள் முளைவிட்டு, ஒரு கேள்வியாகப் பூத்திருந்தது. குதிரையில் ஆரோகணித்திருந்த அவர், அதிலிருந்து கீழே இறங்கினார். துண்டிக்கப்பட்ட தனது தலையை, தன் கையில் எடுத்துக்கொண்டு மேகத்தினூடே நடந்து, பெருவெளிப் படிக்கட்டில், ஒவ்வொரு அடியாய் எடுத்து வைத்துத் தரைக்கு வந்தார்.

தான் தேடிவந்த நபர், கூட்டத்தின் நடுவில் நிற்பதைப் பார்த்து விட்டதைப்போல, புன்னகையுடன் அவர் நிதானமாக நடக்கத் தொடங்கினார்.

2

பெரிய சம்சாரியாக இருந்த அய்யங்கோட்டை ஆகாசம்பிள்ளைக்கு, பிறந்த மண்ணிலிருந்து கிளம்பி, வேறோரிடத்தில் பதியம் போகவேண்டுமென்று நினைப்பு ஓடிக்கொண்டேயிருந்தது. பெயரில் ‘பிள்ளை’ தொடுக்கிக் கொண்டிருந்தாலும், அவர் அந்த வகையறா இல்லை. ஊரில் பெரிய புள்ளியாக இருந்ததால், அந்தப் ‘பட்டம்’ தானாக வந்து ஓட்டிக் கொண்டது.

ஆகாசம் பிள்ளை விவசாயம் தாண்டி, குதிரையெடுப்புக்கு மண்குதிரைகளைச் செய்வார். அவர் செய்யும் குதிரைகள் சுற்றுவட்டாரத்தில் பெயர் பெற்றவை. குதிரையின் திறந்த கண்களும், உட்பகுதிக் குழிந்து ஒட்டிய வயிறும், வலிந்தக் கால்களும் அதன் முகத்துக்கு வசீகரத்தைத் தருவதாகயிருந்தது. ஒருபக்கமாகப் பார்த்தால் சாந்தமாகத் தெரியும். மறுபக்கத்தில் அதற்கு உக்கிரம் பொங்கியபடியிருக்கும். அவர் ரசனையுடன் தீட்டும் வண்ணத்துக்கு ஒளியிருந்தது. கலவை புதிய வகையாயிருந்தது. பெரிய பெரிய கண்களும் மங்காத வண்ணமும் மற்றவர்களின் குதிரைகளிலிருந்து அவர் குதிரைகளுக்குத் தனித்த முக்கியத்துவத்தைப் பெற்றுத் தந்திருந்தன. அவர் செய்த குதிரைகள் இடம் பெறத் துவங்கிய பின்பு, ஊரில் சுபிட்சம் பெருகியதாக மறைமுகத் தகவலும் உண்டு. அதை அவர் காதுபட ஊர் பேசாவிட்டாலும், தனது குதிரைகளின் மகிமைகளை அவர் அறிந்தேயிருந்தார்.

அவரது மூதாதையர்கள் பூசாரிகளாக இருந்தனர். அந்த வரிசையில் அவர் பெரிய சாமியாடியாக ஆகியிருந்தார். “வாடா கருப்பா... எம்மக்களுக்கு நல்லநிலை தாடா, கருப்பா...” எந்த வேலையைத் தொடங்கினாலும் இதைச் சொல்லித்தான்

தொடங்குவார். யாரைப் பார்த்தாலும் இதைச்சொல்லி சுருக்குப்பையிலிருந்து 'துந்நூறு' அள்ளிக் கொடுத்துவிட்டுத்தான் பேச ஆரம்பிப்பார்.

கொஞ்ச நாட்களாக, அவர் கனவில் வரும் கருப்பணசாமி ஓரிடத்தை சுட்டிக்காட்டிக் கொண்டேயிருந்தார். முதலில் ஆகாசம் பிள்ளைக்கு அது புரிபடவில்லை. அதை, அவர் கூப்பிடு தூரத்தில் இருப்பதாக வேறு வார்த்தைகளில் சொல்லிச் சொல்லிக் காட்டினார். ஒரு பின்மாலைப் பொழுதில் ஆற அமர யோசித்தபோது, கருப்பணசாமி தன்னை இடம்பெயரச் சொல்கிறார் என்பதை ஆகாசம்பிள்ளை உணர்ந்தார்.

அந்த நிமிடத்திலிருந்தே அவர், கனவில்வந்த இடத்தைத் தேடியலையத் தொடங்கினார். கனவில் கருப்பணசாமியே ஆகாசம் பிள்ளையை கையைப்பிடித்து அழைத்துப் போய் ஓரிடத்தில் நிறுத்தினார். அவர் ஆகாசம் பிள்ளையை நிறுத்திச் சுட்டிக்காட்டிய இடம், கோரிப்பாளையம் தர்ஹாவுக்கு அடுத்திருந்தது. பரந்த நிலவெளியது. குளுமை வழிந்தது.

ஆகாசம் பிள்ளையின் மனதில், ஊரிலிருந்து இடம்பெயரும் எண்ணம் உள்ளோடிக் கொண்டிருப்பது அவர் மனைவியின் மூலமாக ஊருக்குத் தெரிந்தபோது, இரண்டு வகையான ஆவலாதிகள் அங்கே உருப்பெற்றிருந்தன. ஒருசிலர், 'அப்பாடா... அவன் இருக்குற வரைக்கும் நம்மளால பேருவாங்க முடியாது' என்று, காலியாகும் திண்ணைக்கு ஆசைப்பட்டார்கள். வேறு சிலர், 'நல்ல மனுஷன். அவரு போனதுக்கப்பறம் யார் இதையெல்லாம் எடுத்துச் செய்வா?' என்று உண்மையாகவே வருத்தப்பட்டார்கள். அந்த வருத்தத்தில் ஆகாசம் பிள்ளை மனம் மாறிவிடுவாரோ எனும் உள்பயத்தில் 'ஆ., ஆங்... அதெல்லாம் பாத்துக்கலாம்' என்று சிலர் சமாளித்தார்கள்.

அய்யங்கோட்டைக்கும் கோரிப்பாளையத்துக்கும் குத்துமதிப்பாய் பதினைந்து கல் தொலைவு இருந்தது. கனவில் வந்து கருப்பணசாமி சொல்கிறாரென்றால் அதில் காரியமில்லாமல் இருக்காது என்று ஆகாசம் பிள்ளை நம்பினார். மற்றவர்களின் ஏச்சும் பேச்சும் அவருக்குப் பொருளாக இருக்கவில்லை. பிறந்த மண்ணைவிட்டு இங்கே வருவதில் அவர் மனைவி வரதம்மாளுக்கு கொஞ்சமும் உடன்பாடில்லை. என்னதான் வசதி, வாய்ப்பு, சற்றே மேம்பட்ட வேறுவிதமான வாழ்க்கையென்றாலும் அங்கிருந்த உயிர்ப்பு இங்கே இருக்காது என்று மருகினாள். "நாம இந்த மண்ணைவிட்டுப் போகவேணாமே!" என்று தடுத்துப் பார்த்தாள்.

அவர்தான், 'இது, கருப்பணசாமி முடிவு' என்று கிளம்ப ஆயத்தப்பட்டு விட்டார். பிறந்தமண்ணில் வாழும் வாழ்க்கையை அவள் நேசித்தாள். எப்போதும் அவளைச்சுற்றி ஆட்கள் இருப்பார்கள். ஏதாவது வேலை நடந்தபடி இருக்கும். தான் மட்டுமில்லாமல் தன்னைச் சுற்றியிருப்பவர்களும் நன்றாக இருக்கவேண்டும் என்று நினைப்பாள். தினமும் நாலைந்து பெண்களாவது அவளிடம் பிள்ளைச்சோறு கேட்டு வந்து விடுவார்கள். யார் எவரென்றும் பார்க்கமாட்டாள். எத்தனைபேர் கேட்டு வந்தாலும் அத்தனை பேருக்கும் தந்து அனுப்புவாள். பெயர்தான் பிள்ளைச்சோறு. ஆனால் இரண்டு ஆள் சாப்பிடும் அளவுக்கு இருக்கும்.

''அது பட்டாணி சாயபுமாருக பொழங்கிட்டுருக்குற எடம். அங்கனப்போய் நாம பொழைக்க முடியுமா?'' என்ற கேள்வியை மற்றவர்களைப் போலவே அவளும் எழுப்பி, அவரைக் குழப்பிப் பார்த்தாள். விஷயத்தை வெளியில் சொல்வதற்கு முன்பாக, அவர் கருப்பணசாமியைக் கும்பிட்டுக்கொண்டு அந்த இடத்துக்குப் போய் எல்லாவற்றையும் விசாரித்துவிட்டுத்தான் வந்திருந்தார்.

இடத்துக்குச் சொந்தக்கார சாயபுவிடம், 'கருப்பணசாமி கனவில் அழைத்துவந்து காட்டிய இடம் இது' என்று சொன்னபோது, ''அவரு, எங்க சியான்ல்ல!'' என்று சொன்னார், சாயபு. அதனாலேயே இடத்துக்கான விலையை சல்லிசாகக் குறைக்கவும் செய்தார். ''சியானோட மக்கள்ல நீங்க. ஓங்களுக்கு என்ன வேணுன்னாலும் செஞ்சு தர்றோம்.''

அய்யங்கோட்டையின் பிடிமண்ணுடன் கோரிப்பாளையத்துக்குக் குடிபுகுந்த ஆகாசம் பிள்ளையின் விருத்தி, மகன்கள், மருமக்களுடன் 'வேளார் வலவு' என்றாகியிருந்தது. இங்கேயும் விவசாயம் பார்க்க வயக்காடுகள் இருந்தன. பாசனத்துக்கு, கம்மாய்கள் இருந்தன. மறுபிழைப்புக்குக் கம்மாய் மண்ணும் இருந்தது. அடுப்பும், சட்டி, பானைகளும், அதற்கான மூடிகளும், கண்வைத்த மூடிகளும் செய்ய ஆரம்பித்தார். அவற்றைச் சுட சின்னதாய் சூளையும் போட்டார். அதிகாலைப் பனியில் சூளையிலிருந்து பொங்கும் வெண்புகை, அப்பகுதி முழுவதும், தாழ்ந்து, பாலாய் வழிந்து பரவியது. மண்வாசம் வீசியது. சுட்டெடுத்தப் பொருட்கள் செஞ்சாந்து பூசியதுபோல ரூபமாய் இருந்தன. சட்டி பானைகளில் சில, கருப்பு தீட்டியதுபோல மிளிர்ந்தன. அவற்றை வீட்டுத் திண்ணையில் வைத்து விற்கவும் செய்தார். விருப்பமாய் வாங்கினார்கள்.

தன்னை அழைத்துவந்த கருப்பணசாமியின் விருப்பம், புதியதொரு விரிவாக இருக்குமென்று ஆகாசம் பிள்ளை திருப்திப்பட்டுக் கொண்டார். ஊரிலிருந்து கிளம்பும்போதே எடுத்துக்கொண்டு வந்த பிடிமண்ணை வைத்து, வீட்டையொட்டி சின்னதாய் கோவில் எழுப்பினார். கோவிலின் வெளியே கருப்பணசாமியும், உள்ளே காளியம்மனும் இருந்தார்கள். புரட்டாசியில் அங்கே ஒரு திருவிழாவையும் நடத்தினார். அதற்கு ஒரு குதிரையைச் செய்திருந்தார். முன்புசெய்த குதிரைகளிலிருந்து அது முற்றிலுமாக வேறுபட்டிருந்தது. அய்யங்கோட்டை உறவுக்காரர்கள், ஊர்க்காரர்கள் அத்தனைபேரும் திருவிழாவுக்கு வந்திருந்தார்கள். அக்கம்பக்கத்து சாயபுமார்களும், ஜமாத்தாய்க் கூடிவந்து கலந்து கொண்டார்கள்.

ஒருபுறம் விவசாயம், மறுபுறம் மண்வேலை, இன்னுமொருபுறம் கோவில் என்று அய்யங்கோட்டையைப் போலவே இங்கேயும் இருந்தது. ஆகாசம் பிள்ளையின் பதியம் வாழ்வு மிளிர்ப்புடன் இருப்பதாக அவரது சொந்த ஊர்க்காரர்களை யோசிக்க வைத்தது. வரதம்மாக்கூட ஓர் இரவில் அவரிடம், ‘அங்கன இருந்ததவிட இங்கன நல்லாத்தான் இருக்கு!’ என்றாள்.

ஒவ்வொருவராய்த் தங்களை அங்கிருந்துப் பிடுங்கி, இங்கே பதியம் போட்டுக் கொள்ள ஆரம்பித்தார்கள். அவர்களுக்கெல்லாம் அங்கே செய்த உதவிகள் போலவே இங்கேயும் செய்யத் தொடங்கினாள். அய்யங்கோட்டை உறவின்முறை உருவாகி, ஏழெட்டுப் பத்துத் தலைமுறைகளைக் கடந்திருந்தது

பதினெட்டுக்கோட்டை சந்தனத்தேவரும் அதே காலகட்டத்தில் பூதகுடி கிராமத்திலிருந்து கோரிப்பாளையத்துக்குக் கிளம்பிவந்தவர்தான். ஊர் தெய்வம் அங்காளம்மன் அவரை ‘பிள்ளைக்குட்டிகளுடன் கோரிப்பாளையத்துக்குப் போ’ என்று சொல்லி அனுப்பி வைத்தது. கோவில் காசை சுருட்டிக்கொண்டதாக, அவர் மீது ஊரில் குற்றச்சாட்டு இருந்தது. அவர் இல்லையென்று சாமிமுன்பே சூடம் அணைத்துச் சத்தியம் செய்தார். அங்காளம்மன் அமைதியாக இருந்துகொண்டாள். அவர் கையில், ‘பொக்கலம்’ ஏதும் வரவில்லை. அதனால் சாமி காசை சுருட்டவில்லை என்று தீர்ப்பாகியது.

அதற்கேற்பக் கோவில் பூசாரிக்கும் அம்மன் அருள் வந்துவிட்டது. ‘தங்க்... தங்க்...’கென்று ஆடிய பூசாரி, “டேய்... அம்மன் சொல்றேன்டா... சந்தனத்தேவனை ஏதும் சொல்லாதீங்க. அவன் இனி இங்கன இருக்க மாட்டான். ஒங்கப் பொல்லாப்போட அவன் வாழவேண்டாம். டேய், சந்தனம்... நீ

புள்ளைக்குட்டியோட சாயபுக சந்திக்குப் பக்கத்துலப் போயிரு. அங்கனதான் ஒனக்கு வாழ்வு" என்று அருள் சொன்னார். சிலர் அதைச் சந்தனத் தேவரும் பூசாரியும் சேர்ந்து நடத்திய நாடகம் என்று சொல்வதுண்டு.

அருள் கேட்டு தலைக்குமேல் கைதூக்கிக் கும்பிட்ட சந்தனத்தேவர் மறுநாள் காலையிலேயே கோரிப்பாளையத்துக்கு பிள்ளைக்குட்டி, மூட்டை முடிச்சுகளுடன் புறப்பட்டு விட்டார். 'அம்மன் துடியானவ. ஆறவிட்டுப் போட்டுப் பாப்பா. அம்மன் காசைத் தின்னவனுக்கு கழிச்சல்லதான் சாவு!' யாரோ காதுபடச் சொன்னார்கள். கேட்டுக்கொண்டே கோரிப்பாளையம் வந்து சேர்ந்தார், சந்தனத்தேவர். எங்கு பார்த்தாலும் வயக்காடாக இருந்தது. விவசாயம் தொழிலாய் கையிலிருக்கவே, சுற்றிலுமுள்ள சாயபுமார்களின் வயக்காடுகளைக் குத்தகைக்குப் பேசி, விவசாயத்துக்குள் இறங்கி விட்டார்.

நான்கைந்து வருடங்களுக்குப்பின் சுருட்டிக்கொண்டுவந்த கோவில் காசை வெளியில் எடுத்தார். சாயபுமார்களிடமிருந்து பத்து ஏக்கர் வரை சொந்தமாக விலைக்கும் வாங்கினார். அவர் மேற்பார்வையில் ஐம்பது ஏக்கர் வரையில் வெள்ளாமை நடந்தது. பெரிய சம்சாரியாக இருந்தாலும் வீட்டிலிருந்துகொண்டு அதிகாரம்செய்வது அவருக்குப் பிடித்தமாக இல்லை. எதையுமே அவர் கைப்படச் செய்ய வேண்டுமென்று எதிர்பார்ப்பார். விடிவதற்கு முன்பே வயக்காட்டில் இருப்பார். எல்லாமே நல்லபடியாகப் போய்க்கொண்டிருந்தது. பூதகுடி அவருக்கு மறந்து போயிருந்தது.

நான்கு மகன்கள் அவருக்கு. நான்குபேருமே பால் வியாபாரம் செய்து வந்தார்கள். விவசாயத்தில் அவரைப் பின்தொடர எந்த மகனுக்கும் விருப்பமில்லை. 'தொரட்டப் போட்டு இழுத்துக்கிட்டு' என்று ஒதுங்கிக் கொண்டனர். சுபிட்சம், அவர்கள் கண்களில் தெரிந்ததால் அவரும் கட்டாயப்படுத்தவில்லை.

அறுவடை முடிந்து, வயக்காடுகள் ஆறக்கிடந்தக் காலத்தில், கிடைபோடும் கீதாரிக் கூட்டம் ராமநாதபுரத்திலிருந்து பெரும்பட்டியுடன் வந்திருந்தது. சந்தனத் தேவரைச் சந்தித்த 'கெடைபோடும்' ராசுக்கோனார், அவருடன் ஒரு மாதத்துக்கு ஒப்பந்தம் செய்து கொண்டார். வயக்காட்டைச் சுற்றிக் கொம்படித்து ஆயிரத்துச் சொச்ச ஆடுகள் அடைக்கப்பட்டன. ராசுக்கோனாரும் அவரது குடும்பமும், வேலைக்காரர்களும் பட்டிக்கு மேற்குப் பக்கத்தில் தங்குவதற்குத் தோதாக, இடவசதி செய்துகொண்டார்கள்.

எத்தனை தூரத்துக்குப் பரந்துபட்டிருந்தாலும் கெடையை ராசுக்கோனார் தானே முன்னிரவிலிருந்து நள்ளிரவு வரை பார்த்துக் கொள்வார். அவர் அசந்ததும், வேலையாட்கள் அந்தப் பணியைத் தொடர்வார்கள். அதுதான் வழக்கத்திலிருந்தது. ஏழெட்டு சாதாரண நாய்கள் அவரிடம் இருந்தன. ஏதேனும் விலங்குகளின் நடமாட்டம் கெடை போடுமிடத்தில் இருந்தால், அவை குரைத்துக் காட்டிக் கொடுத்துவிடும். கெடை போடும் எல்லைகளை அவை தெரிந்து வைத்திருந்தன. அதைத்தாண்டி அவை போவதுமில்லை.

அதுபோலவே ராசுக்கோனாரிடம், முத்து என்ற கிடா ஒன்றும் இருந்தது. பட்டி எல்லைக்குள் வேற்று ஆட்களின் நடமாட்டத்தை அது அனுமதிக்காது. அதற்கு ராசுக்கோனார் பயிற்சி எதுவும் கொடுத்து வளர்க்கவில்லை. அதுவாக, அதைக் கற்றுக்கொண்டிருந்தது. நாலைந்து ஆண்டுகளாக அதுவும் ஒரு காவக்காரனாக அவருடன் சேர்ந்து திரிந்தது. அவை கொடுக்கும் பாதுகாப்பில் ராசுக்கோனாரின் பிழைப்பு ஓடிக் கொண்டிருந்தது. முப்பது ஆண்டுகளாகச் செய்யும் தொழில். கைக்கும் வாய்க்குமே போதுமானதாகயிருந்தது. செழுமை செய்ய முடியவில்லை.

கெடைபோடத் துவங்கிய மறுநாள் விடிவதற்கு முன்பாகவே, வழக்கம் போல வயக்காட்டுக்குப் புறப்பட்டார், சந்தனத்தேவர். கெடைபோட்டக் காடுகளில் எவ்வளவு புழுக்கை, எவ்வளவு மூத்திரம் சேர்ந்திருக்கும் என்று பைசா கணக்குப் பார்க்கும் பிசுநாறித்தனம ஆர்வமாய் அவரைத் தொற்றியிருந்தது. ரெட்டைப்பனையின் பக்கவாட்டில் தனுஷ்கோடி விலாஸ் சுருட்டு ஒன்று புகைந்து கரையும்வரை, தூக்கிக்கட்டிய வேட்டியை மேலும் மேலே சுருட்டிக்கொண்டு, ஆசுவாசமாய்க் குத்துக்காலிட்டு உட்கார்ந்து காலைக்கடனைக் கழித்தார். சுருட்டைப் புகைத்தால்தான் அழுத்தத்தில் உள்ளிருந்து நழுவுகிறது. புகையை சுவாரசியமாய் ரசித்து உள்ளிழுக்கும்போது, சுருட்டின் நுனி கனிந்து, சிவந்தக் கோவைப் பழமாக மிளிரியது. தடையற்ற வெளியில் அது வெகு தூரத்துக்கும் மின்னித்தெரிவதாக இருந்தது.

'ஆத்தாடி' என்று முழங்காலில் கையூன்றி எழுந்தார். கழுவ, பாப்பாத்தி ஓடையில் இறங்கினார். வெளிச்சம் இன்னும் வந்திருக்கவில்லை. தூரத்துவானம் கரு ஊதா நிறத்திலிருந்தது. சிவக்க நேரம்பிடிக்குமாய் எண்ணிக்கொண்டார். 'இன்னிக்குச் சீக்கிரமா எந்திரிச்சுட்டோமோ?' என்று தனக்குத்தானே சொல்லிக்கொண்டார். புழுக்கை, மூத்திரக் கணக்குப் பார்க்கும்

ஆவல்கூட சீக்கிரமாக முழிப்பைத் தந்திருக்கலாம் என்று சிரித்துக் கொண்டார். சில்லிட்டு ஓடிய ஓடைத்தண்ணீர் பின்புறத்தில் பட்டதும் உடம்பு சிலிர்த்தது. புட்டத்தில் முள்ளரும்புகள் பூத்தன. நாலு கை தண்ணீரில், அவசர அவசரமாகக் கழுவிவிட்டு குத்துமதிப்பாய்த் தடம்பிடித்து மேடேறினார்.

அங்கிருந்து, கெடை போடப்பட்ட வயக்காடு தொடங்கியது. அந்த இடம் கொஞ்சம் இறக்கமாக இருந்தது. உடம்பைப் பின்னோக்கி வளைத்துச் சூதானமாக இறங்கினார். சரிவைக் கடந்து ஏழெட்டு அடிகள் வயக்காட்டுக்குள் நடந்திருப்பார். மங்கிய இளம் வெளிச்சத்தில் அவரை மறித்துக்கொண்டு விலங்கு ஒன்று நின்றிருந்தது. பெருத்த உருவமும், கனத்தக் கொம்பும் அதற்கிருப்பது நிழலாய்த் தெரிந்தது.

இந்த நான்கைந்து வருடங்களில் அப்படி எதையும் அவர் வயக்காட்டுக்குள் கண்டதில்லை. அவரை வழிமறித்துக் காத்து, கருப்புகூட நின்றதுமில்லை. பூதகுடி பூதத்தானை நேரில் பார்த்திருப்பதாக பெருமையுடன் சொல்லிக் கொள்வார். அதுவே அவரை ஒன்றும் செய்ததில்லை என்ற பீத்தல் அவருக்கிருந்தது. பூதகுடி பூதத்தானை வேறு யாரும் இதுவரைப் பார்த்ததாகச் செய்தியில்லை.

எதிரே நிற்பது காட்டெருமையாக இருக்குமென்று கணித்தார். சாத்தியார் அணை மலைக்காட்டிலிருந்து தண்ணீர்த் தடம் வழியாக வந்திருக்கலாம். அது உறுமவும் செய்தது. என்னதான் மனதில் தைரியமும் பீத்தல் பெருமையுமிருந்தாலும் களத்தில் அது, கை கொடுப்பதில்லை என்பதை அப்போது அவரால் உணர முடிந்தது. பின்புறத்தில் காற்று பிரிந்தது. ‘குரல் கொடுத்தால் ஓடிவிடுமா... அல்லது பாய்ந்துவிடுமா?’ என்ற சந்தேகம் லேசாய் முளைத்தது. பயத்தில் அசையாமல் அவரும் நின்றார். அதுவும் நின்றிருந்தது. எவ்வளவு நேரம்தான் நிற்கமுடியும்?

‘த்த்தே...’ என்று லேசாக செருமலைப்போல குரல் எழுப்பினார். அவ்வளவுதான். அது ஒரே துள்ளலில் அவரை நெருங்கி, நெஞ்சில் முட்டித் தூக்கி வீசியது.

நெஞ்சில் பட்ட முட்டு, கண்ணுக்குள் மத்தாப்புப் பொறிகளைப் பறக்கவிட்டிருந்தது. ஓங்குதாங்கான அவர் தரையிலிருந்து ஏழெட்டடி உயரத்துக்கும் மேலே பந்துபோலப் பறந்து, “ஆ... ஆ... ஆவ்வ்வ்” என்று அலறினார். அலறல் சத்தம் ஏழு ஊருக்குக் கேட்குமளவில் இருந்தது. பறந்த வேகத்தில் அப்படியே அறுவடைக்குப்பின் கட்டைகளாகிக் கிடந்தத் தூர்களில், ‘ஆத்த்த்தாவ்’ என்றபடி ஒரு பொட்டலமாக விழுந்தார்.

நெஞ்சு வலித்தது. முதுகிலும் விலாவிலும் ரத்தம் கசிந்தது. கட்டைத் தூர்கள் குத்தியதில், கறுத்த உடம்பிலும் கன்றிய சிவப்பு ஓவியங்களாய்த் தெரிந்தது.

வீட்டிலிருந்துப் புறப்படும்போது முத்தம்மா வடித்துக் கொடுத்த பருக்கையில்லாத 'நீச்சத்தண்ணீ' ஒரு செம்பு குடித்துவிட்டு வந்திருந்தார். நீச்சத்தண்ணியை செம்பில் வடித்துக்கொடுத்த முத்தம்மாவுக்கு விடிகாலையில் ஒரு கனவு வந்திருந்தது. பெயர் தெரியாத ஆனால் பார்த்தால் அடையாளம் சொல்லக்கூடிய அளவிலிருந்த கனத்த மிருகமொன்று அவரிடம் வன்மம் கொண்டு விளையாடுவதாக கனவு தொடர்ந்தது. அலறிக்கொண்டு எழ முயன்றபோது, மூளையின் கட்டளைக்கு உடம்பு இணங்க மறுத்து விட்டது. யாரோ நெஞ்சின் மீது உட்கார்ந்துகொண்டு அமுக்கானம் பேய் போல அமுத்துவதாக உணர்ந்தாள். 'விடியக்காலைல கண்ட கனவு பலிக்குமே' என்பது அவள் நம்பிக்கை. கனவில் சந்தனத் தேவரை நான்கு ஆட்கள் தூக்கிக்கொண்டு போனார்கள். கொஞ்ச நேரத்தில் அவள் எண்ணமும் செயலும் சீரானது. 'அப்படித் தூக்கிக்கொண்டு போனால் என்ன பலன்?' என்று அரைத் தூக்கத்தில் யோசித்தாள். கணவர் வெளியில் கிளம்பிக் கொண்டிருந்தார். கிளம்பும்போது ஏதாவது சொன்னால், மனுஷன் கடுப்பாகி விடுவார் என்று எதுவும் சொல்லாமல் விட்டுவிட்டாள்.

முட்டுப்பட்ட சந்தனத்தேவர் நீண்டநேரம்வரை மயங்கிக் கிடந்தார். குடித்துவிட்டு வந்திருந்த நீச்சத்தண்ணி மயக்கத்தில் சொட்டுச்சொட்டாய் கழிந்து கொண்டிருந்தது. ஒருவழியாகக் கண் திறந்தபோது, அவரை முட்டித் தூக்கி வீசிய விலங்கு, அவருக்குப் பக்கத்திலேயே நின்றிருந்தது. மசங்கிய கண்களை நன்றாகக் விழித்துப் பார்த்தார். எதிரே நின்றிருப்பது, ஒரு கிடா என்பதை உணர்ந்தபோது, அவரால் நம்ப முடியவில்லை. காட்டெருமை கணத்தில் இருந்தது. வயக்காட்டில் மல்லாந்து கிடந்தவருக்கு, அதன் உருவம் இன்னும் பிரமாண்டமாகத் தெரிந்தது.

அலறல் சத்தம் கேட்டு ராசுக்கோனாரும் அவரது ஆட்களும் என்னவாகியிருக்கும் என்பதைக் குத்துமதிப்பாகக் கணித்து, அந்த இடத்துக்கு வந்து சேருவதற்கு நேரம்பிடித்தது. வயக்காட்டுக்குள் யாரோ புது ஆள் இறங்குகிறான் என்றெண்ணி, கிடா முட்டித்தூக்கி வீசி விட்டிருக்கும் என்பதை ராசுக்கோனார் உணர்ந்து கொண்டார். அவரைக் கண்டதும் கிடா அவரருகில் போனது. திரும்ப வந்து சந்தனத்தேவர் பக்கத்தில் நின்று கொண்டது.

“இப்டியொரு கெடா இருக்குறதை நீங்க சொல்லலையே கோனாரே!” வலி பொறுக்கமாட்டாமல் சந்தனத்தேவர் புலம்பினார்.

“இது காவல்கெடா, தேவரே. புதுஆள் யாரையும் உள்ளாற விடாது. சந்தேகப்பட்டுச்சுன்னா முட்டித்தள்ளீரும். மன்னிச்சுக்குங்க. இனிமே உங்கப்பக்கமே வராமப் பாத்துக்குறேன்.” கிடைபோடும் வாய்ப்புப் பறிபோய் விடுமோ என்ற பயத்தில், ராசுக்கோனார் சாந்தப்படுத்துவதுபோலப் பேசினார்.

முட்டுப்பட்டதை அவமானமாகக் கருதிய சந்தனத்தேவர் அதை வெளிக்காட்டிக் கொள்ளாவிட்டாலும் உள்ளுக்குள் குமைந்தபடி கிடந்தார். அவரைத்தூக்கிக் கைத்தாங்கலாக நிறுத்தினார், ராசுக்கோனார். கிடா, அவரருகில் வந்துநின்று முகர்ந்து பார்த்தது. “என்னடா முத்து, இப்டிப்பண்ணீட்ட? அவரு எடத்துலதாண்டா பட்டிபோட்டுருக்கம்!”

கிடா, சந்தனத்தேவரையும் முகர்ந்து பார்த்தது. தன்னை அது முட்டி வீழ்த்தியதை அவரால் சகிக்க முடியவில்லை. இனம்புரியா வன்மம் அவருக்குள் புகுந்திருந்தது.

“இனிமே இப்டி நடக்காமப் பாத்துக்கறேன், தேவரே!”

அவர் பதிலேதும் பேசவில்லை.

“என்ன தேவரே, அமைதியாருக்கீங்க?”

அவர் அமைதியாக இல்லையென்பது, அவருக்கு மட்டுமே தெரிந்திருந்தது. “கோனாரே... இந்தக் கெடாவ எனக்குக் குடுத்துருங்க!”

ராசுக்கோனார் அதிர்ந்து விட்டார். இப்படியொரு கோரிக்கையை அவர் எதிர்பார்த்திருக்கவில்லை. “தேவரே, இது காவக்கெடா. எனக்கு கைமாதிரி. அதக்கேக்குறீங்களே!”

சந்தனத்தேவர் வேறேதும் பேசவில்லை. “என்னா வெலை தரணும் அதுக்கு?”

ராசுக்கோனார் அங்கிருந்த வரப்பொன்றில், தலையில் கைவைத்து உட்கார்ந்து விட்டார். அவரது தொழிலில், கடந்த நான்கைந்து வருடங்களில் முத்துவின் உழைப்பு பெரிதானது. அவர் எந்த விசேஷ அனுகூலத்தையும் அதற்கென்று தந்ததில்லை. தனியாக கவனித்ததுமில்லை. மற்ற ஆடுகள்போல அதுவும் ஒரு ஆடு. அவ்வளவுதான். ஆனால் குட்டியிலிருந்தே அது அவருக்கு மிகவும் விசுவாசமாக இருந்தது. மூன்றாண்டுகளுக்கு முன்பு, திருப்புவனத்தில் பட்டிபோட்டிருந்தபோது, ஆடுதூக்கும் திருச்சுழி

கும்பல் நள்ளிரவில் புகுந்து விட்டது. ராசுக்கோனார்தான் பட்டிக்காவலில் இருந்தார். கும்பலுடன் அவரால் எதிர்த்து நிற்க முடியவில்லை. தடிகொண்டு மண்டையில் அடித்ததில், ரத்தம் வழிய மயங்கிப் போனார். காலையில் மயக்கம் தெளிந்து எழுந்தபோது, பட்டியில் அத்தனை ஆடுகளும் அப்படியே இருந்தன. ஒன்றுகூட குறையவில்லை. முத்து, ஆங்காரமாக பட்டியைச் சுற்றிச்சுற்றி வந்து கொண்டிருந்தது. அதன் இடதுகொம்பில் ரத்தம் காய்ந்திருந்தது. பட்டிபோட்ட வயக்காட்டிலும் ரத்தம் படிந்திருந்தது. வரப்புவழியாக ஊருக்குள்ளும் ரத்தப்புள்ளிகள் பதிந்திருந்தன.

ஆடு தூக்க வந்தவர்கள் நான்கு பேர் என்பது மட்டும் ராசுக்கோனாரின் நினைவில் இருந்தது. அவர்களை முத்து துரத்தியடித்திருக்கிறது என்பதை அவர் புரிந்துகொண்டிருந்தார். வயக்காட்டில் தவறி விழுந்ததாக ஆஸ்பத்திரியில் அனுமதிக்கப்பட்ட திருச்சுழி ஆள் ஒருவன், நெடுநாட்கள் சிகிச்சை எடுத்ததாகத் தகவல் இருந்தது. பின்னர் அவன், எந்த வேலையும் செய்யமுடியாமல் முடங்கிப்போனதாகவும் செய்தி பரவியது.

ஒருமுறை இரண்டு காட்டுநாய்கள் பட்டிக்கு அருகே மண்டை உடைந்து செத்துக் கிடந்தன. அப்போதும் முத்துவின் கொம்புகளில் ரத்தக்கறையிருந்தது. வேறொரு முறை செந்நாயொன்று உயிர் துடிக்கப் பட்டியின் வேலியருகே கிடந்தது. அது சாகும் வரை அதற்குப் பக்கத்தில் முத்து நின்று கொண்டேயிருந்தது. இன்னொரு முறை நரியொன்றின் அழு ஊளை இரவு முழுவதும் கேட்டபடியிருந்தது.

"ஓடையோரம் ஒருஏக்கர் வயக்காட்ட எழுதுறேன் கோனாரே. இதக் குடுத்துருங்க!"

ஒருகெடாவுக்கு ஒரு ஏக்கர் வயக்காடு விலைபேசப்படுவது கண்டு, ராசுக்கோனார் துணுக்குற்றார். அவரது அமைதி சந்தனத்தேவரை உசுப்பேற்றியது. "ரெண்டுஏக்கர் பதிஞ் சுதர்றேன் !"

ராசுக்கோனாரின் மனதில் கிடா மீது புதிதாக அபிமானம் முளைத்தது. "அது எம்புள்ளைபோல வளத்துட்டேன், தேவரே !"

"என்னய்யா புள்ளை ? அஞ்சு ஏக்கர். இன்னிக்கே பதிஞ் சுருவோம் !"

ராசுக்கோனாரின் கெடா மீதான அபிமானம், வயக்காடு மீதான சபலமாக மாறி நெடுநேரமாகியிருந்தது. ஒருஏக்கர் பேசப்பட்டபோதே, அவர் நெகிழ்ந்துபோயிருந்தார்.

‘இன்னும் ஏறுமா?’ என்பதற்காகத்தான் அவர் அமைதி காத்தது. அதற்குப் பலனிருந்தது. ‘எத்தனைக் காலத்துக்குத்தான் கெடை போட்டுக்கிட்டு ஊர்ஊரா திரியிறது? இப்போ ஓரிடத்துல நிலையா இருந்துக்கலாமே!...’ அவர் மனம் சந்தோஷமடைந்திருந்தது.

“நீங்கக் கேக்கும்போது மாட்டேன்னு சொல்ல முடியுமா, தேவரே! பதிஞ்சுருவோம்!” என்று கவனமாக வார்த்தைகளைக் கையாண்டார்.

செய்தி கேள்விப்பட்டு முத்தம்மா வயக்காட்டு வரப்புகளின் மீது சூதானமாக ஓடி வந்து, “என்ன ஆச்சு?” என்று சந்தனத்தேவரை கட்டிப் பிடிக்க முயன்றபோது, பேரம் முடிந்து, கெடாவை எப்படி பராமரிப்பது என்ற பேச்சு போய்க்கொண்டிருந்தது.

“எதுக்கு நீ இங்கன வந்த?” மனைவியைப் பார்த்துக் கத்தினார். அந்த சத்தத்தில் கணவரின் முசுட்டுக்குணம் அறிந்த அவள் வந்த வழியே திரும்பினாள்.

கெடாவை சந்தனத்தேவர் ஆட்களால் இழுத்துச்செல்லவே முடியவில்லை. மூன்றாம்நாள் ராசுக்கோனாருக்கு தகவல் ஒன்று வந்தது. தகவல் சொன்னவன், ‘ஓங்கட்டருந்து வாங்குனக் கெடா கொம்புல ஓட்டைபோட்டு, வளையம்மாட்டி, ரெண்டு தென்னமரத்துக்கு இடைல கட்டிவெச்சு தேவரு கண்ணுமண்ணுத் தெரியாம அடிக்கிறாரு. வவுத்துல சுருக்குப்போட்டு பின்னாடியும் கட்டிருக்குறதால, கெடாவால திமுறக்கூட முடியல. அவ்வளவு அடிவாங்கியும் அது கத்தக்கூட மாட்டேங்குது. செலையா நிக்குது.’

சொந்த வயக்காட்டில் இறங்கி நிற்கும் சந்தோஷத்தில் அமிழ்ந்துகிடந்த ராசுக்கோனார், அதைக் காதில் வாங்கிக் கொள்ளும் மனநிலையில் இருக்கவில்லை. தகவல் சொன்னவனின் வார்த்தைகள் அவரை ஒன்றும் செய்யவில்லை. ‘ஒண்ண இழந்தாத்தான் இன்னொண்ணை அடைய முடியும்!’ என்றுமட்டும் நினைத்துக் கொண்டார்.

‘எதுக்கு இந்த மனுஷன் கெடாவ இந்த சாத்து சாத்துறாரு?’ முத்தம்மாள் எதுவும் புரியாமல் விசனப்பட்டாள். ‘நாலு புள்ளைகளப் பெத்து தலைக்குமேல வளத்துட்ட பின்னாலயும் இந்த மனுஷனப் பத்தி இன்னமும் புரிஞ்சுக்க முடியலையே!’ முத்தம்மாவுக்கு இந்த ஏழெட்டுப் பத்து வருஷத்தில் எல்லோரிடமும் நல்ல பெயர் இருந்தது. கேட்டு வருபவர்களுக்கு ஈடுபொருள் எதுவும் வாங்காமல், ‘ஒத்த’ வட்டிக்கு பணம் தருவாள். தங்க நகையோ வெள்ளிக் கொலுசோ ஈடாக வாங்கிக் கொண்டு பணம் கொடுத்த காலத்தில், அவள் நம்பிக்கையின்பேரில்

தந்து கொண்டிருந்தாள். சொற்ப வட்டிக்கு வாங்கிக்கொண்டு அவளிடம் திருப்பித் தராதவர்களின் பட்டியலும் நீளமாகவே இருந்தது. அவர்களைப் பார்த்தாலும் கொடுத்ததை திருப்பி அவள் கேட்பதில்லை. அதனால் அவளை எல்லோருக்கும் பிடித்திருந்தது. கடன் வாங்கிய சிலர், அவளைக் கண்டால் பார்க்காததுபோல திரும்பிக்கொண்டும் போவார்கள்.

கெடாவின் உடம்பில் வரிவரியாய் கயிற்றுத்தடங்கள் இருந்தன. "அய்யோ பாவம். வாயில்லா ஜீவன இந்த அடி அடிக்கிறீங்களே!" என்று ஊடே விழுந்து கணவரைத் தடுத்தாள்.

'போடீங்... தா!' பட்டையாய்த் திரித்த கனத்த நூல் கயிற்றை அவள் பக்கமாகத் திருப்பினார்.

'ஆத்தி!' என்றபடி அவள் தலைதெறிக்க வீட்டைவிட்டு ஓடினாள். அவளுக்கு கணவர்மேல் பக்தியைக் காட்டிலும் பயம்தான் அதிகமாகயிருந்தது. முதல் மூன்று பையன்களும் அப்பாரு சொன்னதைக் கேட்டு, நல்ல வரும்படி உள்ள இடங்களாக கல்யாணம் செய்து கொண்டார்கள். கடைசிப்பையன் மட்டும் பால் ஊற்றப்போன இடத்தில், ஓர் இளம்விதவையைக் காதலித்துக் கல்யாணம் செய்து கொண்டான். அதில் அப்பாருக்கும் மகனுக்கும் 'பொகைச்சல்' ஆகிப்போனது. மகன்பக்கம் முத்தம்மா நின்றாள். "ஆமா... புல்லு முறிச்சுப்போட்டு தாலியறுத்தவள மறுகல்யாணஞ் செஞ்சு வெப்பீங்க. செத்துப் போனவனோட கைம்பொண்டாட்டியக் கட்டி வாழ்க்கை குடுக்க மாட்டீங்க. யாத்தா நீ வூட்டுக்குள்ள!" மகனையும் மருமகளையும் உள்ளே அழைத்துக் கொண்டாள். அதில் சந்தனத்தேவர் ஆத்திரமாகிப் போனார். அந்த ஆத்திரம் இன்றுவரை நீடித்தது.

அடிவாங்கி செத்து விழுந்த கிடாவின் கறியை சந்தனத்தேவர், தானே சுத்தப்படுத்தினார். மசாலா அரைத்தார். அடுப்பு மூட்டிச் சமைத்தார். ஒவ்வொன்றிலும் ஒரு வேகம் இருந்தது. "என்னோட எடத்துல என்னியவே முட்டித் தூக்கணும்னா என்னா கொழுப்பு இருக்கணும்? இப்பக் கொழம்பு ஆகிருவேடி" விறகுகளை வாகாக எரிய விட்டார். வாசம் மணத்தது. "கறிய உப்புக்கண்டம் போட்டு, தனியாளாகத் தின்னு தீத்தாத்தான் அவமானம் தீரும்!" என்று வாய்விட்டுச் சொன்னார். இத்தனைக்கும் கெடா முட்டியதை யாரும் பார்த்திருக்கவில்லை.

கறிவெந்ததும் இறக்கி வைத்து, ஆறவிட்டார். குளித்துவிட்டு வந்து சாப்பிட உட்கார்ந்தார். நாக்கு சப்புக் கொட்டியது. ஒரு

துண்டை எடுத்து வாயில் வைத்தார். துந்நூறு வாசமடித்தது. அதை அப்படியே வைத்துவிட்டு, ''எப்டி இந்த வாசம்?'' என்று கேட்டுக்கொண்டே மற்றொரு துண்டை எடுத்தார். மூக்கருகே கொண்டுபோய் முகர்ந்து பார்த்தார். அதிலும் துந்நூறு வாசமிருந்தது. ஆச்சரியமாக இருந்தது. அவர் நல்ல சமையல்காரரும்கூட. 'சேர்க்க வேண்டியப் பொருட்களை மட்டும்தானே சேர்த்தோம். அப்பறம் எப்டி?' சட்டியை முகர்ந்து பார்க்க மூடியை முழுவதுமாகத் திறந்தார். குழம்பின் மேற்பகுதியில் மிதந்த எண்ணெயில் பூதகுடி அங்காளம்மன் முகம் தெரிந்தது. 'அம்மா...' என நாக்குழறினார்.

''சாப்புடடா சந்தனத்தேவா... நல்லாச் சாப்புடு...''

''அம்மா, நான் தப்பேதும் பண்ணலைம்மா!'' கூழைக் கும்பிடு போட்டபடி, சட்டி முன்பு நெடுஞ்சாண்கிடையாக விழுந்தார்.

''அத, நான் சொல்லணும்டா!''

அவருக்குள் பயம் முளைத்தது. சுவரில் சட்டை மாட்டும் ஆணியில் தொங்குவது போல அந்தரத்தில் தவித்தார். ஆக்கி வைத்தக் குழம்பு சட்டியைத் தள்ளி வைத்தார்.

''சாப்புடடா....!'' அம்மன் போட்ட அதட்டலில் அவர் கைகள் தானாகவே இயங்கின. இப்போது கறியில் துந்நூறு வாசம் அடிக்கவில்லை. அன்றிரவு, அவருக்கு வயிறு வலித்தது. எழுந்து வெளியில் போக முயற்சிசெய்தார். முடியவில்லை. அப்படியே படுக்கையில் சரிந்து விழுந்தார்.

காலையில் பார்த்தபோது, இறந்து நரகலில் மிதந்து கொண்டிருந்தார். அவர் இறந்த காரணம் தெரியாமல் ஊர்சனம் அங்கலாய்த்தது. ''நேத்து கறிவேகுற வாசனையெல்லாம் வந்துச்சே...!''

'பொதுக்க' கன்னியம்மா, முத்தம்மாவைக் கட்டிப்பிடித்துக் கொண்டு அழுதாள். 'பரோபகாரி தாலியறுத்த முண்டை ஆகப்போகின்றாளே' என்ற ஆதங்கம் அவளுக்குள் நிரவியிருந்தது. ''பாவிபரப்பான் நல்லவந்தான். தெசதெரியா சனிபுடிச்சு ஆட்டிருக்கு. அந்த வாயில்லா சீவன காட்டு அடி அடிச்சானாமே? அது ஒரு கத்தும் கத்தலியாமே. அப்பவே அவன் சாமி குத்தமிருக்குன்னு புரிஞ்சுருக்கணுமில்லையா? இப்பப்பாரு, ஒத்த சத்தமில்லாம இவன் நரகல்ல நாறிட்டு கெடக்குறத!''

தான் கண்ட விடியக்காலை கனவுக்கு பலனாக, கணவர் விரைத்துக் கிடப்பதைப் பார்த்து அழமுடியாமல்

இறுகிப்போயிருந்தாள், முத்தம்மா. எல்லோருக்கும் பிடித்தமானவளாயிருந்த அவளைச் சுற்றி பெருங்கூட்டம் இருந்தது. சந்தனத்தேவரின் சாவைக் காட்டிலும் முத்தம்மா முண்டச்சி ஆகப்போகிறாள் என்ற ஆதங்கம்தான் அங்கே வழிந்து கிடந்தது.

"பேதம்பாக்க மாட்டாளே... பிரிச்சுவைக்க மாட்டாளே. அவ கைம்பெண்ணா நிக்கிறத இனி காணச்சகியாதே!" 'பொதுக்க' கன்னியம்மாவையும் தாண்டி யாரோ ஒருத்தியின் குரல் ஆவலாதியாய் ஒலித்தது.

3

சாயபுமார்கள், வேளார்கள், தேவமார்கள், நாய்க்கமார்கள், கோனாக்கமார்கள், நாடாக்கமார்கள் குடியிருப்பு என்று கோரிப்பாளையம் நான்கு திசைகளிலும் விரிந்து கொண்டேயிருந்தது. தர்ஹாவுக்கு வடக்கேயும் மேற்கேயுமாக பறையமார் குடியிருப்பு உருவாகியிருந்தது. அருப்புக்கோட்டையைத் தாண்டியிருக்கும் பந்தல்குடியிலிருந்து கிளம்பிப் பிழைப்புத்தேடிவந்த அவர்களுக்கு, வேளார் வலவையொட்டிய கருப்பணசாமி கோவிலில் இரண்டாம் நாள் திருவிழா நடத்திக்கொள்ள அனுமதிக்கப்பட்டது.

தர்ஹாவுக்கு நேர்வடக்கே, வேதக்காரர்கள் நடத்தும் பள்ளிக்கூடத்துக்கு எதிர்ப்புறமிருந்த பகுதி, முப்போக வயக்காடாக விரிந்து கிடந்தது. பசும்பயிருக்குக் கட்டிய வரப்புகள் நெடுக, பனை மரங்கள் வானத்தைத் தொட்டுவிடும் முயற்சியில் ஓங்கியிருந்தன. பாப்பாத்தி ஓடையின் பிரிவுக் கால்வாய் வயக்காடுகளுக்கிடையில் நீர்ப்பாம்பாய் நெளிந்து கிடந்தது. எந்தக் கோடையிலும் தண்ணீர் தளும்பி ஓடியது. வரைந்து வைத்த ஓவியம் போலிருந்த அந்த இடத்தில் ஜோசப் நாடார் திசைதிசையாய் நின்று பார்த்தார். 'இந்த இடம் தோதாருக்கும்' என்று, அவர் மனம் சொன்னது. அங்கே அரை ஏக்கர் இடத்தை முதலில் வாங்கினார்.

கடலோர நவ்வலடியிலிருந்து கிளம்பி மதுரைக்கு வந்தபோது, பிழைத்து விடலாம் என்ற நம்பிக்கையை மட்டுமே கையில் அவர் கொண்டு வந்திருந்தார். வந்த கையுடன் தர்ஹாவுக்கு வடக்கே, தென்னங்கிடுகு வேய்ந்த இடத்தில் சின்னதாய் பலசரக்குக் கடை வைத்தார். கொஞ்ச நாட்களில்

அதையொட்டி அரிசிக்கடை வைத்தார். அப்புறம் தவிடு, புண்ணாக்கு என்று அகலப்படுத்தினார். அடுத்தக் கட்டிடத்தில் தனியாக எண்ணெய்க் கடையும் சேர்த்து வைத்தார். வியாபாரம் பிய்த்துக்கொண்டு ஓடியது. தூரத்திலிருந்தெல்லாம் வந்து சாமான்கள் கொள்முதல் செய்து கொண்டு போனார்கள். எதிர்பார்த்ததற்கு மேலாக, அவரால் இங்கே அறுவடை செய்ய முடிந்தது.

மதுரை அவரை ஏமாற்றவில்லை. காலையில் சரக்கு போட்டவர்கள் சாயங்காலம் ஆனதும், கட்டுக்கட்டாகப் பணத்தை எண்ணி வாங்கிக் கொண்டு போவார்கள். ஜோசப் நாடார் படிக்காதவர். ஆனாலும் கணக்கில் புலியாக இருந்தார். மனக்கணக்காகவே லட்சங்களுக்குப் புள்ளி வைப்பார். கல்லாவில் விழும் கொத்தான பணம் சாயங்காலமானதும் காற்றில் சூடமாகக் கரைந்து, மிச்சமீதியாக ஏதோ இருப்பதில், 'யாருக்காக இந்தக் கருமாயம்? யாருக்கோ உழைத்துக் கொடுக்கிறோமே!' என்று அவருக்கு லேசாகப் பொறி தட்டியது. 'அரிசியும் பருப்பும் எண்ணெயும் வெளியில் கொள்முதல் செய்வதற்கு, நாமே நெல் அரைத்து, பருப்பு உடைத்து, எண்ணெய் ஆட்டினால் என்ன?' என்று யோசித்தார். வாங்கிய இடத்தில் களம்போட்டார். புதியவேலைக்கு ஆட்கள் ஆணும் பெண்ணுமாய் சுலபமாய்க் கிடைத்தார்கள். உள்ளே வேலை இரவும் பகலுமாய் நடந்தது. யாரேனும் ஒருவர் ரோட்டில் நடந்தபடியிருந்தார்கள்.

"பள்ளிக்கூடம் இருக்கு. மில்லு இருக்கு. பகல் முழுசும் ஆள் நடமாட்டமிருக்கு அப்றமென்ன!" என்ற கேள்வியுடன், ஆங்காங்கே வீடுகள் முளைத்தன. அப்படியே காம்பௌண்ட்டு வீடுகள் எழுந்தன. அப்படியொரு காம்பௌண்ட்டு வீட்டில் 'பொதுக்க' கன்னியம்மா வாடகைக்குக் குடியிருந்தாள். பிற்காலத்தில் காம்பௌண்டுக்குச் சொந்தக்காரர் இருக்கும்போதே, அது 'பொதுக்க' காம்பௌண்ட்டு என்று பெயராகியிருந்தது.

ஆரம்பத்தில் வயக்காடுகளுக்கு நடுவே வீடுகள் இருந்தன. பின்னர், வீடுகளுக்கு நடுவே வயக்காடுகள் ஒளிந்துகிடந்தன. கேள்விகேட்ட ஆளுக்கு யாரோ பதில் சொன்னார்கள். "பூமி ரொம்ப பெருசு. நாம எவ்வளவு கட்டுனாலும் மிச்சமா இடம் இருக்கும்"

திடீரென்று ஒருநாள், வெள்ளை முழு அங்கி அணிந்த இரண்டு மூன்று பாதிரிமார்கள் காரில் வந்திறங்கினார்கள். பறையமார் குடியிருப்புக்கு வடக்கேயும் மேற்கேயுமாக இருந்தப் பொட்டலை சுற்றிச்சுற்றிப் பார்த்தார்கள். அப்போது ஜோசப் நாடாரும் வந்து சேர்ந்துவிட்டார். சொந்த ஊரிலேயே வேத மதத்துக்கு மாறி,

இப்போதைக்கு பறையமார் குடியிருப்பில் சொந்தக்காரர்களுடன் இருந்து வந்த தன்ராஜும் அவர்களுடன் சேர்ந்து கொண்டார். இடத்தைச் சுற்றிப்பார்த்த அவர்கள் பக்கத்தில் மற்ற யாரும் போகவில்லை. ரொம்பநேரம்வரை அங்கேயே இருந்த அவர்கள், யாருக்கோ காத்திருக்கிறார்கள் என்பது போலத் தெரிந்தது. மதியப் பள்ளிக்கூடம் முடிந்தகையுடன் கன்னியாஸ்திரி ஒருவர் வேகாத வெயிலில் சைக்கிளில் வந்து, எல்லோருக்கும் ஸ்தோத்திரம் சொன்னார்.

மறுபடியும் அவர்கள் ஆரம்பத்திலிருந்து சுற்றிப்பார்த்தார்கள். ஏதோ பேசினார்கள். ஏதேதோ பேசினார்கள். காகிதங்களில் குறித்துக் கொண்டார்கள். மறுபடியும் நடந்துபார்த்தார்கள். அவர்கள் முகத்தில் திருப்தி தெரிந்தது. சிரித்தபடி அவர்கள் ஆளாளுக்கு கை கொடுத்துக் கொண்டார்கள். அப்புறம் கையாட்டி விடைபெற்றார்கள்.

அடுத்தடுத்த நாட்களில் அந்தப்பகுதியில் ஆள் நடமாட்டம் இன்னும் அதிகமானது. சுற்றிப்பார்த்த இடத்தில் வானம் தோண்டினார்கள். பகல்பொழுதுகள் மட்டுமல்லாமல், இரவுப்பொழுதுகளிலும் அங்கே வேலை நடந்தது. அந்தப்பகுதியில் முதல்முறையாக இரவும் பகலுமாய்க் கட்டட வேலை நடந்தது, அந்தக் கட்டுமானத்துக்குத்தான். வட்ட வடிவத்தில் கட்டி முடிக்கப்பட்டதும் ஊரே வந்து வேடிக்கைப் பார்த்தது. எங்கெங்கிருந்தோ வண்டி கட்டிக்கொண்டு வந்து, மூக்கின்மேல் விரல் வைத்து அதிசயித்தது. 'ஆசியாலயே பெரிய தேவாலயம்' என்றது. இடையில் ஒரு தாங்குதூண்கூட இல்லை என, கட்டிடக் கலையை எண்ணியெண்ணி ஆச்சரியப்பட்டது.

அப்படித்தானிருந்தது, அந்த ஆலயம். கவிழ்த்து வைத்த புனலைப்போல கூம்பாய் வானம்நோக்கி வணங்கியது. பகலைப்போலவே இரவிலும் அங்கு வெளிச்சம் இருந்தது. செவ்வாய்க்கிழமைத் தவிர, வாரத்தின் மற்ற ஆறுநாட்களிலும் காலை ஆராதனை, பள்ளி, வாலிபர் ஐக்கியம், மாலை ஆராதனை, ஆண்கள் ஐக்கியம், இல்ல ஜெபக்கூட்டம், வேத ஆராய்ச்சிக் கூட்டம், பெண்கள் உபவாச ஜெபம், பெண்கள் ஐக்கியம், பாடகர் பயிற்சி, அதிகாலை ஜெபம், திருவிருந்து ஆராதனை, ஜெபக்குழுக்கள், இரவு ஆராதனை என்று ஏதாவது ஒன்று நடந்தபடியே இருந்தது.

புதிது புதிதாய் ஆடைகளும் நகைகளும் அணிந்த பெண்கள் பைபிளுடனும் கைப்பையுடனும் பகட்டாய் வந்து போனார்கள். பேண்ட், சட்டை, ஷூக்கள் அணிந்த ஆண்கள் வார்த்தைகளுக்கிடையில் ஆங்கிலம் பேசினார்கள்.

எஸ். அர்ஷியா ◆ 53

சாதாரணமாகவும் ஒருகூட்டம் வந்து போனது. இத்தனை மக்கள் எங்கே இருந்தார்கள் என்பதே கேள்வியாக இருந்தது.

தர்ஹாவையொட்டி அமைந்த ஊர் விஸ்தாரமாகி, சர்ச் வந்ததும் தன்னை அகலப்படுத்திக் கொண்டது. அதைச்சுற்றி இடம்வாங்கி வீடுகட்டினார்கள். கடை கண்ணிகள் பெருகி, மேற்கே செல்லூரைத் தொட்டுவிட்டது.

செல்லூர் ஏற்கனவே அடர்த்தியான மூத்த குடியிருப்பாக இருந்துவந்தது. அங்கே, தறிக்கம்பெனிகள் குடிசைத் தொழிலாக நடந்து வந்தன. டப்பா நூல் சுற்றுவதற்கு ஆற்றுக்குத் தெற்கேயிருந்து காமராஜபுரத்திலிருந்தும் கரிமேட்டிலிருந்துமே பெண்கள் வந்து போனார்கள். அன்றாடம் நூல்சுற்றி, கஞ்சிகுடிக்கும் இல்லாத குடும்பங்களுக்குக் கஞ்சியூற்றும் துர்கா விலாசமாகியிருந்தன, செல்லூர் தறிக் கம்பெனிகள். கம்மாக்கரை வரையில் கம்பெனிகள் இருந்தன. 'டடக்.. டடக்..' சத்தம் கேட்டபடியிருந்தது.

தர்ஹாவையொட்டி தெற்கே நூல்பிடித்ததுபோல மேற்கே செல்லூர் முடியும் வரை ஆற்றையொட்டி ஒரு சாலை பிரிந்தது. சாலைக்கும் ஆற்றுக்கும் இடையில் திருவாப்புடையார் கோவில் இருந்தது. ஒரு பனை உயரத்திலிருந்து பார்த்தால், கோவிலும், தர்ஹாவும், சர்ச்சும் முக்கூட்டு கல் அடுப்புபோல தென்பட்டன. கோவிலைச் சுற்றி தறி நெசவு செய்யும் தொழிலில் மும்முரம் காட்டிய செங்குந்த சமூகத்து மக்கள் குடியேறியிருந்தனர்.

4

பறவையெச்சத்தில் விழுகின்ற விதை, எத்தனைப் பெரிய விருட்சத்துக்கு ஆதாரமாகி விடுகின்றது. அப்படியானதுதான் அவன் கதை! அவனுக்கு இப்போது பெயர், இல்லை! பிறந்து பெரியவன் ஆகின்ற வரைக்கும் அவனுக்குப் பெயர் வைக்கவில்லை. ஜெயிலில் ஆயுள்வாசியாக இருக்கின்ற தாத்தா, வெளியில் வந்தப் பின்னால்தான் பெயர் வைக்க வேண்டும் என்று அவன் அப்பனைப் பெத்தவள், 'தண்டட்டி'யை ஆட்டியாட்டி ஒத்தைக் காலில் நின்றுவிட்டாள்.

அவளை மீறி அங்கே ஒன்றும் நடக்காது. அதனால், 'அவரு வர்றப்ப வரட்டும். இப்ப புள்ளையக் கூப்புடுறதுக்கு பேர் ஒண்ணு வேணும்ல?' என்று சொன்னதற்கு, 'அப்டியொண்ணும் பேர் அவசியமில்ல' என்று விட்டாள். வேறு வழியில்லாமல் பெத்தவளும் சொந்தக்காரர்களும் 'இந்தா' என்று அவனைக் கூப்பிட்டார்கள்.

பெயரில்லாமல் பள்ளிக்கூடத்தில் சேர்த்துக்கொள்ள முடியாது என்று முனிசிபாலிட்டி பள்ளிக்கூடத்துப் பெரிய வாத்தியார் உதட்டைப் பிதுக்கித் தலையாட்டியபோது, 'அப்டியொண்ணும் படிச்சு இவன் மசுரப்புடுங்க வேணாம். படிக்காமலேயே பெரியாளா வருவான், அவந்தாத்தங்கணக்கா' என்று, படிக்கப்போட கூட்டிக் கொண்டுபோன அவளே, தண்டட்டி ஆடஆட இழுத்துக்கொண்டும் வந்து விட்டாள். அவனும் அவள் கொசுவத்தைப் பிடித்துக்கொண்டு வந்து விட்டான். சாடையில் அப்படியே தாத்தா மாதிரி அவன் இருப்பதில் தண்டட்டிக்கு கொஞ்சம் பெருமை.

தாத்தா வேலு, சாதி அபிமானம் காட்டிக்கொள்ள மாட்டார். ஆனால் ஆளுக்கு ஏற்றமாதிரி வேஷம் கட்டுவார். தஞ்சாவூருக்கும் திருச்சிக்கும் நடுவிலுள்ள ஏதோவொரு ஊரை பூர்வீகம் என்று ஓரிரண்டு தடவை சொல்லியிருக்கிறார்.

அப்போது யார்வந்து வேலை கேட்டாலும் இல்லை என்று சொல்லாமல், மதுரை மில்லில் வேலைக்கு ஆட்களை அமர்த்திக்கொண்டார்கள். மிஷின் துடைக்கவும் நட்டு போல்ட்டு சேருமிடங்களில் எண்ணெய்ச் சொட்டு விடவும் படிப்பு, அனுபவம் எதுவுமில்லாதவர்களை, ‘நீ அதச்செய்... நீ இதச்செய்’ என்று பிரித்து விடுவார்கள். பெண்களை கூட்டிப் பெருக்கவும் தண்ணீர் ஊற்றவும் மூட்டை கட்டவும் வேலைக்கு எடுத்துக் கொண்டார்கள்.

தண்டட்டிக்கு, அகிலாண்டேஸ்வரி என்று அம்சமாகப் பெயர் இருந்தது. ஆனால், ‘வெடுக்கு... வெடுக்கு’ என்று கழுத்தை வெட்டிவெட்டிப் பேசி அலட்டிக் கொள்ளும்போது, காதில் மாட்டியிருக்கும் ஓலைப் பாம்படம் பெண்டுலம் கணக்காக இடைவிடாது ஆடியதால், அவளுக்கு ‘தண்டட்டி’ என்றே பெயராகிப் போனது. அந்த வெடுக்கும் அலட்டலும் மில்லில் வேலை செய்த ‘அம்புட்டு ஆம்பளைங்களுக்கும்’ ஒரு கிறக்கத்தை அவள் மீது விழ வைத்திருந்தது. பெயருக்கேற்ற மாதிரி ஆளும் அம்சமாகத்தான் இருந்தாள். சேனையாகத் ‘தொட்டுவெச்ச’ சிறுமலைத் தண்ணீர் அவளைக் கண்ணாடித் துண்டுபோல ‘பளிச்’சென்று ஆக்கியிருந்தது. மாசு, மரு இல்லாமல் ஆளும் ‘கிவுக்’கென்று ‘உரிச்சுவெச்ச’ மரவள்ளிக் கிழங்காட்டம் வல்லிசாகயிருந்தாள்.

ஊர் உறங்கும்போது அவளுடைய அப்பங்காரர், ‘வெளக்கேத்தி வெச்சுட்டு’ யாருக்கும் தெரியாமல் ‘பொழப்பத் தேடி’ மதுரைக்கு வந்தபோது, அவளுக்கு வயது ஏழு. மதுரை ‘அம்புட்டுப் பேத்துக்கும்’ கனவாக இருந்தது. ஒன்று, அது நாகரிகமான ஊராக ஆகியிருந்தது. இன்னொன்று, ஏதாவது வேலைசெய்து ‘பொழைச்சுக்கலாம்’ என்ற நம்பிக்கையைத் தந்திருந்தது.

அதற்கு ஏற்றாற்போல திடீரென்று சிறுமலைக்கு அந்தப்பக்கம் மழையில்லாமல் விவசாயம் பட்டுப்போனது. ‘சோத்துக்கே’ வழியில்லாமல் ஆகியிருந்தது. இதில் மாடு, கன்றுகள் வேறு. விற்பனைக்குக் கொண்டு சென்றாலும்கூட வாங்குவதற்கு ஆளில்லாமல் இருந்தது. சும்மா குடுத்தாலும் ‘வேணாம்ப்பே’ என்றார்கள். தண்ணீர், தூசு தும்பு இல்லாமல் வாயில்லாத அந்த ஜீவன்களை எதை வைத்துக் காப்பாற்றுவது? மண்ணையும் பயிரையும் நம்பி வாங்கியக் கடனும் வட்டியும்

தலைக்குமேலே ஏணிபோட்டு ஏறிக்கொண்டே போனது. கட்டுறதுக்கு வேறு வழியெதுவும் தெரியவில்லை. வட்டிக்குக் கொடுத்தவன் சொந்தக்காரன்தான் என்றாலும் வார்த்தையைத் தடிக்க விட்டான். முதல் அளவுக்கே வட்டியும் ஏறிவிட்ட ஒருநாள் ராத்திரி, வீட்டுக்குள் புகுந்த கடன் கொடுத்த பயல், 'பொம்பளையாளு' பக்கத்தில் படுத்துக் கொண்டான். அந்தத் துன்பத்திலேயே அவள் 'நாண்டு' கொண்டாள்.

'ஏன் செத்தா... எப்படி செத்தா?' என்ற விஷயம் யாருக்கும் தெரியாது. 'ஒண்ணுந் தெரியாத' மாதிரி கடன் கொடுத்தவன் நடந்து கொண்டதுமில்லாமல், சாவுக்கு அப்புறமும் கொடுத்தக் காசை திருப்பிக் கேட்டு 'தொண்ணாந்துகிட்டு' இருந்தான். துயரத்தைத் தாங்க முடியவில்லை. அந்தப் பக்கத்தில் வழிப்பறியும் திருட்டும் வழக்கத்துக்கு வந்திருந்தது. வழிப்பறி செய்யவோ, திருடவோ அப்பங்காரர் மனசு ஒப்பவில்லை.

ஒருநாள் ராத்திரி, வீட்டில் ஆளிருப்பதுபோல அரிக்கேன் லைட்டை பொருத்தி வைத்துவிட்டு, ஊர் அடங்கியதும் பிள்ளையைக் கூட்டிக்கொண்டு 'அப்பங்காரரு' மதுரைக்கு வந்துவிட்டார். ஏழுவயதில் வந்துவிட்டாலும் 'ஊர்நெனப்பு' அவளுக்குள் இருந்துகொண்டே இருந்தது. காடு, கரை, மாடு, கொட்டில், புன்னைமரம், பாப்பாத்தி, தட்டான், ஈசல், ஆசையோடு வளர்த்த 'செவப்பு லேடியா பூ'ச்செடி எல்லாமே அவள் கண்ணுக்குள் வந்துவந்து போகும். அப்படியே அவள் வளர்ந்து விட்டாள். வாயும் காது வரைக்கும் இருந்தது. இல்லாவிட்டால் 'பொழப்பு' ஓடியடையாது என்பதையும் புரிந்து கொண்டிருந்தாள். முன்கதைச் சுருக்கம் தெரிந்தவர்கள், அவளை மடக்க முடியாமல், 'வெளக்கப் பொருத்தி வெச்சுட்டு வந்தவதானே?' என்று சொல்லி விட்டால் போதும், பொங்கிய பாலில் தண்ணீர் பட்டதுபோல அடங்கி விடுவாள்.

மில்லில் கூட்டும்போது, தண்ணீர் ஊற்றும்போது அவளை 'நைஸ்' பண்ண 'ஆம்பளைங்க' என்னென்னவோ ரூட்டெல்லாம் போட்டுப் பார்த்தார்கள். அப்போதுதான் அவளுக்கு தன்னுடைய மதிப்பே தெரிய வந்தது. எந்த ரூட்டிலும் அவள் பயணம் போகவில்லை. அவள் தனக்கென தனி 'ரூட்டு' வைத்திருந்தாள். மில்லில் எண்ணெய்ச் சொட்டு விடும் 'ஆயில்மேனாக' இருந்த வேலுவிடம் அவள் மனசு 'டிக்கானா' ஆகியிருந்தது.

வேலுவுக்கு தண்டட்டி எத்தனையாவது ஆள் என்று தெரியவில்லை. ஆனால் தண்டட்டிக்கு வேலு ஒரே ஆளுதான்.

வேலு ஓங்குதாங்கான ஒரு மார்க்கமான ஆள். பெரிய அளவில் அனுபவம், படிப்பு ஏதுமில்லையென்றாலும் பிழைக்க

வந்த இடத்தில் ரெண்டு வழிகளில் ஆளாகலாம் என்பது அவருக்குத் தெரிந்திருந்தது. ஒன்று, பணிந்துபோய், 'அவன் நல்லவன்யா' என்று பெயரெடுத்து ஆளாவது. இரண்டாவது, அதாட்டியமாக நடந்து அடுத்தவர்களை பீதிக்குள் வைத்துக் காரியத்தைச் சாதித்துக் கொள்வது. அவருடைய ஓங்குதாங்கான உடம்புக்கு பணிவு அவ்வளவு நன்றாக இல்லாமல் போய் விட்டது. 'லேடுபாடாக' நெளிந்து நிற்க வேண்டி வந்தது. முதலில் கொஞ்சநாள் அப்படி நடந்தும் பார்த்தார். மனசுக்கும் உடம்புக்கும் என்பதைவிட எண்ணத்துக்கும் உடம்புக்கும் 'ஒண்ணோட ஒண்ணு' பொருந்திப் போகவில்லை.

மில்லில் சாதாரண அடிமட்டக் கூலியான ஆயில்மேன் வேலைதானென்றாலும் மெதுவாக 'அதாட்டியத்துக்கு' மாறினார். அது உருவத்துக்கும் குரலுக்கும் பொருந்திப் போனது. ஒத்துவருவதுபோலவும் தெரிந்தது. எப்போதுமே, வந்தவனிடம் இருப்பவனுக்குக் கொஞ்சம் பயம், மரியாதை... அதிகமாத்தான் இருக்கின்றது. வேலு அதைக் கச்சிதமாகப் பிடித்துக் கொண்டார். அந்தக்கச்சிதம் ரங்குபிள்ளைக்கும் தேவைப்பட்டது.

ரங்குபிள்ளை சூதானமான ஆள். அவர், தெக்கத்தியிலிருந்து 'வடக்கால' வந்தவர். தென்காசிப் பக்கம் சேத்தூரோ, சிவகிரியோ சொந்த ஊர் என்பார். மில்லில் அவரும் குப்பை பொறுக்கியவர்தான். மதுரையின் நாகரிகம் அவரை இங்கே இழுத்தாட்டியிருந்தது. வரும்போது, போகம் பார்க்காமல் கிடந்ததில் கொஞ்ச நிலத்தை கைமாத்திவிட்டு காசோடு வந்தவர். அவருக்கு முன்னால், ஊரிலிருந்து கிளம்பி வந்து வெள்ளைக்காரன் ஆபிஸில் வேலைசெய்த சொந்தக்காரர் சொல்லித் தந்த மாதிரி, கைக்காசில் கொஞ்சம் போட்டு பத்திர ஆபிஸில் போய் பதிந்து, ஓர் இடத்தைக் குத்தகைக்கு வாங்கினார். அந்த இடத்தின் ஒருகரையில் நின்றுபார்த்தால் மறுகரை தெரியாது.

அவருடன் வேலை செய்கிறவர்கள், 'என்னா ரங்கு, கரி கொட்டுற இடத்துல போய் இடம் புடிச்சுருக்க!' என்று அங்கலாய்ப்பாகப் பேசினார்கள். அவர் எதையும் கண்டுகொள்ளாமல் கரி கொட்டுகின்ற மேட்டை ஒட்டியே ஒரு செட்டு போட்டு, கூரையை மேய்ந்து விட்டார். ஆனாலும் வீடு தனியாகத்தான் இருந்தது. ஆள் நடமாட்டம் இல்லாமல் ராத்திரியில் லேசாக பயம் வந்து, ஒரே யோசனையாகிப் போனது.

இதற்கிடையில் உடன் வேலைசெய்கின்றவர்களுடைய கஷ்டத்தைப் போக்க கடவுள் மாதிரி கைகொடுத்து வட்டிக்கு

விட்டிருந்தார். எண்ணிக்கை கூடக்கூட அவரால் கொடுத்தக் காசைத் திருப்பிவாங்க முடியவில்லை. யாராச்சும் ஓர் ஆள் துணைக்கு இருந்தால் நன்றாகயிருக்கும் என்று, மில்லில் அதாட்டியம் செய்து கொண்டு திரிந்த வேலுவைக் கூப்பிட்டு, 'நம்ம எடத்துக்குத் தெக்கால செட்டுபோட்டு குடியிருந்துக்க. அப்டியே இந்தப் பயலுககிட்ட வட்டிக் காசயும் வசூல் பண்ணீரு' என்றார்.

அதைக் கேட்டதும் வேலுவுக்குள் இருந்த இன்னொரு வேலு பொங்கி எழுந்தான். 'ஆகா... ஆகாகா... நம்மாளுக்கு ஊர்ல இருந்தப்பவே பலகனவுகள் இருந்துச்சே. ஒண்ணு சண்முகத்தேவர்போல ஆகணும். அப்பறம் வளவுமுக்குல ஒருகடை போடணும். ரெண்டு பேத்தை வேலைக்கு வெக்கணும். கடைவாசல்ல பூவரசு மரம்நட்டு வளக்கணும். அந்தமரத்து நெழல்ல கயித்துக்கட்டில் போட்டுக்கணும். அதுல கம்பீரமா சண்முகத்தேவர் மாதிரி ஒக்காந்து, போற வர்றவனோட நல்ல பஞ்சாயம் பாக்கணும் என்று ஆசைப்பட்ட ஆளாச்சே. அங்கன எதுவும் கைக்கூடல. இங்கன சண்முகத்தேவர் ஆகாட்டாலும் அடுத்ததுக்கான சாரம் எல்லாமே தானா வருதே.'

வேலுவுக்கு ரங்குபிள்ளை கடவுளாகத் தெரிந்தார். அடுத்து, ஒரு வார்த்தைக்கூட பேசவில்லை. மௌனமாகவே நின்றிருந்தார். ஆனாலும் அவருக்குள் சண்முகத்தேவரின் சித்திரம் அலையாடியது. தேவர் சிறுமலை ஜமீனாக இருந்தவர். ஊரின் ரட்சகரும் அவர்தான். யார் தவறு, தப்பு எதைச் செய்திருந்தாலும் அவர்களை அன்பால் திருத்துபவராக இருந்தார். தவறுக்குக் காரணத்தைக் கேட்டு, அதை நிவர்த்தி செய்து கொடுப்பவராகவும் இருந்தார். நேர்மையான அவரைப்போலவே தான் ஆகவேண்டுமென்பது வேலுவுக்குள் பெருங்கனவொன்று இருந்தது. இன்று காலையில்கூட சண்முகத்தேவர் நினைவில் வந்துபோனார்.

"போ... போய் வேலையப் பாரு!" ரங்குபிள்ளை உத்தரவுபோலச் சொன்னதும் மனசுக்குள்ளிருந்த சண்முகத்தேவரின் சித்திரம் கண்களில் நீர்க்கோலமாய் அலையாடியது. நிதானித்துப் பார்த்தார். பிறகு, 'பெரியாளாகி அப்பறமா சண்முகத்தேவர் ஆகிக்கலாம்' என்று தனக்குள்ளிருந்த வேலுவிடம் சமாதானம் சொல்லிக்கொண்டார். ரங்குபிள்ளையைப் பார்த்தபடி அப்படியே நாலைந்து அடிகள் பின்னால் நடந்து, பின்பு முன்னோக்கி நடந்தார், வேலு.

முதல்வேலையாக தண்டட்டிக்காரியின் அப்பங்காரரைப் போய்ப் பார்த்துப் பேசி, கரிமேடு முக்கு வேப்பமரத்தடியில்

கல் ஊன்றியிருந்த மாரியம்மன் கோவில் முன் நிறுத்தி, மஞ்சள்கொத்துடன் தாலி கட்டினார்.

இருக்க நிரந்தரமான இடம். கையில் நாலு காசு. இதுநாள்வரை சாதி அபிமானம் காட்டாத வேலு, இப்போது வேலுத்தேவர் ஆகிப்போனார். அடிக்கடி, 'டேய்... நான் உசிலம்பட்டிக்காரன்டா' என்று 'உதாராய்' சவடால்விட்டு, ரங்குபிள்ளையின் வாடிக்கையாளர்களிடம் வட்டி வசூல்செய்தார். மீதிநேரத்தில் ரோட்டில் போகின்றவனையும் வருகின்றவனையும், 'எதுக்கு இப்ப நீ இந்தப்பக்கம் வந்த?' என்று வம்பு வேட்டை நடத்தினார். அகிலாண்டேஸ்வரி என்று அம்சமான பெயரைக் கொண்ட தண்டட்டியுடன் நாளும் பொழுதுமாகக் கூடிக்கூடி, ஏழு பையன்களைப் பெற்றெடுத்தார்.

வசூலுக்குப்போன இடத்திலெல்லாம் படுத்துப் படுத்து எழுந்ததால் ஏழு போக, கணக்கு வழக்கில்லாமல் அவருக்குப் பிள்ளைகள் இருப்பதாகப் பேச்சு இருந்துகொண்டே இருந்தது. ஏதேனும் ஒரு தெருவை அவர் கடக்கும்போது, 'மாமோய்... என்ன கண்டுங் காணாத கணக்கா போறீக!' என்ற குரல் வந்தவண்ணமாக இருந்தது. மூன்றாம் தலைமுறை பிள்ளைகளுக்கும் அவருடைய ஜாடை இருப்பதாக குசுகுசுப்புமிருந்தது.

தண்டட்டி பெற்றெடுத்த ஏழு பையன்களில் ஆறு பையன்களுக்கு ஆண் வாரிசு இல்லாமல் போனது. ஏழாவது மகனுக்குப் பிறந்தவன் தாத்தா மாதிரி இருப்பதில் தண்டட்டிக்குக் கொஞ்சம் பெருமை. அவனைக் கைக்குள்ளேயே வைத்துக்கொண்டாள்.

ஏழு மகன்களையும் வேலுத்தேவர் தன் பக்கத்தில் வைத்துக் கொள்ளவில்லை என்றும் சொல்லலாம். அவர்கள் அவர் பக்கத்தில் இருக்க விரும்பவில்லை என்றும் சொல்லலாம். அவர்கள் வைகைக்கு வடக்கே புதிதாய் வளர்ந்து கொண்டிருக்கும் அக்கரைக்குப் போய்விட்டார்கள். அங்கே சின்ன அளவில் ரங்குபிள்ளையின் வழியையொட்டி வட்டிக்கு விட்டும், அதை வேலுத்தேவர் வழியில் அதாட்டியமாக வசூல் செய்தும் பிழைப்பை ஓட்டினார்கள். மீதி நேரத்தில் புதிதாக அந்தப் பகுதியில் கட்டப்பட்டு வந்த கட்டடங்களுக்கு ஆற்று மணலை மாட்டுவண்டியில் அள்ளிக் கொண்டு வந்து விற்கவும் செய்தார்கள்.

வேலுத்தேவரின் ஏழு மகன்களில் மூத்தவன் தருமன். பிள்ளைகளுக்கு அவர் மகாபாரதக் கதாநாயகர்களின் பெயரை வைத்திருந்தார். ஐந்து பேருக்கு மட்டுமே அப்படி வைக்க முடிந்தது. ஆறாவதாய்ப் பிறந்தவனுக்கு ராமாயணத்துக்குப்

போய்விட்டார். அதிலிருந்தும் இரண்டுபேருக்கு மட்டுமே பெயர் வைக்க முடிந்தது. சத்ருக்கன், பரதன் என்று இன்னும் இரண்டு பெற்று பெயர் வைத்துவிட வேண்டுமென்று அவரும் எப்படியெப்படியோ முயற்சியெல்லாம் செய்து பார்த்தார். தண்டட்டி ஆடவில்லை. 'இத்தனைக்கு அப்புறமும் இன்னும் என்ன?' என்று விரட்டியடித்தாள். 'அதான் தெருக்கு ஏழெட்டு பத்துனு ஒம்மொாகத்தோட திரியுதுகளே!' என்று சடவு காட்டினாள்.

வேலுத்தேவரிடம் அதாட்டியம் இருந்தாலும் அது, வெளியில் மட்டும்தான் செல்லுபடியாகும். அவரும் விஷயமான ஆள்தான். வீட்டுக்குள் எந்தவொரு அலும்பும் வைத்துக்கொள்ள மாட்டார். அவரிடமே ஒருவன் வட்டியும் கொடுக்காமல் முதலும் கொடுக்காமல் 'டபாய்க்க' ஆரம்பித்திருந்தான். வேலுத்தேவரின் எந்தப் பாய்ச்சலும் அவனிடம் எடுபடவில்லை. 'வந்து பாருய்யா!' என்று விட்டான்.

மூன்று மாமாங்கத்துக்கும் மேலான வட்டிவசூல் வாழ்வில் இப்படியொரு தோல்வியை அவர் சந்தித்ததில்லை. இப்படியாகுமென்று அவர் நினைத்திருக்கவும் இல்லை. அவர் போனால் வசூலாகிவிடும் என்று நம்பிக்கை இருந்தது. வெள்ளிக்கிழமை ராமசாமிகளுக்கு முன்னோடியாக அவர் இருந்தும், அது பொய்த்துப் போனதும் ஒருநாள் மகன்களைத் தேடிவந்து, 'இப்டியாயிருச்சு மகன்களே!' என்று வருத்தமாகச் சொல்லி விட்டுப் போனார்.

அடுத்தநாள் அதிகாலையிலேயே அவருடைய ஏழு மகன்களும் அவர்களின் கூட்டாளிகள் இன்னபிற ஏழெட்டுப் பத்து பேரும் சைக்கிளுக்கு இரண்டுபேர் மூன்றுபேர் வீதம் வாங்கிய காசைத் திருப்பித் தராதவனைத் தேடி, 'டபிள்ஸ்... டிரிபிள்ஸ்'ஸாய் 'ரைடு' போனார்கள். ஓர் ஊர்வலம் போவதுபோல இருந்தது.

இத்தனை அதிகாலையில் இப்படியொரு கூட்டம் வசூல்செய்ய வரும் என்று 'டபாய்த்தவன்' எதிர்பார்த்திருக்கவில்லை. நாட்டிலேயே அதுதான் முதல்முறை. லேசாக அதிர்ந்துபோனான். ஆனாலும் அத்தனை பேரையும் சமாளித்து விட்டான். எத்தனுக்கு எத்தன் இருப்பான் என்பதை வேலுத்தேவரின் அத்தனை மகன்களும் அப்போதுதான் தெரிந்து கொண்டார்கள். அது அவர்களுக்குப் பாடமாகிப் போனது. தாங்கள் கற்றுக்கொள்வதற்கு இன்னும் நிறைய இருக்கின்றது என்பதை அறிந்து கொண்டார்கள்.

மகன்கள் போயும் காரியம் ஆகவில்லை என்பதைக் கேள்விப்பட்ட தண்டட்டி, ஆச்சரியப்பட்டுப் போனாள்.

'சேனைப்பாலெல்லாம் நல்லாத்தானே குடிச்சானுக!' என்று ஒருநாள் முழுக்க உட்கார்ந்து, வட்டிக்காசை வசூலிக்க முடியாத மகன்களைப் பற்றி யோசித்தாள். அப்புறம் என்ன நினைத்தாளோ சண்டைச்சேவல் கணக்காக சிலுப்பிக் கொண்டாள். 'நாம்பெத்த ஆம்பளைங்களுக்கு மூஞ்சிலதான்டா மீசை. அவனுகளப் பெத்த பொம்பளை எனக்கு' என்று நிறுத்தி நிதானமாக, 'மொழங்கால்லயாக்கும்' என்று சொல்லிவிட்டு, போருக்குப் புறப்படுபவள்போல ஆவேசத்துடன் கிளம்பிப்போனாள். போனவேகத்திலேயே திரும்பியும் வந்துவிட்டாள். இத்தனைநாட்களாக 'டபாய்த்தவன்' வட்டியையும் முதலையும் எங்கெங்கிருந்தோ திரட்டிக் கொண்டு, கணக்கை நேர் செய்யச் சொல்லி அவள் பின்னாடியே ஓடி வந்தான்.

'யார்ட்ட... அகிலாண்டேஸ்வரிகிட்டயா?' தெருவிலிருப்பவர்கள் எல்லோரும் தன்னைப் பார்க்கிறார்களா என்று தண்டட்டி ஆட ஆட சுற்றும் முற்றும் பார்வையை ஓட விட்டாள். அதிலொரு பெருமை இருந்தது. கொஞ்சம் அகந்தையும் இருந்தது. 'அகிலாண்டேஸ்வரி' என்று தனதுபெயரை அவள் சொன்னது அங்கே யாருக்கும் புரியவில்லை. 'தண்டட்டி என்னமோ பேரு சொல்லுதே, அதுயாரு?' என்று பேசிக் கொண்டார்கள். தண்டட்டியின் அதாட்டிய வாரிசுகளாக, அவளது ஏழு மருமகள்களும் அப்படியே இருந்தார்கள். ஒருத்திக்கு ஒருத்தி குறைந்தவளாக இருக்கவில்லை.

பழக்கடை வைக்க கடன் வாங்கிய ஒருவன் கெட்ட 'சத்தாய்ப்பு' சத்தாய்த்தபோது, வேலுத்தேவர் அகிலாண்டேஸ்வரி தமபதியரின் ஆறாவது மகன் ராமன் வேறு வழியில்லாமல், 'டேய்... குடுத்த காசதானடா கேக்குறேன். வசூல் பண்ணாமப் போனா, எம் பொண்டாட்டி திட்டுவாடா!' என்று கடைசியில் கெஞ்சியதாக ஒரு தகவல் உண்டு. கடன் வாங்கியவனுக்கும் கொடுத்தவனுக்கும் நடந்த உரையாடலாக மீதிப்பகுதி இருந்தது. "அப்ப இந்த மீசையெல்லாம்? சும்மா 'டுபுக்'குக்கா!"

"எல்லாத்துக்கும் வளருதுல்ல. அதுமாரிதான். கொஞ்சம் பெருசா வெச்சுக்கிட்டா எல்லாரும் பயப்படுவானுகல்ல!"

ஆறாவது மருமகள் மாமியாரைப்போலவே போனவேகத்திலேயே மொத்தக் காசை வாங்கிவந்து தண்டட்டியிடம் பாராட்டுகளைப் பெற்றதாக மற்றொரு தகவலுமுண்டு. மாமியாரும் மருமகளும் தெருவில் நின்று, ஒலிபெருக்கி ஏதுமில்லாமலேயே பெருங்குரலில், ஏதேதோ சைகைகளுடன் நடந்து கொண்டது, மற்றவர்களுக்கு மலத்தை மிதித்துவிட்ட அசூயையை உருவாக்கியிருந்தது. அன்று முன்னிரவில் அண்ணன் தம்பிகள் ஒன்றுகூடி, 'இன்னும்

நல்லா சம்பாதிக்கணும்' என்று சபதம் எடுத்துக்கொண்டதாக, அக்கம்பக்கத்தில் பேசிக்கொண்டார்கள். எது நடந்தாலும் கசிந்து வெளியே வந்துவிடும் பரிபக்குவம் அங்கிருந்தது.

'என்ன மனுஷய்ங்க இவிய்ங்க?' நாலுவீடு தள்ளி நின்று வேடிக்கைப் பார்த்த ஒருவன் அலட்சியமாக உதிர்ந்த வார்த்தைகளுக்கு சூணாண்டி நாயக்கர் அவனை அதட்டினார். "அவிய்ங்கள அவ்வளவு அலட்சியமா எடை போட்டுறாதீங்கப்பா. இந்த நெலைமைக்கு அவிய்ங்களக் கொண்டு வந்ததே வெள்ளைக்காரய்ங்கதான். அவிய்ங்களாச்சு. அவிய்ங்க பொழைப்பாச்சுனு ஒழைச்சு தின்னவிய்ங்கதான் அவிய்ங்க. ஒரு சில எடத்துல நடந்த தப்புக்கு மொத்த சமூகத்தையும் வெள்ளைக்காரய்ங்க படுத்துனப்பாட்டுக்குப் பின்னால, பொழப்புக்கு வழி தெரியாமத்தான் அவிய்ங்க இப்டியா நடந்துக்குறாய்ங்க. மத்தபடி பாசக்காரய்ங்க. அவிங்கட்டியும் வாழ்ந்ததுக்கான வரலாறு இருக்குல்ல!"

"நாய்க்கரே, என்ன சொல்றீங்க?"

5

தீபாவளிக்கு மூன்றுநாட்கள் இருந்தன. ரம்ஜானுக்கும் மூன்று நாட்கள்தான் இருந்தன. இரண்டும் ஒரே நாளில் வருகின்றது. ஓட்டைப் பள்ளிக்கூடத்துக்கு நாளை மறுநாளிலிருந்து மூன்று நாட்களுக்கு விடுமுறை. மாணவர்களுக்கு முக்கொண்டாட்ட மனநிலை வந்திருந்தது. தீபாவளி, ரம்ஜானைத்தாண்டி, ரஜினிகாந்த் படம் கல்பனாவிலும், கமல்ஹாசன் படம் தேவி டாக்கீஸிலும் தீபாவளிக்கு ரிலீசாகிறது. முதல் நாள் முதல் காட்சி பார்த்துவிடும் ஆயத்தத்தில் அவர்கள் இருந்தார்கள். அதற்கான முனைப்பு, நாலைந்து நாட்களுக்கு முன்பே தொடங்கியிருந்தது. முதல்நாள் முதல் காட்சியில் படம் பார்க்காவிட்டால், எதிர்தரப்பின் கேலியையும் நக்கலையும் சகிக்க முடியாது.

படம்பார்க்க ஆகும் செலவை ஒவ்வொருவரும் ஒவ்வொரு வழியில் 'தேத்தி' வைத்திருந்தார்கள். ஒருவன் ஒரு மாதமாக வாங்கித்திங்க, வீட்டில் தந்தக் காசை வாங்கித் திங்காமலேயே சேர்த்து வைத்திருந்தான். மற்றொருவன் கடைக்குச் செல்லும் ஒவ்வொரு முறையும் கமிஷன் அடித்து தினமும் எண்ணிக் கொண்டிருந்தான். அடுக்குப் பானையில் அம்மா ஒளித்து வைத்திருந்த சீட்டுக்காசில் இன்னொருவன் கை வைத்திருந்தான். இன்னுமொருவன் கூச்சமேயில்லாமல் அப்பாவின் சட்டைப் பையிலிருந்து 'ஆட்டை'யைப் போட்டிருந்தான். ஒருவன் புதுத்துணி தானே போய் வாங்குவதாகச் சொல்லி அடம் பிடித்து, வீட்டில் வாங்கியக் காசை புதுத்துணி வாங்காமல் அப்படியே வைத்திருந்தான். மற்றும் சிலர் தங்களுக்குத் தெரிந்தப் புது வழிமுறைகளைக் கையாண்டிருந்தார்கள். படம்

பார்க்கக் காசு சேர்ப்பதற்குக் கையாண்ட வழிமுறைகள் யாவுமே அவர்களுக்கு வலியைத் தரவில்லை.

மீனாட்சிக் கல்லூரியின் பின்பக்கச் சுவரில் தீபாவளி ரிலீஸ் படங்களுக்கான போஸ்டர்களை இன்றிரவு ஒட்டி விடுவார்கள். வயது வித்தியாசமற்று ஒரு கூட்டம் அந்தச் சுவரில் கண்விழிக்கும். பள்ளிக்கூடம் விட்டதும் சாயங்காலம் உத்தரும், கணேசனும் பெரிய பாலத்திலேறி, நெல்பேட்டையைக் கடந்து, கொல்லம்பட்டறைத் தெரு வழியாக, முனிச்சாலை ரோட்டின் குறுக்கேயுள்ள இஸ்மாயில்புரம் எட்டாம் நம்பர் சந்தில் சினிமா போஸ்டர் ஒட்டும் உமர் பப்ளிசிட்டிக்கு நடந்துபோய், 'போஸ்டர்கள் வந்துவிட்டனவா?' என்று பார்க்கப் போனார்கள்.

அங்கே ரஜினிகாந்த் பட போஸ்டர் ஒருபுறமும், கமல்ஹாசன் பட போஸ்டர் ஒருபுறமுமாக மடிக்கப்பட்டுக் கொண்டிருந்தன. அவற்றை மடிப்பதை வேடிக்கைப் பார்க்க அந்தப் பகுதிப் பையன்கள் தனித்தனியாக நின்றிருந்தார்கள். கமல்ஹாசன் பட போஸ்டர் நன்றாக வந்திப்பதாக ஒரு பேச்சு இருந்தது. உபால்டு வரைந்தது என்றான், ஒருவன். ரஜினிகாந்த் படத்துக்கு பரணி என்றான், மற்றொருவன்.

போஸ்டரைப் பார்த்ததும் கணேசனின் முகம் வாடிவிட்டது. அவனுக்கு அங்கே நிற்கப் பிடிக்கவில்லை. உத்தரை, 'வாடா, போலாம்' என்று இழுத்துக்கொண்டு, அங்கிருந்து சினிமா பேனர்கள் வரையும் சுபா ஆர்ட்ஸ் இருக்கும் கான்பாளையம் நாலாவது சந்துக்குப் போனான். அங்கே, தியேட்டர் முகப்பில் வைக்கும் பிரமாண்டமான கமல்ஹாசன் பட பேனர்கள் வரைந்துமுடியும் தறுவாயில் இருந்தன. ஒரு பேனருக்கு நான்கைந்து பேர் வேலை பார்த்தனர். ஒருவர் ஒருபேனரில் கமல்ஹாசன் மூக்கு வளைவில், பெயிண்ட் முக்கிய பிரஸ்ஸால் வலிக்காமல் நுணுக்கிக் கொண்டிருந்தார். ஒருவர் கதாநாயகியின் முகத்தில் பரு வரைந்து கொண்டிருந்தார். ஒரு பையன் படத்தின் பெயரில் நிழல் வரைந்து கொண்டிருந்தான். இப்போது உத்தருக்கு வலித்தது. அப்படியே வெளிப்பக்கமாகத் திரும்பியவன், "என்றா, தலைவரு பேனரை தெருல வெச்சு வரைறாய்ங்க" என்று கணேசனிடம் காட்டினான்.

படம் வரையும் கூடத்துக்கு சற்றுத் தள்ளி வெளியே, பெரிய வீடொன்றின் பக்கவாட்டுச் சுவரில் சாய்த்து வைத்து, ரஜினிகாந்த் பட பேனர் வரைந்து கொண்டிருந்தார்கள். கோட், சூட் போட்ட ஸ்டைலான ரஜினிகாந்த், கதாநாயகியின் இடுப்பில் கை வளைத்து அணைத்தபடி சிரித்துக் கொண்டிருந்தார். "போஸ்டரக் காட்டியும் பேனர் நல்லாருக்குடா" கணேசன்

முகத்தில் லேசாகச் சிரிப்பு தெரிந்தது. நீண்டநேரம் வரை வரைவதை நின்று பார்த்தவர்கள், அரைகுறை நிறைவோடுதான் அங்கிருந்துத் திரும்பினார்கள். இரவோடிரவாக, அந்தத் தகவலை மற்றவர்களுக்கும் சோமாறினார்கள். உத்தரும் கணேசனும் சொன்ன சேதியைக்கேட்டு மற்றவர்களுக்கும் ‘பகீரெ’ன்றது. “படம் கவுந்துருமா?” அழாக் குறையாக உதயகுமார் கேட்டான்.

“தலைவர் படம்டா... அது எப்பவுமே கவுறாதுறா!” என்றான், ரஜினிமுருகன். அன்றிரவு அவர்களுக்குத் தூக்கம் வரவில்லை.

மறுநாள் விடிவதற்கு முன்னமே, பந்தல்குடி கால்வாய் வழியாக ரஜினிமுருகனும், உத்தரும், உதயகுமாரும், கணேசனும் போஸ்டர் பார்க்க மீனாட்சி கல்லூரி பின் பக்கச் சுவருக்குப் போனார்கள். அவர்களுக்கு முன்னமே அங்கே சேந்தன் கமலும், காஜாவும், ‘சகலகலா’ ஸ்டீபனும், முத்தனும் ஒட்டப்பட்டிருந்த போஸ்டர்களைப் பார்த்து சிரித்துப் பேசிக்கொண்டிருந்தார்கள். அவர்கள் முகத்தில் மகிழ்ச்சி தாண்டவமாடியது.

போஸ்டர்களை வேடிக்கைப் பார்க்க நிறையபேர் வந்திருந்தார்கள். சுவரில் முதலாக, கமல்ஹாசன் பட போஸ்டர் ஒட்டப்பட்டிருந்ததில், ரஜினிமுருகன் கடுப்பாகிப் போனான். “தாயோளிக... பிராண்டல் தலையன் போஸ்டர முதல்ல ஒட்டிருக்கானுக!” என்று முனங்கினான். கைமுஷ்டியை மடக்கிக் காற்றில் குத்தினான். அவன் கடுப்பானதைப் பார்த்து, அவனுடன் வந்த மற்றவர்கள் அனலானார்கள்.

அதைப்பார்த்ததும் திடீரென்று, “காதல் இளவரசன் கமலஹாசன் வாழ்க!” என்று எதிர்ப்புறத்திலிருந்து குரல் கொடுத்தான், முத்தன். போஸ்டர் பார்த்துக் கொண்டிருந்த அத்தனை பேரும் குரல் கேட்டு திரும்பிப் பார்த்து புன்னகைத்தார்கள். அது எதிர்த் தரப்பை மேலும் கடுப்பாக்கியது. கூடிக்கூடிப் பேசிக்கொண்டார்கள்.

அவர்கள் தள்ளிநின்று பேசியது, கமல்ஹாசன் ரசிகர்களுக்குக் கேட்கவில்லை. அந்தப் பக்கத்திலிருந்து, உத்தர் அவர்களின் கையை உதறிவிட்டு, இந்தப்பக்கம் வந்தான்.

“டேய்... மெண்டல் பயலுக ஏதோ சதித்திட்டம் போடுறாய்ங்க! அவன் நம்மட்ட வம்பு பண்ணத்தான் வர்றான். ஏதாச்சும் செய்றான்னு வெச்சுக்க. சும்மா விட்டுறக் கூடாது” கமல்ஹாசன் ரசிகர்கள் தங்களுக்குள் முடிவு செய்து, எதையும் எதிர்நோக்கத் தயாராகயிருந்தார்கள்.

அருகில்வந்த உத்தர், அவர்களைப் பார்த்து சிநேகமாய்க் கும்பிட்டான். "நானும் கமல்ஹாசன் ரசிகனா ஆயிர்றேன். என்னிய உங்கக்கூட சேத்துக்கங்கடா!" என்றான்.

கமல்ஹாசன் ரசிகர்களுக்கு மகிழ்ச்சி பிடிபடவில்லை. "ஹோய்...!" என்று கத்தினார்கள். புதிதாக கமல்ஹாசன் ரசிகனாக மாறிய உத்தர், "காதல் இளவரசன் கமலஹாசன் வாழ்க!" என்று நரம்புகள் தெறிக்கக் கத்தினான்.

தன் சகா ஒருவன் பால் மாறியதில், ரஜினிமுருகனுக்கு அவமானமாகி விட்டது. முகத்தில் கரிபூசிவிட்ட உத்தரைப் பழி வாங்க நினைத்தான். அங்கே கிடந்த மாட்டுச் சாணியை வழித்து அள்ளி, கமல்ஹாசன் பட போஸ்டர் மீது வீசினான்.

ஓணானைக் குறிவைத்து அடித்துப் பழகியிருந்த அவனது குறி, தப்பவில்லை. நெளிநெளியான தலைமுடியும் வட்டக்கருப்புக் கண்ணாடியுமாகப் போஸ்டரிலிருந்த கமல்ஹாசனின் பெரிய முகத்தில் மிகத் துல்லியமாக அப்பிக்கொண்டது. போஸ்டரின் அக்கம்பக்கத்தில் துணைக் கோள்களாய் சாணிப்புள்ளிகள் படிந்திருந்தன. சாணியடித்த போஸ்டரைப் பார்த்து குரூரமாகப் புன்னகைத்தான்.

சேந்தன்கமல் அவர்களின் செய்கையை ஏளனமாகப் பார்த்தான். அடுத்தநொடியே அத்தனைபேரும் கீழே குனிந்தார்கள். போஸ்டரில் சிரித்துக் கொண்டிருந்த கோட், சூட் அணிந்திருந்த ரஜினிகாந்த், சில நொடிகளிலேயே சாணிகாந்தாக ஆகியிருந்தார்.

அதைப்பார்த்து சிரித்துக்கொண்டிருந்த கமல்ஹாசன் ரசிகர்கள் மீது ஒரு கல் வந்து விழுந்தது. அவர்களும் தங்கள் தாக்குதலைத் தொடங்கினார்கள். எதிரெதிராய் நின்று கற்களை வீசிக் கொண்டார்கள். ரஜினிமுருகன் வீசியெறிந்த ஒரு கல், உத்தரின் மண்டையைப் பதம் பார்த்தது. அவன், 'அம்மா' என்று அலறிக்கொண்டு உட்கார்ந்தான்.

தலையிலிருந்து ரத்தம் வழிந்தது. அதைக் கண்டதும் கல் வீசிய ரஜினிமுருகனும் அவனுடன் வந்தவர்களும் திரும்பிப் பார்த்தபடி ஓடி விட்டார்கள்.

அடிபட்டக் காயத்துடன் அவனை அழைத்துக்கொண்டு திருவாப்புடையார் கோவில் வழியாக அங்கிருக்கும் மாநகராட்சி மருந்தகத்துக்கு சேந்தன்கமலும் காஜாவும் போனார்கள். வழியிலுள்ள ஆராவமுதன் சிகை திருத்தகத்தின் உரிமையாளர் அவர்களைப் பார்த்தார். அவர் புரியாத விஷயங்களாக திராவிடம், தேசியம், அவ்வப்போது கம்யூனிசம் என்றெல்லாம் பேசுவார்.

அவர் கடையில் சுழலும் நாற்காலிகள் இரண்டு இருந்தன. நாடிக்கட்டு நாற்காலிகளை தூக்கிவிட்டு முதன்முதலாக சுழலும் நாற்காலிகளைப் பொருத்தியவர் அவர்தான். கடையினுள்ளே ஒருபக்க முழுச்சுவரில் நீளமான கண்ணாடி ஓட்டு இல்லாமல் இருக்கும். அதன் எதிர்ப்பக்கத்தில் பால் கண்ணாடியிலான ஓவியம் ஒன்று சுவரளவுக்குப் பெரியதாக இருக்கும். அதில் ‘அம்மணக்குண்டி டம்மணக்கா’ பெண்களின் சித்திரங்கள் நிறைய இருக்கும். ஒவ்வொரு சித்திரப்பெண் முகத்திலும் ஒவ்வொரு பாவம் இருக்கும். யாருக்கோ ஏங்குபவர்களாக அவர்கள் தெரிவார்கள். ஒரு பெண் ஒரு ஆணை நோக்கிக் கை நீட்டியிருப்பாள். அவளது ஒற்றை விரலைத் தொடுவதுபோல அந்த ஆண் வளைந்து நெளிந்து ஒய்யாரமாக அமர்ந்திருப்பான். அழகான ஓவியம் அது. அதைப் பார்த்துக்கொண்டே இருக்க வேண்டும்போல தோன்றும். ஆனால் அது எதைக் குறிக்கின்றது என்று அங்கே முடி வெட்டிக்கொள்ள, முகம் மழித்துக்கொள்ளப் போகின்றவர்களுக்குத் தெரியாது. ஒருவேளை ஆராவமுதனுக்குத் தெரிந்திருக்கலாம்.

சிகை திருத்தகத்தின் மூன்றாவது சுவரில், கைப்பையைத் தூக்கிக் கொண்டு அவசரமாகக் கடைக்குச் செல்பவர்போல, குட்டையாக ஒருவர் நடந்து செல்லும் போட்டோ படம் இருக்கும். பெரிய படம் அது. அழகிய சட்டகத்துக்குள் அடைபட்டிருக்கும். அவர் படத்துக்குக் கீழே சி.என்.அண்ணாதுரை என்று எழுதப்பட்டிருக்கும். அதுபோலவே மூன்று படங்களை அங்கே மாட்டியிருந்தார். எல்லா படங்களுமே பெரிய படங்கள். ஒன்றில் நறுக்காகக் கத்தரிக்கப்பட்ட மீசையுடன் இருந்தவருக்குக் கீழே நெடுஞ்செழியன் என்று எழுதியிருந்தது. மற்றொன்றில் முகம் முழுவதும் மூக்காக இருந்தவரின் படத்துக் கீழே மதியழகன் என்று எழுதப்பட்டிருந்தது.

மற்ற யார் படமும் அங்கே இருக்கவில்லை. அந்த வரிசையில் மு.கருணாநிதியின் படம் வைக்க வேண்டுமென்பதில் அவருக்கும் அவர் தம்பிக்கும் நாலைந்து ஆண்டுகளுக்கு முன்பு மனவருத்தம் எழுந்து விட்டது. தம்பி அதே தெருவில் பத்து இலக்கங்கள் தாண்டி ஏழாவமுதன் சிகை திருத்தகம் என்று போர்டு மாட்டி, கடைக்குள் தான் விரும்பியவரின் படத்தை மாட்டிக்கொண்டார்.

ஆராவமுதன் சிகை திருத்தகத்தில் நாலைந்து பெருசுகள் தினத்தந்தி பேப்பரை மேய்ந்துகொண்டிருந்தன. ஒரு செய்தியைப் படித்ததும் அதற்கு வியாக்கியானம் வேறு நடந்தது. “நிப்பாட்டு. நிப்பாட்டு. எம்ஜிஆர் என்ன பண்ணீட்டாருங்க்ற? எழுவத்தேழு எம்பதுல அவர் ஆட்சில ஊழலே இல்லன்னு நீ சொல்றத நான் ஒத்துக்கிறேன். அந்த ஆட்சில அவரு என்ன செஞ்

சாரு? ஏதாவது செஞ்சுருந்தாருன்னாதானே ஊழல் நடக்கும். மக்களுக்கு எதுவுமே செய்யாம, ஊழல் இல்லாத ஆட்சி... ஊழல் இல்லாத ஆட்சினு பீத்திக்கிட்டா எப்டி? மூணுவருஷத்துல மேலருந்து கலைச்சுவிட்டுட்டானுக. ஒடனே எம்பது எலக்ஷன் பிரச்சாரத்துல 'நான் என்ன தவறு செய்தேன்?'னு மக்கள்ட்ட சினிமா அழுகை அழுது ஜெயிச்சுட்டாரு. இத்தனைநாள் கை அரிப்பை பொறுத்துக்கிட்டவங்க... இனியும் சும்மாருப்பாய்ங்கங்க்ற? பாக்கத்தானே போறோம். உறை நல்லா இருந்தா மட்டும் போதாது, மச்சான். உள்ளுக்குள்ள சுளையும் நல்லா இருக்கணும்!"

"மாமா... எங்காளுக்கு உங்களை மாதிரி நுட்பமா எல்லாம் ஊழல்செய்யத் தெரியாது. நீங்க விஞ்ஞானம் ஊழல் ஆசாமிக!"

"பழைய கதைகளையே பேசு. மச்சான், பேச்சக் கொஞ்சம் நிறுத்து. அப்பறம் பேசுவோம். அந்தப்பையன் மண்ட ஒடைஞ்சு ரத்தம்வழிய வர்றான்" பேசிக்கொண்டே, ரத்தம் வழிய வழிய வந்த உத்தரை, "இங்கே வாடா" என்றழைத்தார். ரத்தம் வழிந்த இடத்தைச் சுற்றி முடிக்கற்றையை வெட்டிவிட்டு, காயத்துக்கு மருந்து போட்டு விட்டார். அந்தப் பகுதியில் அவர் பழைய ஆள். "என்னடா, சினிமா போஸ்டர் பாத்து சண்டை போட்டுக்கிட்டீங்களா?" என்று கேட்டார்.

எல்லோரும் அவர் கேட்ட கேள்வியால் ஆச்சரியமாகப் பார்த்தார்கள்.

"நாங்களும் அப்டிதான்டா. நாங்க எம்ஜியார் சிவாஜினு அடிச்சுக்குவோம்!"

அன்று காலை பள்ளிக்கூடத்துக்கு ரஜினிமுருகனும் அவனுடன் இருந்தவர்களும் வரவில்லை. காலை ரீசஸ் நேரத்தின்போது, அவர்களைத் தேடி சேந்தன்கமலும், காஜாவும், 'சகலகலா' ஸ்டீபனும் போனார்கள். ரஜினிமுருகன் மார்க்கெட் சந்தில், கணேசனுடன் பேசிக்கொண்டு நின்றிருந்தான். அவர்களை எதிர்பார்த்திருக்கவில்லை. கண்டதும் தலைதெறிக்க 'பொம்பளப்புள்ளை' பள்ளிக்கூட சந்துக்குள் ஓடினான். ஸ்டீபன் நாநூறு மீட்டர் ஓட்டப்பந்தயத்தில் பிரைஸ் வாங்கியவன். அவனைத் துரத்திப் பிடித்து இழுத்துக்கொண்டு வந்தான். அருஞ்சுனை நாடார் கடை வாசலில் பஞ்சாயத்து நடந்தது.

"இவளோ பயம் இருக்குல்ல. எதுக்குடா கல்லைக்கொண்டி எறிஞ்ச?"

அவன் பதிலேதும் பேசவில்லை.

"நாங்க ஒண்ணும் பண்ணமாட்டோம். ஸ்கூலுக்கு வா!"

அன்று மத்தியானம் அவர்கள் அத்தனைபேருமே பள்ளிக்கூடத்துக்கு வந்திருந்தார்கள். சுமுகமான நிலை அங்கிருந்தது. மத்தியான ரீசஸின்போது, தலைமையாசிரியர் அறையைக் கடந்து, ரஜினிமுருகன் கழிப்பறைக்குப் போனான். அவன் கடந்த நொடிகளில் தலைமையாசிரியர் அறையின் சன்னலில் தீபாவளி அணுகுண்டு ஒன்று, 'டமாலெ'ன்று வெடித்தது. அப்போது தலைமையாசிரியர் அறையில்தான் இருந்தார். வெடிச்சத்தம் கேட்டு மிரண்டுவிட்டார்.

டீக்கடையிலிருந்து டீ வாங்கிக்கொண்டு வந்த பியூன் வெள்ளைச்சாமியும் அணுகுண்டு வெடித்த சத்தத்தைக் கேட்டான். அப்போதுதான் அறையைக் கடந்து சென்ற ரஜினிமுருகனை ஓடிச்சென்று பிடித்துக் கொண்டுவந்து, தலைமையாசிரியர் முன்பு நிறுத்திவிட்டான். "சார், இவன்தான் சார் வெடிபோட்டுட்டு ஓடுனது."

வெள்ளைச்சாமியின் பிடியில் திமிறிக்கொண்டிருந்த ரஜினிமுருகன் சொன்ன எதுவும் தலைமையாசிரியரிடம் எடுபடவில்லை. இதற்குமுன்பும் பலதடவை பள்ளிக்கூடத்தில் பிரச்சனைகள் செய்தவன். இன்று கையும் களவுமாகப் பிடிபட்டு நிற்கிறான் என்று, அவன்மீது ஒருகண் வைத்திருந்த தலைமையாசிரியர், கோபத்தில் மணிப்பிரம்பைக் கையிலெடுத்தார்.

அவன் அலறிய சத்தம் மூன்றாவது வகுப்பறையிலிருந்த சேந்தன் கமலுக்கும், காஜாவுக்கும், 'சகலகலா' ஸ்டீபனுக்கும், மண்டை உடைபட்ட உத்தருக்கும் கேட்டது. "தீபாவளி முடிஞ்சு ஸ்கூலுக்கு வர்றப்ப உங்கப்பாவக் கூட்டிட்டு வரணும்!" என்று தலைமையாசிரியர் ரஜினிமுருகனை எச்சரித்து அனுப்பியிருந்தார்.

அவர்கள் ஒருவரையொருவர் பார்த்து, வாய்மூடிச் சிரித்துக் கொண்டார்கள். அணுகுண்டில் நீண்ட திரியை இணைத்து, தலைமையாசிரியர் அறையின் பக்கவாட்டு சன்னலில் வைத்துவிட்டுக் காத்திருந்த ஸ்டீபன், ரஜினிமுருகன் ரீசஸ் போகும் தருணம் பார்த்து, பற்ற வைத்தது, அவர்கள் நான்கு பேரைத் தவிர, வேறு யாருக்கும் தெரியாமல் போய்விட்டது.

அன்றிரவு, ஆகாசம்பிள்ளை வளைவுக்குப் பக்கத்தில் வைக்கப்பட்டிருந்த கமல்ஹாசன் ரசிகர் மன்றம் தீப்பிடித்து எரிந்திருந்தது. அங்கே வைக்கப்பட்டிருந்த போஸ்டர் படங்கள் கருகிச் சாம்பலாகிக் கிடந்தன. யாரோ தீ வைத்துவிட்டுப் போய்விட்டார்கள் என,

கல்லுச்சந்து டீக்கடை காலை ஐந்துமணி வாக்கில் திறந்த பின்புதான் தெரிந்தது.

டீ குடித்துவிட்டுப் போன ஆட்களில் ஒரு ஆள், போகும் போது அப்படியே தல்லாகுளம் போலீஸ் ஸ்டேஷனில் தகவல் சொல்லிவிட்டுப் போயிருந்தார். தீப்பிடித்து மன்றம் எரிந்துவிட்ட தகவல் கமல்ஹாசன் ரசிகர் மன்றத்தினருக்கே தெரிந்திருக்கவில்லை. அவர்கள் அதிகாலைத் தூக்கத்திலிருந்தார்கள்.

தகவல் கிடைத்ததும் வந்திருந்த போலீஸ்காரர்களின் வருகை, விஷயத்தை எளிதாக்கியிருந்தது. 'எரிந்தது, கமல்ஹாசன் ரசிகர் மன்றமா? அப்படியானால், அந்தக் காரியத்தை ரஜினிகாந்த் மன்றத்தினர்தான் செய்திருக்க வேண்டும்' என்று, அந்தப்பகுதியிலுள்ள ரஜினிகாந்த் ரசிகர்களை ஸ்டேஷனுக்குக் கூட்டிப்போய்விட்டார்கள்.

அந்தப்பகுதியே பரபரப்பானது. 'தீவாளியும் ரம்ஜானுமா சேந்துவருது. புள்ளைக வீட்டுல இல்லாம பண்டிகைய எப்டிப் கொண்டாடுறது?' ஸ்டேஷனில் பேசி, அவர்களை அழைத்துக்கொண்டு வர, எல்லா சமூகத்து ஆட்களும் பிரதிநிதிகளாகப் போனார்கள்.

இந்துக்களின் பண்டிகையான தீபாவளி அன்றே, முஸ்லிம்களின் பண்டிகையான ரம்ஜானும் சேர்ந்துவந்ததால், போலீஸ்காரர்களுக்கு நிறையவே வேலையிருந்தது. கோவில்களுக்கும் பள்ளிவாசல், தர்ஹாகளுக்கும் ஒருசேர பாதுகாப்பு தரவேண்டியிருந்தது. வழக்கமான பணியான மார்க்கெட் பகுதிகளிலும், முக்கியச் சந்திப்புகளிலும் ஒழுங்குபடுத்த, நிற்க வேண்டியிருந்தது. ஆய்வாளருக்குக் கூடுதல்பணியாக, மேலூர் பகுதியையும் தந்திருந்தார்கள். இரண்டையும் அவர் சேர்த்துப் பார்த்துக் கொண்டிருந்தார். உதவி ஆய்வாளர் தனது டீமுடன் மெட்ராஸ் போயிருந்தார். ஆள் பற்றாக்குறையிருந்தது.

மன்றம் எரிக்கப்பட்ட தகவல் வயர்லெஸ்ஸில் ஆய்வாளருக்குச் சொன்னபோது, 'அவனுகள ஒக்காரவைய்யா. வந்துகவனிக்கிறேன்' என்று கடுப்பில் சொல்லியிருந்தார்.

ஸ்டேஷனில் பாதுகாப்புக்கு பாராவும், ரைட்டரும் மட்டுமே இருந்தார்கள். ரைட்டரும், 'வீட்டுக்கு கறிவாங்கித் தந்துட்டு வந்துர்றேன்' என்று போயிருந்தார்.

பிடிபட்டு உள்ளே உட்கார்ந்திருந்தவர்களை அழைத்துக்கொண்டு வரப்போயிருந்த எல்லா சமூகத்து

எஸ். அர்ஷியா ◆ 71

ஆட்களையும் பாரா போலீஸ்காரர், வாசலிலேயே நிறுத்தி விட்டார். உள்ளே உட்கார்ந்திருப்பவர்களைப் பார்க்கக்கூட அனுமதிக்கவில்லை.

அவருக்கு 'ஓர்ருவா' போலீஸ் என்றபெயர் இருந்தது. பிரச்சனைகளைக் கொண்டு வருபவர்களை, 'வாங்க' என்று பாராவிலிருக்கும்போது, சிரித்தபடி வரவேற்பார். போலீஸ் ஸ்டேஷனில் மகிழ்வுடன் வரவேற்கும் ஆளாக உலகத்திலேயே அவர் மட்டும்தான் இருக்க முடியும். பிரச்சனைக்குத் தீர்வுகாண, யாரைப் பார்க்கவேண்டும் என்று வழி காட்டுவார். பிரச்சனையைத் தீர்த்துக்கொள்ள ஸ்டேஷனுக்கு வரும் அவர்களைக் கண்காணித்துக்கொண்டே இருப்பார். பிரச்சனை முடிவது அவருக்கு எப்படியோ தெரிந்துவிடும். அவர்கள் கிளம்பும்போது, 'பக்தனையும் கவனிக்கிறது!' என்று, பாரா துப்பாக்கியை மார்பில் சாய்த்துக்கொண்டு கெஞ்சலாய்க் கேட்பார். அப்போது மட்டுமே அவர் போலீஸ்காரராய்த் தென்படுவார். அந்தக்கெஞ் சல் பரிதாபமாக இருக்கும். அவர்கள் நீட்டும் பணத்திலிருந்து 'ஓர்ருவா' மட்டும் எடுத்துக் கொள்வார்.

பணி முடிந்து வீட்டுக்குப் போகும்போது, ஸ்டேஷனிலேயே பட்டையடித்து, குங்குமம் பூசி, பக்திப் பழமாக வெளியேறுவார். ராலே சைக்கிள் ஒன்று வைத்திருந்தார். வாங்கியது போலவே புதிதாக இருந்தது. தவறு அல்லது தாமதம் தொடர்பாக அவர் மீது ஏதேனும் புகார் வந்து, அதிகாரி அழைத்துத் திட்டினால், 'சமூகம் திட்டுறதுக்குத்தானே நான் இருக்கேன். திட்டிக்கங்க!' என்று சொல்லிவிட்டு, அமைதியாக நிற்பார். அடுத்தநாள் உயரதிகாரிகளிடம், ஸ்டேஷனில் நடப்பதை விலாவாரியாகப் போட்டுக் கொடுத்து, தன்னை நிலைநிறுத்திக் கொள்வார். அதிகாரிகள் அவரைக் கண்டுகொள்வதில்லை.

சைக்கிளில் அவர் பவனி வருவதுதான், அலாதியான ஒன்று. உயரதிகாரிகளின் அலுவலகம் மீனாட்சியம்மன் கோவிலுக்கு அருகில் இருந்தது. அங்கே போய் போட்டுக் கொடுத்துவிட்டுத் திரும்பும்போது, தானே உயரதிகாரியாகி விட்டதாக நினைப்பு அவருக்குள் உருவாகியிருக்கும். ஒருமுறை அங்கே போயிருக்கும்போது, அவருக்குப் பதவி உயர்வு வந்திருப்பதாகச் சொன்னார்கள். "எதுக்கு சாமி நமக்கு அதெல்லாம். நீங்கள்லாம் சாமியா உள்ளேருங்க. நான் பூதகணம் மாதிரி வாசல்லேயே நிக்கிறேன். நமக்கு அது போதும்!" என்றார்.

"எத்தனை வருஷம்தான் வாசல்லேயே துப்பாக்கியோட நிப்ப? சட்டம் படிப்படியான அந்தஸ்தைத் தருதுல்ல. ஒனக்கு, ரெண்டுபட்டை மூணுபட்டையாகுது!"

அவர் நீண்டநேரம்வரை அமைதியாக இருந்தார். பின்பு மெதுவான குரலில், "சமூகம் சொன்னபின்னாடி அப்பீலா? பட்டை ஏறட்டும். ஆனா வாசல்லயே நின்னுக்கறேன். அதுதான் நமக்கு சரிப்படும்!" என்றார். முகத்தில் மினுமினுப்பு ஏறத்தொடங்கியது.

சைக்கிளில் அவர் வீடுதிரும்பும் அழகு, அதைவிட அலாதியானது. யானைக்கல் கல்பாலத்தில் சைக்கிளில் வரும்போது சீழ்க்கையடித்து, முருகன் மீது பக்திப்பாட்டு பாடுவார். அது முக்கால்மைல் தூரத்திலிருக்கும் அரைபாடி காந்தி சிலை வரைக்கும் கேட்கும். அத்தனை பேரும் வழிவிட்டு ஒதுங்கி விடுவார்கள். பாலமேறி, பந்தல்குடியையொட்டிய சாக்கடை சாலையைக் கடந்து மார்க்கெட் தெரு வழியாக வீட்டுக்குப் போவதற்குள், அவர் பீட்டுக்குள்ளும் பீட் இல்லாமலும் எட்டு புரோட்டா கடைகள் இருக்கின்றன. ஒவ்வொரு கடை வாசலிலும் சைக்கிளிலிருந்து இறங்காமல், ஒரு காலை சைக்கிளிலும் மற்றொரு காலை தரையிலுமாக ஊன்றி, ஸ்டைலாக நிற்பார். கடைப்பையன் இரண்டு புரோட்டாக்களை மடித்து, பை போட்டு அவரிடம் தருவான். காசு ஏதும் தராமல், 'முருகா!' என்று சொல்லியபடி வாங்கிக்கொள்வார். தொட்டில் பழக்கமாக, எட்டுக் கடைகளிலுமே அதை வாடிக்கையாக வைத்திருந்தார்.

'சமூகம்சொன்ன பின்னாடி அப்பீலா?' என்றபடி உயரதிகாரி அலுவலகத்திலிருந்து, மூணுபட்டை மயக்கத்தில் மினுமினுக்கப் புறப்பட்டவர், முதல் புரோட்டா கடையில், ஸ்டைலாகக் காலூன்றி நின்றார். கடைப்பையன் புரோட்டாக்களை மடித்துக் கட்டிக் கொண்டு வந்து கொடுத்தான்.

"எத்தனையிருக்கு இதுல?"

"ஏன் ஏட்டய்யா. எப்பவும்போல ரெண்டுதான் இருக்கு!"

"இனிமே ஐயாவுக்கு மூணு மடிச்சுத் தரணும். இன்னிலேருந்து ஐயாவுக்கு சட்டையில மூணுபட்டை ஏறுது!" என்று கண்சிமிட்டி, பொட்டலத்தை அவனிடமே தந்து விட்டார். "இன்னும் ஒண்ணுவெச்சு கட்டிக்கொண்டா!"

கடைப்பையன், ஏறயிறங்கப் பார்த்தபடி பொட்டலத்தை வாங்கிப் போனான்.

அந்தப் புரோட்டா கடைக்காரர்களில் ஒருவரும் சமூகப்பிரதிநிதிகள் கூட்டத்துடன் வந்திருந்தார். "என்னா, மூணுபட்டை ஏட்டய்யா. புள்ளைங்ய்கள விடுங்க. வேணுன்னா

பண்டிகை கொண்டாடிட்டு நாங்களே கூட்டியாந்து விட்டுர்றோம்!"

அவர் சொன்னதைத் தலையாட்டிக் கேட்டுக்கொண்டார். ஆனாலும் மேலிடத்து உத்தரவில்லாமல் அவரால் எதையும் செய்ய முடியாது. அதை அவர் எப்போதும் உணர்ந்தவராகவே இருந்தார். வாடிக்கையாக புரோட்டா கொடுக்கும் நபர் அப்படிச் சொன்னதும் பதறிப்போனார். "நீங்க பண்டிகை கொண்டாடணும்னு எம்பொழப்புல பண்டிகை கொண்டாடிறாதீங்க, சாமி! இன்ஸ்பெக்டர் அய்யனார் மாதிரி கோவக்கார ஆளு. 'அவனுகள ஒக்காரவைய்யா. வந்து கவனிக்கிறேன்'னு வயர்லெஸ்ல சொல்லிருக்காரு. இப்ப அனுப்பிவெச்சேன்னு வைங்க. என்னிய மொத்தமா வீட்டுக்கு அனுப்பி வெச்சுருவாய்ங்க. எனக்கு ரெண்டு வீடு. அத சமாளிக்க முடியாமத்தான் இங்கன நிக்கிறேன்."

"அய்யனாரு கோவக்கார ஆளுங்க்றதெல்லாம் கெடக்கட்டும். ஏட்டய்யா, ஒங்களுக்கு ரெண்டு வீடா?" ஒருஆள் ஆர்வமாக முன்வந்து விசாரித்தான்.

"ஆமாய்யா... இப்ப அது ரொம்ப முக்கியம்"

ஊரெல்லாம் எண்ணெய்த் தேய்த்துத் தலைமுழுகி, வெடிபோட்ட பின்பே, ஸ்டேஷனுக்கு ஏகக்கடுப்பில் ஆய்வாளர் வந்துசேர்ந்தார். மன்ற எரிப்புத் தொடர்பாக அழைத்து வரப்பட்டிருந்தவர்களைப் பார்த்து மேலும் கடுப்பானார். "இவனுகமேல சார்ஜ் ஷீட் எழுதுய்யா!"என்றார்

கூடியிருந்த சமூகப் பிரதிநிதிகள், "சார், சின்னப்பயலுக. பாத்து செய்ங்க!" என்றார்கள். மொத்தக் கூட்டத்தையும் பார்த்தார். கடுப்பு அவருக்கு அயற்சியைத் தந்திருந்தது.

"சரி சரி... இவனுகக்கிட்ட எழுதி வாங்கிட்டு, நாளைக்கு வரச்சொல்லு!"

ஆய்வாளர் பிடிவாதக்கார ஆளென்று சொன்னார்கள். அதனால் அப்போதைக்கு எழுதிக் கொடுத்துவிட்டு, அத்தனை பேரையும் கூட்டிக் கொண்டு வந்து விட்டார்கள். அப்போதே காலை எட்டு மணிக்கு மேலாகியிருந்தது. ரஜினிகாந்த் ரசிகர்களால் படத்தை முதல்நாள் முதல்காட்சி சினிமா பார்க்கப் போகமுடியவில்லை. 'அவிய்ங்களும் போகலைல!' என்று மற்றவர்களிடம் கேட்டு நச்சரித்துத் தெரிந்து கொள்ள முயன்றபோது, கமல்ஹாசன் ரசிகர்கள் முதல் காட்சி பார்க்கப் போயிருக்கும் தகவல், எதிர்த்தரப்புக்குள் குரூரத்தை உற்பத்தி செய்திருந்தது.

தீபாவளியையும் ரம்ஜானையும் கொண்டாடிவிட்டு, சபையாகக் கூடிய அத்தனை பேரும், “யார் தீ வைச்சாங்கனு தெரியல. இவனுக, ‘நாங்க இல்லை’னு சத்தியம் செய்றானுக. யார் வெச்சுருந்தாலும் சரி. புள்ளைகள போலீஸ்கிட்ட விடமுடியாது. அதுனால, ஆகாசம்பிள்ளை வளவு சூளைலருந்து கெளம்புன தீப்பொறி பட்டு, மன்றம் எரிஞ்சு போச்சுனு ஒட்டுக்கா சொல்றோம்!” என்று, புதிதாக ஒரு தீர்மானத்துக்கு வந்தார்கள்.

அதை அப்படியே எழுதி, போலீஸ் ஸ்டேஷனில் கொண்டுபோய் கொடுத்தபோது, “சமூக நல்லிணக்கமாக்கும்? நல்லாத்தான் இருக்கு” என்றார், ஆய்வாளர். “இப்டி எல்லா விஷயத்துலயுமில்ல ஒண்ணா இருக்கணும்!”

“இருப்போம் சார்!” என்றார், ஜமாத் தலைவர் கலிபுல்லா. ‘நல்லநாளும் பொல்ல நாளுமா, டேசன் வாசல்ல காத்துக்கெடக்க வெச்சுட்டியேடா!’ என்று, ரம்ஜான் ஆடைகளை எடுத்து, மகன் முகத்தில் விட்டெறிந்த காட்சி, அவருக்குள் ஓடியது. அவரைப்போலவே ஒவ்வொருவருக்கும் வெவ்வேறு ஞாபகங்கள் ஓடின. முதல்காட்சி பார்க்கமுடியாத பண்டிகையாகிப்போன அந்த நாளை ரஜினிகாந்த் ரசிகர்கள் கருப்பு நாளாக எண்ணிப் புழுங்கினார்கள்.

6

கோரிப்பாளையம் சையத் சுல்தான் அலாவுதீன் பாதுஷா சையத் சுல்தான் சம்சுதீன் அவுலியா தர்ஹா சந்தனக்கூடு திருவிழா, ஏகபோகமாக நடந்து முடிந்து, கொடி இறக்கியாகி விட்டது. ஆயிரம் ஆண்டுகளுக்கும் மேலாக நடந்து வரும் வைபவம், அது. யாருக்கும் குறை நேர்ந்துவிடக்கூடாது என்பதில், நிர்வாகக் குழு கவனமாக இருந்தது.

சந்தனக்கூட்டு பொருட்கள் அடங்கியப் பெட்டியைச் சுமந்து வரும் இந்து சமூகத்துக்கான பரம்பரை மரியாதையை முறையாகச் செய்திருந்தது. சந்தனக்கூடு வண்டியைச் செலுத்தும் ஆசாரிக் குடும்பத்துக்கான மரியாதையும் செய்யப்பட்டிருந்தது. விழா முடிந்து ஜமாத்துக்கு வந்து, அவர்கள் சலாம் வைத்துவிட்டு, அவர்களுக்கான தப்ருக்கை எடுத்துக்கொண்டு போனார்கள். ஒவ்வொரு சமூகத்தினரும் ஒவ்வொரு வேலையை இழுத்துப்போட்டுச் செய்ததுமில்லாமல், காணிக்கையும் செலுத்தியிருந்தார்கள். எல்லோரின் பங்களிப்பும் சந்தனக்கூடு திருவிழாவில் கலந்திருந்தது.

கச்சேரி செய்ய ஒத்துக் கொண்ட காபூல் உசேன், ‘மற்ற விசேஷங்களையும் பார்த்து விட்டுத்தான் போவேன்’ என்று கொடியேற்றத்துக்கு முதல்நாளே வந்து, பத்தாம்நாள் விழா முடிந்துதான் கிளம்பிப் போனார். கவாலி பாடிய அகமதாபாத் ரஸ்பூதீன், ஏற்பாட்டில் அசந்துபோய், பணமே வேண்டாம் என்றுவிட்டுப் போய் விட்டார். எல்லாம் நல்லபடியாக நடந்து முடிந்த சந்தோஷத்தில், ஃபஜ்ர் தொழுகைக்குப் பின்பே, ஜமாத்தார் அவரவர் வீட்டுக்குக் கலைந்து போனார்கள்.

விழா நல்லபடியாக நடந்து முடிந்திருந்தாலும், ‘ஒருநாள் அவுலியாக்களின் தம்பி இங்கே வந்துசேருவார்’ என்ற நம்பிக்கை, இந்தமுறை யும் நிறைவேறவில்லை எனும் வருத்தம் அவுலியாக்களின் நம்பிக்கைதாரர்களுக்கு உள்ளுக்குள் இருந்தது. அவர் இங்கேதான் நல்லடக்கம் செய்யப்படுவார் என்ற எதிர்பார்ப்பில், இரு சகோதரர்களின் டேர்களுக்குமிடையில் அவுலியாகளின் தம்பிக்கு கபர்குழிக்கான ஓரிடம் விடப்பட்டிருந்தது.

சையத் சுல்தான் அலாவுதீன் பாதுஷா சையத் சுல்தான் சம்சுதீன் அவுலியாகளின் கராமத்துகளிலும், அவர்கள் செய்த மக்கள்சேவையிலும் மனமொன்றிப்போன ஒருசமூகம், தங்களை ஆறேழு தலைமுறைகளுக்கு முன்னால், இஸ்லாத்துக்குள் இணைத்துக்கொண்டிருந்தது. இஸ்லாத்துக்குள் யாவரும் சமம் என்ற நிலைப்பாடு இருந்ததால், அச்சமூக மக்கள் முன்னர் செய்துவந்த குலத்தொழிலைக் கைவிடவில்லை. கோவில் விழாக்களுக்கு, திருமணங்களுக்கு, சுபநிகழ்ச்சிகளுக்கு அவர்கள் மேளம் அடித்து வந்தார்கள். கலிமா, தொழுகை, நோன்பு, ஜக்காத் என்று முஸல்மானின் கடமைகளைத் தவறாது செய்தும் வந்தார்கள். ஒரு சிலர் ஹஜ்ஜும் முடித்திருந்தார்கள். ஆனாலும் அவர்களுக்கு ஏதோவொரு குறையிருந்தது. ஜமாத்தில் படிநிலைப் பார்த்து, தங்களை ஒதுக்குவதாக அவர்களுக்குள் தேக்கமுமிருந்தது. சந்தனக்கூடு திருவிழாவில் தங்களுக்கு முக்கியத்துவம் கிடைக்கவில்லை என்ற வருத்தம் அவர்களை வருத்தமுறச் செய்திருந்தது. ஆனாலும் முன்னோர்கள் எடுத்த முடிவிலிருந்து மாறக்கூடாது என்பதில் அவர்கள் நிச்சயமாக இருந்தார்கள். ஏற்கனவே இருப்பவர்களுக்கும் புதிதாக வந்தவர்களுக்குமான இணக்கத்தில், எந்த இடத்தில் நெருடு விழுந்தது எனக் கண்டறிய முடியவில்லை. கண்ணுக்குத் தெரியாமல் பின்னிக்கொண்ட பிணக்கு ஒரு கட்டத்தில் துயரமாகப் பல்கிப் பெருக, அந்த ஜமாத்திலிருந்து கௌரவமாக விலகி, புதியதொரு ஜமாத்தை உருவாக்கிக் கொள்ள வேண்டி வந்தது. அதுபோல, காலத்திற்கேற்ப உருமாறிய தொழிலையையும் புதியவர்கள் மேம்படுத்திக் கொண்டார்கள். சமூக நாகரிகம் அவர்களை வேறொர் இடத்துக்கு நகர்த்தியது. மெல்ல தையற்தொழிலுக்கு மாறிக்கொண்டார்கள். ஒரே மஹல்லா; இரண்டு ஜமாத்துகள்.

தங்களிடமிருந்து பிரிந்து, ஒருபுறம் புதிய ஜமாத் கிளைந்துபோக, மறுபுறம் சையத் சுல்தான் அலாவுதீன் பாதுஷா சையத் சுல்தான் சம்சுதீன் அவுலியாகளை நாடி வருபவர்களின் எண்ணிக்கையும் கூடிக் கொண்டிருந்தது.

குறிப்பாக, முஸ்லீம் அல்லாத தம்பள ஆட்களின் வருகை அதிகரித்திருந்தது. நோய்நொடிக்கு மந்திரிப்பதிலிருந்து, வீட்டில் நடக்கும் நல்ல காரியங்களுக்கு நாள் பார்க்கும் சம்பவத்துக்கு உத்தரவு கேட்பது வரை, அவுலியாகளின் மீது அவர்களுக்கு நம்பிக்கையிருந்தது. வெள்ளிக்கிழமை கோவிலுக்குப் போவதுபோல, வியாழக்கிழமைகளில் நாட்டுச்சர்க்கரை, பத்தியுடன் தர்ஹாவுக்கு வந்து பாத்திஹா கொடுத்து, தங்களை ஆசுவாசப்படுத்திக் கொண்டார்கள். பிறந்த குழந்தையைக் கொண்டுவந்து, அவுலியாகளுக்கு நேர்ச்சை செய்வதாகச் சொல்லி, தர்ஹா வாசலில் கிடத்தி எடுத்துச் சென்றார்கள். ஆண் குழந்தைகளுக்கு சுல்தான் அலாவுதீன் என்றும் சுல்தான் சம்சுதீன் என்றும் பெயர் வைத்துக் கொண்டார்கள். பெண் குழந்தைகளுக்கு சுல்தானம்மா, சம்சம்மா என்ற பெயர்களைச் சூட்டினார்கள்.

அய்யங்கோட்டை ஆகாசம்பிள்ளை வகையறா, தங்கள் குழந்தைகளுக்கு ஊரிலுள்ள கருப்பணசாமி கோவிலின் துணைக் கோவிலான செவிட்டு அய்யனாருக்கு நேர்ந்து, அங்கேதான் காது குத்துவார்கள். அவர்களின் வழக்கப்படி இரண்டு காதுமடல் களிலும் காலணா அளவுக்கு ஓட்டைப் போடுவார்கள். ஊரிலுள்ள அத்தனைப்பேர் காதுகளிலும் ஓட்டையிருக்கும். 'ஓட்டக்காதன்' என்ற பட்டப்பெயரும் இருக்கும். ஆகாசம் பிள்ளைக்கும் காதுகளில் ஓட்டை இருந்தது.

கோரிப்பாளையத்துக்கு ஆகாசம் பிள்ளை வந்து ஏழாவது தலைமுறையில் பிறந்தவள், தமயந்தி. முறை மாமனுக்கு வாக்கப்பட்டு, இப்போது தலைச்சனாக ஆண் குழந்தையைப் பெற்றிருந்தாள். குலவழக்க முறைப்படி அந்தக் குழந்தைக்கு செவிட்டு அய்யனார் கோவிலில் காது ஓட்டைப் போட வேண்டும். தகப்பன், பிள்ளையின் காதில் ஓட்டை போட ஒத்துக் கொண்டான். தாய், 'இன்னும் என்ன, காதுல ஓட்டை போட்டுக்கிட்டு?' என்று மறுத்து விட்டாள்.

ஓட்டை போடாவிட்டால், பிள்ளைக்கு ஏதேனும் குந்தகம் வந்துவிடும் என்ற பயம் பெரியவர்களுக்கு இருந்தது. அதைச் சொன்னபோது, "அப்டி ஏதும் வந்தா, அல்லா சாமி கோவில் வாசல்ல போட்டு எடுத்தா, எல்லாம் சரியாயிரும்" என்று 'வெடுக்'கென்று பதில் சொன்னாள்.

அந்தச் செய்தி ஊரெல்லாம் பரவியிருந்தது. முஸ்லிம் அல்லாத பிற சமூகத்தினர் தமயந்தியின் முடிவைக் காரணமாக வைத்து, வேறுவேறு விஷயங்களுக்காக ஒன்றுகூட ஆரம்பித்தார்கள். "அல்லா சாமிக கிருபை நமக்கு வேணும்தான்.

78 ♦ சொட்டாங்கல்

அதுக்காக நம்ம சாமிய விட்டுற முடியாதுல்ல. நமக்குனு கருப்பணசாமி கோயிலிருக்கு. வேணுன்னா, இன்னொரு கோயில் கட்டுவோம். அதுல அம்மன் குடியிருக்கட்டும். அதுவும் போதாதுனா ஒரு பிள்ளையார் கோயில் கட்டுவோம்” என்று பேச ஆரம்பித்தார்கள்.

“ஏன்.. எல்லாம் நல்லாத்தானே போய்க்கிட்டுருக்கு? இப்ப எதுக்கு புதுக்கோயிலு?” பொதுவாகவே பிறசமூகத்தவரிடம் இந்தக்கேள்வி இருந்தது.

“என்னா, நொல்லாத்தானே போய்க்கிட்டுருக்கு? நம்மாளுகதான் அந்த அல்லா கோயில்ல அதிகமா கும்புடுறாங்க. ஆனா அவங்க ஆளுகளே அங்கனருந்துப் பிரிஞ்சு, தனியா பள்ளிவாசல், இடுகாடு எல்லாம் செஞ்சுக்கிட்டாங்கள்ல. நம்மாளுக அங்கனப் போகாத மாதிரிக்கு பெருசா செஞ்சுட்டா, எதுக்குப் போகப்போறாங்க?”

“இது, அவுலியாக மேலருக்குற நம்பிக்கை. நம்பிக்கை வேற. நீங்க சொல்ற பக்தி வேற!”

“நீ பொத்திக்கிட்டுக் கொஞ்சம் சும்மாரு. போதும். மத்தத நாங்க பாத்துக்கிருவோம்!”

“அப்டி என்னத்தை செய்யப்போறீங்க?”

“மொதல்ல... வருஷாவருஷம் அவங்க சந்தனக்கூடு நடத்துறமாதிரி, பெருசா நாமளும் திருவிழா நடத்தணும்!”

“அதான் கருப்பணசாமி கோயில்ல திருவிழா நடத்துறோம்ல்ல?”

“நான் சொல்றது பெருசா... பெரூசா... ஏன் வேறகோயில் கட்டி, அதுலயும் திருவிழா நடத்தக்கூடாதுனு இருக்கா?”

அவரவர் சமூகத்துக்கு, அவரவர் குடியிருப்புக்குப் பக்கத்தில் கோவில் கட்டிக் கொள்ளும் மும்முரம் அவர்களுக்குள் ஏற்கனவே முளைத்துத்தான் கிடந்தது. அதனால் அந்தப் பேச்சு உடனே அங்கே கற்பூரம் போல எடுபட்டது. பொதுவில், கருப்பணசாமிக்குத் திருவிழா எடுத்துக் கொள்ளலாம் என்றும் கணக்குப் போட்டுக் கொண்டார்கள். ஆகாசம் பிள்ளை வகையறாவில் கந்தசாமியும், சந்தனத்தேவர் வகையறாவில் மச்சக்காளையும், ராதாகிருஷ்ணன் நாயக்கர் வகையறாவில் முரளியும் அதை எடுத்துச் செய்தார்கள். யாரோ, ‘எதுக்கு ஆளுக்கொரு கோவிலு? கட்டுறதுனு ஆகிருச்சு. எல்லாருமாச் சேந்து பெருசா ஒரு கோயிலைக் கட்டிற வேண்டியதுதானே?’ என்றதற்கு, ‘இதுவும் நல்லாத்தானே இருக்கு!’ என்று ஒரு யோசனை எழுந்தது.

கந்தசாமி, மாவட்ட காவல் அதிகாரி அலுவலகத்தில் தலைமை குமாஸ்தாவாக இருந்தான். மச்சக்காளை, சென்ட்ரல் மார்க்கெட்டில் காய்கறி வியாபாரிகள் சங்கத் துணைத் தலைவர். முரளி, அரசுப்பள்ளியில் தமிழ் வாத்தியார். தமிழ் வாத்தியார்களுக்கேயுள்ள யுக்தியை கையில் எடுத்ததும் அவன்தான். தமயந்தி, தன் பிள்ளையின் காதில் செவிட்டு அய்யனாருக்கு ஓட்டை குத்தமாட்டேன் என்று சொன்னதும், 'அதெப்டி நம்ம கலாச்சாரத்தை மீறலாம்?' என்று சமூகக்காவல் பணியைத் தொடங்கி வைத்ததும் அவன்தான். தனிக்கோவில் என்றமுடிவில் திடமாக இருந்தான். "தனிக்கோயிலா இருந்தா என்ன? ஏதாவது ஒண்ணுண்ணா சேந்துக்கலாம்!" என்று அடுத்தவர்களைப் பேச விடாமல் முற்றுப்புள்ளி வைத்து விட்டான்.

அதற்கான வசூலில் அந்தந்தச் சமூகம் ஓடியாடி ஈடுபட்டது. கள்ளிப்பெட்டி கிருஷ்ணன் நாயக்கமார் சமூகத்தைச் சேர்ந்தவன். சோடா, கலர் பாட்டில்களை அடுக்கி வைக்கும் கேஸ்பெட்டிகளைச் செய்யும் தொழில் அவனுக்கு. வேலைசெய்யும் நேரம் போக, மீதி நேரத்தில் தடைசெய்யப்பட்ட 'கலக்குமுட்டி'யைக் குடித்துவிட்டு, தெருவில் சச்சரவு செய்வதைப் பொழுதுபோக்காக வைத்திருந்தான். வாய்க்கு வந்ததைப் பேசுவான். சலம்பும்போது, பெண்கள் யாரேனும் தெருவில் வந்துவிட்டால், சலம்புவதை நிறுத்திக் கொள்வான். அவர்கள் தெருவைக் கடந்து போகும்வரைக் காத்திருப்பான். பயத்தில் அவர்கள் ஒதுங்கி நின்று விட்டால், "தாயி... போங்க தாயி. எங்கம்மா மாதிரி நீங்க!" என்று கௌரவப்படுத்தி அனுப்பி வைப்பான். அதற்கு மேல் அவனால் யாருக்கும் பிரச்சனை இருந்ததில்லை. வேலையிருந்தால் அவனைத் தெருவில் பார்க்கவும் முடியாது.

கோவில் வசூலுக்கு அவனிடம் போனபோது, "டேய்... மாமய்ங்கமேல என்னடா கோவம், உங்களுக்கு? சும்மாக் கெடக்குறத ஏண்டா ஊதிக் கெடுக்கணும்?" என்று முரளியிடம் கேட்டிருக்கிறான். முரளியும் அவனுடன் வசூலுக்கு வந்தவர்களும் சொன்ன எந்த பதிலும் அவனைச் சமாதானப்படுத்தவில்லை. "என்னிய எல்லாரும் ரவுடிங்க்றாங்க. ஆனா நான், இந்தமாதிரி வேலையெல்லாம் செய்றதில்ல. நீங்க ரவுடியெல்லாம் இல்ல. ஆனா இந்தமாதிரி வேலையா செய்றீங்க!" அவர்கள் குறிப்பிட்ட தொகையைக் கொடுத்து அனுப்பியிருக்கிறான். "ஓங்களப் பாத்தாத்தான், எனக்கு பயமா இருக்கு!" என்றுவேறு சொன்னானாம்.

ஒருமுறை கிருஷ்ணன், வாழைத்தோப்பில் 'ஒரண்டை' இழுத்துவிட்டுத் தப்பியோடி வந்து விட்டான். அவனைத் தேடி வாழைத்தோப்பு ஆட்கள் நாலைந்துபேர் 'அய்ட்டங்களுடன்' ஏரியாவுக்குள் வந்து விட்டார்கள். அவர்கள் பெயரைச் சொன்னாலே பயமாகயிருக்கும். மூணுமுக்கு மார்க்கெட் டீக்கடையில் நின்றிருந்த கிருஷ்ணன், அவர்களை எதிர்பார்த்திருக்கவில்லை. ஆனாலும் பயந்து ஓடிவிடவில்லை. அவர்கள் அவனைச் சுற்றிக்கொண்டார்கள். அவனிடம் ஆயுதம் எதுவுமில்லை. அதனால் பேச்சுக்குப் பேச்சாய் வாய்மல்லுக் கட்டினான். கிருஷ்ணன் மிரளும்நேரத்தில் அல்லது தாக்கும் நேரத்தில் பயன்படுத்துவதற்கு அவர்கள் 'அய்ட்டங்களை' எடுப்பதற்கு ஆயத்தமாக இருந்தார்கள். அவர்கள் நோக்கத்தை கிருஷ்ணன் புரிந்திருந்தான். அதனால் 'தாக்காட்டி'க் கொண்டேயிருந்தான். மார்க்கெட் தெருவில் கூட்டம் கூடிவிட்டது. யாரும் யாருக்கும் ஆதரவாகக் களமிறங்கவில்லை. வேடிக்கை பார்த்துக்கொண்டே இருந்தார்கள். தேடி வந்தவர்கள் கைகளால் அவனைத் தாக்க ஆரம்பித்தார்கள். அவனும் கைகளால் தடுத்துக் கொண்டேயிருந்தான். சோடா பாட்டில் வீசுவதில் அவன் கில்லாடி. மேலே ஒன்றை தூக்கிப்போட்டு அதைக் குறிபார்த்து மற்றொன்றை வீசி உடைப்பான். சில்லுகள் சிதறி சுற்றிநிற்கும் ஆட்கள் பதறி ஓடுவார்கள்.

பதநீர் வியாபாரியொருவர் மூங்கில் பட்டையின் இருபுறத்தில், ஒன்றில் மட்டையில் ஊற்றித் தருவதற்காக தகர டின்னில் பனையோலைகளையும், மற்றொரு முனையில் மண்பானையில் பதநீரும் வைத்து சுமந்துக் கொண்டு வந்தார். தூரத்திலேயே கிருஷ்ணன் அவரைப் பார்த்துவிட்டான். அவனுக்கு நம்பிக்கைப் பிறந்துவிட்டது. இவர்களை எளிதில் துரத்தியடித்துவிட்டு தப்பிவிடலாம் என்று கணக்குப் போட்டிருந்தான். அதையறியாமல் அவர்கள் மல்லுகட்டிக் கொண்டிருந்தார்கள். பதநீர்க்காரர் அந்த இடத்தை நெருங்கியதும் பாய்ந்து சென்ற கிருஷ்ணன், அவர் தோளிலிருந்த மூங்கில் பட்டையை நுணுக்கமாக விளாவிக் கீழிறக்கினான். தகரடின்னும் பிரிமனையில் வைக்கப்பட்டிருந்த மண்பானையும் அலுங்காமல், சேதமின்றித் தரையில் உட்கார்ந்து கொண்டன. மூங்கில் பட்டையைச் சிலம்பாகச் சுற்றி, எதிராளிகளை கிருஷ்ணன் தாக்கியதில் கையிலிருந்த ஆயுதங்களைப் போட்டுவிட்டு அவர்கள் ஓடிவிட்டார்கள். தனியாளாக எதிரிகளை நின்று சமாளிக்கும் அவன், இப்போது பேசியதைக் கேட்டவர்கள், 'என்ன இவன் இப்படிப் பேசிவிட்டான்' என்று திகைத்துப்போய்ப் பார்த்திருக்கிறார்கள்.

அல்டாப் ஆறுமுகமும் ஒரு போக்கிரிதான். பூதகுடி சந்தனத்தேவர் வகையறாக்காரன். துல்லியமாக மேவப்பட்ட கனத்த மீசை, அவன் அடையாளமாக இருந்தது. மணியத்தேவர் டூரிங் டாக்கீஸில் ஆல் இன் ஆல், அவன். டாக்கீஸில் படம் பார்க்க வரும் கூட்டம் அதிகமாக இருந்தால், வரிசையை ஒழுங்குபடுத்துவான். அவன் வாசல் முன்னால் நின்றிருந்தாலே, 'வந்தோமா... டிக்கெட் எடுத்தோமா... உள்ளே போனோமா...' என்று ரசிகமணிகள் நடந்துகொள்வார்கள். படம் ஓடும் சத்தம் தவிர, ஒரு விசில் சத்தம்கூட இருக்காது. படம் ஓடாத மீதி நேரத்தில் மார்க்கெட் பக்கம் சலம்பிக்கொண்டு திரிவான். அவன் மீது ஊருக்குள் ஒரு பயம் இருந்தது. அவனும் தன்னிடம் வசூல் செய்ய வந்த தன் வகையறாவிடம், "ஊருக்குள்ளாற எதுக்குடா ஒம்பதுகோவிலு?" என்றுதான் கேட்டானாம்.

யார் பேச்சும் அங்கே செல்லுபடியாகவில்லை. கோவில் பணிகள் துவங்கியிருந்தன. 'யார் கோவில் பெரியது? யார் அதிகமாகச் செலவிடுவது?' என்ற போட்டி கண்ணுக்குத் தெரியாமல் அங்கே நடந்தது.

முதலில் கட்டிமுடித்தது, சந்தனத்தேவர் வகையறா, மச்சக்காளைதான். விசாலமான பெரிய கோவில். சங்கு ஸ்தபதி, கல்லாலான அம்மன் சிலையை வடித்திருந்தார். அங்காள பரமேஸ்வரி. அம்சமாக வந்திருந்தது. செலவும் அள்ளிக்கொண்டு போயிருந்தது. மச்சக்காளை சென்ட்ரல் மார்க்கெட்டில் காய்கறி வியாபாரிகள் சங்கத் துணைத் தலைவராக வேறு இருந்ததால், அவனால் தேவையை வசூல்செய்ய முடிந்திருந்தது. கோவில் நிர்வாகம் தன்வசத்தில் இருக்கவேண்டும் என்று, வட்டிக்குவிட்டுச் சம்பாதித்து வைத்திருந்த வருமானத்தில் பெரும்பகுதியைக் கோவிலுக்குச் செலவிட்டு, அந்தஸ்தைத் தக்கவைக்க தண்ணீராய் வாரி இறைத்தான். மற்றவர்களை முந்தி, தனது செல்வாக்கைக் காட்டிவிடும் முனைப்பு அவனிடம் நிறையவேயிருந்தது. கும்பாபிஷேகத்துக்கும் ஏற்பாடுகள் செய்து, விமானக் கலசத்தை அபிஷேகம்செய்ய கங்கையிலிருந்து நீர் கொண்டுவரவிருப்பதாகச் சொன்னான். அங்கே ஆசிரமம் வைத்திருக்கும் முக்கண் சிவானந்த சுவாமிஜீயை கும்பாபிஷேகத்துக்கு அழைத்து வரவும் ஏற்பாடுகள் செய்திருந்தான். எல்லாம் விரிவாகவும் விசாலமாகவும் இருந்தன.

இதுவெல்லாம் தனக்கு சாதாரணம் என்பதாகக் காட்டிக்கொண்ட அவன், அடுத்து செய்த ஏற்பாடுகள்தான் எல்லோரையும் ஆச்சரியப்படுத்தியது. நாடக நடிகை ராஜகோகிலத்தை அழைத்து வந்து, நாடகம் போடப்போவதாகச்

சொன்னான். ராஜகோகிலத்துக்கு நாடு முழுவதும் எல்லா வயதிலும் ரசிகர்கள் இருந்தார்கள். அவள் சிருங்காரமாய் முகம் சுளிப்பதைப் பார்க்கக் கோடி கண்கள் வேண்டும் என்ற பேச்சிருந்தது. அவளது தேதி கிடைப்பது அரிதாக இருக்கும். நடிக்க வருவதற்கு அவள் வைத்ததுதான் விதிமுறை. நாடகத்தில், தனக்கான நாயகனை அவள்தான் தேர்வு செய்வாள்.

ஒரே ஒரு காட்சிக்கு அவள் நடித்துக் கொடுப்பதெல்லாம் இல்லை. ஓர் ஊரில் முகாமிட்டு மாதக்கணக்கில் நாடகம் போடுவாள். நாளுக்கு இரண்டு காட்சிகள் நடக்கும். சிலநாட்களில் மூன்று காட்சியும் உண்டு. ராஜகோகிலத்தின் நாடகங்களில் கிணற்றடியில் கதாநாயகனுடன் அவள் நிர்வாணமாகக் குளிக்கும் காட்சி ஒன்று நிச்சயம் இருக்கும். அதைப் பார்ப்பதற்காகவே அக்கம்பக்கத்து ஊரிலிருந்து வண்டி கட்டிக்கொண்டு வருவார்கள். 'இந்தப்பய சும்மா சொல்றான்டா' என்று மச்சக்காளையைப் பார்த்துக் கேலி செய்தவர்களெல்லாம் அவள் வருவது உறுதியான சேதி வந்த நாளிலிருந்து, அவளைப் பார்ப்பதற்காக விரதம் இருந்தார்கள். இங்கே ஒரே ஒரு காட்சி மட்டும் நடித்துத்தர அவள் ஒத்துக் கொண்டிருப்பதை சிலாகித்தார்கள்.

"கோவில் காசு திருடுனப் பரம்பரைக்காரய்ங்க, இதுவும் செய்வானுக. இதுக்கு மேலயும் செய்வாய்ங்க!" மற்ற கோவில்காரர்கள் பின்னால் 'பொரணி' பேசினார்கள்.

"நாம என்ன கொறைஞ்சவய்ங்களா? அவன் ராஜகோகிலத்தைக் கூப்ட்டா, நம்ம கோவில் திருவிழாக்கு நாம சேலம் டி.மைதிலியைக் கூப்டுவோம். அந்தம்மா எதுல கொறை? அவ ராஜகுமாரில்ல!" என்றான், முரளி.

ராஜகோகிலத்துக்கும் சேலம் டி.மைதிலிக்கும் நாடக உலகில் பலத்தப் போட்டியிருந்தது. அழகிலும் திறமையிலும் இருவரும் ஜொலித்தார்கள். அவர்களிருவருடனும் நடிக்க வாய்ப்புக்காக, ஆண் நடிகர்கள் ஏங்கிக் கிடந்தார்கள். இந்த நாடகத்துக்கு 'அவர்'தான் ராஜபார்ட் என்று அவர்களிடமிருந்து அறிவிப்பு வந்துவிட்டால், அந்த ஆண் நடிகர் தூக்கமில்லாமல் தவித்துப் போய்விடுவாராம். சக ஆண் நடிகர்களின் பொறாமை நீரூற்றாய்ப் பீய்ச்சியடிக்குமாம். "ஒனக்கென்னப்பா, நீ கோகிலத்து ஆளு!" என்று சொல்லி, பேசுவதைக்கூட தவிர்த்து விடுவார்கள்.

ராஜகோகிலத்துக்கு நாயகனாக நடித்த முத்துச்செல்வத்தைப் பற்றி பெரிதாகப் பேசுவார்கள். நாடகங்களில் சின்னச்சின்னப் பாத்திரங்களில் நடித்துக் கொண்டிருந்த அவனை, தனக்கு நாயகனாக அறிவித்து, நடித்து, அந்தநாடகம்,

'ஓஹோ'வென்று நடந்ததாம். வசூல் அள்ளிக் குவித்திருக்கிறது. முத்துச்செல்வத்தின் அந்தஸ்து ஒரே நாளில் ஏறுமுகம் கண்டது. அதற்கான நன்றியை அவன், அவள் முன்பு உட்காராமல் காட்டியதாகச் சொல்வதுண்டு. ராஜகோகிலம் அவனுடன் சாதாரணமாக ஏதாவது பேசினால், 'நடிக்கிறதுக்கு நான் மாட்டு வண்டிலயெல்லாம் போனதில்லைம்மா. உங்களாலதான் இந்தவசதி வந்தது' என்று 'பௌவியமாக'ச் சொல்வானாம். நாயகனுக்கான தனி சாப்பாடு வந்தால், 'உங்களாலதான் இந்தச்சாப்பாடு எல்லாம் கெடைச்சது!' என்று பம்முவானாம். அதை அவள் ரசித்ததாகச் சொல்வதுண்டு. 'ஆம்பளைகளை அடிமை மாதிரி வெச்சுருப்பா!' என்று ஒரு பேச்சும் இருந்தது. அதை அவள் காதுபடவே சொல்வார்கள். அதற்கு அவள் பதிலேதும் சொல்லாமல், 'அப்டி நான் நடந்துக்கலைன்னா, பிரிச்சு மேஞ்சிற மாட்டீங்க!' என்று உள்ளுக்குள் சிரித்துக் கொள்வாள்.

ஒருபத்திரிகை சேலம் டி.மைதிலியுடன் சேர்ந்துநடித்த ராஜபார்ட் தங்கராஜ் எனும் நடிகரிடம், 'நடிக்கும்போது சேலம் டி.மைதிலியை எங்கெங்கெல்லாம் தொட்டீர்கள்?' என்று கேள்வி கேட்டு, பதில் வாங்கிப் போட்டிருந்தது. அந்த நேர்காணலைப் போட்டதிலிருந்து அந்தப் பத்திரிகையின் விற்பனை தாறுமாறாக அதிகரித்தது, குறையவேயில்லையாம்.

முரளி முனைந்து கட்டும் கிருஷ்ணன் கோவில் திருவிழாவுக்கு சேலம் டி.மைதிலியை அழைத்து வருவதற்கான ஆயத்தங்களில் இப்போதே இறங்கியிருந்தான்.

அங்காள பரமேஸ்வரி கோவில் கும்பாபிஷேகத்தை முக்கண் அருளானந்த சுவாமிஜீ நடத்தி வைத்தார். அன்று முழுவதும் யாகம் நடந்தது. இரவில், கோவிலுக்கு முன்பாகப் போடப்பட்டிருந்த மேடையில் ராஜகோகிலத்தின், 'தூங்காத இரவு' நாடகம். நாடகத்தில் ராஜகோகிலம் கிணற்றடியில் நிர்வாணமாகக் குளிப்பதைப் பார்ப்பதற்கு அய்யங்கோட்டை, வாடிப்பட்டி, சோழவந்தான், அருப்புக்கோட்டை, விருதுநகர், திருமங்கலம், மேலூர், திருப்பத்தூர், சிவகங்கை என்று நூறு மைல் சுற்றிலிருந்து வண்டி கட்டிக்கொண்டு வந்து, சாயங்காலத்திலிருந்தே வயது வித்தியாசமில்லாமல் காத்துக் கிடந்தார்கள். என்றாலும் ஐம்பதைத் தாண்டிய நரை பெருசுகளின் கூட்டம் கொஞ்சம் அதிகமாகவே இருந்தது. நாடகம் தொடங்கிய நிமிடத்திலிருந்து முடியும்வரை ஆரவாரம் குறையவேயில்லை. அத்தனை பேரும் எதிர்பார்த்திருந்த அந்தக் கிணற்றடிக் குளியல் காட்சியும் இருந்தது. அந்தக் காட்சியின்போது யாரும் கண்ணிமைகளை

மூடவில்லை. நாடகத்தின் முடிவைவிட அந்தக் காட்சிக்குத்தான் 'ரெஸ்பான்ஸ்' இருந்தது. 'தூங்காத இரவு' என்பதால், அது விடியவிடிய நடந்தது. நாடகம் முடிந்தும் யாரும் கலைந்து செல்லவில்லை. யார் கண்ணிலும் தூக்கமும் இல்லை.

"அந்தம்மா நெசமாவே துணியேதும் இல்லாமத்தான் நடிக்குதா?" துவரங்குறிச்சியிலிருந்து வண்டி கட்டிக்கொண்டு வந்திருந்த மருங்காபுரி நாட்டாமை, தனக்குப் பக்கத்திலிருந்த பொன்னம்பட்டி ஜமீனிடம் கேட்டார்.

"அப்டித்தான் இருக்கும்போல!"

"நம்ம ஊர்கொடைக்கு என்ன செலவானாலும் இந்தம்மாவக் கூப்ட்டுறணும்."

"அந்தம்மா ஒடம்பு நெறத்துலயே ஏதோ ஒரு டிரஸ் போட்டுருக் குய்யா!"

ஆளாளுக்கு தங்கள் மனதுக்குள்ளிருந்ததைப் பேசிக் கொண்டிருக்கும்போது, ஒருவன் ராஜகோகிலத்துடன் ராஜபார்ட்டாக நடித்த நடிகரின் உள்ளங்கையில் முத்தமிட்டான். "நீங்க கோகிலத்தை மொத்தம் பதினெட்டு தடவை, தொட்டுத்தொட்டுப் பேசுனீங்க. அவங்களத் தொட்டக் கை, இது. கெணத்தடி சீன்ல அந்தம்மா உங்கமேல உருண்டு புரண்டுச்சே. அய்ய்ய்யோ. நீங்க அதிர்ஷ்டம் செஞ்ச ஆளு. எங்களுக்கு இந்த ஜென்மம் முழுசுக்கும் கெடைக்காது" என்று பெருமூச்சு விட்டான். ஏகாந்தத்தில் மிதந்தபடி, நடிகரின் கையை எதுவாகவோ நினைத்து, மறுபடியும் முத்தமிட்டான்.

கும்பாபிஷேகம் முடிந்து நான்கு நாட்கள் ஆகியிருந்தன. யாரும் கோவிலைப் பற்றிப் பேசவில்லை. இத்தனைக்கும் கோவில் அழகான உட்பிரகாரத்தைக் கொண்டிருந்தது. அதையொட்டிய உயரமான சுற்றுச்சுவரின் உட்புறத்தில், ராமாயணச் சித்திரங்கள் வரையப்பட்டிருந்தன. கொடிமரம், பிரகாரம் என்று அத்தனையுமே அததற்கான அம்சத்துடன் அமைந்திருந்தது. இருந்தும் ராஜகோகிலத்தின் கட்டழகையும், நாடகத்தில் வந்த கிணற்றடிக் காட்சியையும்தான் பேசினார்கள். மச்சக்காளை மகிழ்ந்து போயிருந்தான். தன்னால் எதையும் செய்து காட்ட முடியும் என்ற நம்பிக்கை அவனுக்கு வந்திருந்தது.

கோவிலில் அன்று காலையில் ஒரு திருமணம் நடந்து முடிந்திருந்தது. அதுதான் அந்தக் கோவிலில் நடந்த முதல் திருமணம். வேறுவேறு சமுகத்தினரை மணமக்களாகக் கொண்ட காதல் திருமணம்.

யதேச்சையாக, ‘அல்டாப்பு’ ஆறுமுகம் அந்தப்பக்கமாக வந்தான். மாலைகளோடு கோவிலிலிருந்து வெளியே வந்த மணமக்களைப் பார்த்து ஆச்சரியப்பட்டான். “டேய், நீ பந்தல்குடிகாரன்ல்ல. ஆத்தா... நீ வீரணன் மகள்ல்ல. ஆகா... ஆகாகா... ஒண்ணுமண்ணா ஆகிட்டீங்களாடா? நல்லாருங்கடா. நல்லாருங்கடா... நல்லா தழைப்பீங்கடா!” என்று வாழ்த்தினான். அப்புறம் கோவில் வாசலில் நிறுத்தி, அவர்களுக்கு ‘துந்நூறு’ வைத்தான். “ஆத்தா... இந்தப் பயலுக சாதியக் காப்பாத்தத்தான் இவ்வளவு செலவு செஞ்சு ஒனக்குக் கோவில் கட்டுனாய்ங்க. நீயோ வேற வேற ரெண்டு சாதிக்காரய்ங்கள சேத்து வெச்சு, உன் ரூபத்தைக் காட்டிட்ட. ஆத்தான்னா நீதான் ஆத்தா. ஒனக்கு எல்லா புள்ளைங்களும் ஒண்ணுதானே!” என்று குதூகலித்து, மணமக்கள் கையில் ஐந்து ரூபாய் நோட்டை பரிசாகக் கொடுத்தான். “வெச்சுக்கோங்க!”

அங்காள பரமேஸ்வரி கோவில் கும்பாபிஷேகம் சிறப்பாக நடந்து முடிந்ததில், முரளிக்குள் வருத்தம் முளைவிட்டிருந்தது. ‘கோயில் கட்டணும்னு திட்டம்சொன்னது, நாம. ஆனா மச்சக்காளை முந்திக்கிட்டு, தன்னை நிரூபிச்சுட்டான். நம்மாளால அவனை விஞ்ச முடியுமானு தெரியலை. ஆனா இனி அவனை, எதுலயும் தலையெடுக்கவிடக் கூடாது’ அவனுக்குள் அர்த்தமில்லாத வஞ்சம் மண்டியது.

மச்சக்காளையைத் தாண்டி, தன்னை முறையாக நிரூபித்துக்கொள்ள வேண்டும் என்ற எண்ணமெல்லாம் முரளிக்கு இருக்கவில்லை. அவனை எப்படியாவது மிஞ்ச வேண்டும் என்ற ஆவலாதி மட்டும் இருந்தது. ஒருவன் புதுச்சட்டை அணிந்து கொண்டு வந்தால், ‘இது நல்லாருக்கே... நாமளும் ஒண்ணும் இதுமாதிரி வாங்கணும்’ என்று குறுகிக் கொண்டிருந்தான்.

ஒருநாள் காலையில் கண்விழித்தபோது, அவனுக்குள் குரூரமான நிதானம் அப்பிக் கிடந்தது. கொடூரமான வெறுமையுடன், ‘மச்சக்காளையால மட்டுந்தான் நாடகம் நடத்த முடியுமாக்கும். நானும் நடத்துவேன். சேலம் டி.மைதிலியை கூட்டிட்டு வருவன். கூட்டிட்டு வருவேன். கூட்டிட்டு வருவேன்’ என்று திரும்பத் திரும்ப சொன்னதையே திருப்பித் திருப்பிச் சொல்லி, புலம்பிக்கொண்டிருப்பதாக பேச்சு உலவத் தொடங்கியது.

7

மேற்குத்தொடர்ச்சி மலையில் மூன்று நாட்களாகப் பெய்யும் தொடர் மழையில் சுற்று வட்டாரத்துக் குளம், குட்டை, கண்மாய்களெல்லாம் நீர் பெருகி வழிந்தோடின. மழையும் நின்றபாடில்லை. 'தொரதொர'வென்று நசுவிக்கொண்டே இருந்தது. நீள அகலமும் ஆழமும் கொண்ட தூர்வாராத செல்லூர் கம்மாயின் விளிம்பைத் தொட்டு தண்ணீர் அலையாடியது. மேலும் மேலும் வந்து கொண்டிருந்த தண்ணீர் கரையைத் தாண்டி, பால் பொங்குவதைப்போல மென்திரையாய் நாலாபுறமும் வழிந்தது.

இன்னும் இரண்டு மூன்று நாட்களுக்கு மழை நீடிக்கும் என்று சொல்லிக் கொண்டார்கள். கண்மாயைச் சுற்றி வீடுகள் எழும்பி விட்டதால், தண்ணீர் வெளியேறி வழிவதற்கு இடமில்லாமல், வரும் வழியெங்கும் தேங்கி, வழி கிடைக்குமிடத்திலெல்லாம் நிறைந்து நின்றது. வயக்காடுகளிலும் புதிய குடியிருப்புகளிலும் தண்ணீர் பெருகியது.

சிலமணி நேரத்தில் வீட்டுப்படிகளைத் தாண்டி உள்ளே புகுந்தது. கூடவே, பாம்புகளும் அவர்கள் பார்த்திராத சிறு ஜீவராசிகளும் தண்ணீரில் நீந்தி, புதிய விருந்தாளிகளாக வீடு புகுந்தன. அதைக்கண்டு குழந்தைகள் மட்டுமல்ல, இதற்குமுன் அதைப் பற்றிய பரிச்சயமில்லாத பெரியவர்களுமே குரலெடுத்துக் கத்த ஆரம்பித்தார்கள். அவற்றுக்கு இந்தக் குரல்களின் மதிப்பு நிச்சயமாகத் தெரியவில்லை. இஷ்டம்போல அவை நீந்திக்களித்தன. என்ன செய்வதென்று தெரியாமல் குடியிருப்பவர்களைப் போலவே அவையும் தத்தளித்தன. நேரமாக ஆக மின்சாரமும் போய் இருள் சூழ்ந்து கொண்டது.

எஸ். அர்ஷியா

மழை மேலும் வலுக்க ஆரம்பித்தது. அவரவர்கள் ஈரமில்லாத இடத்தில் ஒண்டிக் கொண்டார்கள். நள்ளிரவு இரண்டு மணியிருக்கும். வீடுகளுக்குள் படுத்துத் தூங்கிக் கிடந்தவர்களைச் சுற்றி ஈரம் படர்ந்தது. ஈரம்பட்டு, தூக்கம் கலைந்து விழித்தவர்கள் தங்களைச் சுற்றிலும் தண்ணீரைக் கண்டதும் அலறினார்கள். அடுத்தடுத்து எழுந்த அலறல், பெரும் ஓலமாக மாறிக்கொண்டே இருந்தது.

'ஏதோ விபரீதம்' என்று உணர்ந்தவர்கள் சமயோசிதமாக, பிள்ளைகளையும் அப்போதைக்கு கண்ணில், கையில் தட்டுப்பட்டதையும் தூக்கிக்கொண்டு தெருவுக்கு வந்தார்கள். எங்கிருந்தோ தண்ணீர் அலையலையாய் தங்களை நோக்கி வருவதை மட்டும் அவர்களால் உணர முடிந்தது. இருட்டில் ஏதும் பார்க்க முடியவில்லை. வெளியில் வந்தவர்கள் தண்ணீரின் இழுவைக்கு எதிராக, நிற்க முடியாமல் தடுமாறினார்கள். கீழே விழுந்தவர்களை தண்ணீர் குப்பைபோல சுருட்டி இழுத்துப் போனது. அதற்கு பொருள், மனிதன் என்ற பாகுபாடெல்லாம் இருக்கவில்லை.

"அய்யோ… யாரோ செல்லூரு கம்மாக்கரைய பேத்துவுட்டுட்டானாமே!" என்ற குரல், வேறுவேறு நபர்களிடமிருந்து வெவ்வேறு அளவீடுகளில் எதிரொலிக்க ஆரம்பித்திருந்தது. நேரமாக ஆக, வரத்துப் பெருகி வீடுகளுக்குள்ளே தண்ணீர் இடுப்பளவுக்கு புகுந்து அலையாடியது.

'எல்லாரும் மேடான பகுதியை நோக்கி ஓடுங்க' என்று கடூரமான ஆண் குரலில் சொல்ல, அங்கே யாரும் இருக்கவில்லை. உயரமான பகுதி என்றும் எதுவும் இருக்கவில்லை. கம்மாய்க்கரைக்குக் கீழாகவே பள்ளத்தில் குடியிருப்புகள் அமைந்திருந்தன.

தண்ணீர் பூதம். உயிரையும் காக்கும். உயிரையும் எடுக்கும். உயிர்பயம் எல்லோருக்கும் இருந்தது. இடுப்பளவு தண்ணீர் இப்போது நெஞ்சளவாக உயர்ந்திருந்தது. சற்றே உயரமாக மாடிவீடு கட்டியிருந்தவர்களின் கீழ் வீடுகளுக்குள்ளும் தண்ணீர் புகுந்திருந்தது. ஆனாலும் அவர்கள், அபயம் தேடி வந்தவர்களுக்கு அந்த இருட்டிலும் தங்களுடன் இருந்துகொள்ள 'மனிதர்களாக' அனுமதியளித்தார்கள். மனிதர்கள் தங்களை மனிதர்களாகக் காட்டிக் கொள்வதற்கு இயற்கை அளித்த கொடூர சந்தர்ப்பம் இது. எல்லா மாடி வீடுகளிலும் ஏழெட்டுப் பத்துக் குடிகளுக்குமேல் தஞ்சம் கொண்டிருந்தன.

விடிந்து பார்த்தால், தண்ணீருக்குள் நிற்கும் கான்கிரீட் மரங்களைப் போல மாடி வீடுகள் இருந்தன. தாழ்ந்த இடத்தில்

கட்டப்பட்டிருந்த வீடுகள் தண்ணீரில் மூழ்கியிருந்தன. சில வீடுகளின் விட்டம் வரை தளும்பியத் தண்ணீர், அவசரமாக யாரையோ சந்திக்கப் போவதுபோல, தேநீர் நிறத்தில் திரண்டு தெருக்களில் ஓடியபடி இருந்தது.

குடும்ப உறுப்பினர்களில் மற்றவர்கள் எங்கே இருக்கிறார்கள் என்பதை அறிய முடியாமல், ஒவ்வொரு மாடியிலிருந்தும் தவிக்கும் குரல்கள் பறந்தன. சைகைகளும் எதிர்க்குரல்களும் தொடர்ந்தபடியிருந்தன. 'என் வீட்டுல அவனைக் காங்கல. என்வீட்டுல இவனைக் காங்கல' என்ற குரல்கள் காற்றில் கலைந்தன. அவற்றுக்கு சற்றும் குறைவில்லாமல், கம்மாய் மரத்திலிருந்த பறவைகளும் காகங்களும் பரிதவிப்புடன் கரைந்தபடி அலைந்தன. தண்ணீருக்கு மேலே பறந்து பயணித்து, மீண்டும் திரும்பி வந்து கரைந்தன. ஏதேதோ பண்டங்களும் என்னென்னவோ பொருட்களும் கண்ணெதிரே சுழியாய்ச் சுழன்றோடும் தண்ணீரில் மிதந்து போய்க்கொண்டிருந்தன.

தண்ணீரின் வேகம் மேலும் அதிகரித்தபடியிருந்தது. யாரும் தண்ணீருக்குள் இறங்க பயந்தார்கள். பாடுபட்டுச் சேர்த்த பொருட்களெல்லாம் தண்ணீரில் மிதந்து போவதைப் பார்த்துப் பரிதவித்தார்கள். 'அய்யோ... எம்பொண்ணுக்கு சேத்து வெச்ச பொருளு!' என்று மேட்டிலிருந்து பாய்ந்த ஒருபெண், பொருளைப் பிடிக்க முடியாமல் தண்ணீருடன் 'மல்லாடி'ப் போனதை மற்றவர்களால் வேடிக்கை மட்டுமே பார்க்கமுடிந்தது.

தறித்தொழிலில் ஈடுபட்டிருந்த தொழிலாளர்கள் சேர்த்து வைத்திருந்த சித்தாந்த புத்தகங்கள், கையேடுகள், சிவப்புக் கொடிகளும் இன்னபிற பொருள்களும் தண்ணீரில் மிதந்துபோயின. வீட்டிலிருந்து வெளியேற முடியாமல் உள்ளுக்குள்ளே சிக்கியிருந்தவர்களின் பயக்குரல்கள் கேட்டபடியே இருந்தது. அவர்களைக் காப்பாற்ற அரசாங்க நடவடிக்கைகளை மாநகராட்சி செய்தது. எங்கிருந்தோ படகுகள் வந்து சேர்ந்தன. நீரின் போக்குடன் சென்ற அவை, வீடுகளுக்குள் இருந்தவர்களை பத்திரமாக வெளியில் அழைத்துவந்தன.

தண்ணீர் வடிய ஒரு வாரத்துக்கும் மேலானது. அந்தப் பகுதியின் பிழைப்பு முற்றிலுமாக அற்றுப் போயிருந்தது. உழைத்து சம்பாதித்த பொருட்கள், நகை, பணம், இடம் வாங்கியது தொடர்பான ஆவணங்கள், படிப்பு சம்பந்தமான சான்றிதழ்கள் எல்லாம் தண்ணீரில் போயிருந்தன. அல்லது அடையாளமற்று சிதிலமாகியிருந்தன. இழப்பு, துக்கம், துயரம், தாண்டி எல்லாவற்றையுமே மறுபடியும் 'அ'விலிருந்து தொடங்க

எஸ். அர்ஷியா ♦ 89

வேண்டியதாக இருந்தது. இதற்கிடையே பல்வேறு புதுக்கதைகள் பூக்கத் தொடங்கியிருந்தன. வாத்தியார் வீட்டு மொட்டைமாடியில் தஞ்சம் புகுந்திருந்தபோது, மலர்ந்த காதல் கதைகள். கைச்செலவு பாராமல் வீட்டிலிருந்த அரிசி, பருப்பு, மண்ணெண்ணை எல்லாவற்றையும் தூக்கிக் கொடுத்துப் பராமரித்த 'கஞ் சப்பிசுநாறி' மகாலட்சுமி மாளிகை மகாவின் பெருந்தன்மை. சாதி, சந்ததி எதுவும் பாராமல் ஏழெட்டு நாட்கள் ஒன்றாகயிருந்த பொழுதுகள். துயரங்களின்போது, சாதியும் மதமும் மறந்துபோய் விடுகின்றன.

'பொதுக்க' காம்பௌண்ட்டுக்குள் புகுந்தோடிய தண்ணீரில் சுவர்களெல்லாம் கரைந்து, இருந்த இடம்தெரியாமல் போய்விட்டது. 'பொதுக்க' கன்னியம்மா கட்டிய துணிகளுடன் தர்ஹாவுக்குள் புகுந்து, பகல்பொழுதிலும் தங்கிக்கொள்ள ஓரிடத்தைத் தேர்வுசெய்தாள். மனசு, 'இனி... இங்கனதான் காலத்தைக் கழிக்கணும்' என்று முன்திட்டமாய்ச் சொன்னது.

இவற்றுக்கிடையில் வேறொரு சாகச விஷயத்தையும் அந்தப் பகுதியில் பம்மிப் பம்மிப் பேசிக்கொண்டார்கள்.

"கொஞ்சநஞ்சந் தண்ணீயா போச்சு. யாத்தா... அப்டியொரு தண்ணீய பாத்ததேயில்ல. அதுலயும் இந்தப் பயலுக செஞ்சதப் பாத்தியா?"

"சொன்னாத்தானே தெரியும். பாத்தியா பாத்தியானு கேட்டா, என்ன தெரியும்?"

"அவனவன் உசுரக் காப்பாத்துக்க ஓடிப் பொழைச்சு ஒண்டிக்கிட்டுருக்கப்ப, இவனுக தண்ணீல மெதந்துவந்த பண்டபாத்திரம் அல்லாத்தையும் நீஞ்சிப்போய் பிடிச்சுவந்து சேத்துருக்கானுக. மலையா பித்தளை, செம்பு பாத்திரங்கள் குமுஞ்சு கெடக்காம்."

"தண்ணீல மெதந்து வந்தததானே நீஞ்சிப்போய் எடுத்தானுக. திருடலையே?"

"அடையாளம் சொல்லி, 'இது என்னுது' கேட்டப்ப, தரமாட்டேன்னு சொல்லி மிரட்டுறானுகளாம்."

"அடப்பாவமே... அவனுகளப் பாத்து ஊரே அரண்டு கெடக்கு. யார்ட்டயும் பஞ்சாயம் போகமுடியாது. பஞ்சாயம் எத்தனை நாளுக்குத்தான் பாதுகாப்புக் குடுக்கும். அப்பறம் இவனுகதானே!"

அதுவரையில் அமைதியாக ஓடிக்கொண்டிருந்த உரையாடலில் ஒரு குரல் சொன்னது. "அவிய்ங்க திடீர்னு

ரொம்பப் பெரிய பணக்காரனுக ஆகிட்டமாதிரி தோணுது. வெள்ளத்துக்கு அப்பறமா, அவிய்ங்க வீட்டுப் பொம்பளைங்க கழுத்துல நகைக வகை வகையா மின்னுது. அது ஒரு நானூறு ஐநூறு பவுனுக்கும்மேல தேறுமாம்!"

அதைக்கேட்ட மற்றவர்கள் பேச்சு மூச்சில்லாமல் திகைத்துப் போனார்கள்.

அத்தனைபேரும் உழைக்கும் மக்கள். நான்கைந்து ஆண்டுகளில் அந்தப் பகுதி மறுபடியும் உயிர் பிடித்துக்கொண்டது.

8

'தன்னை மற்றவர்களிடம் எப்படி அறிமுகப்படுத்திக் கொள்வது?' என்ற யோசனையில் அலமாந்திருந்த காட்டுவாவை ஆலமரத்துப் பறவைகளின் இனிய கூச்சல் கலைத்துப் போட்டது. 'ம்ம்ம்' என்ற முனகலுடன், ஒருவிலங்கின் வடிவமாய் அழுத்தமாகச் சோம்பல் முறித்தார்.

பார்வை, மரத்தின் மீது விழுந்தது. வானத்தின் பெரும்பகுதியை அந்த மரம் மறைத்திருந்தது. மரத்தின் உச்சியிலிருந்து வானத்தை லேசாக எட்டித் தொட்டுவிடலாம் போலிருந்தது. இளங்காலை வெளிச்சத்தில் வெண்மையும் பச்சையுமாக இருந்த தர்ஹா, விடிந்த பின்பு தனது இயக்கத்தைத் தொலைத்து மௌனமாகிக் கிடந்தது.

தர்ஹாவையொட்டிய பள்ளிவாசலில் பஜ்ர் தொழுகை முடிந்து, மௌத்தை அடக்கம் செய்த மூன்றாம்நாள் ஜியாரத் காரியத்தை, யாசின் ஓதி நிறைவேற்ற வந்திருந்த நாலைந்துபேர், பேரிச்சம்பழ உருண்டைகளை வைத்துக்கொண்டு காத்திருந்தார்கள். தொழுகை முடிந்து வந்த தொழுகையாளிகள் ஜியாரத்துக்காக யாசின் புத்தகங்களை அங்கிருந்த கண்ணாடிபோட்ட அலமாரியிலிருந்து எடுத்து ஓதத்தொடங்கினார்கள். அவர்களில் புத்தகம் எடுத்துக் கொள்ளாத ஒருவன், "வா... போகலாம், நேரமாகுது" என்றான், மற்றவனிடம்.

"மத்தவங்க மௌத் காரியத்துல கலந்துக்கிர்றது, சுன்னத். கொஞ்ச நேரந்தானே. இருந்துட்டுப் போயிறலாம்" என்றான், மற்றவன். அவர்களிடையே சிலநிமிடங்கள் அமைதி நிலவியது.

ஒருவன் விருப்பத்துடனும் ஒருவன் விருப்பமில்லாமலும் யாசின் புத்தகங்களில் ஆழ்ந்தார்கள். பல்வேறு குரல்களில் அங்கிருந்தவர்கள் ஓதினார்கள்.

அவர் எழுந்து நின்றார். இன்னும் பலர் தூக்கத்தில்தான் இருந்தார்கள். பகலிலும் முன்னிரவிலும் அரற்றி ஆர்ப்பாட்டம் செய்யும் நோயாளிகள், இரவில் அமைதிகொள்ளும் விந்தை அவருக்கு சிறுவயதிலிருந்தே வியப்பாகயிருந்தது. அவுலியாக்கள் வலிமறக்கச் செய்து ஆசுவாசப்படுத்துவார்கள் என்று தாதிமா, பலகதைகளைச் சொல்லியிருக்கிறார். 'அதை பகலிலும் அவுலியாக்கள் தொடர வேண்டியதுதானே?' என்று கேள்விகள் கேட்டு, அடிபட்டது நினைவுக்கு வந்தது. ஆனாலும் அவர் பலமுறை இதே கேள்வியைக் கேட்டிருக்கிறார்.

சூரியக்கதிர்கள், மினாராமீது ஒரு கொடிபோல படர்ந்து, ஊர்ந்து, கீழிறங்கின. விடிந்தும் தூக்கத்திலிருந்தவர்களை அவுலியாக்கள் அதிகமாக ஆசுவாசித்து விட்டார்களோ என்று நினைத்துக் கொண்டார். ஒருசிலர் கண்விழித்து எழுந்து, சோம்பலாய் உட்கார்ந்திருந்தார்கள். சிலர் கண்விழித்தபடி படுத்துக் கிடந்தார்கள். அவர்கள் அத்தனை பேரையும் தாண்டிக்கொண்டு நடைக்கு வந்தார்.

தர்ஹா படிக்கட்டில் தெருநாயொன்று சுருண்டு உறங்கிக் கொண்டிருந்தது. அதன் மூடியவாயில் கூரிய பல்லொன்று துருத்தி, தந்த நிறத்தில் வெளியில் தெரிந்தது. வயிறு ஏறியிறங்கி அதன் உயிரிருப்பை உறுதி செய்தது. இரவெல்லாம் கண்விழித்துக் குரைத்த அசதியாக இருக்க வேண்டும். 'மன்னத்'தாக நேர்த்திக்கடன் செய்துவிடப்பட்ட சேவலில் ஒன்று, தர்ஹா கூட்டிலிருந்து கிளம்பி வெளியேவந்து மண்ணைக் கிளறிக் கொண்டிருந்தது. பக்கத்தில் பெடை ஏதும் இல்லாதபோதும், தனக்கான சாம்ராஜ்ஜியத்தை நிலை நிறுத்துவதாய் அடிக்கடி பக்கவாட்டில் சிறகுகளைச் சிலிர்த்துக் கொண்டது. மண்ணைக் கிளறிய இடத்தில் பெரியதொரு பள்ளம் உருவாகியிருந்தது.

அப்போது, ஒருவிமானம் போல தாழப் பறந்து வந்து தர்ஹா நுழைவு வளைவில் குறிபார்த்து 'நச்சென்று' அமர்ந்த காகம் ஒன்று, கரையத் துவங்கியது. வயிற்றை எக்கியெக்கி வார்த்தையை உதிர்க்கும் அதன் யத்தனக் கரைதலில், எதையோ சொல்லிச் செல்லும் ஒரு நேர்த்தியிருந்தது. எல்லாவற்றையும் அவசரமாகச் சொல்லிவிட வேண்டுமென்ற அவசரமும் வேகமும் இருந்தது.

காகம் கரைந்தால் விருந்தாளிகள் வீட்டுக்கு வருவார்கள் என்றொரு பேச்சு, புழக்கத்தில் நிலவியது. வீட்டுக்கு சரி. இந்த தர்ஹாவுக்கு யார் யாரோ வந்துபோகத்தானே செய்கிறார்கள்?

எஸ். அர்ஷியா

அவர்களெல்லாம் விருந்தாளிகள்தானே! தத்தித்தாவி, முதலில் அமர்ந்திருந்த நிலைக்கு நேர் எதிர்திசையில் திரும்பி உட்கார்ந்து, அந்தக் காகம் விட்ட இடத்திலிருந்து கரைதலைத் தொடர்ந்தது.

அது என்ன தகவலைச் சொல்ல முயலுகிறது என்பதை ஆராய, அங்கே யாரும் அதனைப் பொருட்படுத்தவில்லை. அதுவும் கரைதலை விடவில்லை.

காட்டுவா கீழே இறங்கினார். பள்ளிவாசல் தெருவில் இரண்டு டீக்கடைகள் அரைக்கண் விழித்திருந்தன. இரண்டுகடைகளுமே கொஞ்சம் நவீனமாக இருந்தன. ஒரு கடையில் நாகூர் அனிபா தனது கனத்தத் தொண்டையில் சப்தம் தணிந்து, நபி புகழ் பாடிக்கொண்டிருந்தார். இன்னொரு கடையில் பண்பலையில் துணை மின்நிலையங்களில் பராமரிப்பு பணி குறித்து அறிவிப்பு ஒலித்துக் கொண்டிருந்தது. தினத்தந்தி நாளிதழைக் காணவில்லை. இலவச நாளிதழ் ஒன்றுகிடந்தது.

அவர் மனதில் பதிந்துபோயிருந்த பள்ளிவாசல் தெரு, இதுயில்லை. எளிதில் ஏறி நடக்க முடியாதபடிக்கு ஒண்ணரையடி உயரத்துக்கு சிமெண்ட் நடைபாதை இருந்தது. “சர்க்கரை கம்மி” என்று சொல்லி கேட்டு வாங்கிய டீ கிளாஸுடன், நடைபாதை விளிம்பில் உட்கார்ந்தார். இந்த இடம் மண்தரையாக இருந்தது. அதைத் தார் சாலையாக மாற்ற மாநகராட்சி முனைந்தபோது, தர்ஹாவின் அழகு கெட்டுப்போய்விடும் என்று மறியல் எல்லாம் நடந்தது. விவரம் தெரியாத அந்த வயதில் பள்ளிக்கூடத்துக்கு மட்டம் போட்டுவிட்டு, தன் சகாக்களுடன் அவரும் கலந்து கொண்டிருக்கிறார். இன்று அது ஃபேவர் பிளாக் ஆகியிருந்தது. தெருவெல்லாம் சோடியம் விளக்குகள் இருந்தன.

பழைய விஷயங்கள் யார் மனதுக்கும் உகந்தவைதான் என்பதை அவர் அனுபவ வழியாக உணர்ந்திருந்தார். குடித்துவிட்டு டீ கிளாஸை தூக்கிப் பார்த்தார். எப்போதோ குடித்த அப்துல்லா போடும் டீ நினைவில் வந்தது. காசு கொடுக்கும்போது, “இங்கன அப்துல்லானு ஒருத்தர் டீக்கடை வெச்சுருந்தார்ல்ல?” என்று கேட்டார்.

கல்லாவிலும் பட்டறையிலுமாக இருந்த கடைக்காரன், “அப்துல்லாவா?... அப்டி யாரையும் தெரியலியே!” என்றான். அவருக்கு ஆதரவான பதில் அங்கிருந்தப் பெருசுகளிடமிருந்தும் கிடைக்கவில்லை. ‘ரெண்டு வருஷத்துல மூணுபேரு கைமாறிருச்சு’ ஒரு குரல் மட்டும் கேட்டது. மற்றபடி அவரை ஒருமுறை பார்த்துவிட்டு, அவரவர் வேலைகளில் மூழ்கிப் போனார்கள். டீக்கடைக்காரனையும் கடையில் உட்கார்ந்திருந்த பெருசுகளையும் அவருக்குத் தெரிந்திருந்தது. அவர்களின்

பெயர்களையும் முகத்தையும் தனது ஞாபகப் பதிவுகளிலிருக்கும் நினைவுகளுடன் ஒப்பிட்டுப் பார்த்தார். வயதானத் தோற்றத்தில் அவர்கள் அசலாகப் பொருந்திப் போனார்கள். ஆனால் அவரை யாரும் அடையாளம் கண்டுகொள்ளவில்லை என்பது, 'தனக்கான பலமா அல்லது பலவீனமா?' என்று அவர் குமைந்துபோகவில்லை.

அப்படியே தர்ஹாவின் பக்கவாட்டுச் சந்துவழியே நடக்கத் தொடங்கினார். 'முட்டித் திரும்பினால் முதலில் வருவது, யஜாசுதீன் வீடு. அடுத்தது, சர்தார் வீடு. அதற்கு அடுத்தாற்போல ரசூல் வீடு. அதன் பின்பு வருவது நம்ம வீடு' என்று பழைய வரைபடத்தை மனதுக்குள் தூசி தட்டினார்.

'நம்ம வீடு' என்று நினைக்கும்போது, அவருக்குள் ஏதோவொன்று புரண்டது. 'இப்போது அங்கே, யார் யாரெல்லாம் இருப்பார்கள். பாவா இருப்பாரா?' பார்த்ததும் அடையாளம் தெரிந்துகொள்வாரா? அம்மாஜி, 'ரே.. மேரா பேட்டா!' என்று ஓடிவந்து என்னைக் கட்டிக்கொள்வாரா? அண்ணன் ரஃபியுத்தீன், 'கியாரே ஐஸா கர்தாலியா?' என்று சடைத்தபடி அணைத்துக் கொள்வாரோ? தங்கை அனார்கலி பிறந்த வீட்டுக்கு வந்து போகின்றவளாக இருப்பாளா? அக்கா பரீதாவின் நிலைமை என்னாவாக இருக்கும்?' அவர் கண்களில் முதல்முறையாக லேசாக நீர் முட்டிக்கொண்டு வந்தது. அடிவயிற்றில் சிறுநீர் நிறைந்து சுமப்பதுபோல உணர்ந்தார். சந்து முட்டியது. யஜாசுதீன் வீடு வேறு வடிவத்தில் பெரியதொரு மிட்டாய்க் கம்பெனியாகி இருந்தது. மிட்டாய் வாசம் அதை உறுதிப்படுத்தியது. இரவு வேலை முடியும் யத்தனம் அங்கே தெரிந்தது. அதற்கடுத்தாற்போல எந்த வீடும் இருப்பதாகத் தெரியவில்லை. தெரு, முட்டுச் சந்தாகியிருந்தது. பெரியதொரு அடுக்குமாடி வளாகத்தின் பின்புறம் போல இருந்தது. எங்கிருந்தோ இயந்திரங்களின் இரைச்சல் கேட்டது.

'நம்மவீடு இங்கனத்தானே இருந்துச்சு? தாதிமா, அதை அவுலியாக்கள் வாழ்ந்த வீடுன்னு சொல்வாரே!'

யாரிடமும் எதையும் கேட்கும் மனநிலை அவருக்கிருக்கவில்லை. திரும்பி நடந்தார். சின்னதாகப் பிரிந்த சந்தினுள் நுழைந்து, அடுத்தத் தெருவுக்குப் போனார். அவருக்கு அடையாளம் தெரிந்த ஒரு வீடு இருந்தது. நின்று, அதை ஆச்சரியமாகப் பார்த்தார். முகத்தில் புன்னகையும் நினைவில் அசட்டுத்தனமும் படர்ந்தது.

அந்த வீட்டிற்கு எட்டுப்படிகள்கொண்ட வாசல். எட்டுப்படிகள் விருத்திக்கு ஆகாது என்று பேச்சு இருந்தது.

ஆனால் அப்படியேதும் ஆகியிருக்கவில்லை. எல்லாமே உச்சத்தில் நிலைத்துக் கிடந்தது. சுற்றியிருந்த மற்ற வீடுகள் பெரியவைதானென்றாலும், எல்லாம் தணிந்த வீடுகள். அதனாலேயே அந்தக் கல் கட்டிட வீடு, கம்பீரமாய் ஒளிர்ந்தது. ஏழு தலைமுறைகளைக் கண்டிருந்தது. வீட்டின் வாரிசான சொந்தக்காரர் புறநகருக்குக் குடிபோக முடிவு செய்து, அங்கே ஒரு வீட்டைக் கட்டிக்கொண்டு போய்விட்டார். சாமான்கள் மட்டும் அப்படியே கிடந்தன. காலிசெய்வதற்காக காட்டுவாவும், டாக்காவும் வந்திருந்தார்கள். டாக்காவின் பெயர், அப்துல் அஜீஸ்.

மூடிக்கிடந்த மூன்று மாதங்களுக்குள்ளாகவே எட்டுப் படிகளை வாசலாகக் கொண்ட வீடு நூலாம்படை, தூசி, புழுதிக்குள் அமிழ்ந்து கிடந்தது. அப்படியப்படியே கிடந்தப் பொருட்களை, கழிவுகளை, குப்பைகளை காட்டுவா அகழ்ந்தெடுத்து, ரகவாரியாகப் பிரித்து அப்புறப்படுத்தினான். வேலைப்பாடமைந்த பழைய மரச்சாமான்கள், துருவேறிய இரும்புப் பொருட்கள், சீனாவிலிருந்தும் மலேயாவிலிருந்தும் தருவிக்கப்பட்ட கண்ணாடி, பீங்கான் கைவினைப் பொருட்கள், பித்தளை, வெங்கலப் பண்ட பாத்திரங்கள், மான் தலை, விலங்குகளின் தோலினாலான விரிப்புகள், பல்லி முட்டைகள், கரப்பான் பூச்சி இறக்கைகள், பெருச்சாளிப் புழுக்கைகள், கோழி இறகுகள் குவிந்து கிடந்தன. அவன் அள்ளித் தரத்தர, டாக்கா அவற்றை வெளியில் நின்றிருந்த வண்டியில் ஏற்றினான்.

அடுத்து, பொருட்களை எடுக்க டாக்கா உள்ளே வந்தபோது, காட்டுவாவின் கையில் விநோதமான பொருள் ஒன்று இருந்தது. ஆச்சரியமாக அதை அவன் பார்த்துக் கொண்டிருந்தான். விநோதப் பொருள் அவனை ஈர்த்திருந்தது. டாக்காவைக் கண்டதும் காட்டுவா அதை ஒளிக்கப் பார்த்தான். எதையோ அவன் மறைக்கிறான் என்பதை டாக்கா உடனடியாக யூகித்துக்கொண்டான். "டேய் மாப்ள... என்னடா அது?"

"ஒண்ணுமில்லியே!"

"என்ட்ட என்னத்தையோ மறைக்கிறே?" அதைப் பறிக்கப் பார்த்தான். இருவருக்கிடையிலும் ஓர் அந்நியோன்யமிருந்தது. ஒருவருக்குத் தெரியாமல் மற்றவர் இதுவரை எதுவும் செய்ததில்லை. அவனிடமிருந்து டாக்காவால் அதைப் பறிக்க முடியவில்லை. சோர்ந்துபோய், "அவ்ளதானாடா மாப்ள, நான்" என்று கேட்டுக்கொண்டே உட்கார்ந்து விட்டான். வார்த்தைகளில் நம்பிக்கை மட்டுப்பட்டதன் வெறுப்பு நெளிந்து வந்தது.

அவன் அப்படிக் கேட்டதும் காட்டுவாவுக்கு என்னவோ போலாகி விட்டது. இந்த இருபத்தியாறு வயதுக்குள் அவர்களின் நட்புக்கு இருபது வயதுக்கும் மேலேயேயிருக்கும். ''ஒன்ட்ட காட்டமாட்டேனாடா, மாப்ள?'' என்று அதை நீட்டினான்.

தங்கத்தினாலான அது, ஒரு பால்கிண்டிபோல இருந்தது. ஒரு விளக்கு போலவும் இருந்தது.

''அப்பறம் எதுக்குடா இதை ஒளிச்ச?''

"ஒளிக்கலை மாப்ள. நீ என்ன பண்ற பாக்கலாம்னுதான்!"

"இல்ல மாப்ள. நீ சமாளிக்கிற!"

"நான் ஒன்ட்ட பொய் சொல்வேனா மாப்ள?" அவனிடமிருந்து மறைத்திருக்கக் கூடாது என்று தனது தவறை உணர்ந்த காட்டுவா, கொஞ்சம் கீழிறங்கிவந்தான். ''இது அலாவுதீனும் அற்புதவிளக்கும் படத்துலவர்ற விளக்கு மாதிரியே இருக்குது, மாப்ள. கொஞ்சம் தடுமாறிட்டேன்.''

அவர்கள் இதுமாதிரி விளக்கை தொலைக்காட்சிப் பெட்டியில் காட்டிய பட்டணத்தில் பூதம் படத்திலும், அப்புறம் கமல்ஹாசன் ரஜினிகாந்த் நடித்த அலாவுதீனும் அற்புத விளக்கும் படத்திலும் பார்த்திருக்கிறார்கள். அந்த பூதம் உதவி செய்யக்கூடிய நல்ல பூதம். அதைத் தெரிந்து வைத்திருந்தார்கள்.

''அப்ப, இதை நீ தேச்சதும் பூதம் வரும். அதுகிட்ட ஒனக்கு வேண்டியதெல்லாம் கேட்டு வாங்கிக்கிட்டு, என்னைய மறந்துருவே. அப்டித்தானே? இதுக்காடா மாப்ள, நான் உன்ட்ட பழகுனேன். எவ்வளவு விஷயங்களை உன்ட்ட மறைக்காம சொல்லிருக்கேன். அந்த சஹாமத் புள்ளைய உனக்கு விட்டுத்தந்தேன்ல்ல. அவளைவிடவாடா மாப்ள, இந்த விளக்கு பெரிசு?"

பதில் சொல்வதற்கு காட்டுவாவிடம் நிறையவே விஷயங்கள் இருந்தன. ஆனாலும் அவன் எதுவும் பேசவில்லை. டாக்காவை சமாதானப்படுத்துவதிலேயே குறியாக இருந்தான். தன்னைவிட இரண்டு வயது சின்னவனாக இருந்தாலும் காட்டுவா சில விஷயங்களில் டாக்காவை குருவாகவும் ஏற்றுக்கொண்டிருந்தான். பல நேரங்களில் 'குருஜீ' என்று அழைத்து சந்தோஷப்படுத்துவான்.

டாக்காவுக்கு எந்தப்பெண்ணைப் பார்த்தாலும் அவளைக் கல்யாணம் செய்துகொள்ள வேண்டும் என்று ஆசை வந்துவிடும். அவள்தான், தன் வாழ்க்கையில் இலட்சிய மனைவி என்ற முடிவுக்கு வந்துவிடுவான். எந்தப் பெண்ணும் அவன் பார்வைக்கு விதிவிலக்கில்லை. அவள் போகுமிடமெல்லாம்

பின்னாலேயே அவனும் போவான். சந்தர்ப்பம் வாய்க்கும்போதெல்லாம், ‘உன்னோடு வாழவேண்டும். உன் பெண்மையை ஆளவேண்டும்’ என்று வாய்க்கு வந்ததை, கவிதை போல அவிழ்த்து விடுவான். எங்கிருந்து தான் வார்த்தைகள் வருமோ தெரியவில்லை. அவன்தான் காட்டுவாவுக்கு இந்தப் பழக்கத்தையும் அறிமுகப்படுத்தி வைத்தவன். நிறைய வீடுகளின் சுவர்கள், அவர்களிருவரும் ஏறிக்குதித்துப் போய் வந்ததை ஞாபகத்தில் வைத்திருக்கின்றன. கொஞ்ச நாட்களில் காட்டுவா, குருவை மிஞ்சிய சிஷ்யன் ஆகிப்போனான். ‘உலகம் பிறந்தது, எனக்காக’ என்ற பாட்டு அவனுக்கு ரொம்பவும் பிடித்தமாகி விட்டது. இப்போது அவன் கைவசம் விரல்களின் எண்ணிக்கைக்கும் அதிகமாகப் பெண்களின் பட்டியல் இருந்தது. தன்னிடம் கற்றுக்கொண்ட அவன், தன்னைக் காட்டிலும் மும்முரமாக ஆகிப்போனதில், டாக்காவுக்கு உள்ளூரக் கொஞ்சம் பொறாமை இருக்கவே செய்தது. சஹாமத்தை அப்படித்தான் விட்டுக்கொடுக்க வேண்டிவந்தது. வாய்ப்பு கிடைக்கும்போது அவனை முந்தி, தன் ஆளுமையை நிலைநிறுத்திக் கொள்ளவேண்டும் என்று முனைந்துகொண்டே இருந்தான்.

டாக்காவின் வருத்தத்தை, பேசிப்பேசியே காட்டுவா ரொம்பவே குறைத்திருந்தான். “மாப்ள, தேச்சுப் பாத்துருவோம்டா!”

“ரெண்டுபேரும் சேந்துதான் வந்தோம். உம்மேல எனக்கு இப்ப கோபமெல்லாம் இல்லை. பூதத்துக்கிட்டயும் நான் எதுவும் கேக்கமாட்டேன். சஹாமத்த மட்டும் விட்ரு!”

“ஆகட்டும் மாப்ள. உன்னயவிடவாடா அவளுக எல்லாம்!”

பார்த்துக் கொண்டிருந்த வேலையை அவர்கள் மறந்தார்கள். காட்டுவா, அந்த விநோத விளக்கை அங்கிருந்த பழைய மேஜையின்மீது வைத்தான். விளக்குக்குள்ளிருந்து பூதம் நிச்சயம் வரும் என்று இருவருமே நம்பினார்கள். “மாப்ளே, நீ வேணுன்னாலும் தேய், மாப்ள! இல்லையில்லை, குருஜீ. நீங்க வேணுன்னாலும் தேய்ங்க!” திடீரென்று மரியாதையெல்லாம் கொடுத்தான்.

டாக்கா கொஞ்சம் நக்கலாகவே சிரித்தான். “இல்லை, நீயே தேச்சுக்கோ!”

காட்டுவா, டாக்காவின் முகத்தையும் விளக்கையும் மாறிமாறிப் பார்த்தான். “தேய்க்கப் போறேன், மாப்ள. குருஜீ” என்றுவிட்டுத் தேய்த்தான். விளக்கிலிருந்து புகையெல்லாம் வரவில்லை. ஆனால், பூதம் வந்து நின்றது. காட்டுவாவின் முகத்தில் மகிழ்ச்சி ததும்பியது. டாக்கா பூதத்தையே பார்த்துக்கொண்டிருந்தான்.

பூதம், 'நான் உங்கள் அடிமை' என்றெல்லாம் வசனம் பேசவில்லை. மாறாக, இந்த பூமியே அசூசையான ஒன்று என்பதுபோல, அது நடந்து கொண்டது. தன்னை விளக்கிலிருந்து விடுதலை செய்த எஜமானனையும் அது கண்டுகொள்ளவில்லை. சட்டம் பேசும் ஒரு அதிகாரிபோல போலியாய் கறார்த்தனம் காட்டியது. ''விளக்கைத் தேய்ச்சுட்டதால வந்துட்டேன். இனிமே விளக்கை எப்டித் தேய்ச்சாலும் வரமாட்டேன். கேட்டதையெல்லாம் செஞ்சு தரமாட்டேன். தேய்ச்சு என்னியக் கூப்புட்டக் கடனுக்காக ரெண்டே ரெண்டு வாய்ப்புதான். ஒரு தடவை தேய்ச்சு என்னியக் கூப்ட்டதுல கழிஞ்சுபோச்சு. இன்னும் ஒரே ஒரு வாய்ப்புதான். அப்பக் கேக்குறத செஞ்சு தந்துருவேன். அவ்வளவுதான். அது நிரந்தரமா இருக்கும். நல்லா யோசிச்சுக் கேட்டுக்கோ!'' என்றுவிட்டு மறைந்து கொண்டது.

ஒரே ஒரு வாய்ப்புதான் என்றதும் காட்டுவாவுக்கு மட்டுமல்ல, டாக்காவுக்குமே கொஞ்சம் வருத்தம்தான். என்றாலும் டாக்கா உள்ளுக்குள் சிரித்துக்கொண்டான்.

"என்னடா மாப்ள, பூதம் இப்டி சொல்லிட்டுப் போகுது?''

"அதிர்ஷ்டம் ஒருமுறைதான் வரும்ப்பாங்கள்ல. அதாம்போல, இது!''

அவன் குத்தலாகப் பேசுகிறான் என்பதை காட்டுவா உணர்ந்து கொண்டான். இருந்தும் "என்ன வரம் கேக்கலாம், குருஜீ?'' என்று ஆலோசனை கேட்டான்.

"நீ என்ன வேணுன்னாலும் கேட்டுக்கோ. எனக்கு சஹாமத்தை விட்டுத்தந்துரு!"

"நிச்சயம் மாப்ள'' என்று விட்டு, விளக்கை எடுத்து மேஜை மீது வைத்தான்.

பூதத்திடம் அவன் என்ன கேட்கப் போகிறான் என்பதைத் தெரிந்து கொள்ள டாக்காவுக்குள் ஆர்வம் பெருகியது.

காட்டுவா தேய்த்ததும் பூதம் வெளியில் வந்தது. ''ஒரே ஒருமுறை தான். கேக்குறத நல்லா யோசிச்சுக் கேளு!'' என்றுவிட்டு, அவன் கோரிக்கைக்காகக் காத்திருந்தது.

அவன் மூடிய கண்களைத் திறந்தான். அப்படியே ஆர்வமானக் குரலில், ''இந்த உலகத்துலே என்னியத்தவிர வேற எந்த ஆம்பளைக்கும் ஆண்மையே இருக்கக் கூடாது!'' என்றுவிட்டு, பூதத்தையே பார்த்தான்.

அவனது கோரிக்கையைக் கேட்ட டாக்கா திக்கடித்துப் போனான். பூதம் அவனை ஏற இறங்கப் பார்த்தது. "அப்படியே நடக்கும்!'' என்று விட்டு மறைந்தது.

நினைக்க நினைக்க அவருக்கு சிரிப்பு வந்தது. வாய்விட்டுச் சிரித்தார். நடுத்தெருவில் நின்று, அதுவும் இந்தக் காலைவேளையில் சிரித்துக் கொண்டிருக்கும் அவரைப் பார்த்து எம்80யில் பால்கேன் கட்டிக் கொண்டு போன பால்காரன், 'தர்ஹாவுலருந்து தப்புன கேஸோ?' என்று தன்னைத்தானே கேட்டுக்கொண்டு, ஓரமாக வண்டியை ஓதுக்கி, ஓட்டிக்கொண்டு போனான். அவனை அவர் பரிதாபமாகப் பார்த்தார்.

'தன்னுடன் உயிருக்கு உயிராகக் கலந்திருந்த டாக்காவான அப்துல் அஜீஸ் என்னவாகியிருப்பான்?' அவனைத் தேட மனம் விழைந்தது. யார் யாரைப் பார்க்க வேண்டும் என்ற பட்டியலில் டாக்காவை மனதுக்குள் குறித்துக் கொண்டார். அப்படியே தனது வீட்டைப் பார்க்க வேண்டும் என்ற ஆவலாதியும் இருந்தது. சிரிப்பும் தேடலும் அவரை வேறு எங்கெங்கோ இழுத்துச் சென்றது.

9

நள்ளிரவு இரண்டு மணிக்கும், நெல்பேட்டை ஆட்டுத்தொட்டி நடுப்பகல் சுறுசுறுப்புடன் இயங்கிக் கொண்டிருந்தது. உருப்படிகள் மந்தையாக நடந்தும், வாகனங்களில் வருவதுமாக இருந்தன. தொட்டிக்குள் நுழையும்போது, உயிர் எல்லைக்கோட்டை உணர்ந்தவையாக, சொல்லி வைத்தாற்போல நல்லதங்காள் குழந்தைகளாய்ச் சேர்ந்து அலறின. ஏற்ற இறக்கங்களுடன் கனத்தும் மெலிந்தும் ‘மே...மே...’ ஒலிகள் திசையெங்கும் நிரவின. சில குட்டிகள், அங்கிருந்து ஓட்டம் பிடித்தன. அவற்றை விரட்டிப் பிடிப்பதற்கென்றே அந்த நேரத்திலும் அங்கே ஆட்கள் இருந்தார்கள். ஓர் ஆட்டின் ஓட்டம் மானைப் போலிருந்தது. அதை விரட்டிச் சென்றவனும் அதுபோலவே தாவித்தாவி ஓடினான்.

ஆட்டுத்தொட்டிக் கட்டிடத்தைச் சுற்றி, காற்று பசிந்து அடர்ந்திருந்தது. தரை முழுவதும் கனமாய் ஈர நசநசப்பு. அசூயை இல்லாமல் அதில் நடந்தார்கள். கவுச்சி நாற்றமும், கழிச்சல் நாற்றமும் கலந்து வீசியது. மூக்குத் துவாரங்களில் பிசுபிசுப்பாய் எதுவோ படிந்தது. மூக்கு மயிர்கள் கருகிப் பழகிய காரவாசத்துடன், உருப்படிகளை விற்ற வியாபாரிகளுக்கும் கறிக்கடைக் காரர்களுக்குமிடையில் பணப்பரிவர்த்தனை ஒருபுறம் நடந்தது. ஆட்டுத் தலைகளை, கால்களைத் தீய்க்க, சுவரோரங்களில் தரையில் தோண்டிய அடுப்புகளில் கரிமூட்டும் வேலை துவங்கியிருந்தது. தோல் ஊதுலைகள் வாய்ப் பிளந்து காற்றையள்ளக் காத்திருந்தன. பையில் கரித்துண்டுகள் கிடந்தன. கனிந்த பழமாக பழுக்கக் காய, நான்கைந்து இரும்புக்

கம்பிகள் ஓர் அடுப்பில் அம்புகளாகச் செருகப்பட்டிருந்தன.

உள்ளே சென்ற ஆடுகள் கொஞ்ச நேரத்தில் அறுத்து உரிக்கப்பட்டு, பின்னங்கால் இடது தொடையில் மாநகராட்சியின் நீலநிற 'சாப்பா' குத்தப்பட்டு, ஹலால் அம்சத்துடன் வெளியேறின. தூரக்கடைகளுக்கு மோட்டார் வைத்த மூன்று சக்கர வண்டிகளில் அவை ஏற்றப்பட்டன. உரித்த உடல்களுடன் வெளியேறும் வண்டிகளிலிருந்து நீர் வடிந்தது. கடைக்காரர்கள் அந்த வண்டியிலோ, தங்கள் சொந்த வாகனங்களிலோ பின்தொடர்ந்தார்கள். எல்லா சொந்த வாகனங்களின் பின்னிருக்கையில் இரும்பு வாளி அல்லது கள்ளிப்பெட்டி இருந்தது. அதில் ஆட்டின் குடல், ஈரல், கால்கள் உள்ளிட்ட இன்னபிற உறுப்புகளைக் கொண்டு சென்றனர். ஆட்டுத் தலைகளை வாகனத்தில் கால் வைக்கும் இடத்தில் பத்திரப்படுத்தியிருந்தார்கள். ஒரு கடைக்காரர் வாகனத்தின் கைப்பிடியில் தலையைத் தொங்கவிட்டிருந்தார். அதுவும் நன்றாகத்தான் இருந்தது.

ஆட்டுத்தொட்டியையடுத்து மீன் மார்க்கெட் இருந்தது. மொத்தக் கடைகளில் சில்லரை மீன் வியாபாரிகள் ஆண்களும் பெண்களுமாக அலுமினியக் கூடைகளுடனும் பிளாஸ்டிக் டிரே பெட்டிகளுடனும் குவிந்திருந்தனர். அங்கே சூழ்நிலை வேறாக இருந்தது. சீய்த்தாற்போலான மீன் வாசம் அடித்தது. மூக்கினுள் முள் நிமிண்டுவதுபோல, வலியில்லாத உறுத்தல் ஊடாடியது. கடல்மீன் பெட்டிகளில் ஐஸ் துகள்களுக்கிடையில் நெய் மீனும், ஊளி மீனும், வெளை மீனும், நகரை மீனுமே நிறைய இருந்தன. கொஞ்சமே கொஞ்சம் மூக்கு நீண்ட முரல்மீனும் இருந்தது. ஒரு கடையில் சாளை மட்டும் கொட்டிக் கிடந்தது. ஓரிடத்தில் மத்தி. வாளைக் குட்டிகளும் கிடந்தன. ஒன்றிரண்டு பேரிடம் சிகப்பு ராட்டு இருந்தது. ஒரு கிலோ வாங்கி உரித்தால், நிகரமாக முந்நூறு கிராம் தேறினாலே அதிர்ஷ்டம். வாங்கிக் கொண்டுபோய் தெருவில் நிறுத்து விற்க முடியாது. கைநட்டம் வந்துவிடும். வெள்ளை ராட்டு விலைபோய் விடும். உரித்தால் அரைக் கிலோவுக்கு கொஞ்சம் மேலாகத் தேறும். பெண்கள் பக்கம் சலசலப்பு அதிகம் இருந்தது. "இந்தவெலைக்கு வாங்கிட்டுப்போய் என்ன வெலைக்கு விக்கிறது?" என்று சலித்துக் கொண்டிருந்தாள், ஒருத்தி. "செட்டியார் மாதிரி இப்டி தங்கமா நிறுத்தா எப்டி? அரக்கிலோவும் காக்கிலோவுமா நிறுக்கும்போது இழுத்துருதே!" மற்றொருத்தி வயிறெரிந்தாள்.

ஆத்துமீனும் கம்மாய் மீனும் பெரிய தண்ணீர் வட்டைகளில் உயிருடன் வலம் வந்துகொண்டிருந்தன. ஒண்ணரை அடிக்கும்

சற்றே அதிக நீளமுடைய விரால் மீன்கள், தலையையும் வாலையும் வளைத்து, உடம்பை நெளித்து சுவாரசியமின்றி நீந்திக்கொண்டிருந்தன. தோற்றத்தில் அதுபோலவேயான குறவை மீன்களும் மற்றொரு வட்டையில் நீந்தின. விவரம் தெரியாதவர்களின் தலையில் விரால் என்றோ, குறவை என்றோ கட்டி விடும் வளர்ப்பு தேளிமீன்கள் மீசையுடன் வேறொரு வட்டையில் அவைபோலவே நீந்தின. மீசை முளைத்த கெளுத்தி மீன்கள் மினுமினுத்தன. அவற்றில் நிறைய 'செனைக் கெளுத்தி'கள் கிடந்தன. வயிறு பெருத்து மஞ்சள்சினை அவற்றின் வெள்ளி வயிற்றில் தெரிந்தது. அதற்கெனவே தனி வாடிக்கையாளர்கள் வருவார்கள். ஒரு வட்டையில் அயிரை நுரைதள்ள பளபளத்துக் கொண்டிருந்தது.

முதலாளியோ அல்லது அவரது பிரதிநிதியோ கல்லாவில் வாடிக்கையாளரை ஈர்க்கும்படி தூய ஆடைகளுடன் உட்கார்ந்திருந்தார்கள். தூய ஆடைகளுக்கு மதிப்பிருந்தது. கடையின் முன்புறம் நம்பகமான ஆட்கள் வாடிக்கையாளர்களை, 'அக்கா வாங்க.. அண்ணே வாங்க...' என்று கையைப் பிடித்து இழுக்காதக் குறையாக அழைத்தார்கள். அந்த வாடிக்கையாளர் வாங்கிய மீனை அப்படியே எடுத்துச்சென்று சுத்தப்படுத்தித் தரும் வேலையை அவர்கள் செய்து தருவார்கள். ஒரு கடைக்காரர் தனது கடையில் உயிருள்ள 'உளுவை மீன்' இருப்பதாகக் கூடைக்காரர்களிடம் கூவிச் சொன்னார். சின்னதான ஒரு வட்டையில் தங்க நிறத்தில் நெளிந்து கொண்டிருந்த அவை, கடையின் மஞ்சள்நிற குண்டு பல்பு ஒளியில் தகதகத்தன. அவற்றின் நடுமுள் கண்ணாடியாய் தெரிந்தது.

விழுவிழுத்த தண்ணீரிலிருந்து துள்ளித் தரையில்விழுந்த விரால் மீன் ஒன்றை ஒருவன் துரத்திப் பிடித்தான். அது, பிடியிலிருந்து மறுபடியும் நழுவியோடியது. 'கண்டா ரோளி... எங்கேடி ஓடுற?' யாரையோ திட்டுவதுபோல, குனிந்தபடியே அதைப் பின்தொடர்ந்தான்.

இந்தப்பக்கம் வருவதற்கு பொருளாதாரம் இடம்தராமல் கண்ணாடிக் கெண்டையையும், கருப்புக் கெண்டையையும், ஜிலேபி மீன்களையும் மட்டுமே குறைந்த விலைக்கு வாங்கிச் செல்பவர்களுக்காக கூறுகட்டி விற்க, பாத்திகள் பிரித்துக் கொண்டிருந்தார்கள் கூறு வியாபாரிகள்.

இன்னும் கொஞ்ச நேரத்தில் சில்லரை வியாபாரத்துக்கு மீன் மார்க்கெட் கண் விழித்துவிடும். தெருவுக்குள் நுழைந்து வெளியேறுவது சல்லையாக இருக்கும். கிடைத்த இடைவெளியில்,

வெளியில் வந்த ஆடு உரிக்கும் ஆலங்குளம் ராமச்சந்திரனுடன் டீக்கடையில் நின்று, காட்டுவா பேசிக்கொண்டிருந்தான்.

''தொழிலு ஒண்ணும் சரிப்படலை மாப்ளே''

''அப்பன் பேச்சக் கேட்டுப் படிச்சுருக்கணும். தப்பு பண்ணிட்டோம்ங்க்றியா? உட்றா. இப்ப யோசிச்சு என்ன பண்ண முடியும்? இனிமே படிப்பு ஏறுமா?''

''ஏறாதுனு சொல்ல முடியாது. அதெல்லாம் படிக்கலாம். படிக்கிறதுக்கு வயசெல்லாம் இல்ல. நாம படிக்க மாட்டோம். காச பாத்துட்ட சுழி, நம்மள படிக்க விடாது"

"அதுவும் சரிதான்... பாடு எப்டிருக்கு?"

"நம்ம பக்கத்து கடல்ல மீன்பாடு நாப்பத்தஞ்சு நாளுக்கு இருக்காதுல்ல. பெருக்கத்துக்காகத் தடை போட்டுருக்கானுக. கொல்லத்து மீன்வரத்துதான். வெலை ஜாஸ்தி. கம்மா மீனுல வெராலு நல்லா போகுது. எதுபோய் என்ன பண்ண? சுத்தப்படுத்திக் குடுத்தா, கிலோவுக்கு பத்து ரூவாதானே நமக்கு!"

'பிஸ்மில்லா' என்ற ஒற்றை வார்த்தையை மட்டுமே சொல்லி, மற்ற வார்த்தைகளைக் காற்றில் பறக்க விட்டுவிட்டு, நூற்றுக்கணக்கான ஆடுகளின் கழுத்தில் கத்தி வைத்து, 'மளமள'வென்று ஹலாலின் பெயரில் ஒரே ஒரு இழுப்பு இழுத்து, உருப்படிக்கு ஒருரூபாய் வீதம் காசு பார்த்துவிடும் தீன்பாய், டீ குடித்த தம்பளரை வைத்துவிட்டு, "அல்லா என்ன படியளந்துருக்கானோ அதுதானே கிடைக்கும்?" என்றார்

சீர் செய்யப்பட்ட தாடியும், வெள்ளை ஜிப்பாவுமாக அறுபதைத் தாண்டிய வயதில் இருந்தார். ஆட்டின் கழுத்தை அறுக்கும் கொடூரம் அவர் முகத்தில் இருக்கவில்லை. 'பிஸ்மி' சொல்லி அறுக்கப்பட்ட விலங்குகளைத்தான் உண்ண வேண்டுமென்பது கட்டாயமாக்கப்பட்டிருப்பதால், அதை சமூக அறமாக அவர் கருதியிருந்தார். ஆடு எப்படித் துள்ளினாலும் தன்மேல் துளி ரத்தம் பட்டுவிடாமல் நுட்பமாகப் பார்த்துக்கொள்வார்.

காட்டுவா குரல் வந்த திசையை நோக்கித் திரும்பினான். "அதுதான் மௌலானா எனக்கும் புரியல. எல்லாரையும் அல்லாவோட புள்ளைகனு சொல்றீங்க. அப்பறம் ஏன் அவன் எல்லாருக்கும் ஒரே மாதிரி இல்லாம, ஆளுக்கு ஒரு மாதிரி படியளக்கணும்?"

தொண்டைக் குழியைத் தாண்டி இறங்கியிருந்த டீ, எதுக்களித்து தீன்பாய்க்குப் புரையேறியது. 'ஆகா... இந்தப்பயட்ட தெரியாத்தனமா வாயைக் கொடுத்துட்டேனே!'

தனக்குள் சொல்லிக் கொண்டவர், தப்பித்தேன் பிழைத்தேன் என்று, அடுத்த வரும்படியைப் பார்க்க ஆட்டுத் தொட்டிக்குள் போய்விட்டார்.

காட்டுவாவின் பாவா மஹல்லாவின் முக்கியப் புள்ளி. காட்டுவாவுக்கு, காஜா முகையத்தீன் என்று அழகானப் பெயர் இருந்தது. பாவாவின் வளமையானப் பொருளாதாரம் அவன் உடம்பைச் செழுமையாக வைத்திருந்தது. திரைப்படங்களின் கதாநாயக அம்சங்களை அவன் இயல்பாகவே கொண்டிருந்தான். முன்னணி நடிகனின் சாயல் அவனிடம் தெரிந்தது. தனது மற்ற பிள்ளைகளைப்போலவே அவனையும் பாவா படிக்க வைத்தார். அவனும் பள்ளிக்கூடம் போனான். அப்போதெல்லாம் நல்லவனாகத்தான் தெரிந்தான். அப்படியே பியூசியும் படித்தான். அங்கேதான் அவன் சுழி சுழற்றியடித்தது.

கல்லூரி வளாகத்தில் அவனைத் தெரியாதவர்கள் யாரும் கிடையாது. பொறுக்கி, இல்லையில்லை... முழுப்பொறுக்கி என்றுதான் பேராசிரியர்கள் குறிப்பிட்டார்கள். மாணவர்களை கெட்டவர்கள்... முட்டாள்கள்... மக்கு... என்று முன்முடிவுகளை எடுப்பதில் பள்ளி ஆசிரியர்களைப்போலவே கல்லூரிப் பேராசியர்களும் நடந்து கொண்டார்கள். நிறையபேரை நல்லபடிக்கு உருவாக்கிவிட்ட பேராசிரியர் அத்தானந்தாகூட, அவனை அப்படித்தான் குறிப்பிட்டார். பியூசியின் முதல் பெஞ்ச் மாணவர்கள் மட்டுமல்ல, சீனியர்ஸ் என்றழைக்கப்பட்ட பட்டப்படிப்பு மாணவர்களும், சூப்பர் சீனியர்ஸ் என்றழைக்கப்பட்ட பட்ட மேற்படிப்பு மாணவர்களுமே அவனிடம் கொஞ்சம் தள்ளியே தான் இருந்தார்கள். ஜூனியர் ஒருவனின் பிரதாபங்கள், அவர்களை மிரட்டியிருந்தது.

காஜா முகையத்தீன் என்றபெயர் காட்டுவாவாக மாறியது, அப்போதுதான். ‘காட்டுப்பய’ என்று குறிப்பிட முனைந்தபோது, அப்படிப் பெயர் வைக்க முயன்ற பேராசிரியரை அவன் முறைத்தான். அந்த முறைப்பிலேயே அவர் பாதிப்பெயருடன் நிறுத்திக் கொண்டார். என்றாலும் அந்தப் பெயர்தான் சிறிய மாற்றத்துடன் காட்டுவாவாக அவனுக்கு நிலைத்துப் போனது. சிகரெட் பிடிப்பான். அமெரிக்கன் கல்லூரிக்குள் பீர் பாட்டிலை எடுத்து வந்த முதல் மாணவக் குடிமகன், அவன்தான்.

பெரியாஸ்பத்திரி சவக்கிடங்குக்கு பின்புறம் இருக்கும் ஆழ்வார்புரம் குடிசைப் பகுதிக்கு அடிக்கடி போவான். அங்கே அவனுக்கு லாம்பி ஆட்டோ வைத்திருந்த நண்பன் ஒருவன் இருந்தான். அவன் பொண்டாட்டி நாலு இஞ்ச் சைசுக்கு பிசிறின்றி வெட்டிய தினத்தந்தி பேப்பரில் மடித்து

கஞ்சா விற்பாள். பொட்டலம் நாலணா. காட்டுவா அதையும் விட்டதில்லை. வகுப்புக்கு மட்டம் அடித்துவிட்டு, ஜே.ஜே. பிளாக் பின்புற முள்ள ஃப்ளேம் ஆஃப் தி பாரஸ்ட் மரத்தடியில், உதிர்ந்து கிடக்கும் செம்பூக்களின் மீது மல்லாந்து கிடப்பான். அவன் மீதும் பூக்கள் உதிர்ந்து கிடக்கும். கஞ்சா வாசம் காற்றில் அலைந்து மிதந்து, வகுப்புக்குள் பிரவேசிக்கும். வகுப்பெடுக்கும் பேராசிரியர், 'வாட் எ நைஸ் ஸ்மெல்' என்று மூச்சை ஆழமாக உள்ளிழுத்த சம்பவமும் நடந்திருக்கிறது.

மயக்கத்தில் இருக்கும்போது, காட்டுவா கண்டபடி யாரையோ திட்டுவான்.

இன்னதுதான் அவன் வாயிலிருந்து வரும் என்று அறுதியாகச் சொல்ல முடியாது. உயிர்ப்புடன் இரண்டாயிரத்து ஐநூறு ஆண்டுகளாக இயங்கிக் கொண்டிருக்கும் மாநகரில் புழங்கும் அத்தனைக் கெட்ட வார்த்தைகளையும் அவன் அறிந்திருந்தான். அதற்குக் கலைச் சொல்லகராதி போட்டவன்போல, லயத்தோடு நுணுக்கமாகத் திட்டுவான். ஆனால் பெண்களின் உறுப்புப் பெயர்களை ஒருபோதும் பயன்படுத்த மாட்டான். மாறாக, ஆணுறுப்பை மையமாக வைத்து மட்டும் ஆயிரத்துக்கும் அதிகமானச் சொற்கள் அவனிடம் கைவசமிருந்தன. காதுகொடுத்துக் கேட்க முடியாது. அவன் மயங்காத புனிதநேரத்தில், 'யாரைத் திட்டினான்?' என்று உரிமையோடு யாராவது விசாரித்தால், பதில் சொல்ல மாட்டான். சிரித்துக் கொள்வான்.

அந்தக்கல்லூரி மாணவிகளை மட்டுமல்ல, எதிரேயுள்ள மீனாட்சி கல்லூரி மாணவிகளையும் கிண்டல் செய்தல், கடிதம் கொடுத்தல், பாட்டுப் பாடி நக்கலடித்தல், எதிரே சென்று உரசுதல். எதற்கு அவனைப் புகழ வேண்டும்? கோரிப்பாளையத்தின் மண் மணக்க மணக்க, அவன் சரித்திரம் சொல்லும். ஜாரிகளைப் பார்ப்பதில் கில்லாடி அவன்.

அவனது உறவுக்கார அக்கா மகன் பஷீர், பட்டறைக்காரத் தெருவில் சைக்கிள்களுக்கான உதிரிப் பாகங்கள் விற்கும் கடை வைத்திருந்தான். அவனுக்கும் அதே வயதுதான். கடை வழியாகத்தான் நரிமேட்டிலிருந்தும் ஜம்புரோபுரத்திலிருந்தும் மீனாட்சிக் கல்லூரி மாணவிகள் நடந்து போவார்கள். ஜாரிகளின் உடல்களைக் கண்களால் தழுவ, அங்கே ஹீரோக்கள் நின்றிருப்பார்கள். ஒவ்வொருத்திக்கும் ஒரு பட்டப்பெயர் இருந்தது.

அன்று காட்டுவா, பஷீர் கடைக்குப் போனபோது, அவன் மிகவும் சோகமாக இருந்தான். "ஏண்டா மாப்ளே, இப்டிருக்க?"

பஷீர் பதில் சொல்லாமல் பம்மினான். காட்டுவா விடாமல் கேட்டதும், "இந்த வழியா போற ஜாரி ஒருத்திய எனக்குப் புடிச்சுருந்துச்சு. நான் வழிமறிச்சு, அவட்ட பேர் என்னன்னு கேட்டேன். 'சப்'புனு அறைஞ்சுருவேன்னு திட்டிட்டா மாமா!" என்றான்.

"விட்றா. பொட்டச்சிக அப்டித்தான். நாமபோய்க் கேட்டா, பிகு பண்ணுவாளுக!"

"இந்த பதிலுக்கு, அந்த ஜாரி திட்டுனதே பரவால்ல மாமா!"

"இப்ப என்ன செய்யணும்ங்ற?"

"அவளைப் பழி வாங்கணும்!"

"டேய்... இதுக்கெல்லாமாடா மாப்ளே பழி வாங்கணும்?"

"அப்பறம் நீ என்னத்துக்கு, மாமா?"

"டேய்... அதுக்காக உறவையே மாத்தலாமாடா. சரிவிடு. அந்த ஜாரியப் பழிவாங்கிறலாம். நாளைக்கு அவ வர்றப்பக் காட்டு. அடுத்து இந்தத் தெருப்பக்கமே, வக்காலி அவ வரமாட்டா!"

மறுநாள் பஷீர், தூரத்திலிருந்து அவளைக் காட்டினான். "என்ன மாமா செய்யப் போற? ஆசிட் கீசிட் அடிச்சுறாத!"

"போடாங்கொய்யா. அதெல்லாம் மெண்டல்க செய்ற வேலை. இப்பப்பார்றா ஒம் மாமனோட பவர!" காட்டுவா எதிர்த்திசையிலிருந்து போனான். ஜாரியுடன் வேறு இரண்டு பேரும் இருந்தார்கள். எதிரில் நெருக்கமாய் வந்துகொண்டிருக்கும் அவன் இடித்துவிடுவானோ என முதலில் ஒருத்தி மிரண்டு ஒதுங்கினாள். பஷீர் குறிப்பிட்டுச் சொன்ன பெண்ணை நெருங்கியவன், "எக்ஸ்க்யூஸ் மீ!" என்றான், துல்லிய ஆங்கிலத்தில். அவள் மிரட்சியுடன், ''என்ன?'' என்று கேட்டாள்.

அவன் ஏதோ சொன்னான். ஏற்கனவே காட்டுவாவைக் கண்டு ஒருத்தி, மிரண்டு ஒதுங்கியிருந்தாள். இப்போது மற்ற இரண்டுபேரும் அவன் சொன்னதைக் கேட்டு ஆளுக்கொரு திசையில், முகத்தை மூடிக்கொண்டு தொங்கு ஓட்டத்தில் பதற்றமும் சிரிப்புமாய் ஓடிக்கொண்டிருந்தார்கள்.

தூரத்திலிருந்து நடப்பதைப் பார்த்துக்கொண்டிருந்த பஷீர் எதிரே வந்து, "என்ன மாமா சொன்ன? இந்த ஓட்டம் ஓடுறாளுக!" என்று ஆச்சரியமாகக் கேட்டான்.

"ஒண்ணுமில்லடா மாப்ளே. அது ஒரு மந்திரம். ஒனக்கெல்லாம் வேணாம்!"

பஷீர் எப்படியெல்லாமோ கேட்டுப்பார்த்தும், காட்டுவா அதைச் சொல்லவேயில்லை. அந்தப் பெண்ணிடம் அவன் பேசிய, “ஒண்ணுமில்ல. அறைஞ்சா ‘சப்’புனு சத்தம் வரும்னு தெரியும். ஒரு குசு போடேன். அந்தச் சத்தத்தைக் கேட்கணும்!” என்ற வார்த்தைகளை தனக்குள் அழித்துக்கொண்டாலும், எப்போதாவது அது நினைவில் வந்து தொலையும். அவனுக்குச் சிரிப்பை வரவழைக்கும். ஆனாலும் அப்படிப் பேசியிருக்கக்கூடாது என்று தன்னைக் கடிந்து கொள்வான்.

ஒவ்வொரு தேர்வு சமயத்திலும் வருகைப் பதிவுதான், அவனுக்குப் பிரச்சனையாக இருந்தது. எப்படியோ தகிடுதத்தம் செய்து, யாரையாவது சரிக்கட்டி, தேர்வு எழுதுவதற்கான அனுமதிச்சீட்டு வாங்கிவிட அவனால் மட்டும் முடிகின்றது. வகுப்புகளை முற்றிலும் வெறுப்பவனாக இருந்தாலும், தேர்வுகளை அவன் புறக்கணித்ததில்லை. தேர்வில் அவன், முதல் வகுப்பில் தேறினான். அவனை முற்றிலும் வெறுத்து ஒதுக்கியப் பேராசிரியர்கள், தேர்வு அறையில் தடுமாறிய பல பேருக்கு அவனை உதவச் சொல்லி ரகசியக் குறிப்பு செய்வதைப் பார்க்க முடிந்தது. காட்டுவா எப்போது படிப்பான்? எப்படிப் படிப்பான்? எப்படி அவனால் அத்தனை மதிப்பெண் வாங்க முடிந்தது? கெட்ட பையன், நல்ல மார்க் வாங்குவானா? அது எப்படி சாத்தியம்? பிட் அடித்திருக்க சாத்தியமேயில்லை. பிட்டடித்து முதல்மார்க் வாங்க, அவன் அந்தக் காலத்து வசூல்ராஜாவும் இல்லை. ஒரே ஒருமுறை அவனிடம் யாரோ இதுகுறித்துக் கேட்டதற்கு, “படிப்பெல்லாம் ஈசிமாமேய். ஒரு எக்சாமுக்கு ரெண்டுநாள் போதும். மத்தபடி அனுபவிக்கற டயத்துல அனுபவிச்சிறணும்” என்று மட்டும் சொன்னான்.

பட்டப்படிப்புக்கு, அவனுக்கு அதே கல்லூரியில் இடம் கிடைக்கவில்லை என்பதைவிட, நிர்வாகம் இடம்தர விரும்பவில்லை என்பதுதான் உண்மை. அவனும் மேற்கொண்டு படிப்பதை விட்டுவிட்டு, மற்றதையெல்லாம் படித்துக்கொண்டான். விட்டேத்தியாய் அவன் செய்துவந்த ஏழெட்டுத் தொழில்களில், மீன் மார்க்கெட்டில் விலைகொடுத்து எடைபோட்டு வாங்கிக் கொண்டுவரும் வாடிக்கையாளர்களின் மீன்களை செதில் நீக்கி, வெட்டித் துண்டுகளாக்கிக் கொடுக்கும் கூலி வேலையைச் செய்வான்.

“சரி மாப்ள. தொட்டிக்குப் போறேன். முடிச்சுட்டு வர்றேன்” ராமச்சந்திரன் கிளம்பிப் போனான்.

நன்றாக விடிந்துவிட்டது. கவுச்சி சாப்பிட நாள், கிழமை, புதன், வெள்ளி, புரட்டாசி, கார்த்திகை பார்ப்பதெல்லாம்

குறைந்துவிட்டது. எல்லா நாளுமே வியாபாரம் நடக்கத்தான் செய்கின்றது. சனி, ஞாயிறு சினிமா தியேட்டர்போல, மீன் மார்க்கெட்டிலும் கூட்டம் இருக்கின்றது. ஆனால், மீன் வாங்கித் திங்கத்தெரிந்த மக்களுக்கு, அதை ஆய்ந்து சுத்தப்படுத்தத் தெரியவில்லை. ஒவ்வொரு வகை மீனையும், ஒவ்வொரு வகையாகச் சுத்தப்படுத்த வேண்டும். நெய்மீனுக்கு செதில்கள் இருப்பதில்லை. அதனால் முதுகு முள்ளைச் சலித்துவிட்டு, வாலையும் செவுளையும் கை பார்த்து, குடலை அப்புறப்படுத்தினால் போதும். கழிவு, மிகவும் குறைவு. ராட்டின் பக்குவம் வேறுமாதிரி. அது, வயிற்றுக் கழிவை தலைவழியாகத்தான் வெளியேற்றும். உடலமைப்பு அப்படி. மண்டைக் கூட்டையும் வயிற்றுக் கூட்டையும் பிய்த்துவிட்டு அப்படியே போட்டுவிடுவதுடன் முடிவதில்லை. சல்லைப்பிடித்த வேலையென்று வயிற்றினுள் ஓடியிருக்கும் கருப்பு நரம்பை அப்புறப்படுத்தாமல் விட்டு விடுகின்றார்கள். அதனுடனே சமைத்தால், ருசி கெடுவதுடன் 'நறிச்... நறிச்...' சென்று இருக்கும். சின்ன ஈர்க்குச்சியை வைத்து அந்த நரம்பை உருவி எடுத்துவிட முடியும். பலருக்கு அதுவும் தெரிவதில்லை. மற்ற கடல் மீன்களுக்கு செதில்களை அடித்து, பக்கவாட்டுச் சிறகுகளை வெட்டி, குடலை உருவி விட்டு, துண்டுகளாக்கி சுத்தம் செய்தபின், கொஞ்சம் உப்பைப் போட்டு சட்டியில் ரெண்டு சுழற்று சுழற்றினால், மீனின் அத்தனை விழுவிழுப்பும் ஓடிப்போய்விடும். அதேவேளை யில் ஆத்துமீனான அயிரையின் பக்குவமே வேறு மாதிரி. அதைச் சுத்தப்படுத்துவதற்கு முன்பு, அதை வைத்திருக்கும் பாத்திரத்தில் கொஞ்சம் பாலை ஊற்றினால் போதும். கொஞ்ச நேரத்தில் அதன் வயிற்றுக்குள்ளிருக்கும் மண்ணைக் கக்கிவிடும். அதை உப்பு கொண்டோ அல்லது வைக்கோல் கொண்டோ பாத்திரத்தில் சுழற்றினால், வழவழப்பில்லாமல் ஆகிவிடும்.

சூதானமாகச் சாம்பல் பூசி, தேய்த்துச் சுத்தப்படுத்தியப் பெருசுகள் இப்போது வீடுகளில் இல்லை. பண்பாடும் கலாச்சாரமும் அறுபட்டுப் போய்விட்டது. கடைக்குப் பக்கத்திலேயே மீனைச் சுத்தப்படுத்தி வாங்கிச் செல்லும் பழக்கம் கை வந்திருந்தது. சுத்தப்படுத்தித் தராவிட்டால் மீன் வியாபாரம் படுத்துவிடும் அளவுக்கு ஆகியிருந்தது. மீன் சுத்தப்படுத்திக் கொடுக்க அங்கே பலபேர் இருந்தார்கள். அவர்களுக்குள் வாடிக்கையாளர்களைப் பிடிப்பதில் போட்டியும் இருந்தது.

காட்டுவாவைத் தேடிவந்து சுத்தப்படுத்தி வாங்கிச் செல்லுமளவுக்கு அவனுக்கு நிரந்தர வாடிக்கையாளர்கள் இருந்தார்கள். விரால்மீனை கை சுத்தமாகப் பார்த்துக் கொடுப்பான். ஒருவர் பொருள், மற்றவருக்கு மாறிவிடாமலிருக்க,

அவன் அடையாளம் வைப்பதே நுட்பமாக இருக்கும். எல்லா விரால் மீனும் ஒரே மாதிரியாக இருப்பதால், முதலாவது நபருக்கு எந்தவொரு அடையாளமும் வைக்கமாட்டான். இரண்டாவது நபரின் மீனுக்கு, அதன் வாலை வெட்டி அடையாளமிடுவான். மூன்றாவது நபரின் மீனுக்கு செவுளை வெட்டிவிடுவான்.

மீன்கடைகளில் கூட்டம் சேரத்தொடங்கியது. காட்டுவாவும் வாடிக்கையாளர்களைப் பிடிப்பதில் மும்முரமானான். கணவனும் மனைவியுமாக வந்த இரண்டுபேரை அவன் குறிவைத்தான். அவன் அழைப்பில் அந்தத் தம்பதி வீழ்ந்தது. வீட்டில் ஏதேனும் விசேஷமாக இருக்கலாம். ஐந்து கிலோ விரால்மீன் வாங்கினார்கள். நான்குமீன்கள் நின்றன. அதை எடுத்துக் கொண்டுபோய் மீன் சுத்தப்படுத்தும் இடத்தில் போட்டான். மேற்கூரையில்லாமல் தூர்ந்துபோனக் கட்டிடத்தின் சிமெண்ட் தரையது. சொரசொரப்பாக இருந்தது. வடிவமிழந்த செங்கல் கட்டிகள் நாலைந்து அங்கே சிதறிக்கிடந்தன. நான்குமீன்களும் திசைக்கொன்றாய்த் துள்ளிக் கிளம்பின. அவற்றை ஒவ்வொன்றாய்ப் பிடித்து தலைப்பகுதியை தரையில் ‘மடார்... மடாரென்று’ அடித்தான். வாடிக்கையாளப் பெண் முகம் திருப்பிக் கொண்டாள்.

தொட்டியில் வேலைமுடிந்து கூலியையும் வாங்கிக்கொண்ட ராமச்சந்திரன், “மாப்ள, மொத அடியே செம அடிபோல!” என்றபடி வந்து சேர்ந்தான். டீக்கடையில் பார்த்தபோது அணிந்திருந்த ஆடைகளை மாற்றியிருந்தான். அவனது சாயலும் ஒரு திரைப்பட நடிகனை ஒத்திருந்தது. தரையில் கிடந்த நான்கு விரால் மீன்களையும்தான் அவன் சொல்கிறான் என்பது புரிந்தது. காட்டுவா தலையை ஆட்டிக்கொண்டான்.

முதல்மீன் அவன் கைகளுக்குள் அகப்பட்டிருந்தது. தலைப் பகுதியையும் அதையடுத்த உடல் பகுதியையும் இறுக்கிப் பிடித்திருந்த அவன், தூளாக்கப்பட்ட செங்கல் புழுதியில் புரட்டி, மீனின் முகத்தைத் தரையில் தேய்த்தான். மரக்கட்டையை இழைக்கும் இழைப்புளிபோல அவன் கைகள் இயங்கின. ‘வரட்... வரட்’டென்று சத்தம் வந்தது. தேய்ப்பில் ஒரு சீர் இருந்தது. மீனின் நிறம் மாறி தலையின் மேல்பகுதி வெளுத்துப் போனது. பலங்கொண்டு அழுத்தித் தேய்த்ததில் அது துள்ளியது. ஆனாலும் அவன் கைகளிலிருந்து விடுபட முடியவில்லை. அடுத்து மீனின் வாய்ப்பகுதியின் அடியைத் தேய்த்தான். அப்படியே இரண்டு பக்கவாட்டையும் தேய்த்தபோது, அது உருமாறியிருந்தது. ஆனாலும் மீனுக்கு உயிர் இருந்தது. வாலை இறுக்கமாக ஆட்டி தன் எதிர்ப்பைக் காட்டியது.

அதற்குள் வேறொரு மீன் மயக்கத்திலிருந்து மீண்டு துள்ளியது. பக்கத்திலிருந்த வெட்டுக்கத்தியை எடுத்துத் திருப்பி, அதன் தலையில் 'நச்'சென்று ஒரு அடி அடித்தான். அப்படியே அது அடங்கிப்போனது. அது காட்டிய துள்ளலில் மற்ற இரண்டு மீன்களுக்கும் போனாஸாக ஒரு அடி கொடுத்தான்.

"கூடவந்தவனுக்கும் தர்ம அடிங்க்றது இதுதானா மாப்ளே?" காட்டுவா மீன் ஆய்வதை கவனமாகப் பார்த்துக் கொண்டிருந்த ராமச்சந்திரன் சிரித்துக்கொண்டே கேட்டான்.

மீன்களை செங்கல் தூளில் தேய்த்துச் சுத்தப்படுத்தியக் காட்டுவா, இரண்டு முறை தண்ணீரில் அலசியெடுத்தான். விரால் மீனுக்கான அடையாளத்தை அவை தொலைத்திருந்தன. "பீஸ் எப்டி சார் போடணும்?"

தம்பதி தங்களுக்குள் பேசி அப்புறமாக, "பேப்பர் சிலைஸ்!" என்றார், அவர்.

கத்தியைக் கூர்பார்த்தவன், தேர்ந்த சமையல்காரன் காரட் நறுக்குவதுபோல, 'சரசர'வென்று துண்டுகளாக்கினான். அறுத்து வைக்கப்பட்ட ரொட்டித் துண்டுகள்போல, அவை அழகாக இருந்தன. இரண்டு மீன்களில் முட்டைக் கொத்தும் இருந்தது. அதையும் சேர்த்து கவரில் போட்டவன், "புளிக்கொழம்புல போடுங்க. இல்லாட்டி வெங்காயம் போட்டு கூட்டுவைங்க!" என்று சொல்லிக் கொடுத்தான்.

வாடிக்கையாளர் திருப்தியுடன் ஐம்பதுரூபாய் கொடுத்தார். போகும்போது அந்தப் பெண் திரும்பிப் பார்த்துவிட்டுப் போனாள்.

அதன் பின்பு இரண்டு வாடிக்கையாளர்கள் ஓரிரு மீன்களுடன் காத்திருந்தனர். எல்லா மீன் கடைகளிலும் காட்டுவாவுக்கு நல்ல பழக்கமிருந்தது. வாடிக்கையாளர்கள் கடைக்காரர்களிடம், "யார்ட்ட சுத்தப்படுத்தக் குடுக்க?" என்று கேட்கும்போது, அவனைப் பரிந்துரைத்து, "இவங்களுக்கு வெட்டிக்குடு" என உரிமையாகவும் சொல்வார்கள். பனிரெண்டு மணியளவில் கூட்டம் வடிந்து விட்டது. இனி வாடிக்கையாளர்கள் வருவதற்கு அத்தனை வாய்ப்பில்லை.

ராமச்சந்திரனும் ரொம்ப நேரமாகக் காத்துக்கொண்டிருந்தான்.

எஸ். அர்ஷியா ◆ 111

10

செல்லூர் கண்மாய் கருவேலமரங்களால் மண்டி, காடாகிக் கிடந்தது. கரைமேட்டிலிருந்து பார்க்கும்போது வெளிர் பச்சைநிற மரக்குடைகள் நெருக்கியடித்து விரித்து வைக்கப்பட்டதுபோலத் தோன்றும்.

மதுரையின் பெரிய கண்மாய்களில் அதுவும் ஒன்று. பலநூறு ஏக்கர்களைக் கொண்டது. கடைமடையிலிருந்து பார்த்தால் கடல்போல விரிந்து கிடக்குமென்று சொல்லிக்கொள்வார்கள். காலப்போக்கில் கண்மாய் சுருங்கி, இப்போது பெரியதொரு குளம்போல ஆகிவிட்டது. நீரூள்ள காலங்களில் இடுப்பளவு நீரில் யாருக்கோ தவமிருக்கும் அம்மரங்கள், கண்மாய்க் காய்ந்து கிடக்கும்போது வெட்டுப்பட்டு கடத்தப்படும்.

காட்டுவாவும் ராமச்சந்திரனும் செல்லூர் கண்மாய்க்குள் இறங்கியபோது, சந்தனத் தேவர் வகையறா கழுவனும், அவனது ஆட்களும் கண்மாய்க்குள் மண்டியிருந்த முள்ளுக்கருவையை வெட்டிக் கொண்டிருந்தார்கள். கழுவன், நாலாம் வகுப்புவரை காட்டுவாவுடன் ஓட்டைப் பள்ளிக்கூடத்தில் படித்தவன். நன்றாகத்தான் படித்தான். ஏழாவது ரேங்க் எடுப்பான். ஒருமுறை ஐந்தாவது ரேங்க்கூட எடுத்திருந்தான். ஆனால், 'படிப்பு ஏறவில்லை' என்று, அவன் வீட்டில் நிறுத்தி விட்டார்கள்.

முதலில் சுள்ளிபொறுக்கப் போனான். அப்புறம், வெட்டுக்கூலிக்குப் போனான். இப்போது கூலிக்கு ஆள் வைத்து வெட்டிக்கொண்டிருக்கிறான். சொந்தமாக மூன்று விறகுக் கடைகள் இருந்தன. மற்ற கடைகளுக்கு முள்ளுக்கருவை வெட்டி, விறகாக்கிக்

கொடுத்தான். நல்லபடியாக பிழைப்பு ஓடியது. சின்னக் கண்மாய்த் தெருவில் இரண்டு மாடி வீடுகள் கட்டியிருந்தான்.

கண்மாய்க்குள் முள்வெட்ட, அனுமதி வாங்கவேண்டும். அதெல்லாம் கழுவனுக்கு ஆகாத ஒன்று. நான்கைந்துமுறை பிடிபட்டிருக்கிறான். 'பொதுச்சொத்தைத் திருடியதற்காக', ஒருமுறை ஒரு மாதமும், ஒருமுறை பதினைந்து நாட்களும் உள்ளே இருந்து வந்தான். உள்ளே போவதும் வெளியே வருவதும் அவனுக்குப் பழகிப்போயிருந்தது.

தூரத்தில், கண்மாய்க்குள் இறங்கிக் கொண்டிருந்த காட்டுவாவையும் ராமச்சந்திரனையும் பார்த்து, 'அதிகாரிகளாக இருக்குமோ?' என்று பயந்த கழுவன், வெட்டை நிறுத்தச் சொன்னான். அரிவாள்களைப் புதருக்குள் ஒளித்துவிட்டு, கண்மாய்க்குள் வெளிக்கு இருப்பவர்களைப்போல, கைலியைத் தூக்கிமடித்துக்கொண்டு அவனும் அவனது ஆட்களும் உட்கார்ந்து நடித்தார்கள்.

அவர்களைத் தவிர, இரண்டு பெண்கள் சற்றுத் தள்ளி உட்கார்ந்து, அப்படி நடித்துக் கொண்டிருந்தார்கள். வெளிக்கு இருக்க யாரும் கண்மாயின் உட்பகுதிக்குப் போவது இல்லை. இறக்கத்திலேயே முடித்துக் கொள்வார்கள். வழியெங்கும் நரகல் மண்டிக் கிடந்தது. அதைக் கடந்து போகும்போது, முள்ளுக்கருவை மரத்தூரில் இரண்டு பித்தளைத் தூக்குகளும், இரண்டு அலுமினியத் தூக்குகளும் பலாப் பழங்களைப்போலத் தொங்கிக் கொண்டிருந்தன. "என்றா கழுவா... தூக்குவாளில சோத்தைக் கட்டிக்கிட்டுவந்து, குடும்பத்தோட கம்மாய்ல கூட்டா உக்காந்து பீப்பேளுறியாக்கும்!"

வந்தது, தெரிந்த ஆட்கள்தான் என்றானதும், கழுவன் எழுந்து நின்றான். அவனைத் தொடர்ந்து எல்லோரும் எழுந்து கொண்டார்கள்.

"எங்கள ஆபீசர்கனு நெனச்சு பயந்துட்டியா?"

"நாங்க எதுக்கு பயப்புர்றோம்?"

"சர்றாப்பா. நீ வீரன்தான். ஒம்பொண்டாட்டிட்ட கேட்டா, பவுச சொல்லப்போறா!"

"சரிசரி விர்றா..." என்று நெளிந்தவன், "என்றா, இந்தப்பக்கம்! ஊத்தா?" அவர்கள் அதற்குத்தான் வந்திருக்கிறார்கள் என்பது தெரிந்தும் கேட்டான். அந்தக்கேள்விக்கு, 'நானும் வரலாமா?' என்று பொருளென்பது, இரண்டுபேருக்குமே தெரியும். காட்டுவா, அவனை 'வாடா' என்று அழைத்துவிடுவானோ எனப் பம்மிய ராமச்சந்திரன், "ஊத்தெல்லாம் இல்லடா.

நாங்களும் உன்னய மாதிரியே பீப்பேளத்தான் வந்தோம்!'' என்றான்.

அவனை அங்கேயே கழற்றிவிட்டுவிட்டார்கள். ''மாப்ளே, இங்கன நாம வந்ததே இவிய்ங்க அலும்பப் பத்திப் பேசத்தான்!''

சந்தனத்தேவர் வகையறாவினர் பூதகுடியிலிருந்து வந்திருந்தாலும், எதற்கும் அசராமல் வேலைகளைச் செய்வதுபோல, தாங்கள் எதற்கும் அஞ்சாதவர்களைப் போலவும் காட்டிக் கொண்டார்கள். அசூயை இல்லாமல் எதையும் செய்யத் தயாராகவும் இருந்தார்கள். அதனாலேயே மற்றவர்கள், தங்களுக்கு எதற்கு வம்பு என்று ஒதுங்கிக்கொள்வதை, தங்களைப் பார்த்து அவர்கள் பயப்படுகிறார்கள் என்று தவறாகப் புரிந்துகொண்டு, தங்கள் மீசையைத் தடவிக்கொண்டார்கள். அதே வேளையில் எதிர்ப்பவர்கள் கூட்டாக இருந்தால், 'சரி... சரி... நமக்குள்ளயா?' என்று பம்முவதும், நாலைந்து பேர் சேர்ந்திருக்கும் போது, 'நாங்க அப்பவே அப்டி' என்று எகிறுவதும், அவர்களின் வழக்கமாக இருந்தது.

''மாப்ளே, அவனுகளப் பாத்து எல்லாரும் பயப்படுற மாதிரி, நம்மளப் பாத்ததும் எல்லாரும் பயப்படணும்டா!'' ராமச்சந்திரனின் குரலில் ஆதங்கம் இருந்தது.

காட்டுவா அவனை ஒரு புழுவைப்போல பார்த்தான். "எதுக்கு நாம பயப்படுத்தணும்?"

"மாப்ளே, அவனுக இப்ப வந்தவங்கடா. இன்னிக்கு மீசையையும் யெரட்டையையும் வெச்சு எங்கேயோ போயட்டானுக''

"போய்ட்டுப் போறாய்ங்க. அதுக்கு என்ன பண்ணனும்ங்க்ற?"

"என்றா இப்டிகேக்ற? அவிய்ங்கள அடக்கிவைக்க ஏதாச்சும் செய்யணும்டா!"

பேசிக்கொண்டே இரண்டுபேரும் தத்தனேரி இறக்கத்துக்கு வந்திருந்தார்கள்.

"இதெல்லாம் எதுக்குடா என்ட்ட சொல்லிட்டுருக்க?"

"என்ன மாப்ளே இப்டிக் கேக்குற! அந்த ஆட்டோக்காரப் பய பாலுவப் பாரு. ஒரு குரூப்பா இருக்கானுக. நாமளும் அப்டியாகணும். நான் எல்லாருட்டயும் பேசிட்டேன். சேது நம்ம பக்கம் இருக்கான். கந்தசாமி மாமா மகன் அருளு நம்மக்கூட இருப்பான். போதும். நாம ஏரியாக்குள்ளாற ஒரு செய்கை, ஒரேயொரு செய்கை செஞ்சா போதும்!"

"நமக்கெதுக்குடா?"

"என்னா மாப்ளே நீ?"

அப்போது அந்தப் பக்கமாக பன்றி ஒன்று தன் குட்டிகளுடன் படையெடுப்புபோல நடந்து வந்தது. கருவேல மரமொன்றில் மாட்டியிருந்த தூக்குவாளியை முகத்தால் முட்டி கீழே சாய்த்தது. அது மலத்தை மேய்ந்துவிட்டு வந்திருக்க வேண்டும். வாயால் தூக்கு வாளியை நுட்பமாகத் திறக்க அதற்குத் தெரிந்திருந்தது.

ராமச்சந்திரன் ஒரு கல்லெடுத்து பன்றியைக் குறிபார்த்து வீசினான். அதன் மண்டையில் 'நங்'கென்று பட்டது. 'கர்ர்ர்ர்ர்' என்று சப்தமிட்டபடி அது ஓடியது. அதன் குட்டிகள் பின்தொடர்ந்தன. வாளியில் சோறு மிச்சமிருந்தது. சுற்றும்முற்றும் பார்த்த ராமச்சந்திரன், "யாருதுனு தெரிலியே!" என்றபடி நகர்ந்தான். தொடர்ந்து, "நேரத்துக்கு, நாலுவகை தின்னுறவன் மாப்ளே நீ!"

ராமச்சந்திரன் திரும்பத்திரும்ப வலியுறுத்தியபோது, காட்டுவா முதல் கிளாஸை உள்ளே இறக்கியிருந்தான். 'இவன் சொல்வது மாதிரியா அவர்கள் எல்லோரும் இருக்கிறார்கள்?' என்று யோசித்தான். பாதிக்கும் மேலானவர்கள், 'அப்புராணி சப்புராணிகள்'தான். உழைத்துத் தின்பவர்கள். எந்த வேலையையும் செய்யத் தயங்காதவர்கள். பெரும்பாலானவர்கள் கூலிகளாகத்தான் இருக்கிறார்கள். மூட்டை சுமக்கிறார்கள். வண்டி இழுக்கிறார்கள். எல்லோரிடமும் அன்பாக இருக்கிறார்கள்.

இரண்டாவது கிளாஸ் அவன் முன்னால் வைக்கப்பட்டிருந்தது. 'யாரோ ஒரு சிலர் மட்டும்தான் அதாட்டியமாக நடந்து கொள்கிறார்கள். அடாவடி செய்கிறார்கள். மற்றவர்களின் பயத்தை வேண்டுமானால் தங்களுக்கு சாதகமாக பயன்படுத்திக் கொள்கிறார்களே தவிர, ஒட்டுமொத்தமாய் இவன் சொல்வதுபோலவா இருக்கிறது?' கிளாஸிலிருந்ததை உள்ளுக்குள் தள்ளினான். 'இந்த ஆண்களில் ஒருசிலர் அப்படியாக இருந்தாலும், அவர்கள் வீட்டுப்பெண்களின் நிலை? பணக்கார வீடுகளில் வீட்டுவேலை செய்பவர்களாக, வேகாத வெயிலில் தலைச்சுமையாக காய்கறி விற்பவர்களாகத்தானே இருக்கிறார்கள். வீட்டுக்கு காய்கறி கொண்டுவந்து விற்கும் சக்கியம்மா அக்காகூட, "அந்தப் பொண்டுகப் பய பொழப்பத்தவனா இருக்கான்யா!" என்று தன் கணவனைத் திட்டுவதை நினைவுபடுத்திப் பார்த்தான். தொண்டை கமறியது. 'த்தூ...' என்று காறித்துப்பினான்.

மூன்றாவது கிளாஸ் சாராயம் 'சரசர'வென்று உள்ளே இறங்கியபோது, காட்டுவா நிமிர்ந்திருந்தான்.

கோரிப்பாளையத்தைச் சுற்றி ‘அவிய்ங்க’ குடியேறியபோது, அவர்களைப் பற்றிய பல கதைகளை காஜா மொகையத்தீனாக காட்டுவா இருந்த காலத்திலேயே தாதிமா சொல்லியிருக்கிறார். அவற்றில் ஓரிரு கதைகள் இவனுக்குள் நிழல்போல ஓடின.

‘‘நன்றி மறக்காதவய்ங்க அவிய்ங்க. ஒரு கட்டத்துல அவிய்ங்கள குற்றப் பரம்பரையினர்னு வெள்ளைக்கார கவுர்மெண்ட்டு அறிவிச்சுருச்சு. அவிய்ங்கள்ல ஆம்பளைங்க ராத்திரியாயிருச்சுன்னா பக்கத்துலருக்குற போலீஸ் டேஷனுக்குப் போயிறணும். அங்கே ருக்குற நோட்டுல கைரேகை வெச்சுட்டு, ராத்திரிபூரா அங்கேதான் இருக்கணும். காலைலதான் வீட்டுக்கு வரமுடியும். அவிய்ங்கள்ல யாராச்சும் ஒருத்தர எதுக்காச்சுக்கும் போலீஸ் புடிச்சுருச்சுனு வெச்சுக்க. அவிய்ங்க எங்கேயும்போய் அழுது பொலம்பிக்கூட வெளியயும் வரமுடியாது. வெள்ளைக்கார தொரைமார்ட்ட போய் சொல்லலாம். ஆனா குத்தத்தை அவிய்ங்க செய்யலைன்னு நிரூபிக்கணும். புடிச்சுட்டுப்போறதுக்கான காரணத்த தொரைமார்க சொல்லமாட்டாய்ங்க. அந்த நேரத்துல ஜார்ஜ் ஜோசப்ங்க்ற ஒருத்தரு குற்றப் பரம்பரையினர்னு அறிவிக்கப்பட்டவிய்ங்களுக்கு ஆதரவா இருந்து, வழக்குமன்றத்துக்கு புகார்களைக் கொண்டுபோனார். வெள்ளைக்கார தொரைமார்களுக்கு எதிரான புகார்க, போலீஸ்காரங்களுக்கு எதிரான புகார்கள்ல ஜார்ஜ் ஜோசப் ஜெயிச்சாரு. அதுக்கப்பறம்தான் இப்டியெல்லாம் வழக்கு நடத்தலாம்னு அவிய்ங்க மத்தில செய்தி பரவுச்சு. இதுனால வெள்ளைக்காரப் போலீஸ் தப்பா நடந்துக்கிறது கொஞ்சம் கொறைஞ்சிச்சு. பாதிக்கப்பட்ட அவிய்ங்க சமூகத்து ஆட்களும் ஓரளவுக்கு விழிப்பாய்ட்டாங்க. வெள்ளைக்கார அரசாங்கமும் வெள்ளைப் போலீசும் பதில் சொல்லக் கடமைப்பட்டவங்கனு உணர்த்துனாரு. அதுனால் அவிய்ங்க ஜார்ஜ் ஜோசப்பை சாமி மாதிரி நடத்துவாய்ங்க. அவிய்ங்க தங்களோட பிள்ளைகளுக்கு ரோசாப்பூனு பேரெல்லாம் வெச்சுக்குவாய்ங்க. ரோசாப்பூ தொரை அப்ப அரசியல்லயும் இருந்தாரு. ஒரு கட்டத்துல அவருக்கு வெள்ளைக்கார அரசாங்கத்தால சிக்கல் வந்தப்ப, அவரைத்தேடி வெள்ளைப்போலீஸ் ஊரெல்லாம் அலையுது. அவரு இருக்குற எடம்தெரிஞ்சு வந்த போலீஸ் எவ்வளவு மெரட்டியும் ரோசாப்பூ தொரைய அவிய்ங்க கடைசிவரைலயும் காட்டிக்குடுக்கவேயில்ல. அவரு எங்க ரோசாப்பூ தேவருனு பாதுகாத்துட்டாய்ங்க. அந்தளவுக்கு நல்லவிய்ங்க, அவிய்ங்க!’’

காஜா மொகையத்தீனும் ஒருசில வரலாறுகளை படித்துத் தெரிந்து வைத்திருந்தான். இந்த வரலாறுதான் எத்தனையெத்தனை ரகசியங்களை தன்னுள் புதைத்து

வைத்திருக்கின்றது. மக்களும்தான் எத்தனை அன்னியோன்யமாக சமூகம், நாடு என்று இழையிழையாய் பின்னியிருந்திருக்கிறார்கள். மாற்று சமூகத்தையும் வாழும் நாட்டையும் காக்க உயிரையும் தரத்தயாராக இருந்திருக்கிறார்கள். மறைந்திருந்து தாக்கி, வெற்றி கொண்டு திரும்பும் கெரில்லா போர்முறை இங்கிருந்துதானே உருவாகியிருக்கின்றது. போர்க்களத்தில் தற்கொலை படை இயங்கியதும் இங்கிருந்துதானே? அரசியைக் காட்டிக்கொடுக்க மறுத்து அந்நியப்படையின் தாக்குதலுக்குள்ளாகி உயிர்துறந்த உமை யாள், வேலுநாச்சியாருக்கு பாதுகாப்புப் படையாகச் செயல்பட்ட குயிலி எல்லோருமே வேறுவேறு சமூகத்துப் பெண்கள்தானே? எங்கே போனது அந்த ஒற்றுமை?

“என்னா மாப்ளே... இவ்ளோ அமைதியா இருக்க?”

நண்பர்கள்கூட இருந்தாலே அவர்கள் செய்வதில் பங்கு இருப்பதாகத் தானே அர்த்தம். அவனை ஏறிட்டுப் பார்த்தான். “ஏண்டா... அவிய்ங்க எல்லாருமா அப்டியிருக்காய்ங்க. யாரோ நாலுபேரு செய்றதுக்கு ஒட்டுமொத்தமா பேசுறே?”

“மாப்ளே... போதை ஏறுனதும் நீ பால்மாறுறியா?”

“ஒருத்தன அடக்கிட்டு இன்னொருத்தன் மேலயெல்லாம் வரமுடியாதுடா” தத்துவம் போல சொன்னவன் அரைமனதுடன், “சரி..சரி... சேதுவையும் அருளையும் பாத்துப்பேசிட்டு முடிவுக்கு வருவோம்” என்றான்.

காட்டுவா ஒருமுடிவுக்கு வருவோம் என்றால், அது முடிந்துவிட்டது என்பதை ராமச்சந்திரன் அறிந்திருந்தான். காட்டுவா அப்படிச் சொல்லி விட்டானேயொழிய, அவனுக்குள் ஆறேழு நாளாய் வேறொன்று ஓடிக்கொண்டிருந்தது. ஓர் அழகிய அரக்கி, அவனுக்குள் புகுந்திருந்தாள்.

காளியம்மன் கோவிலுக்கு எதிரேயிருக்கும் முத்தண்ணன் டீக்கடை ஸ்டீரியோவில் வாணிஜெயராம், ‘பாதை வகுத்தபின்பு பயந்தென்ன லாபம்?’ என்று உருகிக்கொண்டிருந்தார். அங்கே காட்டுவா நின்றிருந்தான். அதையொட்டிய வேலு மிக்சர் கடைக்கு, இரண்டு பெண்களும் ஒரு பையனும் பண்டங்கள் வாங்க வந்திருந்தார்கள். அச்சு அசலே இரண்டு பெண்களும் ஒரே மாதிரி இருந்தார்கள்.

கோவிலுக்குப் போய்விட்டுவரும் இரட்டைச் சகோதரிகளாக இருப்பார்களென்று நினைத்துக்கொண்டே காட்டுவா டீ குடித்தான். ஒருத்தி பள்ளிக்கூட யூனிபார்மோடு வந்திருந்தாள். மற்றவள் சேலையில் இருந்தாள். இருவருக்கும் வாகு ஒரேமாதிரி இருந்தது. என்னமோ தெரியவில்லை, அவர்களில் சேலை கட்டியவளைப் பார்த்துக்கொண்டே இருக்கச் சொல்லி,

மனம் கூத்தாடியது. மனதைத் தாண்டி, அவனால் செயல்பட முடியவில்லை. வைத்தகண் எடுக்காமல் அவளையே பார்த்தான். 'நமக்குத் தெரியாம இந்த ஜாரிக, ஏரியாக்குள்ள எங்கருக்காளுக?'

தன்னை யாரோ பார்த்துக்கொண்டிப்பதை அந்தப்பெண்ணும் உணர்ந்தாள். அனிச்சையாகப் பார்வையைத் திருப்பியபோது, காட்டுவா அவளைப் பார்த்து முறுவலித்தான். பள்ளிப்பருவத்தில் இதுபோல அவளுக்கு நிகழ்ந்திருக்கிறது. அத்தனையையும் அவள் தவிர்த்துவந்திருக்கிறாள். "எப்பிர்றி, ஒருபையன்கூடவா உன்னிய அட்ராக்ட் பண்ணல?" கல்லூரிக் காலத்திலும், அவளிடம் இப்படியோர் கேள்வி கேட்கப்பட்டதுண்டு.

குடும்பம் அப்படியானது. அன்பு, அரவணைப்பு, கேட்ட பொருள் உடனே கிடைக்கும் வாய்ப்பு எல்லாமே, அந்த வளர்ப்பில் இருந்தது. அதனால் வேறெதிலும் கவனம் செல்லவில்லை. இப்போது? யாரோ ஒருவனின் அந்தப்பார்வை, அவளை என்னவோ செய்தது. தூய மழைத் துளியாயிருந்த அவள் மனசு, தரையில் விழுந்தது. அவனைத் திரும்பிப் பார்த்தாள். உயரே சென்று சிலிர்த்து அடங்கும் பூவானத்தின் சிரிப்பை அவளால் உணரமுடிந்தது. உதிர்ந்துவிழும் பூவிதழ், தரையில்பட்டு எம்புவதுபோல மிதந்தாள்.

லேசாகப் பிளந்த அவளின் உதடுகளின் வழியே வாணிஜெயராமின் இசைக்குரல் வருவதாக அவன் நம்பினான்.

"என்னாச்சும்மா நின்னுட்ட? எல்லாம் வாங்கியாச்சு. வா, வீட்டுக்குப் போலாம்!" கூட இருந்தப் பெண் அழைத்தாள். பனிரெண்டாம் வகுப்பு படிப்பவளாக இருக்கவேண்டும். அம்மாவும் மகளும் என்று நம்ப முடியாது. பையனுக்கு, பதினைந்து வயது இருக்கும். 'வாங்கம்மா' என்றபடி முன்னே நடந்தான். அவர்கள் காட்டுவாவைக் கடந்துதான் போகவேண்டும். ஓரமாய் நடந்து, தன்னைக் கடக்கும்போது, அவள் காதில் விழும்படி, 'அழகு' என்றான்.

வாழ்வின் தருணங்கள் தற்செயல் விளையாட்டினால் ஆனவை. மலரிதழ் பட்டாலும் வடுப்பட்டுவிடும் நிலையிலிருந்த அவள் மீது, அந்தச் சொல் ராஜதிராவகமாகப் பட்டு, ஆனால் குளிரூட்டியது. இந்த அளவில்லாப் பிரவாகத்துக்கு, பிரபஞ்சப் பெருவெளியில் வயதும் குடும்பமும் அவளுக்குத் தடையாகப் படவில்லை. அதுவொரு, பரிபூரண நிகழ்தலாக இருக்க வேண்டும். மென்காற்றுத் தழுவிச்செல்ல, அவனைத் திரும்பிப் பார்த்துச் சிரித்தாள்.

காட்டுவாவுக்கு எல்லாமே அதிசயமாக இருந்தது. எத்தனை பேரைப் பின்தொடர்ந்திருப்பான். என்னவெல்லாம்

செய்திருப்பான். அவன் அந்தச் சிரிப்பில் பைத்தியமாக ஆகியிருந்தான். மூர்க்கமாக ஆவேசப்படவில்லை. வெறி கொண்டவனாக அலையவில்லை. கொந்தளிப்புகளும், அலையடிப்புகளும், பெருக்கெடுப்புகளும் வடிந்துபோய், இன்று அவனுக்குள், ஓர் அடக்கம் அரும்பியிருந்தது. பாவச் சிலுவைகளை உதிர்த்துவிட்டு மீண்டெழுந்தவன்போல, முன்னெப்போதும் இல்லாத ஏதோவொன்று அவனை வழிநடத்தியது. பின்தொடர்ந்து, அவள் வீடிருக்கும் தெருவுக்குப் போய்விட்டான். மனசு என்னென்னவோ சொன்னது. அதில் ஒன்று, 'அவ உன்னியவிட பெரியவடா!' ஆனாலும் ஒவ்வொரு நொடியையும் அவளுக்குச் சமர்ப்பிக்கத் தயாரானான்.

'அழகு' எனும் ஒற்றைச்சொல் அவனுக்குள் நிதானத்தையும் பொறுமையையும் தந்திருந்தது. தான்தானா என்பது அவனுக்கே ஆச்சரியமாக இருந்தது. 'தன்னிடமிருக்கும் கத்தியின் நீளத்தைவிட, கத்திக்கும் எதிரியின் இதயத்திற்கும் இடையே உள்ள இடைவெளியின் நீளத்தை அறிந்துவைத்திருப்பவன்தான் உண்மையான வீரன்' என்று ஜென் பௌத்தம் சொல்கிறது. அதை அவன் எங்கோ வாசித்திருந்தான். தனது கூடா காதலுக்கு அதைப் பொருத்தினான்.

வாசலில் நின்று, அவனைப் பார்த்து மறுபடியும் ஒருசிரிப்பை உதிர்த்துவிட்டு உள்ளே போனாள், அவள். ஒற்றைச்சொல். என்னவெல்லாம் மாயம் செய்கின்றது?

'தான்செய்வது சரியா?' என்றொரு கேள்வி, அவளுக்குள் இருந்தது. காலையில் போனால், இரவு பனிரெண்டு மணிக்கு வீடுதிரும்பும் கணவன். வீடு வந்த பின்பும் இரண்டு மணிவரை, மனைவியின் மனதையும் உடம்பையும் ரசிக்காது, தவிக்கவிட்டுவிட்டு, காகித மனசுடன், காசு பணத்தைக் கணக்கு பார்க்கும் இயந்திரம். 'எல்லாம் உங்களுக்காகத்தானே?' என்றொரு சப்பைக்கட்டு. திருமணமாகி இந்தப் பதினேழு ஆண்டுகளில் மனம் விட்டுப் பேசியது, மொத்தமாக ஓர் இரண்டுமணி நேரமிருக்கும். அவசர அவசரமாய், அடுத்தடுத்து இரண்டு குழந்தைகள். பிறந்தவற்றை வளர்க்கவே நேரம் சரியாக இருந்தது. பிள்ளைகள் வளர்ந்த பிறகு, அவனுக்கு அடுத்த கடமை வந்துவிட்டது. படிக்க வைக்க, அவர்களுக்கு மேற்கொண்டு செய்ய என்று ஓடிக்கொண்டேயிருந்தான். மனத்தை ஒருவழியாகக் கட்டுப்படுத்திக் கொண்டாலும் உடம்பின் திசுக்கள் ஏங்கின. ஒரு அணைப்பு, ஒரு தழுவல், ஒரு தடவல், மென்மையாக ஒரு முத்தம், கனிந்தும் புசியாத உடம்பில் ஒரு தினவு படர்ந்துகிடந்தது. பிள்ளைகள் வளர்ந்து,

தங்களுக்கானதைத் தாங்களே செய்து கொண்டபோதும், நிற்காமல் அவன் ஓடிக்கொண்டே இருந்தான்.

கணவன் போய்விடுவான். பிள்ளைகள் போய்விடுவார்கள். வீட்டில் அவள் மட்டும். உட்கார்ந்து யோசிக்க, முப்பத்தேழு வயதில், அவளுக்கு அவகாசம் கிடைத்தது. 'நம்மளவிட சின்னவனா இருப்பானோ?' ஆனாலும், காட்டுவாவின் 'அழகு' என்ற சொல், அவளை ஆராதித்தது. ரசிக்கத் தெரிந்த ஒருவனால் மட்டுமே, இத்தனை மென்மையாகச் சொல்ல முடியும். என்னவோ அவன் இப்போதுதான் சொன்னதுபோல, காதுக்குள் ஊடுருவிக் குறுகுறுக்கச் செய்தது. உடம்பு கூசினாள். மறுபடியும் அவன் வாயாலேயே கேட்க வேண்டும் போலிருந்தது. இருக்கும் இடத்திலிருந்தே சொன்னால்கூட போதும் என்று நினைத்தாள். நினைவு அந்தச்சொல்லையும் அதைச் சொன்னவனையும் சூழ்ந்து நின்றது.

அதற்கான வாய்ப்பு, மார்க்கெட் பாபு எலக்டிரிக்கல் கடையில் கிடைத்தது. மறை கழன்றுவிட்ட மிக்ஸியின் புஷ்ஷை மாற்றிக் கொண்டுவர, அவள் சென்றிருந்தபோது, காட்டுவா அங்கிருந்தான். பாபு கடையில் இல்லை. காட்டுவாவைப் பார்த்துக்கொள்ளச் சொல்லிவிட்டு, டெலிவரி கொடுக்க வெளியில் போயிருந்தான். எதிர்பாராத இடத்தில் அவளைப் பார்த்ததும், ஆச்சரியத்தில் 'அழகு' என்றான். அவளும் அவனை அங்கே எதிர் பார்த்திருக்கவில்லை. ஏங்கிக் கிடந்த வார்த்தையைக் கேட்டதும் சிலிர்த்துப் போனாள்.

வெட்கத்துடன், 'தேன்மொழி' என்றாள். இப்படி நாணி எத்தனையோ யுகங்கள் ஆகிப்போனதை, அவள் உடம்பு நெகிழ்ந்து காட்டியது. நெகிழ்ச்சியில் அவனைக் கிறக்கமாகப் பார்த்தாள்.

"நீங்க வீட்டுக்குப் போங்க. ரெடியானதும் நான் கொண்டுவர்றேன்!" என்றான்.

அவள் பதில் பேசவில்லை. கொஞ்ச நேரம் அமைதியாக நின்றுகொண்டே இருந்தாள். எந்தப் புள்ளியில் தான் உடைபடுகிறோமென்று அறியும் ஆசை அவளுக்குள் இருந்தது. 'இன்னொருமுறை சொல்லுங்க' என்றாள்.

"அ... ழ... கு. அழகு"

அவள் ஒரு புறாபோல நடந்து சென்றாள். அவளை முன்னே போகவிட்டு, புஷ்ஷை அவனே சரிசெய்து எடுத்துக்கொண்டு, கடையை அப்படியே போட்டுவிட்டுக் கிளம்பி விட்டான். அவளும் இதைத்தான் எதிர்பார்த்தாள்.

கதவுகளைத் திறந்தே வைத்திருந்தாள்.

"அழகு"

மழைச்சொட்டை உள்ளிழுக்கும் பூமியாய், அவனை உள்ளே இழுத்துக் கொண்டாள். வேறு பேச்சேதும் இருக்கவில்லை. எந்தப் புள்ளி அவர்களிருவரையும் ஒரே இலக்கை நோக்கி நகர்த்திக் கொண்டிருக்கின்றது என்பதும் அவர்களிருவரும் அறிந்திருக்கவில்லை. ஆனால், 'எடுப்பது... கொடுப்பது...' என்ற ஓர் இலக்கு அவர்களுக்குள் பரஸ்பரமாய் முகிழ்ந்திருந்தது.

இருபத்தோராயிரத்து அறுநூறுமுறை 'அழகு' என்ற சொல்லை அவன் உபாசித்து முடித்திருந்தபோது, அபூர்வராகங்கள் ஸ்ரீவித்யாவின் உதடுகள்போல தாமரையாய் மலர்ந்து விரிந்து கிடந்தாள், அவள். முன்னெப்போதும் கண்டிராத உலகத்துக்குள் கண் மயங்கிய சஞ்சாரம்.

மறுபடியும், "அழகு" என்றான். குரல் சொக்கியது. அவளுக்காக எதையும் செய்பவனாக இருந்தான்.

மயக்கத்திலேயே அவனை இழுத்து, தன் மீது கிடத்திக் கொண்டாள். "தேங்க்ஸ்" என்றாள், அவன் உதட்டில் முத்தமிட்டு. அப்போது பாம்பின் சீறலாய், 'ஸ்ஸ்ஸ்ஸ்ஸ்'ஸென்ற மென்னொலி ஒலிக்கத் தொடங்கியது.

"எதுக்கு தேங்க்ஸ்?"

"இப்ப என்னெல்லாமோ செஞ்சியே. அதுக்கு!"

கழுத்தில் கைவளைத்து முகத்தைக் கீழிறக்கினான். எப்போதுமறிந்திராத சுகம்.

திமிறினாள். "பேசுடா" என்றாள், கிறக்கத்துடன்.

கிறக்கத்தில் ஓர் இசை படர்ந்தது.

"என்ன பேச?"

"அப்பத என்னெல்லாம் பேசுனே, அதப்பேசு. நீ பேசுறத கேட்டுட்டேருக்கணும்!"

"என் அன்பை அலங்கார வார்த்தைகளால் மறுபடியும் விவரிக்க இயலாதே!"

"ஏன் முடியாது?" அந்தப் பெண்ணின் கெஞ்சலில் சிற்றின்ப இசையின் ஒருவித இழுவை இருந்தது.

அது அவனுக்குப் பிடித்திருந்தது. அதை அவன் ரசிக்க விரும்பினான். அதனால் நேரம் கடத்தினான்.

"பேசுடா... பேசுடா... பேசு!"

பாம்பின் சீறலான, 'ஸ்ஸ்ஸ்ஸ்ஸ்'ஸென்ற மென்னொலி இப்போது அதிர அதிர அவன் காதுக்குள் ஒலிக்கத் தொடங்கியது. அவன், குனிந்து அவள் காதுக்குள் பேசத் தொடங்கினான்... 'நீ இவ்ள அழகாகருப்பேனு நான் கற்பனைலகூட நெனைக்கல. ஆனா உன்ன என் கண்ணால பார்த்த பின்னாடி, நிலாவக்கூட கைல பிடிச்சுவெக்க முடியும்னு நம்புனேன். சின்னவயசுலருந்தே உன்ன எனக்குத் தெரியும்ங்க்ற மாதிரி இருந்துச்சு. நூறுதடவை... ஆயிரம்தடவை... தெனந்தெனம் பார்த்துருக்கேங்றமாதிரி பட்டுச்சு. உன்னப் பார்த்தப்ப, எப்பவும் இல்லாத ஒருவித உணர்ச்சி எனக்குள்ள வந்துச்சு. ஒரு நிலா எனக்குக் கெடைக்கப் போகுதுனு உள்ளுக்குள்ள ஒரே சந்தோஷம். கற்பனைகள். உன்ன என் கைக்குள்ள அடக்கி, நெஞ்சுல சாய்ச்சு, முகம் பார்த்து, நெத்தில அப்போவே கிஸ் பண்ணனும்னு உள்ளுக்குள்ள பரபரத்துப்போச்சு. முளைவிட்ட விதை ஏதோ அந்த நொடியிலேயே வேர்விட்டு வளந்து, பலகிளைகளைக்கொண்ட பெரிய மரமா படர்றது மாதிரி ஆகிப்போச்சு. அதோட ஒவ்வொரு இலைலயும் உன்ன நான் எழுதி வெச்சேன். எழுத எழுத, எழுதுறதுக்கு நீ இருந்தே. இருந்துக்கிட்டே இருந்தே. இலைகதான் பத்தல. கிளைகள்லயும் மரப்பட்டைலயும் அடிமரத்துலயும் வேரிலயும்கூட உன்ன எழுதிக்கிட்டேருந்தேன். சலிப்பு வரவேயில்ல. ஏன்னா, நீ சலிப்பே தராத கடல் அலை. உடல் தழுவிச் செல்லும் மலைக்காத்து. பூவாய்ப் பொழியிற பனி. குழந்தையோட வாயிலருந்து ஒழுகுற வாணி. சாரைப்பாம்போட லாவகம், வசீகரம் எல்லாமே உன்டருக்குது. நீ என்னைச் சுற்றி பிணைந்திருக்கும் பாம்பு.

நான் கனவு பாரம் சுமக்குறவனானேன். அதெல்லாம் சுமை தராத சுமைகள்.

எவ்வளவு வேணும்னாலும் சுமக்கலாம். நீயும் சுமப்பவளா இருப்பேனு நம்புனேன். என் நம்பிக்கை, நமக்குள்ள இன்னும் பல கதவுகளைத் திறந்து வெச்சுச்சு. கதவுகளுக்கு அப்பாலான அந்தவெளி, நாம முன்னே அறியாதது. அங்கே நிறையப் பெண்கள் இருந்தாங்க. அங்கிருந்த எல்லாப் பெண்களுமே அழகுதான். அவங்க எல்லாரோட கண்களும் நம்ம மேலதான் இருந்துச்சு. ஆனா உன் அழகுக்கு முன்னால, அவங்க தூசி. என் மனசோட பக்கங்களில் உன் பெயருக்கு நேரா 'அழகு'ன்னு குறிச்சு வெச்சுக்கிட்டேன். என் உயிராக, உன்னை வரிஞ்சுக்கிட்டேன். எங்க குடும்ப விழாக்கள் ரொம்பவுமே விசேஷமாருக்கும். புதுப்பொண்டாட்டிக்கூட ஒரு வெளையாட்டுனு வெளையாட விடுவாங்க. அது நமக்கும் நடந்துச்சு. குடத்துக்குள்ள மோதிரம் ஒன்னைப்போட்டு,

யார் அதை முதலில் எடுக்குறதுங்க்ற போட்டி. என் உறவுக்காரப் பெண்ணுக, “விடாதே... விடாதே!”னு என்னை உசுப்பேத்துனாங்க. உன் தோழிகளும் அப்போ அங்கேருந்தாங்க. “இப்பவே வளைச்சுப் போட்டுரு”னு யாரோ ஒருத்தி எனக்குக் கேக்குறதுமாதிரி, உன்ட்ட கிசுகிசுத்தா. அவள் சொல்லித்தான் நீ என்னை வளைக்கணும்ங்க்றதில்ல. எங்கைல அந்த மோதிரம் சிக்கிருச்சு. ஆனா அத, உள்ளேருந்தவாறே உன் கைக்குள்ள திணிச்சுட்டேன். ஏன்னா உன்ட்ட நான் தோத்துக்கிட்டே இருக்கணும்னு உன் நிலா முகத்தைப் பார்த்த செகண்ட்லயே முடிவுக்கு வந்துட்டேன். அவட்ட, ‘அவன் என் அடிமை’னு நீ புருவம் ஓசத்தி அபிநயிச்சதையும் பாத்தேன். எனக்குப் பிடித்திருந்துச்சு, உன் புருவங்களின் நடனம். அந்த மயக்கத்துல, உன் கைக்குள்ள மோதிரத்தை நான் திணிச்சப்ப, என்னைப் பாத்து மெலிசா நீ சிந்தியப் புன்னகைக்கு, ஏழுலகத்துலயும் எதுவுமே ஈடில்லை.

உன் கைய நான் தொட்ட செகண்ட்ல, உனக்குள்ளிருந்த எண்ணங்கள் எனக்குள்ள இடம்மாறிருச்சு. அந்த செகண்ட் என் வாழ்க்கையோட அற்புதத் தருணங்கள். அத்தனை எண்ணத்தையும் ரெண்டு செகண்ட்ல கடத்திர்ற சூட்சுமம் அறிந்தவளாக நீ இருந்ததற்கு, என்னையவே நான் சமர்ப்பணம் செஞ்சுகிட்ட, அபாரமான கணம், அது. உன் எண்ணங்கள் சொன்ன ஒவ்வொரு விஷயமும் என்னை சந்தோஷப்படுத்துச்சு. காலம் முழுசுக்கும் நாம அத, தாமரை பூ இதழ்போல அவுத்து அவுத்து ரசிக்கலாம். பக்கங்களப் புரட்டிப் புரட்டி வாசிக்கலாம். இங்கே எழுதக்கூடிய வாசகங்களாக இருப்பவை, “நம்மளத் தனியா விடாம இந்தப்பாடு படுத்துறாங்களே!” என்பது மட்டுந்தான்.

அப்போது உன் கண்கள் என்ட்ட பேசுச்சு. ‘நான் உனக்கானவள்’னு. அந்த செகண்ட்ஸ்தான் ‘இந்த உலகத்தில் நான் மிக முக்கியமானவன்’ங்க்ற நம்பிக்கையைத் தந்துச்சு. இந்த அதிர்ஷ்டம் எவருக்கும் கிடைக்காதது. சூழலை நாம தொலைச்சுட்டோம். உலகத்துலருக்குற அத்தனைபேரும் எங்கயோ போய் ஒளிஞ்சுக்கிட்டாங்க. ஏதோ வொண்ணு நம்ம ரெண்டுபேத்தைமட்டும் ஒரு போர்வைபோல போர்த்தி, இந்த உலகத்துலருந்து தனிமைப்படுத்திச்சு. அப்படியான இடம் உலக வரைபடத்தில் இல்லாததாக நாம உணர்ந்தோம். தனிமை, சங்கடங்களற்ற வாய்ப்பை நமக்கு அருளுச்சு. நெஞ்சு விம்மவிம்மப் பரவசமா என்னை சேத்தணைச்ச நீ, பறத்தல் நிலையிலருந்த. நான், உள்ளும்புறமுமா உனக்குள் பிணைஞ்சுகிட்டேன். மேகங்களாய் தழுவிய தேகங்கள் ரெண்டும் ஒண்ணுல ஒண்ணாத்

தகவிக்கிருச்சு. இறுக்கத்தின் கசகசப்புல கசிந்த வேர்வை ஆறாய்ப் பெருகி, பிணைப்பை நழுவச்செஞ்சு வெளையாடுச்சு. நழுவல், நம்மள மேலும் மூர்க்கமா ஆக்கிச்சு. ஒன்னையொன்னு விழுங்குற ஆனந்த மூர்க்கம். மனசும் உடலும்கூடிக் களியாட்டம் போட்டுச்சு. அதில் இயைவும் இன்னுமின்னும்ங்க்ற வேகமும் இருக்கிறது. முதிர்ந்த இலந்தை மரத்துமேல படர்ந்தேறுற காட்டுக்கொடியோட லாவக சரசத்தில், நீ கெறங்கிட்ட. ஊறியூறி மேலேறிப் படர்தல் முன்னெப்போதும் அறியாத முயங்குதலின் உச்சப்பரவசம். லயமாய்க் கருவி இசைக்கும் என் மீட்டலில், உன் தினவின் துடிப்பு பல்கிப் பெருகியது. வானம் முழுசையும் வசப்படுத்துற சிறகுகள், நம்ம உடம்புல புதுசா முளைக்கத் துவங்கின. செகண்ட்ஸ்ல அது கிளைத்து, உடல்களை மேலே எடுத்துச் சென்றன. பறத்தல் புது சுகம். நீண்ட பயணம். தடைகளேதுமற்ற சுகமானப் பயணம். தேக சுகத்தின் கடைசிப் புள்ளியைத் தொட்டப் பரவசம் துளிர்த்து, எல்லையில்லா வெளி முழுவதையும் ஆண்ட சிலிர்ப்பு. உச்ச உயிர்ப்பை உணர்தல் தேவசுகமாய் உருகி வழிந்தோடியது. சீற்றம்மிகுந்த வேகமான உடலசைவுகளின் லாவகமும் ஈர உடம்புகளில் படும் வெப்பமூச்சும், குளிர்ந்துபோகிறது.

உடல்க ரெண்டும் தளர்ந்துருச்சு. இறுக்கம் வெலகி உடம்புகள்ல ஒரு மெளுமெளுப்பு. மெல்ல மெல்ல ஒண்ணுலருந்து ஒண்ணு பிரியுற சுகம். வெலகல்ல அதிர்வு. உடம்புகளின் உயிர்த்துள்ளல். புதிதான முதல் அனுபவத்துல இனம்புரியாத சுக ரேகைகள் முகத்துல தெரியுது. கலந்து பிரியும் சாரைப்பாம்பின் பெருமூச்சா உன்டருந்து பெருசா மூச்சு ஒன்று வெளிப்படுது. உம்பக்கத்துல களைச்சுக் கெடக்குற என் முகத்தை ஏறிட்டு பாக்குற. உன்னோட ஒட்டுமொத்த உடம்பையும் என்னைநோக்கி நகர்த்தி, என் நெஞ்சுல முகம் பரத்துற. சிறுபிள்ளைபோல தேய்த்துவிட்டு, அழுத்தமா என் நெஞ்சில முத்தமிடுற. ‘இச்’ சத்தம் அறையோட அமைதியக் குலைச்சது. ஒரு கையை என் முகத்துலயும் மறுகைய என் கால்களுக்கு இடைலயும் பரப்புற. இரையைக் கவ்வும் மிருகத்தின் பாய்ச்சலும், காமம் பொழியும் கண்களின் தீண்டலும் உன்னோட உடம்ப எப்டியெல்லாம் வீசி வெளையாட முடியுமோ, அத்தனைப் பரிமாணங்கள்லயும் உன்மத்த மனோநிலையை எட்டி ஆண்டுவிட்ட நான், பிணம்போல கிடக்குறேன். களைப்பு, என்னை அசத்திப் போட்டுருச்சு. நீ விழிச்சுக்கிட்டேருக்க. கொஞ்சநேரத்துக்கு முன்னாடி பாத்த அதே உலகத்துக்கு, மறுபடியும் பயணம் போகணும்னு, உன் உடம்பு கேட்குது. என்னைத் தடவுற. உன் அணுக்கள் என்ட்ட கெஞ்சுது. நான் அசையல. நீ என்னென்ன செஞ்சும் நான் எந்திரிக்கல. வாழ்வின்

அத்தனை சுகத்தையும் இப்போதே அனுபவிச்சுறணும்ங்கற தீராத வேகம், உன்ட்டருந்து கௌம்புது. இப்போ இல்லாட்டா, வேற எப்பவுமே அதை அடைய முடியாதுங்க்ற எண்ணமும் உனக்குள்ள உருவாகிருச்சு. சுகம்தந்த நிமிடங்கள் கழிஞ்சுக்கிட்டே இருக்கு. நீ தவிக்க ஆரம்பிச்சுட்ட. நேரமாக ஆக உனக்குள்ள வெப்பம் கூடிக்கிட்டே போகுது. அதோட அனல் என்னத் தாக்குது. நீ முகமலர்ச்சியோட சுக நினைவுகளோட என்னை எதிர்கொள்வேனு உன் முகம் பாத்தேன். உன் பார்வை வேறா இருந்துச்சு. உன்னை என்னருகில் இழுத்து அணைத்தேன். நீ விலகிக்கிட்ட. ஊடல்னு நெனைச்சு மறுபடியும் நான் இழுத்தப்ப, "நீ இவ்வளதானா?"னு சடைச்சுக்கிட்ட. 'சடைப்பு, ஊடலின் ஒருநிலை'னு சங்க இலக்கியமெல்லாம் சொல்லுது. 'தனியறையில் மரியாதை, இடைவெளியை அதிகரிக்கும்'னு ஒரு பழமொழியும் இருக்குது. அதனால நான் பெரிசா எடுத்துக்கல. ஒரே பகலில் நீ என்னை நெருங்கிட்டதா மகிழ்ந்துபோய்ட்டேன். நீ, தாவிக் குதிக்கிற. உன் மீது எனக்கு ஆசையில்லனு குற்றம் சாட்டுறே. 'யார் சொன்னது, உன் மீது எனக்கு ஆசையில்லை?'ன்னு. பகல் பொழுதை மீண்டும் இரவாக்கினோம்...'

11

மிச்சமாகயிருந்த சின்னக்கண்மாய் வடக்குக் கரை புளியமரத்தடியில் சேது, அருளுடன் ராமச்சந்திரனும் இருந்தான். வடக்கேயும் மேற்கேயும் வயலோடியிருந்தது. வேர்பிடித்து ஒண்ணரையடி உயரத்துக்குப் பயிர் தளைத்து, மரகதப் போர்வையாய் விரிந்துகிடந்தது. சந்தனத்தேவர் வகையறா நஞ்சைக்காட்டுக்கு, கண்மாய்க் கழுங்கிலிருந்து நீரோடியது. நீர் உருண்டோடும் சத்தம், இசையாக அலைந்தது. பசுமை இல்ல வெக்கை காற்றில் படர்ந்து, வெப்பத் தென்றல் தழுவித் திரிந்தது. வேதக்காரப் பள்ளிக்கூடத்தின் உயரமான கற்சுவரைத்தாண்டி, இரண்டு பனை மரங்கள் மட்டும் உயர்ந்துதெரிந்தன. உச்சிவானத்தில் சிறடிக்காது, பருந்து ஒன்று நீந்திக்கொண்டிருந்தது.

“நம்மள நிரூபிச்சுக்கிறதுக்கு நல்லசான்ஸ் வந்துருக்குடா” புளியமரப் பொந்துக்குள் ஒளித்து வைத்திருந்த கொட்டாங்குச்சியை எடுத்துத் துடைத்த சேது, அதில் சாராயத்தை ஊற்றிக்கொண்டே சொன்னான்.

அவன் ஊற்றும் அளவீடு சரியாக இருக்கிறதா என்று ஓரக்கண்ணால் பார்த்த ராமச்சந்திரன், “அவனுக உருட்டுக்கட்டையை வெச்சே ஊரை மெரட்டிக்கிட்டுருக்கானுக. நாம மொதமுறையா ‘வெப்பன்ஸ்’ பயன்படுத்துறோம்” என்றான்.

“வெப்பன்ஸா?”

“ஆமாங்கடா... வெப்பன்ஸ்னா தெரியாதா, மட்டைகளா!” சட்டையின் முதுகுப் பக்கத்தில் மறைத்து வைத்திருந்த இரண்டடி நீள வாளை வெளியில் எடுத்தான். அழகியக் கைப்பிடியுடன் அது சிலுவையைப் போலிருந்தது.

“டேய்... என்னடா இது?” பயத்துடன் அதை ஒரு குழந்தையைப்போல கையில் ஏந்தி வாங்கிய அருள், திரும்பத் திரும்பக் கண்கள் மிரளப் பார்த்தான்.

“எப்டி... ஆயிரத்தில் ஒருவன் எம்ஜிஆர் கைல இருக்குறது மாதிரியே இருக்கா?”

“அலாவூதீனும் அற்புதவிளக்கும் படத்துல ரஜினி சுத்துற மாதிரியிருக்கு” காற்றில் லேசாகச் சுழற்றிப் பார்த்தான்.

“மாப்ளே கமல் மாதிரியே சுத்துற!”

“நல்லா ஓட்டுங்கடா!”

ஆனால் வாகாகத்தான் இருந்தது. அப்படியே வேகமெடுத்தான். சுழற்றும்போது, ‘விஷ்க்... விஷ்க்’கென்று குரலெழுப்பிக் கொண்டான். “நல்லாதாண்டா இருக்கு!”

“பிடிச்சுருக்காடா, மாப்ளே. சொல்லிச் செஞ்சு வாங்குனது!”

முதல்ரவுண்டை மூவர் முடித்திருந்தார்கள். காட்டுவாவின் முறைக்குக் கொட்டாங்குச்சி வந்தபோது, அவன் அலமாந்து கொண்டிருந்தான். “என்னடா இவே. வக்காலி, வரவர மண்ணு மூஞ்சியாயிட்டான். இவனப் பாத்துதானடா நாமளே ஆடுகாலிப் பயலுகளானோம்”

தன்னைத் திட்டுகிறார்களென்பது காட்டுவாக்குத் தெரியாமலில்லை. அதிகாலைத் தூக்கத்தில் சிரிப்பவன்போல அவர்களைப் பார்த்து நைச்சியமாகச் சிரித்தான்.

“நாம, எவ்வள சீரியஸா பேசிக்கிட்டுருக்கோம். தாயோளி, செம்மறியாடு மாதிரி இளிக்கிறாம்பாரு. முனி ஏதும் அடிச்சிருச்சா!”

“முனிய இவே அடிச்சுருவான்டா... அவன மோகினி கீகினி அடிச்சிருக்கும்டா!”

“அப்டின்னாலும், நம்மட்ட சொல்லிருவானே!”

அவனது மனநிலையைப் புரிந்துகொள்ள முடியவில்லை. மகாயோக நிலையிலிருப்பவன்போல எங்கோ பார்த்துக் கொண்டிருந்தான். அவனுக்குள் அந்தக் காட்சி விரிந்தது. காட்டுவாவின் உதடுகளை தன் கைவிரல்களால் அழகு பொத்துகிறாள். “ஹப்பா, இனி சந்தோஷமா சாவேன்!” அவனைப் பார்த்துச் சிரிக்கிறாள். சிரிப்பில் வசியம் கொட்டிக் கிடக்கின்றது. “என்னை இரட்சிக்க வந்த மீட்பன், நீ! It was a day, I shall remember in all my life.” சிலிர்த்து மயங்குகின்றாள். “டேய்... டே...ய்... என் ரட்சகா!.... என்னிய எங்கயாச்சும் கூட்டிட்டுப்

போயிருடா!” கெஞ்சும் அந்த வார்த்தைகள் அவனுக்குள், திரும்பத் திரும்ப ஓடிக்கொண்டேயிருந்தன.

மற்றவர்கள் திட்டத்தைப் பற்றிப் பேசத் துவங்கியபோது, அவன் ஏதோவொரு கவிதைக்குள் லயித்துக் கிடந்தான். கற்பனையின் எல்லையைத் தொடுவதாக, அந்தக் கவிதையிருந்தது. இசையும், இனிய சொல்லாட்சியும், மிகையுணர்ச்சியுமான அவன் பாட்டுக்கு அவனே, தேவாலயத்தின் கூட்டுப்பாடலுக்கு இசை மீட்டும் பெருங்கலைஞன் போலத் தலையாட்டிக் கொண்டான்.

“தாயோளி... எப்டியெல்லாங் கடுப்படிக்கிறான், பாரு!”

“டேய், அவனை விடுங்கடா. தாயோளிக்கு சனிதான் பிடிச்சுருக்கு!”

தனக்குப் பக்கத்திலிருந்த அருளை எட்டி உதைத்தான், காட்டுவா. “ஏண்டா, அம்புட்டுப் பயலுகளும் என்னியத் திட்டுறாய்ங்க. நீ கேட்டுக்கிட்டுருக்க? மசுருகளா... நான் இல்லாம செய்கைல எறங்கீருவீங்களாடா? சொல்லுங்கடா... ஒங்கத் திட்டத்த. நீங்க எப்டி புடுங்கீருக்கீங்கன்னு பாக்குறேன்!”

சேதுவும் ராமச்சந்திரனும் மாறிமாறி விளக்கினார்கள். மெட்ராசில், வேலை பார்த்த இடத்தில் நடந்த வருமானவரிச் சோதனையின்போது, முதலாளி பத்திரப்படுத்தக் கொடுத்த கணக்கில்லாத பணத்தில், ஒருபகுதியை வாய்க்கால்வெட்டிப் பதுக்கிக் கொண்ட சங்கர்ராமன், பரபரப்பெல்லாம் ஓய்ந்தபின்பு, நல்லபிள்ளையாக முதலாளியிடம் சொல்லிவிட்டு, மதுரைக்கு வந்து விட்டான். வரும்போது, அந்த வீட்டில் வீட்டு வேலை செய்த பத்ராவையும் தள்ளிக்கொண்டு வந்து விட்டான். வந்த ஜோரில் மார்க்கெட் பக்கத்தில் பழக்கடை ஒன்றும் போட்டு விட்டான். இத்தனை ‘டான்’களுக்கும் பிறகு, ஒரு பொன்னான மாலையில் தண்ணீரில் மிதந்தபடி லேசாக உளறியும் விட்டான்.

“அது, அந்தப்பயலுக காதுக்குப் போயிருச்சு. அவனுக இப்ப சங்கர்ராமனை மெரட்டுறானுக. தெனமும் பவுசு கேக்குறானுக.”

“அவ்ளதானே. விடு. இனி அவனுக எங்கயும் பவுசு கேக்காதபடி பண்ணீறலாம்!”

“எப்புர்றா?”

“இன்னிக்குச் சாய்ங்காலம் ஒருஆளப் பாக்குறோம். அப்றந்தான் மத்ததெல்லாம்!”

காட்டுவா தங்களுடன் பேசியதும் மற்றவர்கள், ‘இந்தளவுக்காவது இறங்கி வந்தானே’ என்று நினைத்தார்கள். “ஆகட்டும் மாப்ள!” என்றார்கள்.

அன்றுமாலை எல்லோரும் நரிமேடு செக்கடித் தெரு கடைசிக்குப் போனார்கள். வழியில் 'பருத்திப்பால்' வண்டி ஆதி, "என்னங்கடா இந்தப் பக்கம்?" என்று ஆவலாதியாய்க் கேட்டுவிட்டு, 'பர்ர்ர்ர்ருத்திப்பாஆஆஆஆல்' என்று குரல் எழுப்பினான். 'பர்ர்ர்ர்ருத் திப்பாஆஆஆஆல்' என்பது அறுக்காதே... மத்த விஷயத்தைப் பேசு' என்று அர்த்தம்.

பள்ளிக்கூடத்தில் அவர்களுடன் படித்தவன் ஆதிமூலம். அவன் குரல் எழுப்பியதும் சிரித்தவர்கள் அவனிடம், "போய்ட்டு வந்து வெச்சுக்குறோம்டி மாப்ளே!" என்று விட்டுப்போனார்கள்.

அங்கே பரந்தவெளியும் அதன் நடுவே ஒரு மூட்டுக் குடிசையும் இருந்தது. வாசலில் நிழலாடுவது கண்டு ஒரு இளைஞன் வெளியில் வந்தான். அவனிடம் காட்டுவா, "முருகேசனப் பாக்கணும்!" என்றான்.

"முருகேசனா? யாரை... சாமியவா?"

"ஆமா..!"

அந்த இளைஞன் ஏற இறங்கப் பார்த்துவிட்டு, குடிசைக்குள் போனான்.

"எதுக்குடா மாப்ள இங்கன வந்துருக்கம்?"

"இங்கப்பாரு. இந்த முருகேசன் இருக்கானே... அவம் பெரிய ஆளு. எதிர்காலத்தப் பத்தி நச்சுனு சொல்லிருவான். மொதமொறையா நாம செய்கைல எறங்குறோம்ல. எதுக்கும் ஒருதடவை இவன்ட்ட கேட்டுருவோம்!"

மற்றவர்கள் ஆளாளுக்கு முகம் பார்த்துக் கொண்டார்கள்.

"டேய்... நாம என்ன கல்யாணமாடா செஞ்சுக்கப் போறோம். செய்கைடா! என்னமோ புதுசா மொதல் போட்டுத் தொழில் தொடங்கறவன் மாதிரி குறிகேக்க வந்துருக்க?"

அவர்களைக் கையமர்த்தினான், காட்டுவா. "சும்மாருங்கடா. ஊர்ல இவம் பேரு நொண்டி ஜோசியன். அவன் சொன்னதெல்லாம் நடக்குது. அதான் அவம்மேல எனக்கொரு நம்பிக்கை. செய்கைக்கு முன்னால ஒரு தடவை கேட்டுருவோமே!"

அவனது பிடிவாதத்தால் மற்றவர்கள் எதுவும் பேசவில்லை. காட்டுவாவின் சீனியர்தான் முருகேசன். குடும்பத்தில் எல்லோரும் படித்து ஆளுக்கொரு தொழில்துறையில் இருந்தார்கள். அவனும் நன்றாகப் படித்தான். மருத்துவப் படிப்புக்கு முயற்சி செய்தான். நினைத்தபடி நடக்கவில்லை. வேறுவழியில்லாமல் தமிழ்ப்படிக்கப்

போய்விட்டான். தமிழ், புத்தகங்களுடன் நின்றுவிடாமல் அவனை வேறு தேடல்களுக்குள் தள்ளியது. அப்படித்தான் அவன் தனது முதுகலைப் படிப்பின்போது, எதிர்காலம் குறித்த கணிப்புகளுக்குள் தேடலைத் தொடங்கினான். அதற்கு முன்பு வரை எழுதிக்கொண்டிருந்த சினிமாக் கட்டுரைகள், சமூக விமர்சனங்கள் எல்லாவற்றையும் கைவிட்டான்.

அவன் கட்டுரைகளைப் பிரசுரித்த பத்திரிகைகள், அவனை எப்படியெல்லாமோ கொம்பு சீவிப் பார்த்தன. அவன் படியாததும் எதிர்காலம் குறித்த கட்டுரைகளைக் கேட்டு நச்சரித்தன. மறுத்து விட்டவன், அப்படியே ஒதுங்கிக்கொண்டான். காட்டுவாவின் தூரத்துச் சிச்சாவுக்கு, நெடுஞ்சாலைத்துறை கையகப்படுத்தியதுபோக, சமயநல்லூரில் ரோட்டு மேலேயே நிறைய நிலமிருந்தது. ரோடு மேடேற்றிப் போடப்பட்டு விட்டதால், நிலம் பள்ளத்துக்குள் போய்விட்டது. அந்த இடத்தை என்ன செய்வதென்று தெரியவில்லை. பல ஆண்டுகளாக அப்படியே கிடந்தது. யாரோ சொல்லி சிச்சா, நொண்டி ஜோசியனைப் பார்க்க வந்தார். வழியில் பார்த்த காட்டுவா அவருடன் சேர்ந்துகொண்டான்.

காட்டுவாவைப் பார்த்ததும், "நீ அமெரிக்கன் காலேஜ்ல்ல!" என்றான், முருகேசன்.

அந்தக் கேள்வி காட்டுவாவுக்கு கல்லூரியின் பழைய நினைவுகளைத் தூண்டி விட்டது. அவன் கல்லூரி வளாகத்தில் செய்ததொரு அழிச்சாட்டியத்தின்போது, ஓடமுடியாமல் நொண்டியபடிச் சென்ற முருகேசனை யாரோ தள்ளிவிட்டதும், அவனைக் காட்டுவா தூக்கி நிறுத்தியதும் நிழலாய்ப் படர்ந்தது.

"சீனியர், நீங்க என்ன இப்டி?"

"என்னென்னமோ செஞ்சு பாத்தேன். கடைசில இது புடிச்சுருந்துச்சு. இதுலயே நின்னுட்டேன். இப்போ நான் அகத்திருளாண்டி. நல்லா போகுது!"

சிச்சாவின் பிரச்சனையைக் கேட்டுக்கொண்ட அகத்திருளாண்டி, "உங்க இஞ்சினியர் என்ன சொன்னாரு?" என்று கேட்டுவிட்டு கண்களை மூடிக்கொண்டான்.

"அந்தப் பள்ளத்தை மேடேத்த அவர் சொன்ன கணக்குக்கு, என் சொத்து முழுசுமே போட்டு நெரப்புனாலும் பத்தாது, சாமி. வேறவழியும் தெரியல!"

கண்ணைத் திறந்ததும் சொன்னான். "ஏன் வழியில்ல? அந்தப்பள்ளத்தை அண்டர் கிரவுண்டாக்கிட்டு மேலே கட்டடம் எழுப்பு. செலவு அப்டியே மிஞ்சிரும்!"

ஒரு பொறியாளனுக்குரிய நுட்பத்துடன் அப்போது அவன் சொன்னது, இப்போது காட்டுவாவை இழுத்துக்கொண்டு வந்திருந்தது.

"சாமி, வரச்சொன்னாரு!" உள்ளே போனவன் வெளியில் வந்து சொன்னான்.

அத்தனை பேருமே உள்ளே போனார்கள். ஒட்டுமொத்தக் கூட்டத்தைப் பார்த்ததும் அகத்திருளாண்டி லேசாக அசைந்தான். "என்ன ஜூனியர்?" என்று சிநேகமாகக் கேட்டான்.

"ஒண்ணுமில்ல. மொதமொதல்ல சின்னதா ஒரு செய்கை செய்யப் போறோம். அதுக்கு ஒரு என்ஓசி வில்லங்கம் பாக்கலாமேனு அப்டியே!"

காட்டுவாவுடன் வந்தவர்கள், 'என்ஓசியா? என்ன பேசுறான்?' என்று மிரண்டார்கள்.

அகத்திருளாண்டி, "செய்கைன்னா?" என்று கேட்டான்.

"செய்கைன்னா... இந்தா... இந்த வெப்பன்ஸ பயன்படுத்தப் போறோம்!" ராமச்சந்திரன் கத்தியை எடுத்து முன்னே வைத்தான்.

அதைப் பார்த்ததும் அகத்திருளாண்டியின் குரல் கம்மியது. "கத்தீ.." என்றான். அதில் சாமியார்த்தனம் இருக்கவில்லை. "இதவெச்சு ஆள வெட்டப்போறீங்களா?"

"கைல வெச்சுக்கிட்டு ஏரியால சும்மா மெரட்டுவோம். சான்ஸ்வந்தா, போடவும் செய்யலாம்! அப்டிப்போட்டா, நாங்க மாட்டுவோமா, மாட்டமானு தெரிஞ்சுக்க வந்தோம்."

அகத்திருளாண்டி மிரண்டு போயிருப்பது, அவன் கண்களில் தெரிந்தது. அதை வெளிக்காட்டாதிருக்கவோ அல்லது தனது எதிர்காலம் குறித்து அறியவோ கண்களை மூடிக்கொண்டான். ஆனால் கத்திதான், மூடிய அவன் கண்களுக்குள் வலம்வந்தது. வீசினால் எத்தனை ஆழத்துக்குப் பாயும் என்று யோசித்துப் பார்த்தான். என்ன சொல்வதென்று அவனுக்கு அப்போதைக்குப் புலப்படவில்லை. ஆனாலும் நேர்மறையாகச் சொன்னான். "தொடங்கலாம். மாட்ட மாட்டீங்க!"

வந்தவர்களின் முகத்தில் திருப்தியும் சிரிப்பும் அரும்பியது. ஜூனியர் காணிக்கை எடுத்து வைத்தான். சீனியர் அதை வாங்கவில்லை. "வேண்டாம்" கைகளைக் குறுக்கி மறுத்து விட்டான். அப்போது அவன் ஒரு சிஷ்யன் போல பௌவியமாக இருந்தான்.

"இல்ல சீனியர், நீங்க வாங்கிக்கணும். நாங்க, மொதமொதல்ல செய்யப்போற செய்கைக்கான காணிக்கை இது!"

ரொம்ப நல்லவர்களாய் அவர்கள் பேசியதில் குளிர்ந்து போயிருந்த அகத்திருளாண்டி, "முதலுதவி செய்றதுக்கெல்லாம் பணம் வாங்காத மாதிரித்தான், இதுவும். வேணாம்!" என்றான்.

அவர்கள் வெளியில் வந்தார்கள்.

அகத்திருளாண்டி புழுங்கிப்போனான். "இதுக்கெல்லாமா குறிகேக்க வருவாய்ங்க?"

வெளியேவந்த அவர்கள், காட்டுவாவைச் சூழ்ந்து கொண்டார்கள். "ஏண்டா, இதுக்கெல்லாமாடா குறி கேப்பாய்ங்க?"

"மாப்ளேகளா... ஒங்களுக்கு வரலாறு தெரிலே. திருடப் போறதுக்கே சாமிட்ட குறி கேட்டுப் போனவிய்ங்கடா, நம்ம மூதாதைய்ங்க!"

அன்று பின்மாலையே அதற்கானச் சந்தர்ப்பத்தை உருவாக்கினார்கள். சங்கர்ராமன் பழக்கடைக்கு எதிரிலிருந்த மகேந்திரன் கோழிக்கடையில் ஒன்று கூடினார்கள். காலையில் மட்டுந்தான் அங்கே வியாபாரம். மீதிநேரம் அரட்டைக் கச்சேரி.

எதிர்பார்த்துக் காத்திருந்ததுபோல இருட்டியதும், பவுசுகேட்டு பாலுவும் தாடி சேகரும் வந்தார்கள். சங்கர்ராமன் மறுப்பேதும் சொல்லாமல், பத்துரூபாயைக் கொடுத்தான். வாங்கிக்கொண்டு அவர்கள் நகரும்போது, "எங்களுக்குப் பவுசு குடு!" என்றொரு குரல் கேட்டது.

பாலுவும் தாடிசேகரும் அதிர்ந்து திரும்பினார்கள். காட்டுவா நின்றிருந்தான். அவனையடுத்து அருளும் ராமச்சந்திரனும் நின்றிருந்தார்கள். அவர்களுக்குப் பின்னால் சேது.

"என்னாது... பவுசா? நீங்க எப்படா ஆரம்பிச்சீங்க!"

"இப்பத்தான் கொஞ்ச நேரத்துக்கு முன்னாடி!"

"பாரு காட்டுவா. நாங்க எங்கபாட்டுல எங்கப் பொழைப்பப் பாக்குறோம். நீங்க இதுக்குப் புதுசு. வேற ஏரியா பாத்துக்குங்க!"

"பாலு, நாங்க கடைக்காரன்ட்டக் கேக்குறோம். ஒங்களுக்குக் குடுத்த மாதிரியே எங்களுக்கும் அவன் தருவான். தராட்டி, அப்றம் பாத்துக்குவோம்."

"இல்ல... இது எங்க ஏரியா. உள்ளே வராதேனு சொல்றேன்."

"உங்க ஏரியானு ரிஜிஸ்டர் ஆபிஸ்ல பதிஞ்சுருக்கா? அவன் தரமாட்டேன்னு சொல்லட்டும். அப்றம் பாத்துக்குவோம். என்றா சங்கர்ராமா, பவுசு தருவியா... மாட்டியா?"

“என்னங்கடா ஆளாளுக்குக் கேக்குறீங்க? குடுத்தா வெச்சுருக்கீங்க!”

“அப்ப, இவ்ளநாளா இவிங்களுக்குக் குடுக்குறியே. இவிங்கக் குடுத்து வெச்சவய்ங்களா?”

“அதெல்லாம் தரமுடியாது!”

“தரமுடியாதா?” ராமச்சந்திரன் முதுகுப்பக்கத்தில் செருகியிருந்தக் கத்தியை வெளியில் எடுத்தான். குண்டு பல்பின் மஞ்சள் வெளிச்சத்தில் தங்கப் பாளமாய் அது மின்னியது. அப்படியே கைமாறி, அருளிடம் வந்தது. அவனிடமிருந்து வாங்கியக் காட்டுவா, “டாய்ங்.. கொம்மா...!” என்ற கத்தலுடன் தொங்கிக்கொண்டிருந்த வாழைத்தாரை குறுக்காக வெட்டினான். தாரின் அடிப்பகுதி பறந்துபோய் ரோட்டில் விழுந்தது. அதிலிருந்த வாழைப்பழங்களில் ஏழெட்டு சிதறி நசுங்கின. ஒற்றைச் சத்தத்தில் மார்க்கெட் தெரு அமைதியாகியிருந்தது.

பாலுவும் தாடி சேகரும் அதை எதிர்பார்க்கவில்லை. ‘சட்’டென்று பின்வாங்கினார்கள். “டேய்... இது நல்லதுக்கில்லடா!”

“அத, நாங்கப் பாத்துக்குவோம்!”

ஏதோ யோசனையுடன் சைக்கிளில் வந்த ரிடையர்ட் பெருசு ஒன்று, சிதறிய வாழைப்பழமொன்றில் முன்சக்கரத்தை ஏற்ற, தடுமாறிக் கீழே விழுந்தது. நீண்டநேரம் வரை ஆள் நடமாட்டம் அங்கிருக்கவில்லை.

மறுநாள் பவுசு வாங்க பாலுவும் தாடி சேகரும் வரவில்லை. அது, ராமச்சந்திரனுக்கு சந்தோஷமாக இருந்தது. அன்றிரவு, பாலமந்திரம் ஆலமரத்தடி முத்தப்பன் ஊரிலிருந்து பட்டை சாராயம் வாங்கி வந்து எல்லோருக்கும் ஊற்றிவிட்டான்.

ஆனால் மூன்றாம்நாள் நடுப்பகலில் நேரம் நன்றாக இருக்கவில்லை. பாலுவும் தாடிசேகரும் ஏழெட்டு பேருடன் மீன் மார்க்கெட்டுக்கு வந்து விட்டார்கள். வேலை முடிந்துவந்த ராமச்சந்திரனும் அப்போது அங்கேதான் இருந்தான். பேசுவதற்கு அருளும் வந்திருந்தான். கடைசிநேர மீன் தேய்க்கும் மும்முரத்திலிருந்த காட்டுவாவைக் குறி வைத்து, தாடிசேகர் சவுக்குக்கட்டை வீச, யாரோ குரல் எழுப்பி அவனை உஷார்படுத்தினார்கள். சமயோசிதமாகப் பின்புறமாகத் திரும்பியவன், தன் தலையைநோக்கிவந்த சவுக்குக்கட்டைக்குத் தணிந்து, விலகி, விழுந்து எழுந்தான். அதற்குள் ராமச்சந்திரன் தனது முதுகில் செருகி வைத்திருந்தக் கத்தியை உருவிவிட்டான். சவுக்குக்கட்டை மீன் குவியலில் விழுந்து, ஒன்றிரண்டு மீன்களை

நசுக்கியது. அருள், பாலுவின் காலைத் தட்டிவிட்டான். ராமச்சந்திரனின் கத்தி அந்தக் காலை பதம் பார்த்தது. யாரோ விளக்குத் தூண் போலீசுக்குச் சொல்லிவிட்டார்கள். அங்கே புதிதாக வேலுச்சாமி என்றொரு இன்ஸ்பெக்டர் வந்திருந்தார். டெரர் என்று சொன்னார்கள்.

போலீசின் வருகையை அவர்கள் எதிர்பார்த்திருக்கவில்லை. புதிய அனுபவம் அது. ஆளுக்கு ஒரு திசையில் விழுந்தடித்து ஓடி, வைகை ஆற்றுக்குள் இறங்கி, தண்ணீரில் தவளைபோல, கால்மாற்றி கால்மாற்றி ஊன்றி, ஒருவழியாக போலீசில் சிக்காமல் தப்பித்து, சின்னக்கம்மாய் முட்புதருக்குள் முடங்கிக் கிடந்தபோது, இன்ஸ்பெக்டர் வேலுச்சாமியும் ஏழெட்டு போலீஸ்காரர்களும் சுற்றி வளைத்துவிட்டார்கள். மூஞ்சியில் 'சப்...சப்'பென்று அறை விழுந்தது. ஒட்டுமொத்தமாக அத்தனைபேரையும் சட்டையைக் கழற்றி, இரட்டை வரிசையாக நிற்க வைத்து, ஊருக்குள் பரேடு அழைத்துப் போனார்கள்.

ஒருவரிசையில் காட்டுவாவும் மற்றொரு வரிசையில் பாலுவும் முதல்ஆளாக நிறுத்தப்பட்டிருந்தார்கள். ஊரே கூடிநின்று வேடிக்கைப் பார்த்தது. ஊரின் எல்லா தெருக்களின் வழியாகப் போனபோது, வீட்டுவாசலில் அழகும் நின்று வேடிக்கைப் பார்த்தாள்.

12

டெல்லி வாழ்க்கையை ரஃபியுத்தீனாலேயே நம்பமுடியவில்லை. அவர் பக்கம் இதமான வளமைக் காற்று வீசிக்கொண்டேயிருந்தது. வெயில், மழை, பனி, புயல், சூறைக்காற்று எதுவும் அவரை அண்டவில்லை. பட்டம்போல சீராக மேலேமேலே போய்க்கொண்டேயிருந்தார்.

பல நிகழ்வுகளில் அவர்தான் கதாநாயகன். பலநேரங்களில் சுயதம்பட்டமாக அவரே தன்னை பிரபல்யப் படுத்திக்கொண்டார். எல்லோருக்கும் கிடைத்துவிடாத உச்சநிலை அவருக்கு சாத்தியப்பட்டிருந்தது. ஆனாலும் அவர் படிப்படியாகத்தான் ஏறியிருந்தார். 'இதனை இதனால் இவன் முடிக்கும் என்றாய்ந்த' சாதிக்கும் யுக்தி அவரிடமிருந்தது. அதேவேளையில் சூழ்ச்சியற்றிருந்தார். சாதிக்கும் யுக்தியையும் சூழ்ச்சியையும் ஒன்றையொன்று அணுகாதபடி சமயோசிதமாக தொலைவிலேயே நிறுத்தி வைத்துப் பார்த்துக் கொண்டார். அது, அவர் வாழ்க்கை வரைபடத்தில் ஏறுமுகக் கோட்டை மட்டுமே வரைந்து காட்டியது. ஆனாலும் அவர் இருந்தது, தந்திரங்கள் மலிந்து கிடக்கும் ஒரு தொழிலில். தொழில் தாண்டி எந்த அழுக்கும் தன் மீது படிந்துவிடாதபடி மிகக் கவனமாக நடந்து கொண்டார். அவரால் மட்டும் அது எப்படி முடிகிறதென்ற கேள்வி எல்லோரிடமுமிருந்தது. அந்தக்கேள்வியே மற்றவர்களிடமிருந்து அவரைத் தனித்துக் காட்டியது. அந்தத் தனிப்பே காரியங்கள் செய்ய ஏதுவாக இருந்தது.

முதல்முறையாக ரஃபியுத்தீனுக்கு தன்மீது கழிவிரக்கம் தோன்றியது. கொஞ்ச நாட்களாகவே

ஒரு சஞ்சலம் நிரந்தரமானக் கற்பாறையாய் அவர் நெஞ்சில் ஏறி உட்கார்ந்து கொண்டது. மகள், ஒரு அஸ்ஸாமியப் பழங்குடியனைக் கல்யாணம் செய்து கொண்டு, அமெரிக்காவுக்குப் போய்விட்டாள். அஸ்ஸாமியப் பழங்குடியனை மகள் கல்யாணம் செய்து கொண்டதில் அவருக்கு வருத்தம் இருக்கவில்லை. நண்பர்கள் சூழ பதிவு அலுவலகம் சென்றிருந்த மகளுக்கு சாட்சிக் கையெழுத்துப்போட நிறைய பேர் முன்வந்தார்கள். ரபியுத்தீன் அவர்களிடம், “நான் கையெழுத்துப் போடறேனே!” என்று அனுமதிகேட்டு கையெழுத்துப் போட்டு, மகளை உச்சிமோந்தார்.

மகள் அமெரிக்காவுக்குக் கிளம்பத் தயாரானபோது, அவருக்கு லேசாக மனவருத்தம் இருந்தது. “உன் அறிவெல்லாம் அங்கேதான் பயன்படணுமா?” என்று கேள்வி வைத்தார். மகள், ‘அந்தக் கனவு உலகம்தான் தனக்கு நனவுகளைத் தரும்’ என்று புறப்பட்டு விட்டபோது, கையறு நிலையில் தான் நிற்பதாக அவர் முதல்முறையாக உணர்ந்தார்.

பட்ட காலிலேயே படுவதாக பஞ்சாபி மனைவி, ஓரிரவில் இரத்த வாந்தியெடுத்து, ஷெட்டிலிருந்து டிரைவர் காரை எடுத்துக்கொண்டு வருவதற்குள் மூச்சை நிறுத்திக் கொண்டாள். அது அவரை மிகவும் பாதித்துவிட்டது. நின்ற இடம் யாவும் மனைவியும் மகளும் தெரிந்தார்கள். மனைவி இருக்குமிடத்துக்கு போகும்போதுதான் போகமுடியும் என்பதை அவர் அறிவார். மகள் இருக்குமிடத்துக்கு எப்போது வேண்டுமானாலும் போகலாம். ஆனால் அங்கேபோக அவருக்கு விருப்பமில்லை. சூதானமாக நிலைப்படுத்திக் கொள்ள யத்தனிப்பதற்குள், ரஃபியுத்தீன் மூளைக்குள் எண்ணற்ற யோசனைக் கிருமிகள் நிரம்பிவிட்டன. இழப்பின் வலியையும் பிரிவின் வலியையும் பாசமுள்ள அவரது இதயத்தால் தாங்கிக்கொள்ள முடியவில்லை. இறப்பின் வலி ஒருபுறம் அழுத்தி, அவர் மனதில் காயத்தை ஏற்படுத்தியது. மகளின் பிரிவு வலி அவரது இறுக்கத்தை உடைத்து நெகிழ்த்தியது. நீரில் அலையும் காகிதப் படகாய் அலைமோதினார். புகைவாசம் அறிந்த தேனியாய் மனம் கலைந்து போனது. அனாதை உணர்வு அவரைச் சூழ்ந்துநின்றது. சுழன்றோடும் ஆற்றுநீரில் ஓர் இலைபோலத் தடுமாறி, மனம் எந்த வலைக்கும் அகப்படாமல் மூர்க்கமான பட்டாம் பூச்சியாய் தாறுமாறாய்த் திரிந்தது. சிறகு முளைத்த குதிரையாக அவரைச் சுமந்து கொண்டு எண்ணங்கள் எங்கெங்கோ ஓடின. மேலே மேலே ஏறிப்போன பட்டம் நூலறுந்து திசைக் காற்றில் வளைந்து நெளிந்து அலையாடுவதை அவரால் உணரமுடிந்தது. எல்லாம் மட்டுப்பட்டு, ஆசுவாசமான நேரத்தில் உட்கார்ந்து யோசித்துப்

பார்த்ததில் செய்தது எல்லாமே, நிலைத்து நிற்பதாகத் தெரியவில்லை. சொல்லிக் கொள்ளுமளவுக்கு எதுவுமிருப்பதாக அவரால் பட்டியல் போடவும் முடியவில்லை. யார் யாருக்கோ என்னென்னமோ செய்துகொடுத்திருக்கிறோம் என்று மட்டும் தன்னிரக்கம் கொண்டார். சூனியத்தின் புள்ளி அவரை மையமிட்டிருந்தது. எண்ணெய் தேய்த்த வழுக்குமரமாய்ப் பிடிப்பற்றுப் போனார். அவருக்குப் பிடித்திருந்த, நெஞ்சுக்கு நெருக்கமாக இருப்பதாய்க் கருதிய டெல்லியின் பரபரப்பு இப்போது கசப்பாகத் தோன்றியது. இந்தியா திரும்பும் எண்ணமில்லை என்று மகள் சொல்லி விட்டாள். அவருக்கு அமெரிக்கா செல்லும் விருப்பமில்லை. மனசில் மதுரையின் நினைவுகள் பூக்கத் தொடங்கியிருந்தன.

பாவா சையத் சிராஜுதீன் அரசு அதிகாரியாக இருந்தார். ஆங்கிலேயர் காலத்தில் எடுபிடி. நாடு சுதந்திரம் பெற்றபின்பு அப்படியே அவர் வட்டார வளர்ச்சி அதிகாரியாக உருப்பெற்றுக் கொண்டார். அப்போதே அவருக்கு 'மஞ்சப்பை' என்ற பெயர் இருந்தது. அரசமரம் தாதா ஸ்டோர்ஸின் பெயர் இருபுறமும் அச்சடிக்கப்பட்ட மஞ்சப்பையை எப்போதும் கையில் வைத்திருப்பார். அரசாங்க ஜாபிதாக்கள் அதற்குள் இருக்கும். வீட்டிலிருந்து கிளம்பும்போது ஒற்றைப் பையுடன் போகும் அவர், திரும்பும்போது இரண்டு மஞ்சப்பைகள் கொண்டு வருவார். ஜாபிதா பைக்குள் மற்றொரு மஞ்சப்பையை வைத்திருப்பார் என்று சொல்லுவார்கள். அரசாங்கம் நிர்ணயித்த விதிமுறைகளெல்லாம் அவரிடம் செல்லுபடியாவதில்லை. எந்தவொரு வேலைக்கும் அவர் ஒரு தொகையை சுயநிர்ணயம் செய்திருந்தார். மக்களுக்கு வேலை செய்ய மக்களிடமே வசூல் செய்த மூத்தக்குடிகளில் அவரும் ஒருவராக இருந்திருக்க வேண்டும். எந்தவேலையாக இருந்தாலும் அதைச் செய்து முடித்துத் தந்துவிடுவார். நடக்காத காரியம் ஒன்று என்று அவரிடம் இல்லை. 'மஞ்சப்பையில் இன்னிக்கு இவ்வளவு பணம் கொண்டு வரணும்' என்று நினைத்துக்கொண்டு கிளம்பிப்போனால், அவ்வளவு பணத்துடன்தான் வீடு திரும்புவது வாடிக்கையாக இருந்தது.

மாவட்ட ஆட்சித் தலைவர் அலுவலகத்திலும் அவரது மஞ்சப்பை அத்தனை பிரபலமாக இருந்தது. ஒருமுறை மாவட்ட ஆட்சித் தலைவரே அந்தப் பையை வாங்கிப் பார்த்துவிட்டுத் திருப்பித் தந்ததாக செவிவழிச் செய்தியும் இருந்தது. அவர் வீடு திரும்பும்போது அந்த மஞ்சப்பையை அடித்துக்கொண்டுபோய் பணக்காரன் ஆகிவிடவேண்டும்

என்று தனித்தனியான சதிகள்கூட நடந்திருக்கின்றன. பலமுறை கூட்டுச்சதி நடந்ததாகவும் தகவல் உண்டு. அத்தனையையும் அவர் தனது சாதுரியத்தால் தகர்த்திருக்கிறார்.

ஈட்டியதை மிகவும் கவனமாகக் கொண்டுவருவார். வீட்டுக்குள் நுழைந்ததும் கதவுகளைப் பூட்டிக்கொண்டு மஞ்சப்பையில் இருக்கும் ரூபாய் நோட்டுகளைத் தரையில் கொட்டி, மதிப்பு வாரியாகப் பிரிப்பார். அந்த அழகே அழகு. குழந்தையைத் தூக்கி உடம்பை வருடிவிடுவதுபோல ரூபாய் நோட்டின் சுருக்கங்களை நீவி சீர்செய்வார். அதற்கே அரைமணி நேரமாகும். எல்லாமே ஒரு ரூபாய், இரண்டு ரூபாய்த் தாள்களாக இருக்கும். அதை கை பார்த்து, வரிசைப்படுத்தி, ஒழுங்காய் அடுக்கி, எண்ணி முடிக்க, மேலும் அரைமணி நேரமாகும். வந்தகையோடு அந்த வேலையைச் செய்து முடித்து, மர பீரோவில் அல்லது மண் குலுதாடியில் ஒளித்து வைத்துவிட்டுத்தான் மறு வேலையே செய்வார். அவர் பணி ஓய்வுபெறும் காலகட்டத்திற்கு சற்றுமுன்பு வேட்டி சட்டையிலிருந்து பேண்ட் சர்ட்டுக்கு மாறியிருந்தார். மஞ்சப்பையைக் கைவிட்டிருந்தார். பதிலாக, அவரது பேண்டில் மட்டுமே ஆறு பைகள் பாக்கெட்டுகளாக இருந்ததாக ஒரு சிறப்புச் செய்தியுண்டு. பிற்காலத்தில் அவர் 'சிக்ஸ் பாக்கெட் சிராஜுதீன்' என்று தன்னுடன் பணிபுரியும் சகாக்களால் அழைக்கப்பட்டார். அப்பாக்கெட்டுகளில் சிகப்பு வண்ணத்தில் இருபது ரூபாய்த் தாள்களையும் பல வண்ணங்களில் ஐம்பது ரூபாய்த் தாள்களையும் இசிவிக் கொண்டு வருவார். அதை எண்ணும்போதெல்லாம் அரசாங்கத்தைச் சபித்துக் கொள்வார். 'என்ன கெவுர்மெண்டு இது? இந்தநோட்டுகள முன்னாடியே அடிச்சுருந்தா, இன்னுங்கொஞ்சம் சேத்துருக்கலாம்ல்ல...' என்று. அகலமான ஆயிரம் ரூபாய்த் தாள்களை பை நிறையக் கொண்டு வந்து இரவு முழுவதும் எண்ணிக்கொண்டே இருக்க வேண்டும் என்பது அவரது இலட்சியமாக இருந்தது. அந்த ஆசை நிறைவேறாமலேயே ஓய்வு பெற்றுவிட்டார் என்பது தனிக்கதை.

மஞ்சப்பை ரூபாய் நோட்டுகளை வைத்து, எட்டு பிள்ளைகளையும் நன்றாகப் படிக்க வைத்தார். கோரிப்பாளையம் மெட்ரோ ஹோட்டல் பூரிக்கிழங்கையும், மெட்ராஸ் சிட்டி ஹோட்டல் சமோசாவையும் புதினா சட்டினியையும் வாங்கிக் கொடுத்தார். சாயங்காலமானால் பள்ளிவாசல் தெரு முக்கில் ஆட்டுக்கால் சூப்பும், இரத்தப் பொரியலும் வாங்கித் தருவார். ஊரிலுள்ள மற்ற பிள்ளைகளுக்கு அவை எட்டாத கனவுக்கனிகளாக இருந்தன. பெரோடாலும் ஹார்லிக்ஸுமே

அவர் வீட்டில் புழங்கின. சக்கிமங்கலம் கண்மாய் கெழுத்தியும், மேலமடை கண்மாய் விராலும் வாரந்தவறாமல் வீடு வந்து சேர்ந்தன. ஆட்டுத் தொட்டியிலிருந்து தலைகளும் கால்களும் குட்டிச்சாக்குகளில் பொதிந்து வந்தன. ஊருக்குள்தான் பஞ்சம் வந்தது. பாவா சையத் சிராஜ்தீனிடம் அதற்கான அறிகுறியே இருந்ததில்லை. வட்டார வளர்ச்சி அதிகாரியாக இருந்ததில் அதுவொரு லாபம். ஆனாலும் வீட்டிலிருந்த எட்டில் எதுவும் உருப்படவில்லை.

பாவா பணம் எண்ணுவதைப் பார்க்கப் பார்க்க ரஃபியுத்தீனுக்கு காசு மீது ஆசை வந்தது. சின்னவயதில் பாவாவின் சொல்பேச்சுக் கேட்டார். அரசுப் பணிக்கு ஆளெடுக்கும் அலுவலர்கள் வீட்டுக்கு வந்து அவரை வேலைக்குக் கூட்டிப் போனார்கள். ஆனால் அரசு வேலை அவருக்குப் பிடிக்கவில்லை. பெரிய பெரிய மரமேஜைகளும், பிணத்தை நாடிகட்டி உட்கார வைக்கும் கனத்த நாற்காலிகளும், வெள்ளி மீன்கள் நெளியும் சாணிக் காகிதக் கோப்புகளுமாய் அலுவலகம் கப்பு அடிக்கிறது என்று குற்றம் சாட்டினார். ஒரு பொன்மாலைப் பொழுதில், யாரிடமும் சொல்லிக் கொள்ளாமல் வடக்கு நோக்கிப்போகும் புகைவண்டியில் ஏறிப் போய்விட்டார்.

ஏழெட்டுப் பத்து வருஷத்துக்கு முன்பு, டெம்பிள் சிட்டி ஹோட்டலிலிருந்து வேலைக்காரம்மா வாங்கி வந்த தோசை சுற்றிய ஓர் ஆங்கில நாளிதழின் சுருண்ட பக்கத்தின் வர்த்தகச் செய்தியில், அமைச்சருக்குப் பின்னால் நின்றிருந்த நபரின் பொம்மையைப் பார்த்து, எண்பத்தெட்டு வயது பாவா சையத் சிராஜ்தீன் ஆனந்தக் கூத்தாடினார். பெயர், விவரம் ஏதுமில்லாதிருந்த அந்தப் படத்திலிருந்தது தன் மகன்தான் என்பதைத் தவிர, அவரால் வேறு தகவல் எதையும் பெற முடியவில்லை.

வடக்கே போன ரயிலில் ஏறிய ரஃபியுத்தீன் தெற்கே திரும்பிப் பார்க்கவில்லை. எந்தத் தகவலையும் அனுப்பவில்லை. அதற்கான நேரமும் அவருக்கிருந்ததில்லை. தனியார் தொழில் நிறுவனமொன்றில் வேலை. முதலாளியின் உதவியாளப் பெண்ணுடன் காதல். இஸ்லாமிய முறைப்படியும் இல்லாமல், பஞ்சாபி முறைப்படியும் இல்லாமல் இணைந்து வாழும் அந்நியோன்யப் போக்கு, ஓய்வில்லா ஓட்டம் என்று ஓடிக்கொண்டேயிருந்தார். ஆக்டோபஸ்போல அவருக்கு எட்டு கைகள் இருந்தன. சிலநேரங்களில் அவை கால்களாகிப் போயின. இன்னும் சில நேரங்களில் அவை கண்கள். பெரு முதலாளிகளின் நம்பிக்கைக்குப் பாத்திரமாக... இல்லையில்லை... எல்லாமுமாக

அவர் இருந்தார். வேறு எதற்கும் அவருக்கு நேரமிருந்ததில்லை. ஆனாலும் ஒரு பெண்ணை மட்டும் பெற்றெடுத்திருந்தார்.

இந்தியப் பொருளாதாரத்தின் கதவுகள் உலக நாடுகளுக்குத் திறந்து விடப்படாதிருந்த காலமது. ரஃபியுத்தீனின் பொற்காலம். யூதாஸைப்போல தொட்டுத்தான் எதையும் துலங்க வேண்டியதாக இருக்கவில்லை. பார்த்தாலே பற்றிக்கொண்டது. அவரைக் கண்டதுமே காரியம் செய்துதரத் தயாரானார்கள். எந்தத் தொழில் செய்வதென்றாலும் லைசென்ஸ், பெர்மிட் கோட்டா என்னும் வட்டத்துக்குள் தொழிலதிபர்கள் சுற்ற வேண்டியிருந்தது. தொடுவதற்கெல்லாம் அரசின் நச்சுப்பிடித்த அனுமதி தேவையாக இருந்தது. தொழில் துறை அமைச்சகத்தின் ஏற்றுமதி, இறக்குமதி தலைமைக் கட்டுப்பாட்டு தலைமை அலுவலகமும், தொழில்நுட்ப மேம்பாட்டு இயக்குநரகத் தலைமை அலுவலகமும் இருந்த 'உத்யோக் பவன்' அவருக்கு ஜும்மா பள்ளிவாசல் ஆகியிருந்தது. எல்லா வேலைகளுக்கும் அவர் அங்கேதான் போக வேண்டியிருந்தது. ஜும்மா பள்ளிவாசலுக்கு வாரத்துக்கு ஒருமுறை தான் தொழப் போகவேண்டும். அதற்கே போகாத ஆள் ரஃபியுத்தீன். ஆனால் இந்தப் பள்ளிவாசலுக்கு தினசரி ஐந்துவேலை 'நமாஸ்'போல சிஸ்தா செய்ய வேண்டியிருந்தது.

ரஃபியுத்தீன்போலவே நிறையபேருக்கு அது ஜும்மா பள்ளிவாசலாகவும், இன்னும் நிறைய பேருக்கு உத்தர சுவாமிமலையாகவும் இருந்து வந்தது. எந்தத் தொழிலதிபருக்கும் லைசென்ஸ், பெர்மிட் கோட்டா பெறுவதற்கு, டெல்லியில் சரியாகக் காய்களை நகர்த்தி, காரியங்களைச் சாதித்துத் தர இம்மாதிரி ஆட்களின் தேவை, அவருக்கு மச்சமாக ஆகியிருந்தது. தொழிற்சாலை அமைக்க ஒரு தொழிலதிபர் தீர்மானிக்கும்போதே, உத்யோக் பவன் ஏறி இறங்க திறமையானவரைத் தேட ஆரம்பித்துவிடுவார். துவக்க காலத்தில், தெருவுக்கு ஒரு பெட்டிக் கடை என்கிற சின்ன அளவில் ஆரம்பித்த இந்த இடைத்தரகுத் தொழில், இப்போது கால, தேச வர்த்தமானங்களுக்கேற்ப 'பலமாடி அங்காடி'களாக பரிணமித்திருக்கிறது. ரஃபியுத்தீன் எட்டுமாடிக் கட்டிடத்தின் ஏழாவது தளத்தில் அலுவலகம் வைத்திருந்தார். நாளொன்றுக்கு பத்துக்கும் மேலான எலுமிச்சைப் பழங்கள் அவரிடம் கொடுக்கப்பட்டு கை குலுக்கப்பட்டன. ஆறு எட்டுகள் வைத்தால் அடுக்குமாடியிலிருந்து கீழிறங்க, ஆள்தூக்கி இயந்திரம் இருந்தது. தொழில் துறையில் அரசுக் குறுக்கீடுகள் இருக்கும்வரை, மனிதனுக்குப் பணத்தின்மேல் ஆசை இருக்கும்வரை, ரஃபியுத்தீன் போன்றவர்களெல்லாம் அவசியத் தேவைகளாக இருந்தனர். ரஃபியுத்தீன் செய்துதரும் சேவைக்கு,

'லயசன் ஆபிஸர்ஸ்' என்பது பெயர். ஆங்கிலம் தெரிந்த யாரும் அந்தப் பெயரை விரும்புவதில்லை. ரஃபியுத்தீன் பிற்காலத்தில் அனுபவ ஆங்கில அறிவு அபரிமிதமாய்ப் பெற்றிருந்தார். அவருக்கும் அந்த வார்த்தையின் அர்த்தம் தெரியும். ஒருநாள் ஒரு தொழிலதிபருக்காகக் காத்திருந்தவேளையில், அருகிலிருந்த புத்தகக் கடையின் அடுக்குகளை மேய்ந்தார். தான்செய்யும் வேலைக்கு பொருள் என்ன என்று தெரிந்துகொள்ள அகராதி ஒன்றை எடுத்துப் புரட்டிப் பார்த்தவர் அதிர்ந்து போய்விட்டார். அந்த வார்த்தைக்கு 'தகாத உடல் உறவு' என்று பொருள் இருந்தது. அப்போதே தனது முகவரி அட்டைகளை கொத்தாக எடுத்து, அங்கிருந்த குப்பைத் தொட்டியில் போட்டுவிட்டார். அங்கிருந்தே, தனக்கு முகவரி அட்டைகள் அடித்துத் தரும் நிறுவனத்துக்கு தொலைபேசி வழியே தனக்கான அட்டையில் தனது பதவியை, 'செயல் அலுவலர்' என்று அச்சிடச் சொல்லிவிட்டார்.

ஊறுகாய் போடுமளவுக்கு நாள்தோறும் அவருக்கு வரும் எலுமிச்சைப் பழங்கள் ஒருநாளும் வீணாகிப் போனதில்லை. தொழில் துறை அமைச்சகத்தின் ஏற்றுமதி, இறக்குமதி தலைமைக் கட்டுப்பாட்டு தலைமை அலுவலகம், தொழில்நுட்ப மேம்பாட்டு இயக்குநரகத் தலைமை அலுவலகம் இருந்த உத்யோக் பவன் தாண்டி, வடக்கு வட்டாரம், தெற்கு வட்டார அரசாங்க அலுவலகங்களின் காவல் தெய்வங்களான வரவேற்பு அதிகாரிகள் அவருக்குப் பரிச்சயமானவர்களாக இருந்தார்கள். அவர்களைச் சந்திக்கும்போது ஆளுக்கு ஒன்று தந்து காலி செய்துவிடுவார். அப்படியும் ஒரு சிலருக்கு தருவதற்கு பற்றாக்குறையாகிவிடும்.

அந்த அலுவலகங்களிலெல்லாம் எந்தநேரத்திலும் உள்ளே நுழைந்து வெளியே வரும் காற்றாக அவர் ஆகியிருந்தார். அப்போது அவர் 'மைலார்ட்' நிறுவனத்திற்கான வேலைகளை செய்துவந்தார். மைலார்ட் நிறுவன முதலாளி, மதியம் மூன்று மணிக்கு வர்த்தகத்துறை அமைச்சரை சந்திக்கிறார் என்றால், ஒரு மணிக்கே அவர் பெயரில் நுழைவுச்சீட்டை வாங்கிவிடும் சாமர்த்தியம் ரஃபியுத்தீனிடம் இருந்தது. முதலாளி வந்த பிறகு அவரை நிறுத்தி வைத்து, வருகைப் பதிவு நோட்டில் பெயர், விலாசம், பார்க்க வேண்டிய அமைச்சரின் பெயர், சந்திப்புக்கு முன்னனுமதி உண்டா / இல்லையா எனும் தகவல், கூடவரும் நபர்கள் பெயர் எல்லாம் அவரை எழுதவைத்து, கையெழுத்துப் போடச் சொல்வதை முதலாளிகள் அவமானமாகக் கருதுவார்கள். அதுகூட அவமானமில்லை. அவரைக் கூட்டிப்போகும் ரஃபியுத்தீன் போன்றவர்களுக்குத்தான் தலைகுனிவு. செயல் அலுவலரின் செல்வாக்கு சரிந்துவிட்டது

என்ற தகவல், காய்ந்த புல்தரையில் பரவும் தீபோல ஆகிவிடும். அவ்வளவுதான். தொழில் தரும் அத்தனை பேரும் ஏறக்கட்டி விடுவார்கள். அதைத்தவிர்க்க, அந்த 'காவல்தெய்வங்களை' வருஷம் பூராவும் கவனித்து, தன் கைப்பாவைகளாக ஆக்கியிருந்தார். அவர் உள்ளேவந்தால் அவருக்குத்தான் முதல் மரியாதை. முதலாளியெல்லாம் அப்புறம்தான். கையில் காசு கொடுப்பவர்தான் அங்கே கடவுள். பலநேரங்களில் மைலார்ட் நிறுவன முதலாளி, ரஃபியுத்தீனுக்குக் கிடைக்கும் மரியாதை கண்டு பொறாமைப்பட்டிருக்கிறார். ரஃபியுத்தீன் காரிலிருந்து இறங்கி, அலுவலகப் படிகள் ஏறும்போது இந்த காவல்தெய்வங்கள் எழுந்து நின்று புன்சிரிப்புடன் வணக்கம் சொல்லித் தயாராக வைத்திருக்கும் நுழைவுச் சீட்டுகளை முறுவல் மாறாமல் அவர் கையில் கொடுப்பது வழக்கத்திற்கு வந்திருந்தது. அதுதான் காவல்தெய்வங்களுக்கும் அழகு. காரியம் முடித்துத்தரும் ரஃபியுத்தீனுக்கும் அழகு. அதனாலேயே தொழில் போட்டியிலிருக்கும் நிறுவனங்களும்கூட அவரையே தங்கள் காரியத்தை முடித்துத் தரும் அதிகாரியாக நியமனம் செய்திருந்தார்கள். ஒரு நிறுவனத்தின் செயல்பாடுகளை மற்ற நிறுவனத்துக்கு செய்தியாகக் கடத்தும் செயல் அவரிடம் இருக்கவில்லை. டாடா, பிர்லா நிர்வாகங்களுமே மிக முக்கியமானக் காரியங்களுக்கு தங்கள் முதன்மைச் செயல் அலுவலர்களிடம் எலுமிச்சைப்பழம் கொடுத்தனுப்பி, ரஃபியுத்தீனை சந்திக்கச் செய்வதுண்டு.

அதேவேளையில் தன்னை இழக்காதவராகவும் அங்கே அவர் கோலோச்சினார். தொழில் துறை அமைச்சகத்தில் ஒரு இளங்கிழவர் இந்திய ஆட்சிப் பணி அதிகாரத்தில் இணைச்செயலாளராக இருந்தார். புதிய தொழிற்சாலை ஒன்று தொடங்குவதற்கான காகித வேலைகள் எல்லாமே முடிந்திருந்தன. அந்த அதிகாரியிடமிருந்து கடைசியாக அனுமதிப் பத்திரம் மட்டும் பெறவேண்டும். முந்தைய தினம் மாலை, அவரை ஐந்து நட்சத்திர ஹோட்டலுக்கு அழைத்துச் சென்றார், ரஃபியுத்தீன். இணைச் செயலாளர் குடியில் இணையில்லாத நீச்சல் மன்னனாக இருந்தார். மூன்று லார்ஜ்களும் இரண்டு ஸ்மால்களும் அவர் தொண்டையில் சாதாரணமாக நழுவிப்போயிருந்தன. தண்ணீரும் சோடாவும் பயனில. மறுபடியும், சற்றும் அசராத விக்கிரமாதித்தனைப்போல நிதானமாக, தன்முன்னே பவ்யமாக நின்றிருந்த சேவையாளரிடம் 'ஒன்மோர் லார்ஜ்' என்று விரல் சுண்டி உத்தரவிட்டார். இரண்டாவது லார்ஜிலேயே உளறிக்கொட்டும் அதிகார ஆசாமிகளை ரஃபியுத்தீன் கண்டிருக்கிறார். 'கொண்டுபோய்

வீட்லவெச்சு அடிச்சுக்கிறேனே...' என்று ஒன்றுக்கு மூன்று பாட்டில்களை கட்டியெடுத்துச் செல்லும் ஆசாமிகளையும் கண்டிருக்கிறார். வாய் வழியே சென்றதை வாய் வழியேதான் எடுப்பேன் என்று அடம்பிடித்து வாந்தியெடுத்த அதிகாரிகளும் அவர் பட்டியலில் இருந்தார்கள். ஆனால் இந்த அதிகாரி ஆறு லார்ஜ்களையும் மூன்று ஸ்மால்களையும் உள்ளே இறக்கியிருந்தார். இன்னும் அதே அளவு உள்ளேயிறக்கத் தயாரானவராகவும் இருந்தார். இப்போதுதான் தொடங்கப் போகிறவர்போல, "அப்பறம் ரஃபி" என்றார்.

எத்தனையோ பேரைப் பார்த்திருந்த ரஃபியுத்தீன் லேசான நிலநடுக்கம் கண்டவரைப் போலானார். அதைக் காட்டிக்கொள்ளாமல், "டின்னர்" என்றார். பெரிதினும் பெரிது என்பதுபோல உயர்ந்ததில் உயர்ந்ததாய்த் தருவித்துத் தந்தார். அது பெரிய விருந்துதான். முடிந்ததும், "சரி, நாளை காலையில் சந்திப்போம்" என்றுசொல்லி விடை கேட்டார். ரஃபியுத்தீன் தனக்குத்தானே நிர்ணயித்துக் கொண்டிருக்கும் எல்லை இதுதான்.

அதிகாரி தன் குஜராத்தி கலந்த ஹிந்தியில், "எங்கே கண்ணா இவ்வளவு சீக்கிரம் ஓடுகிறாய்? முதலில் மனதுக்கு பிடித்தமான ட்ரிங்க்ஸ் பிறகு, நிறைவான உணவு... அடுத்தது என்ன?... தெரியாதா உனக்கு? ம்..." என்று இழுத்தார். வார்த்தைகள் உளறல் கவிதைகளாய்க் கொட்டின.

வயது ஐம்பதின் துவக்கமாயிருக்கும். அன்னாக்க தண்ணீர் குடித்தால், தொண்டையில் இறங்குவது தெரிவதுபோலான அழகிய மனைவி பெரும்பாலான அதிகாரிகளின் வீட்டில் நிச்சயமாக இருப்பாள் என்பதை ரஃபியுத்தீன் அறிந்திருந்தார். அதிகாரிகளின் மனைவிகள் அழகாகத் தெரிவது எப்படியென்று ஒரு சிலரைப் பார்க்கும்போது யோசிக்கவும் செய்திருக்கிறார். இந்த அதிகாரியின் மனைவியும் நிச்சயம் அழகாகத்தான் இருப்பாள் என்பதை யூகமாக நினைத்திருந்தார். அவர் என்ன கேட்கிறார் என்பது தெரிந்தும், 'தெரியலையே' என்றார்.

ஓர் அதிகாரி அவரிடம் இப்படி நேரடியாகக் கேட்டது, இதுவே முதல் தடவை. தனது சகா ஒருத்தர், மனைவியின் தங்கையை அழைத்துக் கொண்டு சென்றதாகவும், அடுத்தநாள் விடியும்வரை அறை வாசலிலேயே காத்திருந்து திரும்ப அழைத்துக்கொண்டு வந்ததாகவும் ஒரு நிலைத் தகவல் அந்த வட்டாரத்தில் இருந்துகொண்டே இருந்தது.

ரஃபியுத்தீன் நாசூக்காக ஒதுங்குவதை அந்த அதிகாரி விரும்பவில்லை. துல்லியமான குஜராத்தி மொழியில்,

“இதற்கு அப்புறம் உடம்பின் தினவைத் தீர்த்துவைக்க எங்கே போகவேண்டுமோ... அங்கே போவோம். பின் மாலைப்பொழுது இன்னும் இளமையாகவே இருக்கிறது” என்றார். உளறல் தெளிந்து உச்சத்துக்கு வந்திருந்தது, கவிதை.

இதெல்லாம் ஒரு லயசன் ஆபிஸர் போகிறபோக்கில் செய்துகொடுத்து விட்டுப் போகும் ஒன்றுதான். ஆனால் ரஃபியுத்தீன் அப்படிப்பட்டவராக இருந்ததில்லை. ஒரு நிமிடம் அதிகாரியை உற்றுப்பார்த்தார். பெரியதொரு தொழிற்சாலை தொடங்குவதற்கான காகிதங்களில் கடைசிக் கையெழுத்து, அந்த அதிகாரியுடையது. காரியத்தை நடத்திக் கொடுத்தால் முதலாளி பேசிய தொகைக்கும் மேலேயே தருவார். காகிதக் கட்டுகள் கண்முன்னே நிழலாடின. அந்தநிமிடத்தில் எடுக்கும் முடிவு அசாத்தியமானது. ரஃபியுத்தீன், “மிஸ்டர் அதானி! நீங்க என்ன சொல்ல வர்றீங்கங்குறது, எனக்கு நல்லாவே புரியுது. ஆனா அதுக்கு என்னை துணை சேக்காதீங்க. நாளக்கிக் காலைல உங்கக்கிட்டருந்து அனுமதிப் பத்திரம் வாங்கணும்னு எனக்கு நல்லாவே தெரியும். அத நீங்க தந்தாலும் தராட்டாலும் எனக்குக் கவலையில்ல” இருக்கையிலிருந்து எழுந்தார். அதிகாரி பார்ப்பதுபோல தன் பின்பக்கத்தில் தூசிதட்டிவிட்டு, அவரைத் திரும்பிப் பார்க்காமல் போய்விட்டார்.

அன்றிரவு முழுவதும் அவருக்குத் தூக்கம் வரவில்லை. இந்தத்தொழிலில் இருந்துகொண்டு அப்படிச் செய்தது, ‘சரியா... தவறா?’ என்று உடனடியாக ஒரு முடிவுக்கு வரவும் முடியவில்லை. ஆனால் தூக்கம் அவரைத் தொட்ட நிமிடங்களில் தனது முடிவு சரியானதுதான் என்று முடிவுக்கு வந்திருந்தார்.

மறுநாள், ‘என்னதான் நடக்கிறது பார்ப்போமே!’ என, காலை சரியாக பத்து மணிக்கு அலுவலகம் போனார். சுத்தமாக மட்டுமல்ல... அழுக்காகவும்கூட அவருக்கு நம்பிக்கையிருக்கவில்லை. நேராக உள்ளே போனால், தன்னைப் பார்க்க அவர் மறுத்து விடுவாரென்று நினைத்தார். அங்கு போன பின்பு மனசில் அழுத்தம் நிரவியது. அலுவலக உதவியாளரிடம் தனது முகவரி அட்டையைக் கொடுத்து, “ஸாப்கோ தே தோ!” என்றார்.

உதவியாளன் ஆச்சரியமாக மட்டுமல்லாமல் அதிர்வுடனும் பார்த்தான். “என்ன ஸார் இது புது பழக்கம்?... உள்ளே அவருடன் பி.ஏ., மட்டும்தான் இருக்கிறார். நீங்க தாராளமா போகலாம்!” என்று அனுமதித்தான்.

“இல்லை... இதை அவர்ட்டக் குடுத்துட்டு வா. நான் காத்திருக்கேன்’’ என்று அங்கிருந்த நாற்காலியில்

உட்கார்ந்துகொண்டார். அலுவலக உதவியாளர் உள்ளே சென்ற மறுநிமிடம் அதானியே, கையில் அவர் தந்தனுப்பிய முகவரி அட்டையுடன் வெளியே வந்தார். "ரஃபி என்ன இது புது பழக்கம்? உள்ளே வாங்க" என்று அவர் தோளில் கைபோட்டு உள்ளே அழைத்துச்சென்றார். அங்கேயிருந்த நேர்முக உதவியாளரிடம், "அப்புறம் பார்க்கலாம்" என்றுசொல்லி வெளியே அனுப்பிவைத்தார்.

"உட்காருங்க" என்றதும் எப்படி ஆரம்பிப்பதென்று தெரியாமல், ரஃபியுத்தீன் தயக்கத்துடன் நாற்காலியில் உட்கார்ந்தார். மௌனம் இருவருக்குமிடையில் ஒரு பூதம் போல உட்கார்ந்திருந்தது. அவர்தான் அதையும் நகர்த்தினார். "மிஸ்டர் ரஃபி! நீங்க என்னை மன்னிக்கணும். மத்தவங்களைப்போல உங்களையும் நெனைச்சுட்டேன். நீங்க வித்தியாசமானவர். நேத்து நடந்ததுக்கு நான் வெட்கப்படுறேன். நேத்து ஒண்ணுமே நடக்கலைன்னு நெனைச்சுக்குங்க. இனிமேல் நல்ல நண்பர்களாக இருப்போம்!" என்று சொல்லிவிட்டு, கையெழுத்திட்டு மேசையில் தயாராகவைத்திருந்த அனுமதிப் பத்திரத்தை அவர் கையில் தந்தார். எதையும் இடதுகையால் அலட்சியமாகக் கையாளும் ரஃபியுத்தீன் முதன்முதலாக வலதுகையால் அதை வாங்கினார். கனமற்றிருந்தது.

இருவருக்குமிடையில் ஏதோவொன்று நடந்திருக்கிறதென்று மற்றவர்கள் மோப்பம் பிடித்துவிட்டார்கள். ஆனால் இதுதானென்று யாராலும் யூகிக்கமுடியவில்லை. நன்றி சொல்லிவிட்டு எழுந்த அவரிடம், "You have taught me a lesson. God bless you!" என்று சொல்லிக்கொண்டே வாசல் வரை தோளில் கைபோட்டபடி வந்து வழியனுப்பினார், அந்த அதிகாரி. அதன்பின் அவர் ஓய்வுபெறும்வரை இருவரும் இன்னும் நெருக்கமான நண்பர்களாக இருந்தார்கள். அதுதான் ரஃபியுத்தீனின் லட்சுமண ரேகை.

அதேவேளையில் வேலை ஆகவேண்டி, அதை செய்து தரும் அதிகாரிகளுக்கு என்னென்ன பிடிக்கும் என்று ஆராய்ந்து, அதை செய்வதில் ரஃபியுத்தீன் கில்லாடியாகவும் இருந்தார். நிதித்துறையிலிருந்த ஓர் அதிகாரி ஃபில்டர் காபி பிரியர். அவருக்காக சேலம் நரசூஸ் காபி நிறுவனத்திலிருந்து மாதம் ஒருமுறை காபித்தூள் வரவழைத்து, அதன் பக்குவத்தை வேலைக்காரம்மாவிடம் சொல்லிதந்து, காபி போட்டு எடுத்துக்கொண்டு போவார். காபி ஆறுவதற்குள் காரியம் ஆகிப்போயிருக்கும். ஓர் அதிகாரி கி.ரா.வின் 'தெறச்ச கதைகளுக்கு' ரசிகர். அப்படியான வார்த்தைகளை அடிக்கோடு போட்டு, அவ்வப்போது எடுத்துப் படிப்பார். டெல்லியில்

அந்தப் புத்தகங்களை விற்கும் தமிழ் நியூஸ் மார்ட்டுக்கு தொலைபேசியில் பேசி, அதிகாரிக்கே அனுப்பிவைக்கச் சொல்வார். அந்தப்பக்கம் போகும்போது காசு கொடுத்துக் கொள்வார். இன்னொரு அதிகாரிக்காக பிராங்க்பர்ட்டிலிருந்து விலையுயர்ந்த டென்னிஸ் ராக்கெட்டில் ஒரு செட்டை தருவித்துத் தந்திருக்கிறார். மற்றொரு பக்திமான் அதிகாரிக்கு மாதம் ஒருமுறை ஹரித்வார் போய்வர கார் அனுப்பியிருக்கிறார். இன்னுமொருவர் கல்கத்தா ரஸகுல்லாவுக்கு அடிமை. மற்றொருவருக்கு மாதத்தில் ஒருமுறை திருப்பதி லட்டு. ஓர் ஆங்கில இலக்கியப் பிரியருக்கு, லண்டன் ஹீத்ரோ விமான நிலையத்திலிருந்து, இந்தியாவில் கிடைக்காத நாவல்களைச் சுடச்சுட வாங்கிக் கொடுத்திருக்கிறார். எல்லோருக்கும் ஒரு விலை உண்டு. அதைக் கண்டுபிடிப்பதுதான் ரஃபியுத்தீன் வேலை.

அவர் மைலார்ட் நிறுவனத்தில் இருந்த பத்தாண்டுக் காலத்தில், எல்லா மாதமும் முதல் வாரத்தில் ஐந்து மத்திய அமைச்சர்களுக்கு தலா பத்தாயிரம் ரூபாய் அவரவர் வீட்டில் கொண்டுபோய் பட்டுவாடா செய்யவேண்டும். அப்போது பத்தாயிரம் ரூபாய், அமைச்சர்களின் ஒருமாத சம்பளம்.

இப்போது காட்சிகள் மாறிப்போய்விட்டன. உயர் அரசு அதிகாரிகள் தெளிவாகி விட்டார்கள். விஞ்ஞான யுகத்தில் அவர்கள் இந்த 'சோளப்பொரி'யையெல்லாம் விரும்புவதில்லை. கொடுப்பதை 'பெட்டி'யாகக் கொடு என்று சொல்லி விடுகின்றனர். ஒரு சிலருக்கு நகைக் கடைகளில் பணம்செலுத்திய ரசீது கொண்டு வந்து கொடுத்தால் போதும். டிசைன்களை அவர்கள் தேர்வு செய்து கொள்வார்கள். இன்னும்சிலர் ஒரு அபார்ட்மெண்டில் இத்தனையாவது ஃபிளாட் என்று கேட்டு வாங்குகிறார்கள். என்ன வேண்டுமென்பதை அவர்களே தீர்மானித்துக் கொள்கிறார்கள். ஓய்வுபெற நான்கு நாட்களுக்கு முன்பு வருமானத்துக்கு அதிகமாக சொத்து சேர்த்தவர் என்றவகையில் தன் மாமனார், கொழுந்தியாள் வீடுகளிலும் வருமான வரி அதிகாரிகளின் சோதனைக்கு ஆளாகிறார்கள். ஆனாலும் இதுபோன்ற பெரிய மீன்கள் எதுவும் சிக்குவதில்லை. விலாங்காய் நழுவி விடுகின்றனர். ஏதோ ஒரு சிற்றூரில் ஒரு கிராம நிர்வாக அதிகாரி ஐநூறோ... அல்லது அதிகப்படியாக ஒரு தாசில்தார் அதிகபட்சமாக ஐயாயிரமோ லஞ்சம் வாங்கியதாகத் தீர்ப்பாகித் தண்டிக்கப்படுகிறார். நீதிபதிகள் மனதுக்குள் சிரித்துக்கொண்டே தண்டனையை எழுதுகிறார்கள்.

லஞ்ச ஊழலில் பிடிபட்ட ஒரு முன்னாள் அமைச்சர் தன் நாட்குறிப்பில் *LKA - 50 L* என்று எழுதிவைத்திருந்ததற்கு,

'அத்வானி' என்ற தனது மாடு 50 லிட்டர் பால் கறந்ததைத்தான் நாட்குறிப்பில் எழுதி வைத்திருந்ததாக வாக்குமூலம் கொடுத்தார். மத்தியப் புலனாய்வுத் துறையும் அதை ஏற்றுக் கொண்டதை ரஃபியுத்தீன் பார்த்திருக்கிறார்.

டெல்லியில் குப்பை கொட்டும் ரஃபியுத்தீன் போன்றவர்களின் கண்களும் கைகளும் தொழிற்துறை, நிதித்துறைகளைத் தாண்டியும் இருக்கும். சங்கீத நாடக அகாதெமி, சாகித்ய அகாதெமி, திரைப்படத் திருவிழா இயக்குநரகம், கலைத்துறை, கலைஞர்களை வெளிநாட்டுக்கு அனுப்பும் இந்தியக் கலாச்சார உறவாண்மைத்துறை போன்ற அமைப்பு களிலும் ரஃபியுத்தீனுக்கு ஆட்கள் இருந்தார்கள். சாகித்ய அகாதெமியின் செயலாளராக யார் பொறுப்புக்கு வந்தாலும் அவர் ரஃபியுத்தீனின் நண்பராகவே இருப்பார். அந்த வருடம் யாருக்கு விருது என்பது முன்னமே அவருக்குத் தகவல் தெரிந்துவிடும்.

மொழிவாரியாக அவர்களின் எண்ணைத் தேடிக் கண்டுபிடித்து, எல்லோருக்கும் முன்பாக, "சார், இந்த வருடம் ஃபைனல் லிஸ்டில் உங்கப் பெயர் இருக்குது. வாழ்த்துகள்!" என்று சொல்லி அவர்களை அசரடிப்பதில் ரஃபியுத்தீனுக்கு பெருத்த சந்தோஷமிருந்தது. அவர்கள் முதலில் நம்பமறுப்பார்கள். அதிகாரப்பூர்வமாக தெரிந்தபிறகு, 'ரஃபி சார்... ரொம்ப நன்றி!' என்று அவர் செய்யாத வேலைக்கு நன்றி சொல்வார்கள். தானே செய்ததற்கான நன்றியாக அதை ஏற்றுக்கொள்வார். தவிர்க்க முடியாததாக அது இருந்தது. நமக்குக் கிடைக்காதா என்னும் நப்பாசையில் பலர், தங்கள் விபரங்களை கோப்புகளாக்கி ரஃபியுத்தீனுக்கு அனுப்புவது வாடிக்கையாகியிருந்தது.

இப்போது யாரேனும், ஏதேனும் ஒருவிஷயம் முடிந்ததும் நன்றி சொன்னால், அந்த வார்த்தையைக் கேட்கும்போது சலிப்பாகத் தோன்றுகின்றது. ஆலகால மரத்தின் உச்சிக்கொம்பிலிருந்த மனது, தரை இறங்கி விட்டது. யோசனைக் கிருமிகள் ஓரிடத்திற்கு மேல் நகராமல் தங்கள் பலத்தை இழந்து, தொலைந்து விட்டன. மனது சலனமற்ற நீர்ப்பரப்பாய் ஆகிக்கொண்டிருந்தது. வேர்களைத் தேடச்சொல்லி அனர்த்தியது. முதன் முதலாக, பிறந்த ஊரின் ஞாபகம் அவருக்குள் முளைவிட்டது. கிளம்பிவிட்டார்.

13

'மய்யத்' நடுவீட்டில் இருந்தது. சையத் அப்பாஸ் 'மௌத்'தானத் தகவல் மஹல்லாவில் அறிவிக்கப்பட்ட நிமிடத்தில் பொடிப்பொடித் திவலைகளாய்த் தொடங்கியது, தவுலத்பாட்சா மீதான பரிதாபப் பேச்சு. அப்பாஸின் கடைசி மகன், அவன். முப்பது வயதாகியிருந்தது. வடிவம் குறுகிய உடல்குறையும் அவ்வப்போது பிசகிப்போகும் மனக் குறைபாடும் அவனுக்கிருந்தது.

கொஞ்சம் திக்கித்திக்கிப் பேசுவான். செய்கையிலும் நடமாட்டத்திலும் முதிர்ந்த குரங்கு ஒன்றைப்போலிருந்த அவனை, தன்னிச்சையாய் எதையும் அணுகி முடிவெடுக்க வியலாத 'கைப்பிள்ளை'யாக, உள்ளங்கையில் வைத்து அப்பாஸ் வளர்த்திருந்தார். அப்படியொருவன் இருப்பதை மறந்துபோயிருந்த உறவுக்காரர்களில் பலருக்கு அந்த 'மௌத்'தான் அவனைப் பார்க்க வழிசெய்திருந்தது.

நடப்பது என்னவென்று தெரியாமல் மிழற்றும் மழலையின் தொனி அவனிடமிருந்தது. வீட்டுக்கு வந்திருக்கும் ஒவ்வொரு நபரையும் முகர்ந்து பார்க்கும் வளர்ப்பு நாயின் செய்கையை ஒத்து, அங்குமிங்குமாக அலைபாய்ந்து கொண்டிருந்தான். சையத் அப்பாஸின் மௌத் சேதி கேள்விப்பட்டு அக்கம்பக்கத்திலிருந்து வந்திருந்த தம்பள ஆட்களின் கூட்டமும் அதிகமாக இருந்தது.

அவர்கள் தவுலத் பாட்சாவைப் பார்த்துப் பரிதாபம் கொண்டார்கள். 'பொதுக்க' கன்னியம்மா முன்பு அவன் பரிதாபமாக நின்றபோது, "இது மனுஷப்பிறவியில்ல!" என்றாள்,

148 ◆ சொட்டாங்கல்

பக்கத்திலிருந்தவர்களிடம். அருகிலிருந்த ஒருத்தி, "அதான் கொரங்கு மாதிரிதானே இருக்கு!" என்றாள். அவளைக் கண்டித்த 'பொதுக்க' கன்னியம்மா, "அது அல்லா சாமியோட புள்ள. இவுங்களுக்கு இதோட அருமை தெரியல!" என்று விசனப்பட்டாள்.

பாவாவின் மௌத்துக்குப் பின்பான வாழ்தல் குறித்த நிச்சயமின்மை, அவன் உள்ளுணர்வைக் கீறியிருக்க வேண்டும். பதற்றமாக இருந்தான். எல்லோரது பச்சாதாபப் பார்வையையும் அவனது பரிதவிப்பு அள்ளிக் கொண்டது.

அப்பாஸின் ஜனாஜா வீட்டிலிருந்துக் கிளம்பியபோது, எல்லோருக்கும் முன்பாக அவன்தான் நடந்துபோனான். மய்யத்தை கபருக்குள் வைத்து மண்ணைத் தள்ளி 'தபன்' செய்யும்போது, "இனிமே என்னை யார் பாத்துக்குவா, பாவா?" என்று, குழிக்குள் கிடத்தி, கடைசியாக தீதார் காட்ட, முகம் திறக்கப்பட்ட மய்யத்திடம் ஆவலாதியாய்க் கேட்டான். ஒரு குழந்தை கெஞ்சுவதுபோலிருந்தது. சுற்றியிருந்த அத்தனைபேருக்கும் அந்தக் கேள்வியில் கண்ணீர் துளிர்த்தது. அந்தக் கண்ணீருடன்தான் துவா ஓதினார்கள்.

எழுபதைத் தாண்டிய வயதிலும் அப்பாஸ் திடகாத்திரமாகத்தான் இருந்தார்.

அவரைப் பொறுத்தவரை மட்டுமல்ல, ஊரைப் பொறுத்தவரையும் அது, அவர் சாகக்கூடிய வயது அல்ல. ஐம்பது வயதில் ஒரு கரடியுடன் பொருதி, அதன் வாயைக் கிழித்துக் கொன்றவர். வேட்டைக்காரர். ஓய்வெடுக்கும் விலங்குகளையும் விளையாடிக் கொண்டிருக்கும் புல்லினங்களையும் அவர் வேட்டையாட மாட்டார். உணவுக்காக மூர்க்கமாகத் துரத்தி வேட்டையாடிக் கொண்டிருக்கும் பெரியவிலங்கை வேட்டையாடுவது அவருக்குப் பிரியமானது. சுட்ட குறி தப்பியதில்லை. உச்சபட்சப் பாய்ச்சலிலிருந்த சிறுத்தையொன்று அவரது துப்பாக்கிக் குண்டுபட்டுப் பல்டியடித்து, வானத்தில் பறந்தகதை சுவாரசியமானது. ஒரு துர்பாக்கிய நாளின் இருட்டுப்பொழுதில், துப்பாக்கிக் குதிரையில் தவறுதலாய்க் கைப்பட்டுத் தோட்டா வெடித்ததில், குரங்கொன்று செத்து விழுந்தது, அவர் வாழ்வில் நேர்ந்து விட்ட சோகம். செத்த குரங்கைச் சுற்றி நூற்றுக்கணக்கானக் குரங்குகள்கூடி அழுத, அந்த நினைப்பு வரும்போதெல்லாம் மௌனமாகி விடுவார். பல நேரங்களில் கலங்கி விடுவார்.

நேற்று முன்னிரவில் மூத்த மருமகள் பதர்வைத்து நகாஷ் செய்து பொலுபொலுவென்று சுட்டுத் தந்த ஏழு புரோட்டாக்களையும், அம்சவல்லி பவன் கோழிச் சில்லரையையும், கோயா ஹோட்டல்

தில்லி வறுவலையும் ‘வல்லுவதக்’கென்று தின்றார். பெரிய வட்டத்தட்டில் ஏழுக்கும் மேலான புரோட்டாக்களை அடுக்கி வைத்து, தவுலத்பாட்சாவை தன்னருகில் இருத்தி, அவனையும் தின்னவைத்தார். இரண்டுபேருக்கும் சேர்த்துதான் தட்டு வைக்கவேண்டும். சாப்பிட்டுமுடித்து அவன் கை கழுவிய பின்புதான், அவர் கை கழுவுவார். செரிமானத்துக்கு இரண்டு பேருமே மாப்பிள்ளை விநாயகர் கோலி சோடா பொங்கும் குமிழ் நுரையுடன் ‘மடக்...மடக்...’கென்று குடித்து, மசாலா வாடையுடன் ஏப்பம் விட்டார்கள். அதன்பின்பு, பர்மா தேக்குமரக் கட்டிலில் கட்டையைச் சாய்க்கக் கம்பீரமாகப் போனார், அப்பாஸ். பக்கத்திலிருந்த அதேபோலான சின்னக்கட்டிலில் மகன்.

பின்னிரவில் அவரது துல்ஹன் பீர்மாபானு கனவில் வந்துசேர்ந்தாள். ஏழெட்டு ஆண்டுகளுக்கு முன்பே நிறைமனதுடன் அவள் துனியாவைத் துறந்திருந்தாள். அப்பாஸுக்கு ஏராளமான சொத்துபத்து இருந்தது. வஞ்சகமில்லமால் மனைவியையும் தான்பெற்ற மக்களையும் சிறகுகளுக்குள் பொத்திவைத்துப் பார்த்துக்கொண்டார். குரங்கைக்கொன்ற சம்பவத்துக்குப் பின் பிறந்த மாபாட்சாவை, குற்றவுணர்வில் கண்ணுக்குள் மணியாக இருத்தியிருந்தார். தானில்லாத இடத்தில், தாயாகயிருந்து குறையுள்ள மகனைப் பார்த்துக் கொள்ளும் கணவனை, பீர்மாபானு ரசிப்பதாகவே தெரிந்தது. அவரது கனவுவெளிக்குள் அடிக்கடி வந்து போனாள். கனவில் தோன்றும் அவளது வருகையை அவர் மகன்களிடமும் மருமகள்களிடமும் சிலாகித்துச் சொல்வார். அன்று என்ன நடந்ததென்று தெரியவில்லை. காலையில் கட்டிலுக்குக் கீழே விரிப்பற்றத் தரையில், மரத்தவளைபோல மல்லாந்து, குறிதெரியக் கிடந்தார். உயிர் பிரிந்திருந்தது.

தபன் செய்யப் போனவர்கள் கபரஸ்தானிலிருந்து திரும்பியதும், ‘மௌத்’ விழுந்த வீடு, ஒலிகள் உலவும் ஒற்றைக்கூடமாய் மாறிப்போனது. வார்த்தைகள் பெருமழையின் அடர் ஊற்றாய் எல்லாப் பக்கத்திலிருந்தும் சீறிப் பாய்ந்து வந்தன. ஒன்றையொன்று விஞ்சும் குரல்கள். சலித்த சொற்கள். ஆளுமையைக் காட்டும் கனத்த பிரயோகங்கள். இளக்கார ஒலிகள். எதற்கும் மடங்காத பிடிவாதச் சொற்கள். அவற்றுக்கிடையில், இறகுகள் நனைந்த பறவைக் குஞ்சாய் தவுலத்பாட்சா நடுங்கிக் கொண்டிருந்தான்.

இரண்டு அண்ணன்களும் ஓர் அக்காவும் அவர்களின் குடும்பமும் நெருங்கிய சொந்த பந்தங்களும் அங்கேயிருந்தார்கள். சொத்துகளைப் பங்கு பிரிப்பதுதான் தவுலத் பாட்சாவுடன் பிறந்தவர்களின் குறியாக இருந்தது.

அக்காக்காரி, "படுதாதா மாதிரியே பங்கு பிரிக்கணும்" என்று அடித்துப்பேச ஆரம்பித்திருந்தாள். அவர்கள் வகையறாவில், பெண்களுக்குப் பாதிப் பங்கு என்ற வழிமுறையை அவர் ஏற்படுத்திக் கொடுத்துவிட்டுப் போயிருந்தார். ஆனால் பின்னாளில் யாரும் அதைத் தொடரவில்லை.

"அதெல்லாம் அவரோடயே போயிருச்சு!" என்று முகம் திருப்பிக் கொண்டான், இரண்டாவது அண்ணன். மூத்தவனுக்குத்தான் அசையும் சொத்து, அசையாத சொத்துகளெல்லாம் எங்கெங்கே இருக்கிறது, எவ்வளவு இருக்கிறது என்பது தெரியும். அவன் ஒருயோகியின் மனநிலையை எட்டியிருந்தான்.

சொந்தத்தில் ஒருகுரல், "கபர் ஈரம்கூட ஆறல. அதுக்குள்ளாற இப்டிப்போட்டு அடிச்சுக்கிறீங்களே. இந்தப்பயல என்ன செய்யப் போறீங்க?" என்று குறுக்கிட்டுக் கேட்டது.

தவுலத்பாட்சாவை ஒருபொருளாகக்கூட கருதியிராத உடன்பிறப்புகள், அந்த வேட்டுக் கேள்வியில் குரலுக்குச் சொந்தக்காரன் யாரென்று ஒன்றாய் ஏறிட்டனர். பீர்மா பானுவின் தாயா மகன், அவர். ஊரிலுள்ள எல்லோருக்கும் படே மாமு. படே மாமுவின் வேட்டு மருந்து எப்போதும் வீரியமானது. "அம்மா பாவாவுக்கு அப்பறம் பெரியண்ணே பாத்துக்கறதுதானே முறை?"

கூட்டத்தில் அடுத்தக் கருத்தை எடுத்துவைத்த மற்றொருவனின் யோசனைக்கு, யாரிடமும் பதிலிருக்கவில்லை. யோசனை சொன்ன புப்பு மகனை பெரிய அண்ணன் முறைத்துப் பார்த்தான். ஏழெட்டுப் பத்தாண்டுகளுக்கு முன்பான பகையின் தனல், அதற்குள் 'மொக்காய்' ஒளிந்திருந்தது. ஆனாலும் அனல் தரையில் விழுந்த மழைப்பொட்டாய் அந்தக்கேள்வி வறண்டுபோனது. யோசனை சொன்ன புப்பு மகனுக்கு அது உப்புப் பெறாத விஷயம்தானென்றாலும் அவன் விடவில்லை. மேலும் விசிறிவிட்டான். "தவுலத் பாட்சாக்கும் மத்தவங்களப்போல சரிபங்கு இருக்குல்ல?"

வலைகள் தங்களை நோக்கி வீசப்படுவதை உணரும் பறவைகளாய், உடன்பிறப்புகள் ஆளாளுக்குப் பம்மினார்கள். அடுத்தக் கேள்வி, 'அவனும் அப்பாஸ்க்குப் பொறந்தவன்தானே?' என்பதாக இருக்கும் என்பதை பாசப்பறவைகள் அறிந்திருந்தன.

அக்காக்காரி திட்டவட்டமாகச் சொன்னாள். "அம்மா பாவாவுக்கு அப்பறம் மூத்தவருதான் பாத்துக்கணும். அப்பறம் என்னா அவரு மூத்தவரு? நான் பம்பாய்ல கெடக்கேன். இல்லாட்டி தம்பிய நான் வெச்சுப்பாத்துக்குவேன். அதவிடுங்க, எனக்கான பாதியை மறக்காமப் பிரிச்சுக் குடுத்துருங்க."

அங்கே மெல்லியதாய், ஒருசிரிப்பலை எழுந்தது.

சிரிப்பின் அர்த்தத்தை உடன்பிறப்புகள் அறிந்தேயிருந்தார்கள். இரண்டாவது அண்ணன் சாதுரியக்காரனாக இருந்தான். அவனது பதில் நேர்த்தியாக இருந்தது. "அவனப் பாத்தாலே எம்புள்ளைக பயப்படுதுக. அதுகளோட சேத்து அவனை எப்டி வெச்சுப் பாத்துக்குறது?"

அங்கிருந்த கூட்டத்தின் மொத்தப் பார்வை மறுபடியும் இப்போதுதான் முதன்முதலாகப் பார்ப்பதுபோல தவுலத்பாட்சா மீது மொய்த்து நின்றது. முதிர்ந்த குரங்கொன்று குத்துக்கல்லின் மீது கால் மடக்கி உட்கார்ந்திருப்பதுபோல, பரிதாபமாக அவன் உட்கார்ந்திருந்தான்.

"பெரியவருக்கு எல்லாமே பெரிய பெரிய புள்ளைக. அவனைப் பாத்துக்குறதுல அவருக்கு கஷ்டமேதும் இருக்காது."

அந்தபதில் ஒட்டுமொத்த சுமையையும் மூத்த அண்ணன்மேல் திணிப்பதாக இருந்தது. ஆரம்பத்திலிருந்து அவன் பேசவில்லையென்றாலும் அவன் மனைவி பேசிக்கொண்டுதானிருந்தாள். "நாங்கதான் பாக்கணும்னு என்னாருக்கு? ஒங்களுக்கும்தானே அது கூடப்பெறந்த பொறப்பு. அப்டிங்கறப்ப நீங்களும் பாக்கலாம். ஒண்ணும் ஆயிடாது."

பேச்சு திசை மாறுவதை உணர்ந்ததும் பொண்டாட்டியைக் கையமர்த்தினான், அவன். அவள் கட்டுப்பட மறுப்பவளாக எகிறினாள். "நீங்களும் வெளிலப் போயிருவீங்க. அவங்க எல்லாரும் சொல்றாப்பல பெரிய பெரிய புள்ளைங்களா இருக்குறதால, அதுகளும் அதது வேலைக்குப் போயிருமுங்க. அப்பறம் நானும் இதுவும் மட்டும் வீட்ல இருந்தா" விட்டத்தைப் பார்த்து சிலிர்த்துக்கொண்டாள். "அம்மாடி..." முகவாயை இரு கைகளால் ஏந்திக்கொண்டு, உடம்பை உதறினாள். பல்லியின் வாலாய் அது துடித்தது.

நாடகத்தின் காட்சியொன்று உச்சத்துக்கு வருவதுபோல அந்த இடத்தில் ஓர் இறுக்கம் உருவாகியிருந்தது. மூத்த அண்ணன் அதை நுட்பமாகக் கலைத்தான். "நான்தானே மூத்தவன். மூத்தவன்தான் பாத்துக்கணும்ங்க்றீங்கள்ல. பாத்துக்குர்றேன். அவன் இங்கன இருப்பான். இருக்குறத நாலாப்பிரிச்சு உங்க ரெண்டுபேத்துக்கும் என்ன பாகமோ... அதத் தந்துருவேன்."

அவன் சொல்லி முடித்தபோது, ஓலங்கள் அத்தனையும் கணநீர்ப்பட்ட தீக்கங்காய் அமுங்கிப்போனது. அடுத்துப் பேசுவதற்கு வார்த்தைகள் எதுவுமில்லாமல், இரண்டாவது அண்ணனும், அக்காக்காரியும், அடுத்தடுத்து யோசனைகளை

அள்ளிவிட்ட சொந்தக்காரர்களுமே திக்குமுக்காடிப் போனார்கள்.

பெண்ணுக்குப் பங்கு இல்லையென்று கைவிரித்து, சொத்தை இரண்டாக பாகம் பிரிக்க வைக்கவேண்டுமென்று எண்ணிய இரண்டாவது அண்ணன், தவுலத்பாட்சாவை தலையில் கட்டவில்லையே என்ற பெருநிம்மதியுடன் நிசப்தத்தின் நீட்சியாய் அமைதியாகிவிட்டான்.

'எங்கே பங்கே இல்லையென்று விடுவார்களோ?' எனக் கலங்கிப் போயிருந்த அக்காக்காரி கிடைத்ததை எண்ணி மூச்சுவிட மறந்திருந்தாள். நாலில் ஒரு பங்கே ஊரளவுக்கு இருக்கும்.

முன்னிரவில் கூட்டம் கலைந்து விட்டது. தவுலத்பாட்சா மூத்த அண்ணனை நன்றியுடன் பார்த்தான். ஆனால் அண்ணி விடுபவளாக இல்லை. ஆத்திரத்தில், மௌத் வீட்டின் மற்ற சடங்குகள் எதையும் செய்யாதவளாகக் குப்புற அடித்துப் படுத்துக்கொண்டாள்.

பாவா இல்லாத வெறுமை; தன்னைச்சுற்றி வீட்டில் நடக்கும் சம்பவங்கள்; தவுலத் பாட்சாவுக்கு மனக்களைப்பைத் தந்திருந்தன. கசந்து போயிருந்தான். வயிறு பசிப்பதை இப்போதுதான் உணர முடிகின்றது. பாவா இருந்த நேற்றிரவுவரை எல்லாமே ஓர் ஒழுங்கோடு நடந்துகொண்டிருந்தது. நேரத்துக்கு சாப்பாடு. முன்பகலிலும் முன்மாலையிலும் நொறுக்குத் தீனி. எல்லாமே அவனிருக்கும் இடம்தேடி வந்தடைந்தது. பாவா மீதிருந்த மரியாதையைக் காட்டிலும் அவர் மீதிருந்த பயமே அதை வீட்டில் முறைப்படுத்தியிருந்தது. நேற்றிரவு இந்நேரம், பெரிய வட்டத் தட்டில் ஏழுக்கும்மேலான புரோட்டாக்களை அடுக்கி, அவனை அருகில் இருத்தித் தின்ன வைத்ததை நினைத்துப் பார்த்தான். இப்போது கேட்பார் யாரும் இல்லாமல், பசியில் நினைவும் நினைவு தப்புவதுமாக விழுந்துகிடந்தான்.

நெருங்கிய சொந்தங்களைத் தவிர, மற்றவர்களெல்லாம் கிளம்பிப் போய்விட்டார்கள். கனமான போர்வையாய் அந்த வீட்டில் இருள் படியத் துவங்கியிருந்தது. வீட்டிலிருந்தவர்கள் ஆளாளுக்கு ஒரு மூலையில் அப்படியப்படியே சாய்ந்து விட்டார்கள்.

மூத்த அண்ணனின் மனைவி மட்டும் எரிமலையாய்க் குமுறிக் கொண்டிருந்தாள். அரை மயக்கத்திலும் களைப்பிலும் வீழ்ந்து கிடந்த கணவனை கம்பியில் குத்திய ஆட்டின் தலையாய் திருகித் திருகி வாட்டியெடுத்தாள். "பெரிய இவுரு இவரு. தொம்பியப் பாத்துக்குவாராம்" எண்ணிறந்த வார்த்தைகள்

ஒரு நீள்சங்கிலியின் கணுக்களாய் வரிசையாக அணிவகுத்து வந்தன. அவை உதிர்க்கும் எழுத்துக் குவியலுக்கிடையில் சிக்கிக்கொண்டு, நீச்சல் தெரியாதவனாக அவன் தத்தளித்தான். வார்த்தைகளின் சூட்டில் மூச்சு முட்டியது. திணறினான்.

யோகியின் மனநிலை அவனுக்குக் கை கொடுக்கவில்லை. இத்தனை நேரமும் அவன் கொண்டிருந்த மௌனத்தைக் கலைப்பவனாக படுத்துக் கிடந்தவன் ஆத்திரத்துடன் எழுந்தான். அவளை ஓங்கி மிதித்து நசுக்கி விடுபவன்போல எழுந்ததில் ஒரு வேகம் இருந்தது. “டீயேய்... தேளு மாதிரி ‘நட்டுநட்டு’னு கொட்டிக்கிட்டேருக்குற, வாயை மூட்றி. நான் ஒண்ணும் லூசுப்பய இல்லை. அவனை யார்ட்ட விட்டாலும் அவனோடப் பங்கையும் அவங்கக்கிட்ட ஒப்படைக்கணும். கால் பங்குன்னாலும் அது கொஞ்சநஞ்சமா? எனக்குக் கணக்குத் தெரியாதா? அவனை நாம நம்மக்கூட வெச்சுக்கிட்டு, எது செஞ்சாலும் யாரும் பெருசா எடுத்துக்கிற மாட்டாங்க. நடுவுல உள்ளவனுக்கும் தங்கச்சிக்கும் எது எங்கேருக்குன்னே தெரியாது. நீ ஒண்ணுதப் பொத்திக்கிட்டு சும்மாரு. இவனுக்கு கஞ்சி ஊத்தி, துணிமணி வாங்கித் தந்துர்றதுல என்ன செலவாகிடப் போகுது? யாசகங்கேக்குற ஒரு மிஸ்கினுக்கு யாசகனுக்கு தர்ற செலவாகுமா? கிறுக்குப் புடிச்ச நாய் மாதிரி கெடந்து பொலம்புற!” ‘நங்’கென்று காலை தரையில் ஊன்றியவன், சிறுநீர் கழிக்க அறையிலிருந்து வெளியில் வந்தான்.

ஆசுவாசப்படுத்திக்கொண்டு திரும்ப அறைக்குள் நுழைய யத்தனித்தவன், ஏதோ உள்ளுணர்வில் கூடத்தில் பார்வையை ஓட்டினான். அப்படியே நடந்து, பாவாவின் அறைக்குள் எட்டிப் பார்த்தான். வெளியில் தாழ்வாரத்தில் பார்வையை இருத்தினான். அடிவயிற்றில் ஏதோ பிசைந்தது.

தாழ்வாரத்தின் வழியே வீசிய குளிர் காற்றிலும் அவன் முகத்திலும் உடம்பிலும் நீர்முத்துகள் பூத்தன. பிசிறியக்குரலில் மெல்ல, “தவ்லத்... டேய், தவ்லத்...” என்று அழைத்தான்.

பதில் குரலாய் தூக்கம் கலைந்த உறவுக்காரன் ஒருவன், “என்னப்பா... இந்த நேரத்துல அவனத் தேடுற?” என்றபடி எழுந்து உட்கார்ந்தான். அடுத்தடுத்து ஒவ்வொருவராய் எழுந்துகொண்டார்கள். “எங்கேயும் போயிருக்கமாட்டான். இங்கனதான் இருப்பான்.” தேடினார்கள்.

வீட்டில் அவன் இல்லையென்பது உறுதியாகியிருந்தது. வெளியில் பனி மூர்க்கமாகக் கொட்டியது. நடமாட்டம் ஏதுமிருக்கவில்லை. நடுத்தெருவில் நின்றுகொண்டே காதுகளைச் சிலுப்பிக்கொண்டு தூங்கும் ஒடுக்கியின் கழுதைகளையும் காணவில்லை. இரவுத் தெருவில் யாரையும்

நடக்கவிடாத தெருநாயும் தென்படவில்லை. மணி, இரண்டைத் தாண்டியிருந்தது. மூத்த அண்ணன் தெருவில் இறங்கி நடக்க ஆரம்பித்தான். "அவனுக்கு யாரையும் தெரியாது. எங்கே போயிருப்பான்?"

அவனுக்குப் பின்னால் உறவுக்காரர்களும் தெருவில் இறங்கியிருந்தார்கள்.

"எதுக்கும் வீட்ல இன்னொருவாட்டி தேடிப் பாப்பமா?"

"வீட்டுக்குள்ளாறதான் அவன் இல்லியே!" தவுலத்பாட்சா காணாமல் போன விஷயம் யாருக்கும் அதிர்ச்சியைத் தரவில்லை. ஆனால் ஆச்சரியத்தைத் தந்திருந்தது. "எங்கன போயிருப்பான்?" ஆளுக்கு ஒருபக்கமாக அவனைத் தேடிப்போனார்கள்.

இரண்டு நாட்களுக்கு முன்பு 'தபன்' செய்த ஒரு மய்யத்தின் மூன்றாம் நாள் ஜியாரத் செய்ய, விடிவதற்கு முன்பாக கபரஸ்தானுக்குள் வந்தவர்கள், அரையிருட்டில் கபர் ஒன்றுக்குள்ளிருந்து ஏதோ ஒரு குரல் வருவதைக்கேட்டு மிரண்டு போனார்கள். உற்றுப் பார்த்தபோது, கபரிலிருந்து எழுந்த எதுவோ அசைவது தென்பட்டது. பயத்தில் கூப்பாடு போட்டார்கள். விரிந்துகொண்டு வந்த வெளிச்சத்தில் நாலைந்து பேராய்ச் சேர்ந்து கபரை நெருங்கினார்கள். கபர் சிதைந்திருந்தது. உள்ளே யாரோ மய்யத்துடன் படுத்துக் கிடந்ததின் அடையாளம் ஈரமண்ணில் சுவடாகப் பதிந்திருந்தது. வேறெதுவும் அங்கே இருக்கவில்லை. ஆச்சரியத்தின் உச்சத்தில் அவர்கள், குரல் கேட்டது பற்றியும், கபர்கள் பற்றியும் பல்வேறு கதைகளைப் பேசிக்கொண்டார்கள்.

ஃபஜ்ர் தொழுகையை முடித்துவிட்டு, தர்ஹாவில் அவுலியாக்களின் டேர்கள் பகுதியின் கதவைத் திறந்த சமயப்பணியாளரான மௌஜன், சையத் சுல்தான் அலாவுதீன் பாதுஷா-சையத் சம்சுதீன் அவுலியாகளின் டேர்களுக்கு இடையில், அவர்களின் தம்பியின் வருகைக்காக இடம் விட்டுப் பாதுகாத்து வைத்திருந்த குழிக்குள் குரங்கு தோற்றமுள்ள ஒரு உருவம் படுத்திருப்பதுகண்டு அதிர்ந்தார்.

'மூடிய கதவுகளுக்குள் அது எப்படி உள்ளே வந்தது?' என்று ஆச்சரியப்பட்டவரின் நினைவுக்குள் அவுலியாகளின் கராமத்துகள் வரிசை கட்டி நின்றன. "அவுலியாகளோட தம்பி வந்துட்டாரு!" எல்லாத் திசைகளை நோக்கியும் ஓங்கியக் குரலில் கத்தினார்.

அதிகாலை தர்ஹா பரபரப்புக்குள்ளானது. தவுலத்பாட்சாவைத் தேடிக்கொண்டு அலைந்தவர்களும் அந்த பரபரப்புக்குள் தலையை நீட்டிப் பார்த்தார்கள்.

"அட... இங்கன இருக்காம்பாரு! இவனை எங்கனயெல்லாம் தேடுறது?"

"அவன் இவன்னுயெல்லாம் பேசக்கூடாது. அவுலியாகளோட தம்பி இவரு!"

"சரி, சரி... விடுங்க" மூத்த அண்ணன் தவுலத் பாட்சாவை கையைப் பிடித்துத் தூக்க யத்தனித்தார்.

14

இறுதிக்காட்சியில் சுபம் வருவதற்கு பதிலாக, தொடரும் வருவது போலாகிவிட்டது, 'இந்தா'வின் பெயர் சூட்டு நிகழ்ச்சி. இடம் வாங்கும் விஷயத்தில் உருவாகிய சிக்கலால், அதிருப்தியடைந்த எதிர்த்தரப்பு, 'உள்ளடி' வேலை செய்து, கஞ்சா கேஸில் பிடித்து உள்ளேபோட்ட வேலுத்தேவரை, கடைசி வரையில் வெளியில் வந்துவிடாமல் பார்த்துக் கொண்டது. அந்த ஆத்திரத்தில் நீதிமன்ற வாசலில் வைத்து, கீழே கிடந்த கல்லை எடுத்து, எதிராளியின் பொட்டைச்சேர்த்து வேலுத்தேவர் அடித்த ஒரே அடியில், கீழே விழுந்தவன் எழவேயில்லை. ஒரு வழக்கு ஆதாரத்துடன் இரண்டாகிப் போனது.

ஏழு மகன்கள் இருந்தும் அவரை வெளியில் கொண்டுவர எதுவும் செய்ய முடியவில்லை. கஞ்சா கேஸ் வலுவானதாக இருந்தது. கூடுதலாக, நீதிமன்ற சாட்சிகளுடனே கொலை கேஸ்.

நேற்று சாயங்காலம் மீனாட்சிபுரம் போய், வட்டிக்குக் காசு வாங்கியவனை அதாட்டியமாய் 'சதாய்த்து'விட்டு வந்திருந்த தண்டட்டி, நட்ட நடுநிசியில் எழுந்து உட்கார்ந்தாள். கனவுகண்ட பிரமை இருந்தது. வேலுத்தேவர் வெறும்வேலுவாக, மில்லில் வைத்து தன்னை நாற்பது ஆண்டுகளுக்கு முன்னால் நைஸ் செய்தது, போன நொடியிலும் நடந்ததாக உணர்ந்தாள். உடம்பில் ஒரு நெளுநெளுப்பு இருந்தது. பக்கத்தில் வேலுத்தேவர் இல்லை. அவரைத் தள்ளிவைத்துப் படுக்கத்தொடங்கி பல காலம் ஆகிவிட்டது. தாகம் எடுத்தது. சேலைக் கொசுவத்தை உதறியபடி, தண்ணீர் குடித்துவிட்டுப் படுக்கலாம் என்று எழுந்தவள், 'தாகமாருக்கு' என்று சொல்லிக்கொண்டே சரிந்து விழுந்து இறந்து

போனாள். அவள் சொன்னதைக் கேட்க அருகில் யாரும் இருக்கவில்லை.

பெற்றவரை வெளியில் கொண்டுவர படுமுயற்சிகள் செய்த ஏழுமகன்கள், பெற்றவளை வழியனுப்பிவைக்க, எல்லா ஏற்பாடுகளும் செய்திருந்தார்கள். அவளுக்கு இறுதிச்சடங்கு செய்வதற்காக, வேலுத்தேவர் பரோலில் வந்திருந்தார். வயதாகியிருந்தாலும் சிறையில் வதங்காமல் இருப்பவர்போல, இன்னும் கம்பீரமாகத்தான் தெரிந்தார்.

தெருமுழுக்க நீளமாய்க் கொட்டகைப் போட்டிருந்தார்கள். 'லேடியா செட்' வைத்திருந்தார்கள். நிகழ்ச்சிக்கு ஏற்ப, பாட்டுபோட்டு அசத்துவதில் குருட்டு சோமுவை அடித்துக்கொள்ள ஆளில்லை.

பரோலில் வந்திருந்த வேலுத்தேவரை வீட்டுவாசல் கொட்டகை நிழலில், ஒரு நாற்காலியில் உட்கார வைத்திருந்தார்கள். நன்றாக ஷேவ் செய்து, பட்டுவேட்டி, பட்டு சட்டைபோட்டு, தலையில் உருமால் கட்டியிருந்தார். சிறையின் நிழல் அவர் நிறத்தைக் கூட்டியிருந்தது. 'செவேல்' என்றிருந்தார்.

துக்கம் விசாரிக்க வருபவர்களை கரகாட்டக் கோஷ்டி ஒவ்வொரு முறையும் தெருமுனை வரை ஆடிச்சென்று, பட்டாசு வெடி சத்தத்துக்கிடையில் அழைத்து வந்தது. ஏழு சம்பந்தக்காரர்கள் வீட்டிலிருந்தும் செய்முறை, சீர்வரிசை நிறைய நிறைய வந்தது. அதைச் சுமந்துவந்தவர்கள் வேலுத்தேவரைப் பார்த்து, ஒருபாட்டம் அழுதுவிட்டு உள்ளே போனார்கள். வந்தவர்களில் பெரும்பாலானவர்கள் வேலுத்தேவரின் பிரியத்துக்கு உரியவர்களாக இருந்தார்கள்.

குருட்டு சோமு சோகப்பாட்டுகளைப் போட்டுக் கிளப்பிக் கொண்டிருந்தான். அந்த வரிகளைச் சுமந்த காற்று திசையெங்கும் சோகமாய் அலைந்துகொண்டிருந்தது. சாவு வீடுகளுக்கென்றே தனியாக அவன், பாடல்களைத் தேர்வுபண்ணி வைத்திருப்பான். கம்மாய்க்கரை அரசமரத்து உச்சியில் ஏழு ஊருக்கும் கேட்கும்படி கூம்புக்குழாய் கொண்டை ரேடியோ நாலாபுறமும் கட்டப்பட்டிருந்தது.

தண்டட்டி செத்துப்போன தகவல் கிடைத்து, துள்ளித்துடித்து கரிமேட்டிலிருந்து ஓடிவந்தவர்களில் 'தூக்குக்கொண்டை' மூக்கம்மாவும் ஒருத்தி. தண்டட்டிக்கு முன்பிருந்தே அவளுடன் வேலுத்தேவருக்குப் பழக்கம் இருந்தது. சிறைக்குப் போகும்வரையிலும் வேலுத்தேவர் நினைத்தநேரத்தில் ஒதுங்கும் 'கூடமாக' இருந்தவள்.

தண்டட்டிக்கு தாலிகட்டி, குடித்தனம் கொண்டபின்பும் வேலுத்தேவருக்காக கறி, கோழி, மீன் சமைத்து, வியர்வைபோக மஞ்சள் பூசிக்குளித்து, ஈரத்தலைமுடியை அள்ளி கோடாலிக் கொண்டைபோட்டு, நெளுநெளுக்கும் 'நைலக்ஸ்' சேலையை வழுவழுக்கக் கட்டிக்கொண்டு, வேகாத வெயிலில் 'வெக்குவெக்குவெக்கு'வென்று பிளாஸ்டிக் வயர் கூடையில் எவர்சில்வர் டிபன் கேரியரில் சோறு வைத்து, கொண்டு வந்து கொடுப்பதை, தூக்குக்கொண்டை வழக்கத்தில் வைத்திருந்தாள்.

தான் சமைத்துக்கொண்டுவந்த சோறை அவர் தின்னும் அழகைப் பார்த்துக் கொண்டே, கோடாலிக் கொண்டையை அவிழ்த்து, ஈரம்உலரத் தலைமுடியை முதுகில் பரப்பி, நுனியில் முடிச்சுப் போட்டுக்கொள்வாள். சொட்டிய துளிகளில் அவள் பின்பக்கம் ஈரமாய் நனைந்து, அவரை வசீகரிக்கும். "ஈரம் உடம்புக்கு ஆகாதும்மா!" என்பார். தடவிக் கொடுப்பார். வெயிலும் வெக்கையும் அவர்களுக்கு ஒருபொருட்டாக இருந்ததில்லை. புதர்களிலிருந்து விலகி, கட்டாந்தரையில் பின்னிப் பிணைந்து முயங்கும் சாரைகள்போல கலந்து கிடப்பது தினப்பகல் காட்சிகளில் ஒன்று.

முன்னமே இதைக்கேள்விப்பட்டிருந்த தண்டட்டி, அவளுக்குமுன்பாக அங்கே போய் ஒருநாள் உட்கார்ந்துவிட்டாள். தூக்குக் கொண்டையும் சரியான நேரத்தில் வந்து சேர்ந்தாள். ஒருவரையொருவர் பார்த்துக் கொண்டார்கள். பார்வையில் தீ பறந்தது. உண்மை ருசுவானதில் தண்டட்டி திணறிப்போனாள். தூக்குக்கொண்டை இதை எதிர் பார்த்திருக்கவில்லை. அதிர்ந்து போனாள். உண்மை சிலவேளைகளில் யாரையுமே தடுமாற வைத்துவிடும். எப்படித் தொடங்குவதென்று தண்டட்டிக்கு முதலில் புரியவில்லை. ஆனாலும் இதற்கு முடிவுகட்டிவிட வேண்டுமென்று தண்டட்டி உறுதியாக இருந்தாள். தூக்குக்கொண்டை விட்டுவிடக்கூடாதென்பதில் திடமாக இருந்தாள். அதன் பின்பு தண்டட்டியும் தூக்குக் கொண்டையும் நடுத்தெருவில் நின்று, புழக்கத்தில் இல்லாத புதிய புதிய வார்த்தைகளை எச்சில் தெறிக்கப்பேசி, அடுத்தவர் தலைமுடியையும் தண்டட்டியையும் பிடித்து ஆய்ந்து கொண்டார்கள். ஒட்டு இல்லாத உண்மையான தலைமுடி இரண்டுபேருக்கும் இடுப்புவரை இருந்தது. பின்னல் அவிழ்ந்து, பேயாய் அலையாடியது.

இருவரும் அடித்துக்கொள்வதை வேலுத்தேவர் கயித்துக்கட்டிலில் உட்கார்ந்து, 'கெடாமுட்டு' பார்ப்பதுபோல சண்டையை வேடிக்கை பார்த்தார். யாரையும்

விலக்கிவிடவுமில்லை. ஒரு வார்த்தை அவர்களிடம் பேசவும் இல்லை.

அங்கே இருந்தவர்கள், ''என்ன தேவரே... உங்க 'பொம்பளையாளுங்க' அடிச்சுக்கிறாங்க. நீங்க வேடிக்கை பாக்குறீங்க?'' என்று உசுப்பி விட்டார்கள்.

அப்போது அவர் சொக்கலால் பீடி புகைத்துக் கொண்டிருந்தார். புகையை வட்டவட்டமாக வெளிவிட்டார். அது கலைந்துபோவதை, முகத்தை மேல்நோக்கி வைத்து ரசனையுடன் பார்த்தார். காறி எச்சிலை பக்கவாட்டில் துப்பினார். ''பொம்பளைங்கன்னா சண்டை போட்டுக்கத்தான் செய்வாளுக!'' வார்த்தைகள் சாதாரணமாக வந்து விழுந்தன.

''எவ?... இவ பொம்பளையா! என் சக்காளத்தி?'' என்று தண்டட்டி அடுத்த ரவுண்டுக்கு ஆயத்தமானாள்.

''என்னைக் காட்டியும் பொடிச்சி அவ. என்னை சக்காளத்திங்க்றா. நீங்க கேட்டுக் கிட்டுருக்கீகளே மாமா!'' 'உரிமை'ப் போராட்டத்தில் தூக்குக் கொண்டை அவரை இழுத்துவிடப் பார்த்தாள்.

அந்தக் குரலும் வார்த்தைகளும் வசீகரமும் அவருக்குள் மண்ணுளிப் பாம்பாய் முயங்கி அசைக்கப் பார்த்தன. முதல்முறையாக தூக்குக் கொண்டையைத் தொட்டு முடித்து அடங்கியபோது, கிறக்கத்தில் ஏதோ முனகிய அவள், அவர் முதுகை வருடிக் கொடுத்த சுகம் இன்னும் நடுத்தண்டில் ஒட்டிக்கிடக்கிறது. ஆனாலும் அவர் அசையவில்லை.

சண்டையும் ஓய்வதாக இல்லை. ஓய்வெடுத்து ஓய்வெடுத்து அடித்துக் கொள்ளும் சண்டை சேவல்களாக இரண்டுபேருமே இருந்தார்கள். அன்றிரவு ஒன்பது மணிக்கு மேல் இரண்டு பேரும் பிரிந்துபோனதாக, கடைசிவரை வேடிக்கைப் பார்த்தவர்கள் சொல்லிச் சொல்லிச் சிரிப்பார்கள்.

ரிக்சாவில் வந்திறங்கினாள், தூக்குக்கொண்டை. அப்போது, குருட்டு சோமு ஒரு பாட்டு முடிந்து, மற்றொரு பாட்டைப் போட்டான். ஏழு ஊருக்கும் கேட்கும்படி கூம்புக் குழாய்களில், 'மன்னவனே அழலாமா? கண்ணீரை விடலாமா?' என்று தொடங்கியது, அந்தப்பாட்டு.

ரிக்சாவுக்கு வாடகைக்கூலி கொடுத்துவிட்டு, கொட்டகைக்குள் நுழைந்தாள். முன்பே வந்திருந்த உறவுக்காரர்கள் அவளது வருகையை ஆவலுடன் பார்த்தார்கள். பாதிக்குமேல் பாட்டு ஓடிவிட்ட நிலையில் அவள், வாசலில் நாற்காலியில் உட்கார்ந்திருந்த வேலுத்தேவரை நெருங்கி, கனிவுடன் பார்த்தாள்.

தைரியமாக அவர் தோளைத் தொட்டாள். 'இன்னொருத்தி உடலெடுத்து இருப்பவளும் நானல்லவா. கண்ணெடுத்துப் பாராமல் கலங்குவது வீணல்லவா? மன்னவா... மன்னவா!' என்றது, பாட்டு.

அவளைப் பார்த்து, வேலுத்தேவர் லேசாகத் தலையை ஆட்டிக் கொண்டார். சோகத்திலும் அவர் முகத்தில் புன்னகை வழிந்தோடியது. உள்ளே காரியங்கள் நடந்தபடியிருந்தன.

ரங்குபிள்ளையின் வாரிசுகளில் கனகசபையும் துக்கம் விசாரிக்க வந்திருந்தான். அவன் எழவு வீட்டு அதிர்ஷ்டக்காரன். காரியம் முடியும் வரையில் சோகமாக உட்கார்ந்திருப்பான். எதையும் சாப்பிட மாட்டான். ஏதோ, அவனது உறுத்து இறந்துவிட்டதாகவே நடந்துகொள்வான். உட்கார்ந்த இடத்திலிருந்து அவன் பார்வை அழுதுகொண்டிருக்கும் பெண்கள் மீதே இருக்கும். பிணத்தைத் தூக்கியதும் அழுது கொண்டிருந்த பெண்களில் யாரோ ஒருத்தி, அவனுடன் போயிருப்பாள். மந்திரக்காரன் அவன். அவன் ஏறிக்குதிக்காத சுவர்கள் அந்தப் பகுதியில் எதுவுமில்லை. மடியாத மாடொன்றை மடித்துப் பால் கறப்பவன்போல, அதற்காக நிறையவே மெனக்கெடுவான். அப்படியொரு அற்புதமான கனியொன்றை அவன் தனது தந்திர வலையால் வீழ்த்தியிருந்தான். உரித்துச் சுவைத்ததில், அதை அவனுக்குப் பிடித்துவிட்டது. வழக்கமாக, அவனுக்குத் தொடர்கதைகள் எதுவும் பிடிப்பதில்லை. எல்லாமே சிறுகதைகள்தான். காரியம் முடிந்ததும் கை கழுவுவது அவன் வழக்கமாக இருந்தது. ஆனால் அற்புதமான கனியை, அவனால் மறக்க முடியவில்லை. அவளது கணவன் இல்லாத நேரத்தைக் குறித்துவைத்து, போய்வந்து கொண்டிருந்தான்.

எல்லா நேரமும் அதிர்ஷ்டம் கை கொடுப்பதில்லை என்று அவன் அறிந்து கொள்ளும் சந்தர்ப்பம் ஒருமுறை வந்தது. வெளியில்போன கணவன் எதிர்பாராத நேரத்தில் வீடு திரும்புவதெல்லாம் வழக்கமானதுதான். ஆனால் அவனிடம் சிக்கிக் கொள்ளாமல் தப்பிச்செல்வதுதான் ஒவ்வொருமுறையும் புதியதாகின்றது.

அவள் கணவனின் குரலுடன் கதவு தட்டும் சத்தம்கேட்டு மிரண்டுபோன கனகசபை, துணிகளைச் சுருட்டியெடுத்துக்கொண்டு அப்படியே பின்பக்கச் சுவரில் ஏறி, அந்தப்பக்கமாகக் குதித்துவிட்டான். அது பழக்கமான ஒன்று என்பதால், குதிக்கவெல்லாம் அவன் கஷ்டப்படவில்லை. அவளும் எதுவும் நடக்காததுபோல இருந்து கொண்டாள். ஆனால் அவன் குதித்த இடம், பின்பக்கத்திலிருந்த வீட்டின்

எஸ். அர்ஷியா ♦ 161

கழிவு நீர்த்தொட்டி. மலமும் தண்ணீருமாகக் 'கொழகொழத்து'க் கிடந்த அதிலிருந்து எழுந்தவனுக்கு, இரவு நேர இருட்டு சாதகமாக இருந்தது. திருமலைராயர் படித்துறைக்கு நேரெதிரே ஆற்றுக்குள் இருந்த ஓடுகால் குளியல் தொட்டிக்குப்போய் நாற்றம் போகப்போக தேய்த்துக் குளித்தும் பலனிருக்கவில்லை. பல நாட்கள் வரை நாறிக் கிடந்தான். அந்தத் தெருவில் 'சாக்கடைத் தொட்டி எப்டி ஒடைஞ்சுச்சு!' என்ற ஆச்சரியம் நீடித்தபடியே இருக்கிறது. இப்போதும், 'சாக்கடைத் தொட்டி ஒடைஞ்ச வீடு' என்றே அடையாளத்துக்கு சொல்கிறார்கள்.

கனகசபையின் பார்வையில் ஒரு நீலநிறச் சேலைக்காரி இப்போது சிக்கியிருந்தாள். அழுகையினூடே அவனைப் பார்த்து லேசாகப் புன்னகைத்தாள்.

கரகாட்டத்தில் தொட்டுத்தொட்டு பாரம்பரியமாக நோட்டுக் குத்தும் சாதுரியம் நடந்தபடியிருந்தது. ஆட்டக்காரியின் குத்துக் குலுக்கலுக்கு நோட்டுக்குத்த வழக்கம்போல 'கெழடுகள்'தான் வரிசைகட்டின.

கரிமேட்டில் கஞ்சாவிற்ற சுப்புக்குட்டியும், மீனாட்சிபுரத்தில் சாராயம் காய்ச்சிய அவன் பொண்டாட்டி ராமக்காளும் காலையிலேயே, 'ஊத்துக்கு' சரக்கு கொண்டுவந்து தயாராகயிருந்தார்கள். தண்ணியும் புகையும் தடையில்லாமல் வழிந்தோடியது. ஒண்ணுக்கு ஒண்ணாய் தண்ணீர் குறைத்துக் கலக்கிய சாராய சுறுசுறுவில், துள்ளலாய் ஆடிய பெருசுகளும் இளசுகளுமே ஒரு ஃபார்முக்கு வந்திருந்தார்கள். வடக்கம்பட்டி வெடிகளை பெரிய பெரிய கள்ளிப்பெட்டிகளில் தூக்கிக் கொண்டுவந்து, கையில் பிடித்தே முனையில் கங்குவைத்து வெடிக்க வைத்தார்கள்.

'பொதுக்க' கன்னியம்மாளின் ஒப்பாரி அங்கிருந்தவர்களை கலங்கடித்து விட்டது. "தண்டட்டிக்கு வாய்தான் கொஞ்சம் தடிப்பு. அப்டியிப்டினு பேசிருவா. ஆனா பச்சைப்புள்ள மனசு அவளுக்கு. காய்கறி வித்துக்கிட்டு நான் திரிஞ்சப்போ, ரெண்டு கத்திரிக்கா, ரெண்டு வெண்டைக்காய் வம்படியா எடுத்துக்குவாளே தவிர, வெயில்ல அலைஞ்சுட்டு வர்றனு வஞ்சகமில்லாம கஞ்சித்தண்ணி கும்பா நெறைய ஊத்திக்குடுப்பா. அல்லா கோவில் அவுலியாகளுக்கப்பறம் வவுத்துப்பசியப் போக்குற மகராசி அவளாச்சே... இனி யாரு... கன்னியம்மா, இதக் குடிச்சுட்டுப்போனு சொல்லுவா?"

பிரமாண்டமான படகுப்பாடை அலங்கரிக்கப்பட்ட பூக்களுடன் ஆடம்பரமாய் இருந்தது. வழி முழுக்க கோடிசேலைகள் விரிக்கப்பட்டன. மேலே சென்று

வெடிக்கும் வெடி, ஆட்டம்பாட்டம் கொண்டாட்டத்துடன் தண்டட்டியைத் தூக்கினார்கள். ஊரே திரண்டிருந்தது. தெருமுனையில் வழியனுப்பு முடிந்ததும், தத்தனேரிவரை இருபுறமும் போக்குவரத்தை அவர்களே நிறுத்தி வைத்தார்கள். சடங்குகளுக்குப் பின் தண்டட்டியை எரித்தார்கள். பரோலுக்கு வந்திருந்த போலீஸ்காரர் வேலுத்தேவரிடம், ''சிய்யான்... நேரமாச்சு. ஆறுமணிக்குள்ளாற உள்ளே இருக்கணும்'' என்றார்.

அதுவரையில் அமைதியாகயிருந்த வேலுத்தேவர், தீ தின்று கொண்டிருந்த தன் மனைவியைப் பார்த்தார். குழைத்துப் பூசிய மண்ணுக்கிடையில் விடப்பட்டிருந்த துளைகளின் வழியே, அவள் புகைப்பாலாய் வழிந்து கொண்டிருந்தாள். அதைப் பார்த்ததும் பெருமூச்சொன்று கிளம்பியது. ஏதோ அறுபட்டதுபோல உணர்ந்தார். மயிரிழை நேரத்துக்கு அவர் உடம்பு நடுங்கியது. அவருடன் அவள் வாழ்ந்த நாட்கள் அவருக்குள் புன்னகை வரவழைத்தன. 'அவுத்துவிட்ட'வளாய்த் திரிந்தாலும், வாயடித்தாலும் வேறு யாரையும் தன் பக்கத்தில் அண்டவிடவில்லை. பேணாத வாயொழுக்கத்தை உடம்பில் பேணினாள். 'அகிலாண்டம். அம்மா, ஈஸ்வரி' அவரையுமறியாமல் முணுமுணுத்துக் கொண்டார். நின்று திரும்பியவர், திரும்பித் திரும்பிப் பார்த்தபடி நடக்கத் தொடங்கினார். வெறுமை அவரைத் தள்ளாட வைத்தது.

ஏழெட்டு அடிகள் வைத்திருப்பார். அவரது தூக்குக்கொண்டை ஏழாவது மகன் ஓடிவந்தான். "அய்யா, உங்கப் பேரன் முகத்தை நீங்க பாக்கவேயில்ல. நீங்க வெளில வந்த பின்னாடிதான் பேருவைக்கணும்னு ஆத்தா சொல்லிருச்சு. அதான், அவனுக்கு இன்னும் பேரு வைக்கல. பேரனுக்கு பேரு வைச்சுட்டுப் போயிருங்க!" என்றான்.

நின்றார். அப்பனுக்குப் பின்னால் ஓங்குதாங்காய் வளர்ந்து நின்றிருந்த கணுவின் தொடர்ச்சியாக, 'இந்தா'வைப் பார்த்தார். வளையம் வளையமாய் நிறைந்திருக்க வேண்டியக் குடும்பம். ஒற்றைக் கணுவில் தொடர்கிறது. உதடுகள் சுழித்த புன்னகை அவர் முகத்தில் அரும்பியது. இமை மூடாமல் அவனையே பார்த்துக் கொண்டிருந்தார். என்ன நினைத்தாரோ, மேற்கே மறைந்துகொண்டிருக்கும் சிவந்த சூரியனை நோக்கினார். கண்களை மூடித்திறந்தார். பின்பு மெலிதானக் குரலில், "சங்கு முத்தையா" என்றார். வார்த்தை முடியுமுன்னே கிளம்பிவிட்டார்.

ஒருபக்கம் வேலுத்தேவர் சிறைக்குத் திரும்பிக் கொண்டிருந்தார். மறுபக்கம் தண்டட்டி எரிந்து சாம்பலாகிக் கொண்டிருந்தாள். மற்றொரு பக்கம் முதல்முறையாக அழைப்பதற்கு ஏற்றதாக பெயர்

சூட்டப்பட்டதற்கு, ‘இந்தா’வின் மனசு மகிழ்ச்சி கொண்டாடியது. தத்தனேரி சுடுகாட்டிலேயே, ‘இனி, யாரும் ‘இந்தா’னு கூப்புட முடியாதுல்ல’ என்று தனக்குத்தானே சொல்லிக்கொண்டான். காலரைத் தூக்கிவிட்டு, “சங்கு முத்தையா!” என்று சொல்லிப் பார்த்தான். நன்றாகத்தான் இருந்தது.

அவன் தன் மனசாட்சியுடன் பேசிக்கொள்பவனாக இருந்தான். எப்போதும் அதனுடன் உரையாடல் நடத்தியபடியே இருந்தான். மனசாட்சி அவனை, ‘மாப்ளே’ என்றே அழைக்கும். “மாப்ளே, அப்ப நீ ரெண்டு ட்ரீட் தரணும்டீ. ஒண்ணு: ஒங்கத்தாத்தா ஒனக்குப் பேரு வெச்சதுக்கு. ரெண்டு: பேர் வெச்சதும் ஒனக்குப் பொண்ணு பாக்குறதா உங்கப்பா சொன்னதுக்கு.”

‘இந்தா’ அப்படியே தாத்தாவின் அதாட்டியத்தைக் கைக்கொண்டவனாக இருந்தான். அதிகாரிகள் தயவில், அப்பா பெயரில் காண்ட்ராக்ட் எடுத்து, பெரியாஸ்பத்திரியில் பெருச்சாளிகள் தோண்டிய பொந்துகளை அடைப்பதையும், சாக்கடையின் பக்கவாட்டுச் சுவர்களைக் கட்டும் வேலையையும் செய்து வந்தான். அவனுடைய இலக்கு, மதுரையில் பெரிய ஆளாக வேண்டும் என்பதாக இருந்தது. பிறகு மாவட்ட அளவில். அப்புறம் தென்மண்டலம் முழுக்க. அதன் பின்பு தமிழ்நாடு. கடைசியாக, இந்திய மட்டத்தில் என்பது அவன் கனவு. அதற்கு, அரசியல் கட்சியில் சேரவேண்டுமென நினைத்துக்கொண்டான். எந்தக் கட்சியில் சேருவதென்ற குழப்பம் இருந்தது.

“மாப்ளே, எப்பவுமே ஆளுங்கட்சிதான்டீ நல்லது. காரியம் நடந்துகிட்டே இருக்கணும். எந்தக் கட்சின்னாலும் காரியம் ஆகணும்னா அடிப்படை துட்டுதான்!” ஆனால் எதையும் வெளிக்காட்டாதவனாக இருந்தான். அவனிடம் காசு இருந்தது. வேலுத்தேவர் வகையறாவுக்கு ஒரே ஆண் வாரிசாகவும் இருந்தான். ‘பொம்பளைப் புள்ளைகளே இல்லாத வகையறா’வில், ஆறு பெரியப்பன்களும் அப்பாவுமே அவனைத் தூக்கி வைத்து ஆடினார்கள்.

ஆளும்கட்சி மட்டுமன்றி எதிர்க்கட்சியுமே அவனிடம் வசூலுக்கு வந்து நின்றது. சுருக்கம் பார்க்காமல் விரித்தே கொடுத்து வந்தான். அந்த வகையில் மிகச்சின்ன வயதில் அவன் ஓரளவுக்கு அறிமுகமானவனாக இருந்தான். செல்லூர், தல்லாகுளம் காவல் நிலையங்களில் மட்டுமின்றி, தள்ளியிருக்கும் கரிமேடு காவல் நிலையத்திலும் அவனுக்கு லேசான செல்வாக்கு இருந்தது.

ஏழு அப்பன்களும் சேர்ந்து அவனுக்குத் திருமணம் செய்துவைக்க ஆசைப்பட்டார்கள். ‘செல்வாக்கோட செஞ்

சுக்கிறேன்ப்பா!' என்று அவன்தான் ஒவ்வொருவரிடமும் சொல்லி சமாளித்து வந்தான்.

அமைச்சரும் கட்சியின் மாவட்டச் செயலாளருமான சென்றாயன் மகன் அறிவுமணியின் காரை, பாண்டியன் ஃபார்ச்சூன் பாரிலிருந்து ரிவர்ஸ் எடுத்தபோது, பின்னால் நின்றிருந்த சங்கு முத்தையாவின் புத்தம் புதிய ஸ்கார்பியோவின், இன்னும் பம்பர் மாட்டப்படாத முன்பக்கத்தில் இடித்துவிட்டான் டிரைவர். ஸ்கார்பியோவின் வலதுபக்கத் தலைவிளக்குக் கூடு, 'சிலிங்க்' சத்தத்துடன் 'பொலபொல'வென்று உதிர்ந்து விழுந்தது.

காருக்குள் உட்கார்ந்திருந்த சங்கு முத்தையாவின் டிரைவர் பதறிப் போனான். அவன் சொந்தக்காரப் பையன். அவனைவிட நாலைந்து வயது அதிகம். ஆனாலும் சங்கு முத்தையாவை 'அண்ணன்' என்று அழைத்துப் பழகியிருந்தான். கீழேயிறங்கி அமைச்சரும் கட்சியின் மாவட்டச் செயலாளருமான சென்றாயன் மகன் அறிவுமணியின் காரை கைகளால் தட்டி நிறுத்தினான்.

அப்போது காருக்குள் அறிவுமணியும் இருந்தான். கீழே இறங்கியவன், "புதுக் காரா... ஏம்பதறுறே. ஓனர்ட்ட நான் பேசிக்கிறேன்!" என்றபடி உள்ளே போனான். அதில் ஒருவித அலட்சியம் அல்லது தெனாவட்டு இருந்தது.

அதற்குள் காரில் இடித்துவிட்ட சங்கதி, சங்கு முத்தையாவைச் சென்றடைந்திருந்தது. தனக்குப் பெயர் வைக்கப்பட்டதற்கு நண்பர்களுக்கு ட்ரீட் கொடுத்துக் கொண்டிருந்த அவன் பதற்றத்துடன் வெளியில் வந்தான். இரண்டு கார்காரர்களும் எதிரெதிரே சந்தித்துக் கொண்டார்கள்.

"கார் ரிவர்ஸ் எடுக்குறப்ப தட்டிருச்சு. உங்கது புதுக்காரு. அதான் கொஞ்சங் கஷ்டமாருக்கு. என்ன செலவாகுதோ அதை நான் தந்துர்றேன். கோச்சுக்காதீங்க!" பட்டும்படாமலும் சிரித்துக்கொண்டே சொன்னான்.

அவன் அமைச்சரின் மகன் என்பதை முன்னமே அறிந்திருந்த சங்கு முத்தையா, "அட... வேணும்னா நடந்துருக்கும். ஏதோ அவசரத்துல நடந்துருச்சு. நீங்க போங்க. நான் பாத்துக்குறேன். செலவு அது இதுன்னுகிட்டு!" என்றான், வெகு இயல்பாக. அங்கு வேறெந்தவொரு சச்சரவும் நடக்கவில்லை. புழக்கத்தில் இல்லாத வார்த்தைகள் புழங்கவில்லை. தேவையற்ற பார்வைகள் வீசப்படவில்லை. பொருளாதாரத்தின் 'உசரத்தில்' இருப்பவர்களின் 'நேக்கான' அரசியல் அங்கே அரங்கேறியது.

அறிவுமணியும் சங்கு முத்தையாவும் கைகுலுக்கி புன்னகையுடன் விலகினார்கள்.

அடுத்த இரண்டொரு நாளில் அவர்களின் மற்றொரு எதிர்பாராத சந்திப்பு, பசுமலை மௌண்டன் ஹெரிடேஜ் தாஜ் ஹோட்டல் பாரில் நடந்தது. "அட... நம்ம சந்திப்பு எப்பவுமே பார்லதான்போல!" என்றான், அறிவுமணி.

"அரசே நடத்தும்போது, சந்திப்புகள் இப்டியாத்தானே இருக்கும்!"

"ஓ... நீங்க அரசியல் பேசுறீங்க?"

"இல்ல. யதார்த்தம் சொல்றேன்!"

"நீங்க உடனடியா பதில் சொல்றது எனக்குப் புடிச்சுருக்கு!"

"நன்றி!"

"நன்றினு சொல்லிட்டா, அதுக்கப்புறம் பேசுறதுக்கு ஒண்ணுமில்லனு அர்த்தம்!"

"ஓ. நீங்க அப்டியொரு பாலிசி வெச்சுருக்கீங்களா? அப்ப, நன்றி வாபஸ்!"

"இப்டி பார்ல சந்திக்கிறதைத் தாண்டி, நாம வேற எங்கயாச்சும் சந்திக்கணும். என்னவோ உங்கள எனக்குப் பிடிச்சுருக்கு."

"அதுக்கென்ன? சந்திச்சா பேச்சு!"

வேலுத்தேவர், பேரனுக்கு சங்கு முத்தையா என்று பெயர் சூட்டிய நேரம், 'இந்தா' தொலைந்து போனதுடன், புதிய புதிய வாய்ப்புகள் உருவாகி வந்தன. எப்போதுமே அமைச்சரும் கட்சியின் மாவட்டச் செயலாளருமான சென்றாயன் மகனுடன் இருந்துகொண்டே இருந்தான். அவர்களின் நட்பு வளர்பிறையாக இருந்தது.

அமைச்சரும் கட்சியின் மாவட்டச் செயலாளருமான சென்றாயனுக்கு இரண்டு பெரும்பதவிகள் இருந்ததால், எந்நேரமும் பயணங்களிலேயே இருந்தார். அவருக்கு கட்சியில் நல்ல செல்வாக்கு இருந்தது. கட்சியின் மூத்த உறுப்பினர். உட்கட்சிப் பிரச்சனைகளைத் தீர்த்துவைக்கும் குழுவில் தலைமை உறுப்பினராக இருந்தார். தீர்த்து வைப்பதில் சமத்தாகவும் நடந்து கொண்டார். மாநிலம் முழுவதும் அவருக்கு வேலை இருந்துகொண்டே இருந்தது. பயணமற்ற நாட்களில் சென்னையில் இருந்தார். மாவட்டத்தில் அவருக்கான கட்சி வேலைகள் அனைத்தையும் மகன் அறிவுமணியே பார்த்துக் கொண்டான்.

அமைச்சருக்கான அத்தனை மரியாதையும் அவனுக்கும் கிடைத்துவந்தது. அவனை 'சின்ன அமைச்சர்' என்றழைத்து கட்சிக்காரர்கள் குளிப்பாட்டினார்கள்.

சின்ன அமைச்சர் அறிவுமணியுடன் சங்கு முத்தையாவும் போய் வந்தபோது, அதிகாரிகளும் மற்ற அரசியல்வாதிகளும் அமைச்சரின் மகனுடைய நண்பன் என்ற வகையில் அவனை மதித்தார்கள். சங்கு முத்தையா இல்லாமல் அறிவுமணி எதையும் செய்வதில்லை என்றசெய்தி அரசியல் வட்டத்திலும், 'ஒருவார்த்தை சங்கு முத்தையா சார்ட்ட கேட்டுருவோமே' என்ற அங்கலாய்ப்பு அதிகாரிகள் மட்டத்திலும் உருவாகத் தொடங்கியிருந்தது.

அவன் கண்ணசைப்புக்கு காரியங்கள் காத்துக் கிடந்தன. அதிகாரிகளை அவன் சரிசெய்திருந்தான். அரசியல் புலனாய்வுப் பத்திரிகைகள் தங்களுக்குத் தோன்றியதை எழுதி, அவனை அதிகார மையம் என்றன. அறிவு மையம் என்றன.

பெருச்சாளிகள் தோண்டிய பெரியாஸ்பத்திரி பொந்துகளை அடைப்பதிலிருந்தும், சாக்கடைகளுக்கு பக்கவாட்டுச் சுவர் எழுப்புவதிலிருந்தும் சம்பாதிப்பதை, தன்னைச் சுற்றியிருப்பவர்களைக் கொண்டு வேலை நடத்தினான். அவர்களுக்கு தாராளமாக செலவு செய்தான். எப்போதும் நாலைந்துபேர் அவனைச் சுற்றியிருந்தார்கள். முக்கியமான இரண்டு பெரிய ரோடு காண்ட்ராக்ட்டுகள் அதிகாரிகளே வழிகாட்டி செய்து கொடுத்தார்கள். பணம் பெரிய அளவில் புரண்டது. அதில் சிறியதொரு ஓடை அதிகாரிகளின் வீட்டுக்குள் பாய்ந்தது. அதிகாரிகளின் வட்டம் அவனை பார்த்துவிட்டே தினமும் அலுவலகம் போனது.

அறிவுமணியுடன் இருக்கும் நேரம்போக தன்னை சந்திக்க வருபவர்களை பார்ப்பதற்காக ஒரு அலுவலகத்தை அமைத்தான். அது, பன்னாட்டு நிறுவனத்தின் வடிவத்தையொத்திருந்தது. அதைப் பார்த்து அறிவுமணியே அசந்துபோனான். "சூப்பர், ஒரு ஆபிஸ்ன்னா இப்டித்தான் இருக்கணும்!"

15

ஆளும்கட்சி தென்பகுதியில் மாநாடு ஒன்றை நடத்த ஆயத்தமானபோது, அமைச்சரும் கட்சியின் மாவட்டச் செயலாளருமான சென்றாயனே சங்கு முத்தையாவிடம், "அறிவு ரொம்ப நம்பிக்கையா சொன்னான், நீ பெர்ஃபெக்டா இருப்பேன்னு. அடுத்த எலக்ஷனுக்கு முன்னோட்டம் இந்த மாநாடு. என் இடத்துல நின்னு நீங்க ரெண்டுபேரும் நடத்திறணும்!" என்றார்.

சங்கு முத்தையாவுக்கு சர்வமும் ஆடிப்போனது. கோவில் வாசலில் அகத்திக்கீரைக்கு வாயசைக்கும் பசுமாடுபோல அமைதியாக அசை போட்டான். அவன் மனசாட்சி மனமகிழ்ச்சியுடன், "மாப்ளே... இதுக்குத்தானே ஆசைப்பட்டே. இப்ப அதுவா வந்து உன் கைல விழுந்துருக்கு, மாப்ளே. கெட்டியா பிடிச்சுக்கோ. மத்ததெல்லாம் அப்றமா பாத்துக்கலாம்" என்றது.

அறிவுமணிதான் பதில் சொன்னான். "நம்ம ஆளுகள்ல ரொம்ப நம்பிக்கையானவன்ப்பா. செய்வான். நான் இருக்கேன்ல்ல!"

பதிலேதும் வராததால், சங்கு முத்தையாவை அமைச்சரும் கட்சியின் மாவட்டச் செயலாளருமான சென்றாயன் ஏறிட்டுப் பார்த்தார்.

மெல்லிய புன்முறுவலுடன் ஒருபக்தனின் மனநிலையில் சங்கு முத்தையா மென்குரலில் பதில் சொன்னான். "உங்க நம்பிக்கைய காப்பாத்துவேம்ப்பா!"

அப்படியே அந்த வார்த்தைகளை அவன், காதுகளின் வழியே அவரது நெஞ்சுக்குள் ஏற்றி வைத்தான். அவரும் நம்பிக்கையாகத் தலையாட்டினார்.

இரண்டுமாதங்கள் அவன் தூங்கவே இல்லை. அதிகாரிகள் அவன் ஏவலுக்குத் தயாராகயிருந்து வழிகாட்டினார்கள். கட்சிக்காரர்கள் அடிப்படை உறுப்பினரே அல்லாத ஒருவனின் உத்தரவுகளுக்கு ஓடியாடினார்கள்.

இன்னொரு பக்கம், 'யார் எவன்னே தெரியல. கட்சிலயும் உறுப்பினர் இல்ல. நம்மள ஏவுறானே? முப்பதுவருஷமா கட்சில இருக்கேன்' என்று புலம்பினார்கள். லேசாகப் பொருமினார்கள். கொஞ்சம் குரோதமாகப் பார்த்தார்கள். ஆனால் கட்சி மீது அவர்கள் கொண்டிருந்த பிடிப்பு, அபிமானம் அவர்களை இயக்கியது. செலவழித்திருந்த காசு, உழைப்பு, நேரம் வீணாகிவிடக் கூடாதெனும் கவலை அவர்களை ஓடவைத்தது.

மாநாடு நடக்கப்போகும் இடத்தைப் பார்வையிட அமைச்சரும் கட்சியின் மாவட்டச் செயலாளருமான சென்றாயனுடன் மாவட்ட ஆட்சித் தலைவரும், காவல் ஆணையரும் வந்து ஆய்வுசெய்து, "பிரச்சனையில்லாத இடம். மாநகரத்துக்குள்ளேயே வரவேண்டியதில்ல. கூட்டம் அப்டியே வெளிலருந்தே போயிரும். ஊருக்கும் டிஸ்டர்பன்ஸ் இருக்காது" என்றார்கள். "குட் செலக்ஷன்" என்ற வார்த்தைகள் அவனுக்கு ஏதோ சிறகுகள் முளைத்த உணர்வை உண்டாகியிருந்தன.

அரசியல்வாதியாகவே பிறந்து அரசியல்வாதியாகவே வளர்ந்தவன் போல அவனது செயல்பாடுகள் இருந்தன. மாநிலம் முழுவதிலுமிருந்து வரும் தொண்டர்கள் சிரமமின்றித் தங்குவதற்கு முதலில் இடத்தையும், அவர்கள் குளிக்கவும் உணவு உண்ணவும் விரிவான ஏற்பாடுகளையும் மாவட்டவாரியாகச் செய்திருந்தான். முக்கியமானவர்களையும் பிரபலப் புள்ளிகளையும் அவரவர் தரத்திற்கேற்பப் பட்டியல்போட்டு இடவசதி செய்து தந்திருந்தான். யார் எங்கே உட்காருவது, எந்த வழியாக மாநாட்டுப் பந்தலுக்கு வருவது என்பது உட்பட அனைத்தையும் அனுபவமிக்க அதிகாரிகளைக் கொண்டு நவீன நிறுவனத்தின் செயல் அதிகாரிபோல நெறிப்படுத்திக் கொண்டான்.

கட்சியின் தலைவரும் சிறப்பு விருந்தினர்களும் வரும்போது, யார் எந்த இடத்தில் நின்று வரவேற்பது, யார் மாலை அணிவிப்பது, யார் பொன்னாடை போர்த்துவது, யார் யார் அவரை மேடைக்கு அழைத்துப் போவது என்பது உட்பட மூத்த அதிகாரிகளுடன் பேசி, அதற்கான ஏற்பாடுகளை ஓர் இயக்கமாய்த் துல்லியமாகச் செய்திருந்தான்.

தனது ஐம்பதாண்டுகால அரசியல் வாழ்வில் முன்னெப்போதும் இல்லாத துல்லியத்துடன் முதல்முதலாக

நடக்கும் ஒவ்வொன்றையும் கட்சியின் தலைவரும் முதல் அமைச்சருமானவர் கவனித்து ரசித்தார். அவரது பார்வையை உணர்ந்த அமைச்சரும் மாவட்டச் செயலாளருமான சென்றாயன் மகிழ்ந்துபோனார். கட்சியில் படிப்படியாக வளர்ந்தவரென்றாலும், பல்வேறு தில்லுமுல்லுகள், தில்லாலங்கடிகள் செய்து வந்தவர்தான். இரண்டு கொலைகளில் அவருக்கு சம்பந்தம் இருப்பதாக சந்தேகம் இருந்து கொண்டேயிருக்கிறது. அதிகாரமும் செல்வாக்கும் அதை புழுதிப்பூச்சாய் மறைத்திருந்தது.

சம்பந்தமே இல்லாமல் மாநகரத்தில் திடீர் பணக்காரர்கள் பெருகியிருந்தனர். உள்ளூர் ரவுடிகளில் சிலர் திருந்தி பெங்களூருவிலும் மும்பையிலும் தொழிலதிபர்களாக ஆகியிருந்தனர். அந்தப் பட்டியல் கொஞ்சம் பெரிதாகவே இருந்தது. ஒரு 'காரியத்'துக்கு அழைக்கப்பட்டவர்களை மறு 'காரியத்'துக்கு அவர் அழைக்க மாட்டார் என்ற பேச்சும் இருந்தது. மாநாடு அடுத்தடுத்த கட்டத்தைநோக்கி அழகாகச் செல்வதை எண்ணி, 'சின்னப்பயலுகன்னாலும் சரியா செய்றானுகளே!' என்று தானெடுத்த முடிவுக்கு தன்னையே பாராட்டிக் கொண்டார்.

மாநாட்டில் கட்சியின் தலைவரும் முதல்அமைச்சருமானவர் தனது நிறைவுரையைத் தொடங்க எழுந்தபோது, கை தட்டல் ஒலியும் 'வாழ்க' என்ற சொல்லுக்குமுன் பல்வேறு பட்டங்களும் விண்ணைத்தொட்டன. சத்தம் அடங்கட்டும் என்று தலைவர் அமைதியாக நின்றிருந்தார். உள்ளுக்குள், 'இந்த தேசம் இன்னும் நம்மை நம்புதே!' என்று ஒரு குதூகலம் ஓடியது. இரண்டு கைகளையும் மேலே உயர்த்தி, ஒரு யோகி ஆசிர்வதிப்பதைப்போல விரித்தார்.

வெள்ளமெனத் திரண்டிருந்தக் கூட்டம் பறவையின் சிறகொலி கேட்கும்படியாக அமைதியானது. கூட்டத்தின் மீது தன் பார்வையைத் தூவினார். கைக்காசைச் செலவழித்து, வண்டி பிடித்து, பட்டினி கிடந்து, வெயிலில் காய்ந்தவர்களின் எண்ணிக்கையே எதிரே திரண்டிருந்தது. பிற மாவட்டங்களிலிருந்து காசு கொடுத்து அழைத்து வரப்பட்டவர்களின் எண்ணிக்கையைக் காட்டிலும் உணர்வுபூர்வமாக வந்தவர்களின் எண்ணிக்கை அதிகமாகத்தான் இருந்தது. கூட்டம் காட்டுவதற்காக அழைத்து வரப்பட்டவர்கள் தனியே தெரிந்தார்கள். கட்சியின் பெயரில் சம்பாதிப்பதற்காக தங்கள் செல்வாக்கைக் காட்ட வந்தவர்கள் சற்றே ஒதுங்கித் தெரிந்தார்கள். நிறைந்த கூட்டம் அவருக்கு திருப்தியைத் தந்திருந்தது.

அப்போதுதான் ஒரு முதியவர், "தலைவா... கட்சியில அடிமட்டத் தொண்டனுக்கு மதிப்பில்லையா?" என்று குரல் எழுப்பினார்.

அமைதியைப் பிளந்த அந்த ஒலி, மழைக்குமுன்பான பேரிடிபோலக்கேட்டது. அதைத் தொடர்ந்து மடைதிறந்ததுபோல ஆங்காங்கே குரல்கள் எழும்பின. மனக்குமுறல்கள் ஒரு திறப்புக்குக் காத்திருந்ததுபோல, ஒட்டுமொத்தக் குற்றச்சாட்டுக் கணைகளாய் பறந்து வந்தன. இரண்டு மூன்று அமைச்சர்கள் எழுந்து கைகளை அசைத்து அமைதிப்படுத்தினார்கள். "அமைதியாயிருங்க. நம்மஆட்சியில எல்லாமே நல்லதுதான் நடக்கும்!"

"நல்லது நடக்கும்னு நம்பிக்கிட்டிருக்குறதே கெட்டதுன்னு ஆகிப்போச்சு!"

இப்போது கட்சியின் தலைவரும் முதல் அமைச்சருமானவர் மறுபடியும் கைகளை உயர்த்தி ஆசிர்வதித்தார். இப்படி எத்தனையெத்தனைக் குரல்களை அவர் கேட்டிருக்கின்றார்.

அந்தக்குரல் தனக்கு ஏனோ கேட்காததுபோல மறுபடியும் கைகளை உயர்த்தி ஆசுவாசப்படுத்தினார். கூட்டம் அமைதியாகி உட்கார்ந்தது. ஆனால் முதலில் குரல் எழுப்பிய முதியவர் உட்காராமல் நின்றிருந்தார். கட்சியின் தொடக்கத்திலிருந்து மாறாமல் இருந்து வருபவர். மாற்றமாக சமூக எழுச்சி ஒருநாள் வந்துசேரும் என்று இன்னும் நம்பிக்கொண்டிருப்பவர்.

எல்லாமே நல்லபடியாக போய்க்கொண்டிருக்கின்றது என்ற மகிழ்வில் மேடையின் ஓரத்தில் நின்றிருந்த சங்கு முத்தையா, முதியவரின் கூக்குரலால் அதிர்ந்து போயிருந்தான். "யேய்... ஒக்கார்றா!" என்று அவரைப் பார்த்துக் கத்தினான்.

எழுந்துநின்று கத்திய அந்த முதியவர், "யார்ரா நீ, என்னய உக்காரச் சொல்ல?" என்று மறுகத்தல் போட்டார்.

சங்கு முத்தையாவுக்கு என்ன செய்வதென்று தெரியவில்லை. திகைத்து நின்று விட்டான்.

"கட்சி நாசமா போய்க்கிட்டுருக்கு!" என்றகுரல் அந்த முதியவரிடமிருந்து மறுபடியும் வந்தது.

கட்சியின் தலைவரும் முதல்அமைச்சருமானவருக்கு அது நன்றாகவே தெரியும். ஒலிவாங்கியில், "கதிரேசன்... கட்சில நீங்க மூத்தவர். உட்கட்சி விஷயத்தை பொதுல இப்டிப் பேசலாமா?" என்று கேட்டதும், அவர் அமைதியாகிப் போனார்.

எஸ். அர்ஷியா

"உங்களுக்கு என்ட்ட நேரடியா பேசுறதுக்கு எல்லா உரிமையும் இருக்கு."

உடனே கைத்தட்டல்களும் வானளாவிய அளவில் தலைவர் வாழ்க குரல்களும் அதிர்ந்தன.

கட்சியின் தலைவரும் முதல்அமைச்சருமானவருக்கும் கதிரேசனை நேரடியாகவே தெரியும். ஆரம்ப நிலையில் ஓரிரு தடவை அவர் வீட்டில் சாதாரணத் தொண்டராக இன்றையத் தலைவர் தங்கியிருக்கிறார். அதையெல்லாம் கதிரேசனோ அல்லது அவரைப் போன்றவர்களோ பெரிதாகச் சொல்லிக் கொள்வதில்லை. ஆனால் இன்றைய தலைவரால் அதை வெளியில் சொல்ல முடிவதில்லை. கௌரவம் கட்டிப்போட்டிருந்தது. கதிரேசனின் அமைதியைத் தொடர்ந்து, கூட்டம் நல்லபடியாக முடிந்தது.

அந்த முதியவர் கேட்ட, "யார்ரா நீ, என்னய உக்காரச் சொல்ல?" என்ற வார்த்தைகள் சங்கு முத்தையாவுக்குள் ஒரு பூகம்பத்தை உருவாக்கியிருந்தது.

கட்சியின் தலைவரும் முதல் அமைச்சருமானவர் தலைநகருக்கு விமானத்திலேறியதும் தன் அருகில் நின்றிருந்த சங்கு முத்தையாவிடம், அமைச்சரும் கட்சியின் மாவட்டச் செயலாளருமான சென்றாயன், "இதுதான் ஆரம்பம். நீ எங்கேயோ போயிருவே!" என்றுசொல்லி அவன் தோளில் தட்டினார். "அவங்க கட்சிய வளத்தவங்க. அப்டித்தான் பேசுவாங்க. பெருசா எடுத்துக்கக் கூடாது!"

"அதை அப்பவே மறந்துட்டேன்ப்பா. அப்பறம்... தாத்தா, ஒரு புட் அப் கேஸ்ல உள்ளேபோய், இப்ப அது மர்டர் கேஸாகி ரொம்ப வருஷமா உள்ளே இருக்காரு."

அவன் தோளில் மறுபடியும் தட்டியவர், "என்னன்னு பாத்துருவோம். ஒருவாரத்துல அவர் ரிலீஸ் ஆயிருவாரு!"

அப்போது அவர்களருகே நின்றிருந்த முட்டை முருகன் முகம் சுளித்தான். முட்டை முருகன் அமைச்சரும் மாவட்டச் செயலாளருமான சென்றாயனின் தூரத்து உறவுக்காரன். சென்றாயன் வளர் நிலையில் இருந்தபோதே அவரிடம் வந்து சேர்ந்து விட்டான். மாநில அளவில் சத்துணவுக்கு முட்டை விநியோகம் அவன் செய்து வந்தான். சென்றாயன்தான் அதற்கான உள்ளடிகளை செய்து வாங்கிக் கொடுத்திருந்தார். அவனும் குட்டையாக உருண்டையாக இருந்தான். ஆனால் எதற்காக 'முட்டை முருகன்' என்ற பெயர் அவனுக்கு வந்தது என்று புரிபடவில்லை. அறிவுமணியை சின்னப் பையனிலிருந்தே

அவன்தான் பார்த்துக் கொண்டான். அவனுக்கு, அப்பனும் மகனுமாக தன்னைப் புறக்கணிக்கிறார்கள் என்ற வருத்தம் இருந்துவந்தது.

அடிமட்டத்திலிருந்து வந்த கதிரேசன் போன்றவர்கள் தொடர்ந்து எழுப்பி வந்த குரல்கள் புறக்கணிக்கப்படவே செய்தன. மாவட்ட அளவில் அப்போதெல்லாம் குரல் வந்தபோது, முட்டை முருகனே அவர்களை அடக்கி விடுவான். அப்படியொரு நாளில் கதிரேசன் சொன்னார். "டேய் முட்டை... நீயெல்லாம் கட்சி ஆளே இல்லடா. வெறும் எடுபிடி. தேவைக்கு உன்னைய பயன்படுத்துவானுக. தேவையில்லாதப்போ உன்னைய கருவப்பிலைபோல ஓரமா எடுத்துவெச்சுருவாய்ங்க. அது தெரியாம நீ கட்சிய தாங்கிப் பிடிச்ச எங்களை அதட்டுற. அனுபவிப்படா!" தேவையில்லாமல் அது இப்போது முட்டை முருகனுக்கு நினைவில் வந்தது.

அடுத்த மூன்றாவதுநாள் சென்றாயன் ஓய்வாக இருந்தார். அறிவுமணியும் சங்கு முத்தையாவும் அவருடன் இருந்தார்கள். அப்போது சங்கு முத்தையா, "அப்பா, நீங்க கொடுத்தப் பணத்துல அறுபது லட்ச ரூபா மிச்சமிருக்குப்பா!" என்று ஒரு தோல்பையை அவர் முன்னே வைத்தான். "அறுபது லட்சம் மிச்சமிருக்கா?" ஆச்சரியத்துடன் நிமிர்ந்து அவனைப் பார்த்தார்.

"ஆமாப்பா... வவுச்சர்ஸ் எல்லாம் வரிசைப்படுத்தி எழுத ரெண்டுநாள் ஆயிருச்சு. ஒரு டீம் இதுக்காக ஓர்க் பண்ணுதுல்ல. கணக்கு வழக்கெல்லாம் இந்த நோட்டுலருக்கு!"

"எல்லாநேரமும் இங்கேதானய்யா இருந்தே. எப்பய்யா இதெல்லாம் செஞ்ச?"

"மனுஷனுக்கு நாணயம் முக்கியமில்லயாப்பா!"

சென்றாயன் அறிவுமணியைப் பார்த்தார். "நீ சொன்னது நூத்துக்கு நூறு சரி. நமக்கு உருத்தா இருக்கான். எந்த நிலையிலயும் சங்கு முத்தையாவ கைவிட்டுறாதே!"

அதைக்கேட்டு முட்டை முருகன் அவிந்துகொண்டிருந்தான். எதையோ எடுப்பதற்காகக் கடந்துபோனவன் அறிவுமணியிடம், "தம்பி, உன்னத் தூக்கி வளத்தவன்டா நானு" என்று சொல்லிவிட்டுப் போனான்.

16

சிந்தனை ஓர் ஆபத்தான எதிரி. அது திரும்பத் திரும்ப பழைய வாழ்க்கையின் அற்புதக் கணங்களில் கொண்டுபோய் நிறுத்தி விடுகிறது. அது எதையுமே ரஃபியுத்தீன் திரும்பிப் பார்க்கத் தயாராக இருக்கவில்லை. ஆனாலும் அது விடுவதாக இல்லை. அவர் பிறந்து, வளர்ந்து, பார்த்து மகிழ்ந்திருந்த, துக்கித்திருந்த மதுரை மாறிப்போயிருந்தது. ஒரு தலைமுறை இடைவெளியில் பழைய அடையாளத்தைத் தொலைத்திருந்தது. புதிய ஒன்றாய்த் தெரிந்தது. அவர் நடந்து, ஓடி, விளையாடிய அகன்ற தெருக்கள், அளவு அதேவாக இருந்தும் இப்போது குறுகிய சந்துகளாகத் தெரிந்தன.

அம்மா, அப்பாவின் மௌத் தெரியாமலேயே போயிருந்தது. சகோதரன் காஜா முகையத்தீன், தனக்கு முன்பாகவே ஒருவழக்குக்கு பயந்து தலைமறைவாகி ஓடியவன் திரும்பவில்லை என்பதை 'லேசுபாசாக' அறிந்திருந்தார். அவரது அடையாளமும் மாறியிருந்தது. அவரையும் யாருக்கும் நினைவில்லை.

கோரிப்பாளையம் சையத் சுல்தான் அலாவுதீன் பாதுஷா சையத் சம்சுதீன் அவுலியா தர்ஹா அலுவலகத்தில் அறிமுகம் செய்து கொண்டபோது, முப்பது ஆண்டுகளுக்கும் மேலாக தர்ஹா நிர்வாகப் பொறுப்பில் இருக்கும் தர்வேஷுக்கும் அவரைத் தெரியவில்லை. இன்னபிற விஷயங்களை குலம் கோத்திரத்துடன் விவரிக்கும் அவரும் ஞாபகப் பிசைவில் இருந்தார். எடுத்து நினைவூட்டினால், 'ஓ... அதுவா?' என்று புள்ளி விவரங்களுடன் சொல்லும் நிலைக்கு ஆளாகியிருந்தார்.

“அட… அவரு மகனுங்களா நீங்க? டெல்லில இருக்குறதா ஒங்க பாவா ஒரு பேப்பரக் காட்டிப் பேசுவாரு” என்று ஆச்சரியப்பட்டுக் கேட்டார். “ஆம்பள புள்ளைங்க நீங்க ரெண்டு பேரும் இப்டி பண்ணீருக்கக் கூடாது. அந்தக் கவலைலயே மொதல்ல உங்க அம்மா மௌத்தானாங்க. உங்களுக்கு ஒரு தம்பியும் ரெண்டு தங்கச்சிகள்ல. தங்கச்சிகளையும் வேற ஊர்கள்ல உங்க பாவா கட்டிக்குடுத்தாரு. உங்களுக்கான பங்கை வெச்சுக்கிட்டு மகளுகளுக்குனு ஏதோ கொஞ்சம் தந்தாரு. அவங்க ‘இன்னும் தரலாமேனு’ கேட்டதா ஒரு பேச்சிருந்துச்சு. ‘அது, மகனுகளுக்குனு சொல்லிட்டதால மகளுகளுக்கு ரொம்ப வருத்தம். இல்லாதவங்களுக்குனு வெச்சுக்கிட்டு ஒக்காந்துருக்கீங்களாக்கும்’னு கேட்டதா இன்னொரு பேச்சு. அப்பறம் கொஞ்ச நாள்லயே உங்க பாவாவும் மௌத்தாயிட்டாரு. தங்கச்சிங்களுக்கு இங்கனத் தொடர்பு இல்லாமப் போச்சு. அம்மாப்பா இருந்தாத்தானே வருவாங்க. இல்லாட்டி கூடப்பொறந்ததுக இருக்கணும். வீட்டுக்கு ரெண்டுபையங்க இருந்தும் என்னாச்சு? நீங்க வேலைதேடிப் போய்ட்டீங்க. ஒங்க தம்பி போலீஸ்க்கு பயந்து ஓடிப்போய்ட்டாரு. எதுவும் தொடர்பு இருந்தாத்தானே எங்களுக்கும் ஞாபகத்துல தங்கும். அதத்தான் சொல்றது. எங்க பொழைக்கப் போயிருந்தாலும் ஒரு கடுதாசி போட்டாவது உறவை தக்க வைங்கனு. யார் கேக்குறா?” ஒரு தமிழ்ப்பேராசிரியரின் பாட அலகுபோல, முக்கால் மணி நேரத்துக்கும்மேலாக விடாமல் பேசினார்.

அவரிடமிருந்து கிடைத்தத் தகவல்கள் உறுதிப்படுத்தக் கூடியதாக இருந்தன. பழைய விலாசங்களை வைத்துக்கொண்டு, நீண்ட இடைவெளிக்குப் பின் தங்கைகளைத் தேடி திருச்சிக்கும் தஞ்சாவூருக்கும் போனார்.

அவர்கள் வேறுநிலைக்கு உயர்ந்திருந்தார்கள். உறவு அணுக்கம் இருக்கவில்லை. ஒரு விருந்தாளியை உபசரிப்பதுபோல நடந்து கொண்டார்கள். “பாவா எங்களுக்கானதை மட்டும்தான் குடுத்தாரு. இப்ப பாருங்க. நம்ம சொத்து யாருக்குமில்லாம எவன்ட்டயோ சிக்கிருக்காம். திரும்பக் கைப்பத்த முடியுமா?” இரண்டு தங்கைகளுமே தனித்தனியாகப் பேசினாலும் ஒன்றுபோலவே சொன்னார்கள். “நசீப்ல என்ன எழுதிருக்கோ அதானே நமக்குக் கெடைக்கும். நாங்க நல்லபடியா இருக்கோம். அதுபோதும். உங்களுக்கு இப்ப மாதிரி எப்பவாச்சும் ஞாபகம்வந்தா வாங்க. எப்பவும் நீங்க அண்ணன்தான்!”

வந்ததற்காக இரண்டிரண்டு நாட்களை அவர்களுடன் செலவிட்டார். திரும்பி மதுரைக்கு வந்துவிட்டார். தர்ஹா அலுவலக மாடியில் முக்கியமானவர்கள் தங்கிக் கொள்வதற்காக வசதியான அறைகள் இருந்தன. பழைய அறங்காவலர் எனும் வகையில் ஹக்தார் குடும்பத்து ஆளுக்கான முன்னுரிமை இடம் கிடைத்தது.

தன்னை, தனது குடும்பத்தை, பெற்றவர்களை, உடன்பிறந்தவர்களை நினைக்கும்போது, ஏதோ சுவாரசியம் அவருக்குள் புகுந்துகொண்டது. தங்களின் பூர்வீகச் சொத்து என்னவாகியிருக்கிறது என்பதையறியும் ஆவல் அவருக்குள் உருவானது. தனது டெல்லி அனுபவங்கள், தனக்கிருக்கும் தொடர்புகளை மறந்துவிட்டு, இந்தப் பகுதியில் வசித்த பழைய ஆட்கள் எங்கிருக்கிறார்கள் என்பதைத் தேடியலைய முடிவு செய்தார். கால் நூற்றாண்டுக்கு முன் அந்தப்பகுதியில் வசித்த, தனக்கு முக்கியமானவர்களாகத் தெரிந்த நாலைந்து பேரை அவர் நினைவில் கொண்டு வந்தார்.

முதலாவதாக, எழுத்தாளர் கருணைவேந்தன். அவரது சொந்தப் பெயர் தர்மராஜ் என்பதும் நினைவில் இருந்தது. நிறைய கதைகள் எழுதியிருந்தார். எல்லா முன்னணிப் பத்திரிகைகளிலும் அவரிடம் கதைகள் கேட்டு வாங்கிப் போடுவார்கள். பிரதி அனுப்பி வைப்பார்கள். தபாலில் அதுவரும். பல நேரங்களில் பணமும் வரும். வீட்டுத் திண்ணையில் எப்போதும் உட்கார்ந்தே இருப்பார். எப்போது எழுதுவார் என்று ரஃபியுத்தீன் ஆச்சரியப்பட்டதுண்டு. அவரைப் பார்க்கப் போனால், அவர் எழுதி வெளியானக் கதைகளை படிக்கக் கொடுப்பார். படித்தோ, படிக்காமலோ, 'நன்றாக இருக்கிறது' என்று சொன்னால் போதும், கடலை மிட்டாய், எள்ளுமிட்டாய், பொரி கடலை உருண்டை தருவார். மேலும் நல்ல நல்ல புத்தகங்களை வீட்டுக்குள் போய் எடுத்து வந்து தருவார். ரஃபியுத்தீன் நிறைய தடவை மிட்டாய்களையும் இன்னும் நிறைய தடவை உள்ளேயிருந்து எடுத்து வந்துக் கொடுக்கும் புத்தகங்களையும் படித்திருக்கின்றார். அவரைப் பார்த்தால் நிச்சயம் நல்ல தகவல்கள் கிடைக்கலாம்.

இரண்டாவதாக, தவசித்தேவர். அந்தப்பகுதியில் குடியேற நினைத்து புதிதாக வந்தவர்களுக்கு, வாடகைக்கு வீடு பிடித்துக்கொடுப்பவர். அவருக்கு வீடுகளின் உரிமையாளர்களைத் தெரிந்திருந்தது. 'கிழக்குதிசை பார்த்த வாசல் இருந்தா ஓஹோனு வரலாம்' என்று கட்டுக்கதையெல்லாம் அவிழ்த்து விடுவார். உண்மை நிலவரமும் அவருக்குத் தெரியும். பின்கட்டு காம்பவுண்ட்

வீடுகளுக்கு ஆட்களைக் குடியமர்த்தி, கமிஷனுக்காக பாவாவிடம் வாக்குவாதம் செய்துகொண்டே இருப்பார். அவருக்கு நிச்சயம் விஷயங்கள் தெரிந்திருக்கும்.

மூன்றாவதாக, தையக்கடை சண்முகம். எந்நேரமும் வெற்றிலை செல்லத்துடன் இருப்பவர். கால்கள் தையல் மெஷினில் ஆடுகிறதோ இல்லையோ, வாயில் சோழவந்தான் வெற்றிலையை அரைத்துக்கொண்டே இருப்பார். 'புளிச்... புளிச்'சென்று துப்பிக்கொண்டே இருப்பார். பேசுவதில் பாதி புரியும். துப்பியதில் பாதி புரியாது. கடையில் எப்போதுமே நாலைந்துபேர் உட்கார்ந்து அரட்டையடித்துக்கொண்டே இருப்பார்கள். அவருக்கு அது பிடிக்கும். பேசுபவர்களுக்கு தேநீர் வாங்கிக் கொடுத்து உபசரிப்பார். அவருக்கு எல்லா விவரங்களும் தெரிந்திருக்க வாய்ப்பிருக்கிறது.

நாலாவதாக ரஷீத். நுனிவிரலில் விஷயங்களை வைத்திருப்பவர். உறவுக்காரரும்கூட. பாவாவைப்போலவே அவரும் அரசு ஊழியராக இருந்தவர். மத்திய அரசு ஊழியர். தபால்காரரர்.

ஐந்தாவதாக ஜோசப் நாடார். தான் தேடிப்போகும் இந்த ஐந்து பேருமே அல்லது அதிகபட்சமாக ஒரு சிலர் உயிருடன் இருக்க வேண்டும் என்று முதல்முறையாகப் பிரார்த்தித்துக் கொண்டார்.

காட்டுவாவால் டாக்கா என்றும் 'மாப்ளே' என்றும் 'குரு' என்றும் நேரத்திற்கேற்ப பல பெயர்களால் அழைக்கப்பட்ட அப்துல் அஜீஸைக் கண்டுபிடிக்க முடியவில்லை. கண்டுபிடிக்கக்கூடிய இடத்தில் டாக்கா இருக்கவில்லை. 'உயிருடன் இருக்கின்றானா... இல்லையா...!' என்பதும் தெரியவில்லை. 'யாரிடம் கேட்பது?.. என்ன சொல்லிக் கேட்பது?..' என்பதும் புரியவில்லை.

கடைகளிலும் தெருக்களிலும் பார்க்கும் முகங்கள் அந்நியமாக இருந்தன. அவன் வீடு இருந்த இடம் ஐந்து தளங்கள் கொண்ட நட்சத்திர ஹோட்டலாகியிருந்தது. முகப்பு, அமெரிக்கன் கல்லூரியை நோக்கித் திரும்பி, வேறொரு லட்சணத்தைக் காட்டி நின்றிருந்தது. தரைத்தளத்தில் விலையுயர்ந்த கார்களும் இரண்டு சக்கர வாகனங்களும் நிறைந்திருந்தன. ஒரு காலத்தில் கழுதை, பன்றி, நாய் மேய்ந்து திரிந்த அந்தக் குடியிருப்பு இருந்த இடத்தின் வாசலில், பாதுகாப்புக்கு காக்கி உடையணிந்த காவலர் காலை நேரத்து கம்பீரத்துடன் நின்றிருந்தார்.

டாக்காவோ அல்லது தனக்குத் தெரிந்த வேறு யாரேனுமோ தென்படுகிறார்களா என்று அன்று முழுவதும் ஒவ்வொரு

இடமாகச் சுற்றியலைந்தார். அவர் வசித்த பகுதியாக அது இருக்கவில்லை. பட்டறைக்காரத் தெருவில் மீனாட்சி கல்லூரிக்குச் செல்லும் ஜாரிகள் யாரும் கடந்து போகவில்லை. இப்போது அவர்களுக்கு என்ன பெயர் வைத்திருக்கிறார்கள் என்று அவருக்குத் தெரியவில்லை. பாண்டியர் காலத்தில் கல் நகர மறுத்து நின்றுவிட்ட பள்ளிவாசல் தெருமுக்கில் நின்று, வேடிக்கை பார்த்தார்.

இந்த இடத்தில் செருப்பு தைக்கும் கலியன் மரநிழலில் உட்கார்ந்திருப்பார். மாலைவேளைகளில் நிற்கும்போது பார்த்திருக்கிறார். சிறுவயதில், பாவாவின் அறுந்துபோன செருப்பைக் கொண்டு வந்து தைத்து வாங்கிப்போயிருக்கிறார். இன்று அந்த இடத்தில் ஓர் இளைஞனும் ஒரு முதிர்ந்த பெண்ணும் உட்கார்ந்திருந்தார்கள். அவர்களின் பார்வை நடப்பவர்களின் கால்களின் மீதே இருந்தன. எல்லாக் கால்களிலும் ஏறத்தாழ புதிய செருப்புகள் இருந்தன. ‘அறுந்தால் அல்லது தேய்ந்துவிட்டால் தூக்கிப்போட்டுவிட்டு வேறுவாங்கி மாட்டிக் கொள்ளும் நாகரிகம் வளர்ந்திருந்தது. யாரோ ஒருவர் தைத்துப் போடுவதற்காக வரலாம். அந்த ஒருவர் இன்று யாராக இருப்பார்? யார் அவர்களுக்கு படியளப்பவர்?’ அவர் நின்று பார்த்துக்கொண்டே இருந்தார்.

மதுரை இத்தனை பெரிய மாற்றத்துக்கு உள்ளாகும் என்று எப்போதும் அவர் நினைத்திருக்கவில்லை. கிராமவாசம் மாறாத மனிதர்கள் அப்போது நடந்தும், மாட்டு வண்டிகளிலும், அரிதாக சைக்கிள்களிலும் வருவார்கள். இப்போது அரசுப் பேருந்துகளில் வந்திறங்கினார்கள். ஆனாலும் கிராமவாசம் மாறாதிருப்பதை அவரால் உணர முடிந்தது.

தனது தேடலை விரிவாக்கினார். மெதுவாக நடந்து, மூணுமுக்குக்கு வந்தார். மார்க்கெட் விரிந்திருந்தது. பரபரப்பாக மனிதர்கள் ஓடிக் கொண்டிருந்தார்கள். சந்துகளிலேயே நிமிடத்துக்கு ஆறு வாகனங்கள் பறந்தன. ஆண்டவன் கட்டளை சிவாஜிபோல தலையாட்டிக்கொண்டே தெருக்களுக்குள் காற்றைப்போல புகுந்து புகுந்துவந்தார்.

வேளார் வளவு, கடைகளால் காணாமலாகியிருந்தது. பாலாய் வழியும் சூளையின் புகை அவர் நினைவுக்குள் படர்ந்தது. நண்பர்களுடன் சேர்ந்து ஆசையும் ஆவலாதியுமாய் உருவாக்கிய கமல்ஹாசன் முதல் ரசிகர் மன்றம் இருந்த இடத்தில் வடைக்கடை இருந்தது. சூடாக வியாபாரம் நடந்து கொண்டிருந்தது. பெண்கள் பள்ளிக்கூடத்தை எடுத்து விட்டிருந்தார்கள். அந்த இடத்தில் நீள அகலமாக டாஸ்மாக் இருந்தது. யாரேனும்

தனக்குத் தெரிந்தவர்கள் வருகின்றார்களா என்று நின்று பார்த்தார். அரும்பு மீசை முளைக்காத பசங்களே அந்த நேரத்தில் வந்துபோனார்கள்.

நாடாக்கமார் தெருவில் நுழைந்தபோது, ஏதோ உணர்வில் கால்கள் பின்னலிட்டன. கால்கள் கட்டப்பட்ட கழுதைபோல பின்னிப்பின்னி நடந்தார். தட்டையாகவும் குட்டையாகவும் அவர் பார்த்திருந்த அந்தத் தெரு வீடுகள், மேகத்து ஒட்டடை துடைப்பதற்காக உயர்ந்து நின்றிருந்தன. நெஞ்சத்தின் கரைகளிலிருந்து அலையாடிய நுரைத் திவலையாக அவள் நினைவுக்கு வந்தாள். கால்களுக்கிடையில் ஒரு சாரைப் பாம்பு ஓடிவந்து தன் உடம்பைச் சுற்றிக்கொள்வதுபோல இறுக்கம் அவருக்குள் ஓடியது. வசீகரமான ஒரு வாசனை அவரைச் சூழ்ந்தது. 'எம்பேரு தேன்மொழி' என்று அழகு, தன் காதில் இப்போது சொல்வதுபோல உணர்ந்தார். 'எந்த வீடு... அந்த வீடு' என்று அவரால் அடையாளம் காண முடியவில்லை.

போலீஸ் நடத்திய அணிவகுப்பின் ஒரு வரிசையில் முதலாவதாக வந்த காட்டுவாவைப் பார்த்துப் பதறிய அழகுவின் முகம், எதிர்ப்புறச் சுவற்றில் ஒட்டியிருந்தச் சுவரொட்டியாய் அவர் மனதில் நிலைத்திருந்தது. ஜட்டியுடன் உட்காரவைத்து மூன்று நாட்கள் நடத்தியப் பூசைக்குப் பின் எல்லோரையும் அந்த இன்ஸ்பெக்டர் வெளியில் விட்டார். உள்ளங்காலில் விழுந்த லத்தி அடிகளில் பாதங்கள் வீங்கியிருந்தன. நடக்கவும் முடியாமல், புட்டத்தில் விளாறிய லத்தி கீறல்களால் உட்காரவும் முடியாமல் தத்தளித்துப் போனவனால் மீன் மார்க்கெட்டுக்கும் போக முடியவில்லை.

ஊர்ந்து ஊர்ந்து பாபுவின் எலெக்ட்ரிக்கல் கடைக்கு வந்திருந்தான். 'சட்டையைக் கழற்றி, அதைக்கொண்டே பின்னால் கைகள் கட்டி, அழைத்துச் செல்லப்பட்ட தன்னைப் பார்த்த அழகு என்ன நினைத்திருப்பாள்?' என்ற சங்கடம் அவனைப் பீடித்திருந்தது. எதையுமே தூசியாகத் தட்டிவிட்டுப் போகின்றவன் நிலைகுலைந்து போனது அதுதான் முதல் தடவை. அழகு சொல்வதுபோல அவளை எங்காவது கூட்டிக்கொண்டு போய்விடவேண்டுமென்ற எண்ணம் அவனுக்கிருந்தது. அவளிருந்தால் போதும் என்று நம்பினான். அவளைத் தேடிப்போகச் சொல்லி மனசு பரபரத்தது. தயக்கமும் பதற்றமுமாக வீடு தேடிப் போனான். கதவு திறந்தே இருந்தது. ஆள் அரவம் கேட்டு எட்டிப் பார்த்தவள் அவனைக் கண்டதும் திகைத்துப் போனாள்.

அவள் பார்வையை உணர்ந்த அவன், தன்னை வெளியில் போகச் சொல்லி விடுவாள் என்று எண்ணினான். இப்படியான ஆண்மகனை எந்தப் பெண் விரும்புவாள்? அதுவும் மறைவு வாழ்க்கைக் கொண்ட பெண்! அவனுக்குக் கலக்கமாக இருந்தது. நீர்த்திரையும் விழுந்திருக்கலாம். "டேய்... ஏண்டா இப்டியெல்லாம் பண்றே!" என்றகுரல் அவனுக்குக் கேட்டது. அவனால் அவனையே நம்ப முடியவில்லை. மீண்டெழுபவன்போல அவன் உயிர்த்தான். வார்த்தைகளுடன் நடையில் ஓட்டமாக வந்தாள். "உன்னய நான் விரும்பி விரும்பி ஏத்துக்கிட்டேன்டா. எனக்கு நீ வேணுன்டா. வேணுன்டா! இப்டி பண்ணீட்டியேடா. நீ என் உசுருடா!" என்று கதறினாள்.

"எனக்கும் நீ வேணும் அழகு. இனி எந்தத் தப்புக்கும் போகமாட்டேன் அழகு!"

அவளுக்குள் புதைந்துபோனான். அதுவரை நினைவிற்கு வருகின்றது. அதன் பின்னால்...

'மின்சாரம் உள்ள இடங்களிலும் மின்சாரம் இல்லாத இடங்களிலும் குறைந்த செலவில் ஒலி, ஒளி அமைத்துத் தரப்படும்!' என்ற 'லேடியா செட்' போடும் குருட்டு சோமுவுக்கு பார்வையைப்போல வீடும் இல்லை. அவனது கணீர் குரல், அவனை எல்லோரிடமும் அறிமுகப்படுத்தியிருந்தது. அதுவே அவனுக்கு பல சலுகைகளையும் உருவாக்கித் தந்திருந்தது. ஏதாவது ஒரு கடைவாசலில் படுத்துக்கொள்வான்.

அன்று காலை விடிந்தபோது, தெருவில் பரபரப்பாக எல்லோரும் ஓடுவதும் நடப்பதும், பதற்றமாகப் பேசிக்கொள்வதுமாக இருந்தார்கள். தன்னைச்சுற்றி ஏதோ நடப்பதாக அவன் அறிந்துகொண்டான். யாராவது அதைப் பற்றிச் சொன்னால்தான் அவனுக்கு அது தெரியவரும். அவனுடன் பழகியவர்கள், தெரிந்தவர்கள் பேசும்போது, பேசுவது யார் என்பதை குரல்களால் கண்டுபிடித்துவிட அவனால் முடியும். அந்த ஞானம் அவனுக்குக் கை வந்திருந்தது.

"சேகரு... என்னய்யா நடக்குது இங்கே! எல்லாரும் பரபரப்பா இருக்கீங்க?"

நாலைந்துபேருடன் பேசிக்கொண்டிருந்த சேகர், அவன் பக்கமாகத் திரும்பினான். "அடகுக்கடை சேட்டை யாரோ நேத்து ராத்திரி செய்கை செஞ்சுட்டாய்ங்க சோமு!"

"சேட்டையா... ஓ!"

போலீஸ்காரர்கள் நாயுடன் வந்திருந்தார்கள். காவல் ஆய்வாளரும் துணைக் கண்காணிப்பாளரும் தடய அறிவியல்

நிபுணர் உள்ளிட்ட பரிவாரங்களுடன் வந்திருந்தார்கள். சரகத்தைத் தாண்டி மாவட்ட காவல் கண்காணிப்பாளரும் வந்திருந்தார். மல்லாந்து கிடந்த சேட்டின் வாயில் துணிசுற்றிய எலுமிச்சம் பழம் திணித்து, சத்தம் போட்டுவிடாதபடி செய்திருந்தார்கள். நெஞ்சிலும் வயிற்றிலும் வாங்கியக் குத்துகளிலிருந்து ரத்தம் வடிந்து உறைந்திருந்தது. செய்கைக்கு வந்தவர்களிடமிருந்து சேட் தப்பியோட முயற்சித்திருக்க வேண்டும். வலது புட்டத்தில் பட்டக்குத்தில் வழிந்த ரத்தம் சேட்டின் பைஜாமாவை சிவக்கச் செய்திருந்தது. நாற்பது பவுன் தங்கம் கொள்ளை போனதாகச் சொல்லிக் கொண்டார்கள்.

அன்றிரவு அவர் மட்டும் வீட்டுடன் கூடிய அடகுக்கடையில் தனித்து இருந்திருக்க வேண்டும். அதைத் தெரிந்து வைத்து, செய்கை செய்திருந்தார்கள். சேட்டை முகர்ந்து பார்த்த நாய், மார்க்கெட்டின் பின்பக்கத்தில்போய் நின்றது. அப்புறமாகப் படுத்துக்கொண்டது. நாய் ஓடிய பாதையைக் கணக்கில்கொண்டு, போலீஸ் தன் வேலையை ஆரம்பித்தது. கைரேகை நிபுணர் ஒருவார காலத்துக்கு அப்புறம் பழைய ரேகைகளையெல்லாம் ஒப்பிட்டு, “யாரோ புது ஆளுங்க திட்டம்போட்டு செஞ் சுருக்காய்ங்க!” என்று அறிக்கை கொடுத்து விட்டார். போலீஸ் அத்தோடு படுத்துக்கொண்டது.

ஆனால் செத்துப்போன சேட், வடக்கே பெரிய குடும்பத்து ஆளாக இருந்தான். நாடெங்கும் அந்தக் குடும்பத்துக்கு அடகுக் கடைகள் இருந்தன. குற்றவாளிகள் யார் என்பதைக் கண்டுபிடிக்கச் சொல்லி அழுத்தம் கொடுத்தபடியிருந்தார்கள். காவல் கண்காணிப்பாளரும் வடக்கத்தி ஆளாக இருந்தார். கீழிருப்பவர்களை விரட்டினார். அதையடுத்து, சந்தேகப்பட்ட ஆட்களை நிறுத்தி விசாரிக்கும் அளவுக்கு போலீஸ் இறங்கியது. ஆனாலும் எதுவும் நடக்கவில்லை. ஒரு மாதத்துக்கும் மேலாகிவிட்டது.

குருட்டு சோமுவுக்கு அன்று முழுவதும் ஏதோபோல இருந்தது. தனக்குத் தெரிந்த உண்மையை போலீசிடம் சொல்லிவிட வேண்டும் என்று பரிதவித்தான். ஆனாலும் தன்னை நம்புவார்களா என்று யோசிக்கவும் செய்தான். அதனால் பம்மவேண்டியிருந்தது. ஒரு நிலைக்குமேல் அவனால் அவனையே கட்டுப்படுத்த முடியவில்லை. மீனாட்சியம்மன் கோவிலுக்குப் போகவேண்டும் என்று சொல்லி, ஒரு ஆள் உதவியுடன் அங்கே போனான். உதவிக்கு வந்த ஆளை அங்கேயிருந்து அனுப்பிவிட்டு, ஒவ்வொரு ஆளாகக் கேட்டுக்கேட்டு, காவல் கண்காணிப்பாளர் அலுவலகத்துக்கும் வந்துவிட்டான்.

பார்வையற்ற ஒருவன் தானே முன்வந்து, தனக்குத் தெரிந்ததைத் துப்பு சொல்ல முன்வந்திருப்பது கண்டு, காவல் கண்காணிப்பாளரே ஆச்சரியப்பட்டுப் போனார்.

"ஆமா சார்... அவனுக ஆறேழுபேர் இருப்பாய்ங்க. எல்லாத்துக்கும் இருபத்தஞ்சுக்குள்ளதான் வயசு இருக்கும். குரல் அப்டித்தான் இருந்துச்சு. மாப்ளே... மச்சான்னுக்கிட்டாய்ங்க. ரெண்டுமூணு தடவை, 'அதை பாரஸ்ட்' பாத்துக்குவான். இந்தவேலை 'வங்காளத்'தானுக்கு. மத்தத 'பிராண்டல்' செய்வான்னு பேசிக்கிட்டாய்ங்க. சேட்டு அடகுக்கடைய கொள்ளையடிக்க நாலஞ்சு நாளுக்கு முன்னாடி இது நடந்துச்சு. நான் வேலு மிச்சர்கடை வாசல்ல உள்ளடங்கிப் படுத்துக் கெடந்தேன். நான் படுத்துக் கெடந்தது யாருக்கும் தெரியாது. பேச்சுச்சத்தம் கேட்டு நானும் பம்மிட்டேன்."

காவல் கண்காணிப்பாளர், ஒரு ஏட்டை அழைத்து, குருட்டு சோமுவை பள்ளிவாசல் பக்கத்தில் விட்டுவிட்டு வரச்சொன்னார். ஏட்டுடன் போக சோமு மறுத்துவிட்டான். "வேணாம் சார். நான் போய்க்குவேன். போலீஸோட போனா சந்தேகம் வந்துரும்!"

சோமு சொன்ன கோணத்தில் போலீஸ் மண்டையை உடைத்துக் கொண்டது. சுற்றுவட்டாரக் காவல் நிலையங்களில் இந்தப் பெயர்களில் யாரேனும் குற்றப் பதிவுகளில் இருக்கிறார்களா என்று தேடத் தொடங்கியது. எதுவும் இருப்பதாகத் தெரியவில்லை. ஆனால் பார்வையற்ற ஒருவன் தானாகத் தேடிவந்து, துப்புக் கொடுத்துவிட்டுப் போகும் அவசியம் ஏதும் அவனுக்கில்லை என்பதை காவல் கண்காணிப்பாளர் உணர்ந்திருந்தார். தனது ஊருக்கு அவர் தன் தாய்மொழியில் பேசிவிட்டு, தொலைபேசியைத் துண்டிக்கும் போது நிமிர்ந்து உட்கார்ந்தார். தன் உதவியாளரை அழைத்து, "சோமு சொல்லிட்டுப் போன 'க்ளூ'ல நாலஞ்சு பெயர்களை சொன்னான்ல்ல. அந்தப் பேர்களை எல்லாம் எழுதி, அதுக்கு ஈக்குவலா லோக்கல்ல புழங்குற வேறவேற லாங்குவேஜ்ல என்ன அர்த்தம்னு பாரு!" என்றார்.

உதவியாளர் கொஞ்சம் துடிப்பானவன். பெயர்களை எழுதி வேறுவேறு மொழியில் அதற்கான அர்த்தங்களைத் தேடியெழுதியதுடன், அந்தப் பெயர்களிலுள்ள குற்றப்பதிவேடுகளையும் சேர்த்துக்கொண்டு வந்து அவர் முன்னே வைத்தான். "சார்... அவன் சொன்ன முதல்பேரு. பாரஸ்ட். தமிழ்ல அதுக்கு காடுன்னு அர்த்தம். கிட்டத்தட்ட

அந்தப் பேரு ‘காட்டுவா’வோட ஒத்துப்போகுது. அதுமாதிரி ‘வங்காளத்தான்’. வங்காளம் கேபிடல் டாக்கா. பிராண்டல்னா என்னனு தெரியல. இந்தக் காட்டுவாவும் டாக்காவும் மீன் மார்க்கெட் அடிதடில, வெளக்குத் தூண் ஸ்டேஷன் கஸ்டடில இருந்தவனுக. அவிங்களோட இருக்குறவங்கய்ல எவம்பேராவது பிராண்டலா இருக்கலாம்.”

கண்காணிப்பாளர் வாசல் கதவு நிலை மேலே வாலை இறுக்கமாக ஆட்டிக் கொண்டிருக்கும் பல்லியைப் பார்த்துக் கொண்டிருந்தார்.

“இதுல அந்த டாக்கா கிடைக்குற வேலைய செய்றவன். காட்டுவா மீன் மார்க்கெட்ல மீன் சுத்தப்படுத்தித் தர்றவன். ஃபாரன்ஸிக் போட்ட நோட்ல மீன் நறுக்குற மாதிரி வலதுபக்க புட்டத்துல ஒரு துண்டு சதை நறுக்கப்பட்டிருக்குனு இருந்தமாதிரி நினைக்கிறேன்!”

விஜயலட்சுமியில் ‘குடும்ப’ப்படம் பார்க்கப்போய், அதில் ‘பிட்’ ஏதுமில்லாமல், ஆபரேட்டரை அவன் தாயுடன் வார்த்தைகளால் புணர வைத்துவிட்டு வெளியில் வந்த காட்டுவாவும் நண்பர்களும் மூணு முக்கு தேநீர் கடைக்குப் போனார்கள்.

“மஃப்டிபோலீஸ் மாதிரி இருந்தாய்ங்க. உன்னையும் டாக்காவையும் விசாரிச்சாய்ங்க” என்றார்கள், அங்கிருந்தவர்கள்.

‘நம்மைச் சுற்றி ஏதோ நடக்கிறது’ காட்டுவாவுக்குள் லேசான திகைப்பு இருந்தது. சமீபமாக சம்பவங்கள் ஏதும் நடக்கவில்லையே என்று கண்ணை மூடி யோசித்தான்.

அன்றிரவு வீட்டுக்குப் போகாமல் தூங்கும் இடத்தை மாற்றிக் கொண்டான். தர்ஹாவின் பின்பக்கத்திலிருக்கும் சேட்டுகளின் கபரஸ்தான் மொசைக் டைல்களாலும், மார்பிள் கற்களாலும் எழுப்பப்பட்டவை. அவற்றில் ஓரிரண்டு கல்லறைகள் உள்ளடங்கிய தொட்டில்போல இருக்கும். அவற்றுக்குள் இறங்கிப் படுத்துக்கொண்டால் வெளியில் யாருக்கும் தெரியாது. யாரும் பின்பக்கக் கல்லறைக்கு வருவதுமில்லை.

ஃபஜ்ர் தொழுகைக்கான பாங்கொலி தர்ஹாவை யொட்டியிருந்தப் பள்ளிவாசலிலிருந்துக் கிளம்பி, காலை அமைதியை ஊடுருவி, அவ்வெளியெங்கும் நிரவி இரண்டறக் கலந்தது. பாங்கு சத்தம் கேட்டதும் எழுந்து கபரஸ்தானிலிருந்து வெளியில் வந்தான்.

ராமச்சந்திரன், டாக்கா இரண்டு பேரையும் தூக்கத்திலேயே எழுப்பியிருந்த போலீஸ், காட்டுவா வீட்டுக்குப்போய் தட்டி விசாரித்தது. அவன் அங்கே இல்லை என்றதும், தர்ஹா முன்புறமுள்ள 'டேர்' மறைவில் அவர்களிருவரையும் ஒளித்து உட்கார வைத்தது. இரவிலேயே அவர்களுக்கு பூசை நடந்திருக்க வேண்டும். இரண்டு பேருமே இருட்டில் கால்களைத் தடவிக்கொண்டு உட்கார்ந்திருந்தார்கள்.

ஹவுஜில் முகம் கழுவிக்கொண்டு துடைத்தபடி நடந்தவனுக்கு, ஏதோ உறுத்தலாய் இருந்தது. நிதானித்தான். தர்ஹா வாசல் மேல் படிக்கட்டில் நின்றபடி பார்வையை ஓட்டினான். காலையின் வெறுமை தெருவில் அடர்ந்திருந்தது. பார்ப்பதற்கு தெருவே அகலமாக இருப்பதுபோலவும் பட்டது. உறுத்தலைத் தாண்டி 'இப்ப நாம ஏதும் செய்யலையே' என்ற மப்பும் அவனுக்கிருந்தது.

ஒவ்வொரு படியாகக் கீழிறங்கினான். தெருவில் கூடுதல் குளிரிருந்தது. நடைபாதையில் அங்கும் இங்கும் துணிப்பொதிகளாய் உள்ளே இடம் கிடைக்காதவர்கள் சுருண்டு தூங்கிக் கொண்டிருந்தார்கள்.

படிக்கட்டிலிருந்து விலகி, ஏழெட்டு அடிகள் வைத்திருப்பான். டேர் மறைவின் இருளிலிருந்து வெளியே வந்த மூன்றுபேர் அவனைச் சுற்றிவளைத்தார்கள். 'பளார்' என்று அவன் கன்னத்தில் ஒருவன் அறைந்தான்.

எதிர்பாராத தருணத்தில், எதிர்பாராத இடத்தில், எதிர்பாராமல் விழுந்த அறையில் காட்டுவா திக்குமுக்காடிப் போனான். தடுமாறி ஓரடிக்கும் அதிகமாகவே தள்ளாடிப் போய் நின்றான். அவர்களிடமிருந்து தப்பி ஓடும் எண்ணம் அவனிடமிருக்கவில்லை. அறையின் வேகம் அவர்களை போலீஸ் என்பதை உறுதிப்படுத்தியது.

"ஏன்டா... ....னி மகனே. செய்றதைச் செஞ்சுட்டு ஒண்ணுந்தெரியாத மாதிரி நடிக்கிறியா?" அவன் சட்டையை அவிழ்த்து, பின்பக்கமாகக் கட்டி, நெட்டினார்கள். இருட்டுக்குள் ஒளித்து வைத்திருந்த ராமச்சந்திரனையும் காட்டுவாவையும் குரல்கொடுத்து, வெளியில் வரச்சொன்னார்கள். அவர்களின் கைகளும் பின்பக்கமாகக் கட்டப்பட்டிருந்தன.

குருட்டு சோமுவின் துப்புக்கு முன்னால், மாட்டிக்கொண்டவர்களின் வியாக்கியானங்களும், மன்றாடல்களும் எடுபடவில்லை. சேட்டை கொலை செய்து, அடகுக்கு வந்திருந்த நாற்பது பவுன் தங்க நகைகளைக் கொள்ளையடித்ததாக, சரகத்துக்கு சம்மந்தமில்லாத காவல் நிலையம் ஒன்றில் வைத்து விசாரித்தார்கள்.

மூன்றாம்நாள் அவர்களிடம், 'எப்படி கொலை நடந்தது, நகைகள் எப்படி கொள்ளையடிக்கப்பட்டன' என்பதை போலீஸே நடித்து, "இப்டித்தானே செஞ்சீங்க?" என்று கேட்டது. 'செய்கைகளில் ஈடுபட்டிருந்தால்தானே, ஆமாம் என்றோ... செய்தோ காட்ட முடியும்' அவர்கள் திணறினார்கள். போலீஸ் நாயை பயிற்சியாளர் இழுத்துக்கொண்டே ஓடுவதுபோல, மாட்டிக்கொண்ட அவர்களிடம், 'இப்படிச் செய்... அப்படிச் செய்...' என்று மாற்றி மாற்றி நடித்துக்காட்டினார்கள்.

போலீஸ் அடியிலும் ஆபாசச் சொற்புழக்கத்திலும் மூன்று பேரும் நொய்ந்து போயிருந்தார்கள். உண்மையாகவே இந்த இரண்டு செய்கைகளையும் செய்துவிட்டு மாட்டியிருக்கலாமோ என்ற எண்ணம் காட்டுவாவுக்குள் இருந்தது. ராமச்சந்திரனும் டாக்காவும் சோர்ந்து போயிருந்தார்கள்.

"எவனோ நம்மள வசமா மாட்டிவிட்டுருக்கான்டா!" மூன்று பேரும் சேர்ந்து பேசிக் கொள்ளும் சந்தர்ப்பத்தில் தகவலைப் பரிமாறிக் கொண்டார்கள். "இந்தக் குருட்டுத் தாயோளி சோமு, ஏதோ துப்பு குடுத்தான்னு சொல்றாய்ங்க!"

"அவனுக்கும் நமக்கும் ஒரண்டை ஒண்ணுமில்லையே!"

"யார்றா அவனை ஏத்திவிட்டு போட்டுக்குடுக்க வெச்சுருப்பாய்ங்க!"

"அதுக்கு அவன் வசப்பட மாட்டானே!"

"ஏதோ நடந்துருக்கு!"

"இதுல இந்த வெண்ணை ஜோசியமெல்லாம் பாத்தாரு! முன்னோர்க எல்லாம் ஜோசியம் பாத்துட்டுதான் செய்கை செய்வாய்ங்களாம்" அந்த நிலையிலும் காட்டுவாவைப் பார்த்து, இரண்டு பேரும் நையாண்டி செய்தார்கள்.

விசாரணையின்போது, செய்யாத குற்றத்துக்கு நாலைந்து போலீஸ்காரர்கள் மாறிமாறி ரவை ரவையாய் உரித்தார்கள். அன்று இரவு காவல் கண்காணிப்பாளர் சீருடையில்லாமல் வந்திருந்தார். அவர்களிடம் நல்ல வார்த்தைகளில், "எதுக்கு இப்டி அடிபட்டு சாகணும்? பேசாம ஒத்துக்கிட்டா உயிர் பொழைக்கலாம்ல்ல!" என்றார்.

"நாங்க இதை செய்யல சார்!"

"அதுனால என்ன. சொல்லித்தர்ற மாதிரி செஞ்சுட்டுப்போக வேண்டியதுதானே!"

பெரிய அதிகாரியே அப்படிச் சொன்னதும் மூன்றுபேரும் திகைத்துப் போனார்கள்.

சேட் கொலை, கொள்ளை வழக்கில் மூன்றுபேரை போலீஸ் பிடித்துக்கொண்டு போயிருக்கிறது என்ற தகவல் கசிய ஆரம்பித்ததும், அவர்களை நீதிமன்றத்தில் நிறுத்தினார்கள். காகிதங்களின் வழியேயான நீதியை நிலைநாட்டும் அதிகாரியாக கருப்பு அங்கி அணிந்தவர் இருந்தார். போலீஸ் காவலுக்கு அனுமதி கொடுத்தார். காட்டுவா நொந்து போய்விட்டான். செய்யாததைச் செய்ததாக ஒத்துக்கொள்ளவைக்கப் போகின்றார்கள். அதற்கு அவர்கள் எந்த எல்லைக்கும் போகலாம் என்று உணர்ந்தான். திருட்டு வழக்கொன்றுக்கு ஒருவனை போன மாதம்தான் இந்தக் காவல் நிலையத்தில் வைத்து அடித்துக் கொன்றார்கள். அது நினைவில் வந்ததிலிருந்து, அவனுக்கு சொட்டுச்சொட்டாய் சிறுநீர் பிரிந்து கொண்டிருந்தது.

போலீஸ் காவலுக்கு அழைத்துச் செல்ல வேண்டிய விசாரணைக் கைதிகளின் அனுமதிக் கடிதங்களுக்காகக் காத்துக் கொண்டிருந்ததில் நேரமாகி விட்டது.

அன்றைய அலுவல் முடிந்து, மாவட்ட நீதிபதி எழுந்து விட்டார். அவரை அழைத்துச்செல்ல வாகனம் தயாராகயிருந்தது. நீதிமன்ற வாசலில் கைதிகளை ஏற்றிச்செல்ல காவல் பேருந்தும் தயாராக இருந்தது.

மூன்று பேரையும் அதிலேற்றி உட்கார வைத்திருந்தார்கள். நீதிபதியின் வாகனம் வளாகத்திலிருந்து வெளியேறும்போது, போக்குவரத்தை சீர்படுத்திக் கொண்டிருந்த காவலர் மற்ற வாகனங்களை நிறுத்தச் செய்தார். அந்த இடத்தில் கூடியிருந்த மற்ற அதிகாரிகளும் போலீஸ்காரர்களும் கூட்டமாக, கடந்து செல்லும் அந்த வாகனத்துக்கு வணக்கம் வைக்க 'அட்டென்ஷன்' ஆனார்கள். அத்தனை பேரின் கவனமும் அதிலிருந்தது. டாக்காவும் ராமச்சந்திரனுமே வாகனத்தின் சன்னலில் இறுக்கமாய் அடித்திருந்த வலையின் நடுவேயுள்ள ஓட்டைவழியாக வேடிக்கைப் பார்த்தார்கள். நல்ல சமயமாக இருந்தது. காவல் வாகனத்தின் திறந்திருந்த கதவின் வழியாக காட்டுவா நழுவி கீழே இறங்கினான்.

ஒருவாரத்துக்கு மேலாகியும் யாரையும் அவரால் கண்டடைய முடியவில்லை. அப்போதே ராமச்சந்திரனுக்கு அம்மா மட்டும்தான் இருந்தார். அப்பா அவர்களுடன் இருக்கவில்லை. தான் தப்பிப்போன பின்பு, மற்ற இருவரையும் போலீஸ் 'நைத்து' எடுத்திருக்கும் என்று நினைத்துக்கொண்டார். 'கெடை'போட வந்து மதுரையில் குடியேறிய குடும்பத்துக்காரன், ராமச்சந்திரன். ஆலங்குளத்தில் அந்த வகையறா வேர் பிடித்திருந்தது. அங்கேபோய் விசாரித்தார். அப்படியொரு குடும்பத்தை இப்போதைய தலைமுறைக்குத் தெரிந்திருக்கவில்லை. அலைந்து

திரிந்ததில் அவர் சோர்வாகியிருந்தார். தர்ஹாவுக்குத் திரும்பினார். வழியில் தான் பிறந்து வளர்ந்த வீடு இருந்த இடத்தில் பிரமாண்டமானக் கட்டடம் இருந்தது. அதைப் பார்த்துக்கொண்டேயிருந்தார்.

மகஃரீப் நேரத்தில் தர்ஹாவில் கூட்டம் அலைமோதத் தொடங்கியது. வியாழக்கிழமைகளுக்கென்றே வரும் கூட்டம் அது. வியாழக்கிழமை மக்ஃரீபுக்குப் பின்பான நேரம் மகத்தான வெள்ளிக்கிழமையின் தொடக்கமாக உருமாறியிருந்தது. இந்த ஒரு வாரத்தில் தனக்கான இடமாக ஆகியிருந்த இடத்தில் ஒரு குடும்பம் 'ராத்தங்கலுக்கு' டேரா அடிக்க முயற்சி செய்தது. அவர் போய்நின்றதும் அவர் தோற்றத்தை வைத்தே, அது அவருக்கான இடமாக இருக்கலாம் என்று முடிவுசெய்து, "ஓங்க எடமா?" கேட்டது.

அவர் வானத்தைப் பார்த்தார்.

"காலைல போயிருவோம்" என்றது. புன்சிரிப்புடன் நகர்ந்து கொண்டார்.

கொடிக்கம்பத்துக்கும் கபர் ஒன்றுக்கும் இடையிலிருந்த மண்மேட்டில் குரங்கு முகத்தைக்கொண்ட ஓர் உருவம் உட்கார்ந்திருந்தது. அதைச்சுற்றி ஒரு கூட்டம் வேடிக்கையும் ஆவலாதியும் பரிதாபமுமாக நின்றிருந்தது. தர்ஹாவில் கூட்டத்தைக் கட்டுப்படுத்தவோ அல்லது பாதுகாப்புக்கோ இரண்டு மூன்று பேர் சுற்றிவருவார்கள். ஓரிடத்தில் குழுமியிருந்த கூட்டத்தைக் கண்டு நெருங்கிய அவர்களில் ஒருவன், "இவுக அவுலியாகளோட தம்பியில்ல!" என்றான்.

துவா ஓதிக்கொண்டிருந்தவர்கள், பாத்தியா ஓதிக்கொண்டிருந்தவர்கள், யாசின் படித்துக்கொண்டிருந்தவர்கள் அத்தனைபேரும் 'போர் பீதியில் தப்பியோடும் அவசரத்துக்கு இணையாக'த் திரும்பிப் பார்த்தார்கள்.

கூட்டம் தன்னை வேடிக்கைப் பார்ப்பதை வேடிக்கைப் பார்த்த அந்த உருவம் புன்னகைத்தது. அந்த இடத்தில் ஏதோ ஒளியலை பரவுவதைப் போல இருந்தது. சுற்றி நின்றிருந்த கூட்டத்தினர் தங்களைப் பீடித்திரிந்த பீடை, நோய், நொடி அகன்று விட்டதைப்போல உணர்ந்தார்கள். அந்த இடமே பரவசத்துக்கு ஆட்பட்டதைப்போல தனித்திருந்தது.

கூட்டத்திலிருந்து விலகியிருந்த காஜா முகையத்தீனை அது உற்று நோக்கியது. தனது சிறிய கைகளை அவரை நோக்கி ஆட்டி, "வா..." என்பதுபோல அழைத்தது. வெற்றிடத்தில் உலவுவதுபோல உணர்ந்திருந்த அவர் அதை நோக்கிப்போனார்.

கூட்டம் விலகி வழிவிட்டது. தன்னை நெருங்கிய அவரிடம் ஏதோ ஒருமொழியில், "நீ யாரு?" என்று கேட்டது.

கடந்த சில ஆண்டுகளாக அவரே அவரிடம் கேட்டுக்கொள்ளும் ஒரு கேள்வியது. 'எப்படித் தன்னை அறிமுகப்படுத்திக் கொள்வது?' முதல் முறையாக அவர் மீதே அவருக்குக் கழிவிரக்கம் தோன்றியது. கண்களில் கண்ணீர் கசிந்தது. அவரை அருகில் அமரச் சொல்லி சைகை செய்தது. மண்மேட்டின் மீது தோது பார்த்து உட்கார்ந்தார்.

கூட்டத்தைப் பார்த்து தர்ஹா அறங்காவலர்களில் சிலர் அங்கே வந்து சேர்ந்தார்கள். அன்றொருநாள் காலையில், அவுலியாகள் அடங்கிய இடத்தின் கதவைத் திறந்த மௌஜன் இப்போது அவர்களுடன் இருந்தார். குரங்கு போன்ற முகத்தைக் கண்ட அவர் திடுக்கிட்டு, "இவுரு அவுலியாகளோட தம்பி. அன்னிக்கு உள்ளே படுத்திருந்தாருல்ல. நான் ஆச்சரியத்துல கத்துனதும் 'கராமத்' பண்ணி காணாமப் போனவரு இவுருதான்!" என்றார்.

கூட்டம் இன்னும் ஆச்சரியம் காட்டியது. அறங்காவலர்களைப் பார்த்து 'அவுலியாகளின் தம்பி' எனப்பட்டவர் புன்னகைத்தார். அந்த இடத்தில் மீண்டும் ஒரு ஒளியலை பரவியது. அவர்கள் அத்தனை பேரும் பார்த்துக் கொண்டிருக்கையிலேயே அவர் இருந்த இடத்திலேயே மறைந்து போனார். கூடவே அவருடனிருந்த காட்டுவா-காஜா முகையத்தீனும் காணாமல் போயிருந்தார்.

17

சோணையா கோவில் தெருமுனையில் கொத்தனார், சித்தாள், நிமுந்தாள் வேலைக்குப் போகின்ற அன்றாடங் காய்ச்சிகளின் கூட்டம் அதிகாலையிலேயே நிறைந்திருந்தது. தட்டுமுட்டு, சல்லிக்கரண்டி, மணல் சல்லடை, ஏணி, கோக்காலி, பிரஷ் மட்டைகளை வாடகைக்கு விடும் கடைகள் திறந்திருந்தன.

அதை நம்பி மூணான்டிபட்டியான் காபிக்கடை பால்வட்டையில் ஆவி பறந்து கொண்டிருந்தது. அவர்களுக்காகவே போட்ட மைதா மாவு அப்பங்கள் தங்க நிறத்தில் கண்ணாடிப் பெட்டிக்குள் நிறைந்து கிடந்தன. பட்டறையில் நின்றிருந்த சின்னசோணை, ஆள்வரவை எதிர்பார்த்து பால் ஆத்திக்கொண்டிருந்தான்.

பெரிய வேலைகளை எடுத்த பெரிய கொத்த னார்கள் தங்களுக்கான ஆட்களை 'நேரா கட்டிடத்துக்கு வந்துரு!' என்று அழைத்துக் கொள்வார்கள். அதனால் இங்கே வராமல் நேரே கட்டிடத்துக்கு பல பேர் போயிருப்பார்கள். பெரிய காண்ட்ராக்டர்களிடம் தொடர்ச்சியாய் வேலை செய்பவர்களும் அப்படியப்படியே போய்விடுவார்கள். சின்ன வேலைகள், 'பொத்துற' வேலைகள், கை வேலைகள், அடைப்பு வேலைகள், ஒருநாள் வேலைகள், காண்ட்ராக்டரைப் பிடிக்காமல் வேலையைவிட்டு நின்றவர்கள், கொத்தனாரை அனுசரிக்க முடியாமல் புது இடம் பார்ப்பவர்கள், திடீர் வேலைகள், அதற்கான நாள் கூலி போதும் என்ற பொன்மனத்தார்கள் நிறைய பேர் அங்கே இருந்தார்கள்.

பேச்சுச் சத்தமும், சலசலப்பும், சிரிப்பும், பொரணியும், சம்பளத்தை இழுத்தடிக்கும் மேஸ்திரி கதை, கமிஷன் கேட்கும் கொத்தனார் கதை, சித்தாள்கொத்தனார் போக்குகளும் அங்கே பிழியப்பிழியப் பேசப்பட்டன. கஷ்டங்களும் துயரங்களும் வலிகளும் வேதனைகளும் மறக்கும் இடமாக, பிழைப்பை எதிர்நோக்கியிருக்கும் இடமாக அது ஆகியிருந்தது. யாரோ, எதுவோ சொன்னதற்கு, ஒருத்தி விழுந்து விழுந்து சிரித்துக் கொண்டிருந்தாள். கண்களில் கண்ணீர் பெருகி அழுவதுபோல இருந்தது.

ஆனாலும் அவர்கள் பார்வை, 'இன்னிக்குக் கஞ்சி எவன் மூலமோ?' எனும் சிந்தனையில், அழைக்க வரும் ஆட்களுக்காக பாதையின் மேலே இருந்தது. மப்பு குறையாமல் இரண்டு பேர் நேற்றின் மீதிக்கதையைக் காட்சிப்படுத்திக் கொண்டிருந்தார்கள்.

மணி எட்டு ஆகிவிட்டது. இன்னும் எவனும் அழைக்க வரவில்லை. முன்னமே பேசிய இடத்திற்கு முக்கால்வாசிப்பேர் போய்விட்டிருந்தார்கள். ஒன்பது, ஒன்பதரை ஆகிவிட்டால், பெருமளவில் அழைப்பு இருக்காது. வீட்டுக்குத் திரும்ப வேண்டியதுதான். பிழைப்புப் போய்விடும்.

அவர்களை அழைத்துச்செல்வதற்கு ஆள் பிடித்துத்தரும் ஏஜண்ட்கள் இருந்தார்கள். ஏஜண்ட்டுகள் சாமி மாதிரி. சாமி நினைத்தால், சாயபு கடை கோழிச் சில்லறையுடன் பிள்ளைகளுக்கு சோறுபோட அன்றையக் கூலியால் முடியும். முடிந்தால் சுகுணா சிக்கன் நெஞ்சு பீஸூம் வாங்கலாம். இல்லாவிட்டால், பிள்ளைமார் காம்பவுண்டு வாய்க்கால் முருங்கைமர கீரைதான், குழம்புக்கு. அல்லது யாரிடமாவது கை நீட்ட வேண்டும். கொடுப்பதற்கு கந்து வட்டிக்காரன் தயாராக இருப்பான். திருப்பிக் கட்டும் வரையில் நாம் அவனுக்கு அடிமை. கட்ட முடியாது போகும்போது திட்டிலிருந்து தொடங்கி அடிதடி வரை எதுவும் நடக்கும். பெண்களை நம்பி அங்கே எளிதில் வட்டிக்குக் கொடுப்பார்கள்.

ஒரு பெண் வயதுக்கு வந்த தன் மகளையும் வேலைக்குப்போக அழைத்து வந்திருந்தாள். விரல், உள்ளங்கை காய்க்காத பெண்ணாக, பூ மாதிரி அவள் இருந்தாள். கூட்டத்தை அவள் ஒரு ரசிகனைப்போல, வேடிக்கைப் பார்த்துக்கொண்டு நின்றாள்.

'பொதுக்க' கன்னியம்மாவும் அங்கே வந்து நின்றிருந்தாள். ஆரம்பத்தில் அவள், டப்பா நூல் சுற்றப்போனாள். பிடி

வைத்த சைக்கிள் சக்கரத்தை வலது கையால் சுற்றியபடி, பெரிய சிட்டத்திலுள்ள நூலை, சிறிய சிறிய நல்லிக்குச்சிகளுக்கு மாற்ற வேண்டும். சிட்டத்தின் நூலை பிசகாமல் சுற்ற நல்லியில் இடதுகை ஏதுசெய்ய வேண்டும். நாள் முழுவதும் உட்கார்ந்தபடி இரண்டு கைகளுக்கும் வேலையிருக்கும். இடுப்பு ஒடிந்து போகும். நூலின் நிறம் கைகளில் ஏறியிருக்கும். தலையில் பஞ்சுத் துகள்கள் பூத்திருக்கும். காலை எட்டு மணியிலிருந்து சாயங்காலம் ஆறு மணி வரைக்கும் சுற்றினால், சுற்றியதற்கு ஏற்ப கூலி. ஆரம்பத்தில் நல்லிக்கு ஒரு பைசா வாங்கினாள்.

ஒருநாள் நூல் நூற்க கை வலிக்கிறது என்று, அப்புறம் சமையல் வேலைக்குப் போனாள். வாடகைக்கு சமையல் பாத்திரங்களைத் தரும் திருமால்சாமிதான் அந்தப் பகுதியில் சமையல் காண்ட்ராக்டரும். கொஞ்சம் பொறுப்பாய் வேலை செய்தால், அடுத்தடுத்து வேலைகளை சுமத்தும் நுட்பம் தெரிந்தவன் அவன். கடையிலிருந்து பாத்திரங்களை ஏற்றிக்கொண்டுபோய், திரும்ப அதை கடைக்குக் கொண்டுவந்து சேர்ப்பது வரையிலானப் பொறுப்பை அவள் தலையில் சுமத்திவிட்டான். ஆனால் சம்பளமாக, மற்ற சமையல் பாத்திரம் கழுவும் பெண்களுக்குத் தருவது போலத்தான் கொஞ்சமாகக் கொடுத்தான். இதில், காய் நறுக்க வேண்டும், பந்தியில் தண்ணீர் ஊற்ற வேண்டும். எச்சில் இலை அள்ள வேண்டும். பாத்திரம் கழுவ வேண்டும். இத்தனைக்கும் பிறகு, இலவசமாகக் கண்காணிப்பு வேலையை செய்ய வைத்தான். ‘போனோமா... வந்தோமா...’ என்று இருக்க முடியவில்லை. நேரே பார்க்கும்போது, ‘கன்னி... கன்னியம்மா!’ என்பான். ஆளிட்டாவிட்டால், ‘பொதுக்க’ என்று பேசுவான். கல்யாணப் பந்தியில் தொலைந்துபோகும் பித்தளை, அலுமினியத் தம்பளர்களுக்கு சம்பளத்தில் காசு பிடிக்க ஆரம்பித்தான். ‘தூமயக்குடிக்கிக்கு பொண்டாட்டியா இருக்குறதத் தவிர, மத்த எல்லாத்தையும் பொறுப்பா செஞ்சா, நம்மள ஏறிப்பாக்குறான்!’ என்று நின்றுவிட்டாள்.

அப்புறமாகத்தான் நிமுந்தாள் வேலைக்கு வந்தாள். வெயில், கல்லும் மண்ணும் சுமக்கக் கஷ்டமாக இருந்தது. ‘தொணைக்கு ஆம்பள இல்லாத பொம்பளைங்க்ற’ நினைப்பில், கொத்தனார்களின் கொத்துப் பேச்சு. மத்தியான சாப்பாட்டு இடைவெளியில், ‘வெத்தலை மடிச்சுத் தரச்’ சொல்கின்ற எரவாதம். மறுத்தால், அடுத்தநாள் வேலைக்கு கூப்பிட மறுப்பது. இது எதுவும் பிடிக்காமல், ‘போங்கடா... கொழுத்த ...குகளா!’ என்று பாய்மார் வீடுகளுக்கு பத்துப்பாத்திரம் தேய்க்கப் போனாள்.

அது, பூனை சூடுபோட்டுக்கொண்ட மாதிரியாகிப்போனது. 'ஆத்தாடி... அவிய்ங்க பெரிய குஞ்சுமணியா இருக்காய்ங்க. வீட்ல பொம்பள இல்லாட்டின்னா, நொங்கெடுக்கப் பாக்குறாய்ங்க. பொம்பள வீட்லருந்தா லேசுலேசா வெள்ளையடிக்கப் பாக்குறாய்ங்க' என்று தலைதெறிக்க ஓடிவந்து விட்டாள்.

அவள் போகாத, செய்யாத வேலையே கிடையாது. மறுபடியும் இரண்டாம் சுற்றாய் டப்பா நூல் சுற்றப்போனாள். அப்புறம் சமையல். இது எத்தனையாவது சுற்று என்று தெரியாது.

"முனியம்மா... ஏன்டி புள்ளையக் கூட்டியாந்துருக்க! அந்த பொசக் கெட்டபய மறுபடியும் ஓடிட்டானா?" தாழ்ந்த குரலில் கேட்டாள்.

"அவனப்பத்திப் பேசாதக்கா. மனுசனா அவன்? குருவிச்சூ..க்காரன்! இந்த வயசுலயும் அவனுக்குக் கேக்குது. நைட்டு பகல்னு இல்லாம 'கொக்கொக்கொக்'குனு அவனுக்குக் குதிக்க ஆரம்பிச்சுருது. தலைக்குமேல வளந்த பொட்டைகள வெச்சுக்கிட்டு ஒண்டு குடிசைல என்னா செய்ய முடியும். எவளையோ தேடி ஆட்டப்போய்ட்டான். நான் முக்கா கெழவி. என்னா பண்ணுவேன்? அவ வயித்துக் கஞ்சிக்காவது அவ பாத்துக்கட்டும். போன எடத்துல எவனையாவது நல்லவனா பாத்து புடிச்சுக்கிட்டா, அவ பொழப்பு ஓடியடைஞ்சுரும்ல்ல!" தள்ளிநிற்கும் மகளைப் பார்த்துக்கொண்டே மெதுவான குரலில் முனியம்மா மனமுடைந்து சொன்னாள். "ச்சே... என்னா பொழப்பு இது?" கன்னத் தில் கண்ணீர் ஓடை யாய் வழிந்தோடியது.

"இவிய்ங்க வந்தப்பத்தானக்கா அவிய்ங்களும் இங்கன வந்தாய்ங்க. இன்னிக்கு அவனவன் கார், பங்களா, வண்டிகனு மெழுமையா இருக்கானுக. இந்தாளு புத்திதானே அவிய்ங்களுக்கும். அவிய்ங்க மட்டும் எப்டி மேல போறானுக. இது வயசுபோயும் பொறுக்கிக்கிட்டுத் திரியுது. எச்சக்கல நாயி. கூறுவேணாம். வேறவழியில்லாம, பொட்ட புள்ளைய தெருவுல கொண்டாந்து நிறுத்திருக்கேன்."

'பொதுக்க' கன்னியம்மா அவளுக்கு பதில் சொல்லத் தெரியாமல் அமைதியாக நின்றிருந்தாள். பிறகுமெல்ல அவளை ஆற்றுப்படுத்துவது போல, "அப்டியெல்லாம் எல்லாரும் பணக்காரனா ஆயிறல முனியம்மா. உன்னோட வேதனை எனக்குப் புரியுது. நம்மசனம் எல்லாமே இப்டித்தான் சீரழிஞ்சு கெடக்குது. நாலஞ்சு 'எடுவட்டப்' பயலுக செய்றதுல, ஒட்டுக்கா நம்ம சாதிசனம்மேல கெட்டபேரு விழுந்துருச்சு. இவிய்ங்கள

கணக்குல வெச்சுக்காத. உழைக்கணும்... சம்பாதிக்கணும்னு நெனைக்கிறியே அது பெருசு. தொயரத்தை அனுபவிக்கிறவ நீதானே... வயிறெரிஞ்சுதான் பேசுவே!"

அம்மாவின் அழுகைக்குக் காரணம் புரியாமல் மகள் கேட்டாள், "ஏம்மா அழுவுற?"

ஏஜண்ட் ஒருவன் பழைய டிவிஎஸ் சுசுகியில் வந்தான். வண்டியைப் புதிதாக வைத்திருந்தான். கெலிப்பான ஆள். கிளாஸிக் சவரக்கடை முக்கில் வண்டியை நிறுத்தினான். எப்படியும் இருபது பேரையாவது தேர்வு செய்வான். கூட்டத்தில் பெரும்பகுதி அவனை நோக்கிப்போனது. வேட்டியை விலக்கி, காக்கி டவுசருக்குள்ளிருந்து செல்போனை எடுத்தான். "இந்தா அனுப்பி வைக்கிறேன்... என்னாது... ஆங்... போதுமா? ஆங்... எத்தனைப் பேருன்னாலும் சவரி சப்ளை பண்ணுவான்!" என்று தன்னைத்தானே மெச்சிக்கொண்டான். விரல்களில் மூன்று மோதிரங்கள் இருந்தன. கழுத்தில் மாட்டுவட தங்கச் செயின்.

"மொத்தம் முப்பத்தஞ்சு உருப்படி. இருவது ஆம்பளை. பதினைஞ்சு பொம்பளை."

அவன் வருகையையொட்டி, தேர்வு செய்யும் ஆட்களை வேலை நடக்கும் இடத்துக்கு வழக்கமாக அழைத்துப்போகும் குட்டி யானை மெதுவாக ஊர்ந்து வந்து நின்றது. ஆள் பார்த்து, ஆள் பார்த்து ஏற்றினான். இருபது ஆண்கள் ஏறும் வரையில் அவன் ஏதும் சொல்லவில்லை. அத்தனை பேரும் சோத்துவாளி, சோத்துக்கூடையுடன் ஏறிக்கொண்டார்கள். அடுத்து, பெண்கள். ஏழெட்டுப் பேர் ஏறிய பின்னால், ஒருத்தியைப் பார்த்து, "நீ கீழே எறங்கு. நீ நொட்ட பேசுவே!" என்றான்.

"அண்ணே, அதயெல்லாமா மனசுல வெச்சுருக்க!" என்றாள், தணிந்த குரலில்.

நல்ல மனநிலையில் அவன் இருந்திருக்க வேண்டும். "இத, பேசும்போது அப்ப நெனச்சுருக்கணும்!" தத்துவம் பொழிந்தான். அவள் கூட்டத்துக்குள் பம்மிக்கொண்டாள். கடைசியாக, 'பொதுக்க' கன்னியம்மா ஏறினாள்.

"ஏய்... நீ மறுபடியும் வந்துட்டியா? ஏதோ சமையலுக்கு போறேன். அங்கே வாய்க்கு ருசியா போடுவானுகன்னே. நாங்களும் வாய்க்கு ருசியா போடுவோம்ல்ல. ஆமா, நீ கெழவியாயிட்டியே. ஒன்னவெச்சு என்னா பண்றது?"

காதுகேட்காதவர்கள்போல அந்தப் பெண்கள் இருந்து கொண்டார்கள். "அந்தத் துலுக்க வீட்டுப்புள்ளை வரலியா? பாவம். அது ஏழெட்டுப் புள்ளைகளோட அல்லாடும்" தானும்

மனிதன்தான் என்பதை நிரூபிப்பதுபோல கேட்டுவிட்டு, குட்டியானை ஓட்டி வந்தவனிடம், “பாமாநகர் முதல்தெரு. ஜெகநாதன் ஆபீசர் கட்டிடம்!” என்றான்.

வண்டியில் ஏறிய அத்தனை பேருக்கும் அன்றைக்கான கூலியும் பதினோரு மணி வாக்கில் இரண்டு வடையும் ஒரு கப் தேநீரும், மாலையில் இரண்டு பஜ்ஜியும் ஒரு கப் தேநீரும் உத்தரவாதமாகியிருந்தது. மதியம் ஒரு மணிநேரம் இடைவேளை. வெளியிலிருந்து பார்ப்பவர்களுக்கு சுலபமான அந்தப் பொருட்களுக்கு, அதிகமான உழைப்பைச் சிந்த அவர்கள் கிளம்பிப் போனார்கள்.

சவரி, ஆள்பிடித்து அனுப்புவதில் பெரிய ஏஜண்டாக இருந்தான். திருப்பூர், பல்லடம், அவினாசிக்கு கம்பி கட்டும் வேலைக்கு ஆட்களை இங்கிருந்து ஏற்றுமதி செய்வான். முப்பது நாள், நாப்பது நாள் என்று வேலை போகும். தங்குவதற்கு இடம் கிடைத்துவிடும். பொங்குவதற்கு ஆள் இருக்கும். சாப்பாட்டுக்கு சொற்பமாகத்தான் செலவு ஆகும். வேலைக்குப்போய்த் திரும்பும்போது, ‘லம்ப்பாக’ மிச்சமாகும். ஆனால் கஷ்டமாகத்தான் இருக்கும். வெளிநாடுகளுக்கு கம்பி கட்டப்போய் பாலைவன சுடுமணலில் கொப்பளிக்க கொப்பளிக்க வேலை செய்வதற்கு இது எவ்வளவோ மேல். அரையிரவு அல்லது அரைப் பகல் தூரப்பயணத்தில் ஊர்வந்து சேர்ந்து விடலாம். அப்படி சவரி அனுப்பிய ஆட்களில் ‘கைப்பிடித்தமாக’ இருந்து, தங்கச்சிகளுக்குக் கல்யாணம் செய்து வைத்திருக்கிறார்கள். தாங்கள் நல்ல இடத்தில் கல்யாணம் செய்து கொண்டிருக்கிறார்கள். அவன் அனுப்பி வைத்துப் போய்வந்த முத்தன், இன்றைக்கு தட்டுமுட்டு சாமான் வாடகைக்கு விடும் கடை வைத்திருக்கிறான். சிலர், புது ஏஜண்ட்டுகளாக மாறிவிட்டார்கள். சிலர் காண்ட்ராக்ட் வேலை எடுத்துச் செய்கிறார்கள். ‘அண்ணே…!’ என்று அவனைப் பார்த்துக் கையாட்டுகிறார்கள்.

குட்டியானை புறப்பட்டுப் போனதும், கிளாஸிக் சவரக் கடைக்குள் நுழைந்தான். முகம் மழித்துக்கொண்டான். மூணாண்டிபட்டியான் கடையில் ‘ரெண்டு’ அப்பம் தின்று, ஒரு டீ குடித்தான். அப்போது கடையில் நின்று டீ குடித்துக்கொண்டிருந்த தனக்குத் தெரிந்த கொத்தனாருக்கும் சேர்த்து டீ காசை கொடுத்துவிட்டுக் கிளம்பினான். “நீ வேலைக்குப் போகலியா?”

சபாரி அணிந்த இரண்டுஆட்கள் அவன் வண்டியின் ஹேண்ட் பாரில் கை வைத்து, “திருப்பூருக்கு ஆள் அனுப்புற சவரி

நீதானே?" என்று கேட்டுக்கொண்டே வண்டியின் சாவியை உருவினார்கள்.

"அதெல்லாம் சரிசார்... ஏதோ திருடனைப் புடிக்கிற மாதிரி, வண்டி சாவிய எடுக்குறீங்க. நானென்னா ஒங்களத் தள்ளிவிட்டு வண்டிய எடுத்துக்கிட்டு ஓடவா போனேன்?"

அவர்கள் சாவியை வண்டியில் திரும்பவும் செருகிவிட்டு, "நல்லது... எங்களுக்கு வேலை மிச்சம். நீ திருப்பூருக்கு கம்பி கட்டுற வேலைக்கு அனுப்பி வெச்சதுல ரெண்டு பேரு அங்கே 'வேலை'யக் காட்டிட்டானுக. கோழிப்பண்ணை கல்லாப்பெட்டிய தூக்கிட்டுப் போய் பத்துலட்ச ரூவா அடிச்சுட்டாய்ங்க. ஒருத்தன் பேரு ரவி. அப்பன் பேரு ராமசாமி. இன்னொருத்தன் பேரு 'ஆம்பள' குமார். அது என்னய்யா... 'ஆம்பள' குமாரு? அவங்கப்பன் பேரு தங்கதுரை. அவனுக மதுரைக்கு ஓடிவந்துட்டாய்ங்க. எங்கேருக்கா னுகன்னு கேட்டு, புடிச்சுக்குடுத்துட்டா, இல்ல அவனுக எங்கக்கிட்ட சரண்டர் ஆயிட்டாய்ங்கன்னா... ஒனக்குப் பிரச்சனை இல்ல. நீ ஒத்துழைக்கலன்னாலும் பிரச்சனையில்ல. நீதான் அவிய்ங்களுக்கு பாஸ்னு எங்களுக்குத் தெரியும்!" என்றார்கள்.

அவர்களைச் சுற்றி, ஆட்கள் தூரமாக நின்று வேடிக்கைப் பார்த்தார்கள். யாரும் பக்கத்தில் வரவில்லை. சவரியுடன் பேசிக்கொண்டிருப்பவர்கள் போலீஸ்போல தெரிந்ததால், அவர்கள் பம்மி நின்றிருந்தார்கள்.

"என்னா சார்... எவிய்ங்களோ செஞ்சுட்டுப் போனதுக்கு, நான்தான் பாஸ்னு சொல்லி மெரட்டுறீங்க? இவ்வளவு வெவரம் தெரிஞ்ச ஓங்களுக்கு... கரெக்டா என்னிய பிடிக்கவந்த ஓங்களுக்கு, என்னோட செல்போன் நம்பரும் தெரிஞ்சுருக்கும். விசாரிச்சு சொல்றேன். உங்க நம்பர குடுத்துட்டுப் போங்க. எனக்கு இப்ப வேலையிருக்கு!"

அவர்கள் சற்று திகைத்துத்தான் போனார்கள். தெளிவாகப் பேசுகின்றான். "உன் வீட்டு விலாசமெல்லாம் எங்கக்கிட்டருக்கு!" என்றார்கள்.

"வீட்டு விலாசம்தானே... இருக்கட்டும் சார். நீங்க ஒரு முடிவோடதான் வந்துருப்பீங்க. குற்றம்செய்யாதவன குற்றவாளி ஆக்குறது ஓங்களுக்கென்ன பெரிய வேலையா? மினிஸ்டர பேசச்சொல்லவா?"

நிறைய இடத்தில் இதுபோல கேட்டிருந்தாலும் அவர்கள் மேலும் நிதானித்தார்கள். "எப்ப போன் பண்ணுவ?"

"என்ட்ட இப்பத்தானே சொல்லீருக்கீங்க. விசாரிக்க வேணாமா. நானென்ன போலீசா? போய்நின்னதும் தொரட்ட காட்ட. கூப்ட்டு சொல்றேன் சார்!" வண்டியை உசுப்பி, கல்லடிப்பட்ட நாய் தப்பியோடுவதுபோல, புகைகக்கப் பறந்தான்.

அவர்களும் சிலநிமிடங்கள் அங்கேயே நின்றிருந்தார்கள். பிறகு வெறிபிடித்த நாய், வேலையில்லாமல் மெல்ல நடந்து செல்வதுபோல, ரேசன் கடையையொட்டி நிறுத்தியிருந்த வேனுக்கு வந்தார்கள். வேன் உள்ளே நான்குபேர் இருந்தார்கள். இருக்கைகளில் உட்கார்ந்திருந்தவர்கள், காவல்துறையினர் என்பதும், வண்டியின் தரையில் உட்கார்ந்திருந்தவர்கள் விசாரணைக்குப் பிடிக்கப்பட்டவர்களாகவோ அல்லது குற்றவாளிகளாகவோ இருந்தார்கள்.

"ஏன்டா, அவன்ட்ட கேட்டா தெரியும்னு சொன்னீங்க. அவன் சட்டமெல்லாம் பேசுறான்" இருவரில் ஒருவர் கீழே உட்கார்ந்திருந்தவர்களிடம் கேட்டார்.

"எங்களுக்குத் தெரிஞ்சத சொன்னோம், சார்!"

"இந்த ஸ்டேஷன்ல நான் பத்துவருஷத்துக்கு முந்தி, ரெண்டுவருஷம் இருந்துருக்கேன். இவிய்ங்க அசகாயங்க. பழைய கேடிக நாலஞ்சு பேர எனக்குத் தெரியும். ரெண்டுமூணு கேஸ்ல கண்டுக்காம விட்டுருக்கேன். அவிய்ங்களுக்குத் தெரியும். இங்கே யாரெல்லாம் என்ன செய்றாய்ங்கன்னு. இந்த ஏஜண்ட்டு என்ன பண்றான்னு பாப்போம். அதுக்குள்ளாற அப்டியே ஒரு ரவுண்ட் போய்ட்டு வந்துருவோம்."

வேன் மெதுவாக அந்த இடத்திலிருந்து நகர்ந்தது. "நாம டிரேஸ் பண்ணீட்டு, தூக்குறப்ப லோக்கல் ஸ்டேஷன்ல சொல்லுவோம். இல்லாட்டி நம்மாளுக வேலையக் காட்டிருவானுக."

சுந்தரபாண்டியன் மகனுக்குக் காதுகுத்து. காதணிவிழா அழைப்பிதழ் எல்லோருக்கும் தந்திருந்தான். எம்.ஆர். மகாலில் இடம்பிடித்திருந்தான். நாள்தவணைக்கு விட்டு வசூலித்த காசு கொட்டிக்கிடந்தது. அவனது வசூலே தனிரகமாக இருக்கும். வசூல் மட்டும்தான் அவனுக்குத் தொழில். மற்றவர்களைப்போலவே பத்தாயிரத்துக்கு ஆயிரம் எடுத்துக்கொண்டு ஒன்பதாயிரம் கொடுத்து விடுவான். நாளொன்றுக்கு நூறு ரூபாய் வசூல். ஞாயிறு விடுமுறை கிடையாது. அடுத்த திங்களன்று இருநூறு கொடுத்துவிட வேண்டும்.

சாயங்காலம் நாலரை மணிவரை சேக்காளிகளுடன் சேர்ந்து சிரித்துப்பேசி விளையாடுவான். நேரமானவுடன்

விறுவிறுவென்று வீட்டுக்குப் போவான். குளிப்பான். புளூ ஜீன்ஸ் வெள்ளை சட்டை மாட்டுவான். அவன் முகம் இறுக ஆரம்பிக்கும். ஹீரோ ஹோண்டா எடுத்துக்கொண்டு, வசூலிக்க வேண்டிய கடைகளுக்குப் போவான். முகத்தில் ஒருசிரிப்பு இருக்காது. காதலி என்று ஒருத்தியிருந்து, எதிரில் அவள் வந்தாலும்கூட கடுமையை விடமாட்டான்.

"அண்ணே... இன்னிக்குக் காசை நாளைக்கு சேத்து வாங்கிக்குங்கண்ணே" என்று தவணைக்கு வாங்கிய யாராவது சொன்னால், "அய்யே..." என்று இழுப்பான். அவன் இறுகிய முகத்துக்கு மட்டும்தான் அந்த வார்த்தையும் அழகும் வரும். வசூல்முடிய இரவு மணி பத்தாகிவிடும். வசூல் பணத்தைக் கொண்டு வந்து அன்றைய வரவு செலவு எழுதி விட்டுத்தான் அடுத்த வேலைக்குப் போவான். அதன் பின்புதான் இறுகிய அவன் முகம் இயல்புக்கு வரும்.

"ஏன்டா இப்டி சிமெண்ட்டுத்தொட்டி மாதிரி மொகத்தை இறுக்கிக் கிட்டு திரியுறே?" என்று யாராவது கேட்டால், "மாப்ளே... பண்றது தவணைத் தொழிலு. கொஞ்சம் சிரிச்சோம்னு வெச்சுக்க. காசு போயிரும். நாளைக்கு நாளகழிச்சுனு நமக்கு தண்ணி காட்டுவாய்ங்க. மொகத்தை இறுக்கிப்பாரு. ஒருத்தன்ட்ட பெண்டிங் இல்லையே!" என்பான்.

அவன் வாழ்முறையே வித்தியாசமாக இருக்கும். சாயங்காலம் நாலரையிலிருந்து இரவு பத்துமணி வரைக்கும் சிரிப்பைக் காட்டாத அவன் முகம், அப்புறம் சிரிக்கத் தொடங்கிவிடும். சுற்றியிருப்பவர்களை விலா நோக சிரிக்க வைப்பான். வசூலில்தான் கெடுபிடி செய்வானே தவிர, மற்ற நேரங்களில் அவன் கை ஓட்டை கைதான். அவன் வீட்டு விசேஷம். "செழும்பா அண்டாக் கஞ்சி ஊத்துவான். ஐநூறுரூவா செய்யச் சொல்லுவான். சோறும் ஒரு கிலோ கறியும் வெட்டிற வேண்டியதுதான். என்ன மச்சான் நாஞ்சொல்றது!"

"ஆமடா... ஆலங்குளம் தாடிக்கார பாண்டிட்டதான் ஆட்டுக்கு சொல்லீருக்கான். அவரு மூலிகைப் பண்ணையில வளக்குற ஆடுல்ல. செவசெவன்னு இருக்கும்."

"மாப்ளே.. 'வல்லுவதக்'குனு கட்டிட்டு, சாறு உள்ளே எறங்கணும் ...தி உள்ளே எறங்கணும்னு போனவாட்டி மாதிரி மூணு நாளைக்கு ஆய்போகாம இழுத்துப்புடிச்சு இருந்த பாரு, அப்டி இருந்துறாத. வக்காலி... ஊரே நாறிரும்."

எல்லோரும் சிரித்துச் சிரித்து மாய்ந்தார்கள். இப்போதே சுந்தரபாண்டியன் வீட்டு விசேஷத்தில் அண்டா கறிக்கஞ்சி சாப்பிடத் தயாராகயிருந்தார்கள்.

அவர்களில் ஒருவன்தான் அங்கே நிற்கும் அந்த வேனை முதலில் பார்த்தான். நிற்பது வெளியூர் காவல்துறை வாகனம் என்பதையும், சவரியை விசாரித்தவர்கள் போலீஸ் என்பதையும் கவனித்தார்கள்.

'இதற்கு முன்பும் ஓரிரு முறை இதுபோலான வெளியூர் காவல்துறை வாகனம் வந்திருக்கிறது. அடுத்த சிலநாட்களில் திருப்பூரில் திருட்டு... அவினாசியில் கொள்ளை... என்று நாளிதழ்களில் செய்திவரும். மதுரை நரிமேட்டைச் சேர்ந்தவர்கள் என்று செய்தி போகும். அதுபோல ஏதாவது இருக்குமோ?' அஞ்சினார்கள்.

வேனுக்குள் இருந்துகொண்டு பேசுபவர்களின் பார்வை சோணையா கோவில் தெரு முனையையே பார்த்துக் கொண்டிருப்பதாக உணர்ந்து, அப்படியப்படியே நகர்ந்து, மறைவுக்குப் போனார்கள்.

"மாப்ளே... நம்ம பயலுக ஏதும் செஞ்சுருப்பாய்ங்க. அதான் வண்டி போட்டு தேடிவந்துருக்காய்ங்க. நாம அமைப்பு பேரச் சொல்லி அறிமுகம் செஞ்சுகிட்டு, வேன்ல இருக்குற 'குச்சி'ககிட்ட விசாரிப்போம்."

"எதுக்கு நாமளா போய் கேக்கணும். அவிய்ங்களா வந்து கேக்கட்டும். பாத்துக்கலாம். நாம இங்கனத்தானே நிக்கிறோம்."

"அந்த சவரிய புடிச்சாலும் என்னானு தெரிஞ்சுரும்."

"சரி... எல்லாமே செய்யலாம். நாம ரெண்டு டீமா பிரிஞ்சு போவோம். அதுல ஒரு டீம் போலீஸ் வேன்ல இருக்குறவங்கக்கிட்ட என்னானு கேப்போம். இன்னொரு டீம்... சவரிய புடிச்சுக் கேப்போம்!"

"சரி... ஆமா, நீ எதுக்கு இப்ப எங்கக்கூட வர்ற. இந்த மாதிரி வேலைக்கெல்லாம் நீ வேணாம்." ஒருவனை அவர்கள் விலக்கி விட்டார்கள்.

"நான் உங்க செட்டு. கூட படிக்கிறவன். இப்ப இப்டி தனியா பிரிக்கிறீங்க?"

"நீதான் அப்டி சொல்லிக்கிர்ற. நாங்க ஒருதடவைகூட அப்டி நெனச்சதேயில்ல. நீ எங்க அமைப்புல எப்டி சேர முடியும்!" சிரித்துக் கொண்டே அந்தக் குழு போனது.

மதியத்துக்கு மேலே சவரியின் செல்போனுக்கு அழைத்தார்கள். அத்துவான நேரத்தில் வந்த அழைப்பைப் பார்த்ததும் அது, காலையில் வந்து விசாரித்த போலீஸ்தான்

என்பதை உறுதியாக நம்பியவன், குரலை உயர்த்தினான். "என்னா சார், விசாரிக்க வேணாமா? அவசரப்படுறீங்க! நான் என்ன உங்களுக்கு இம்பாமரா?" என்றான்.

செல்போனைக் காதில் வைத்திருந்த நபர் முகம் சுருங்கினார். "ரொம்ப பேசுறான் சார்! அட்ரஸ் தேடிப்போயிருவோமா?"

"இன்னுங் கொஞ்ச நேரம் பாப்போம். அதுக்குள்ள பழைய அக்யூஸ்ட் குமார்னு ஒருத்தன் இருக்கான். மாஸ்டர் மைண்ட். பல அக்யூஸ்ட்டுகளுக்கு காட்பாதர். அவனப் பாப்போம். இப்ப பலசரக்குக் கடை வெச்சுருக்குறதா ஒருநாள் சொன்னான்."

குமாரைத் தேடி அலைவது அத்தனைக் கஷ்டமாக இருக்கவில்லை. ஔவையார் தெருவில் கடை இருந்தது. வேனைப் பார்த்ததுமே கொஞ்சம் மிரட்டலாக உணர்ந்த குமார், அதை வெளியில் காட்டிக்கொள்ளவில்லை. 'வாழவிட மாட்டாய்ங்களே' என்று மனதுக்குள் நினைத்துக்கொண்டான். அவர்களின் கேள்விகளுக்கு பதிலாக, தனக்கு எதுவுமே தெரியாது என்றும் இப்போது, தான் சாதி சங்கத்துக்கு மாநிலத் துணைச் செயலாளர் என்றும் கார்டை எடுத்துப்போட்டான்.

'வக்காலி... ஆளாளுக்கு சங்கம் வைக்க ஆரம்பிச்சுட்டாய்ங்க. இது ஏதோ எசகுபிசகா போகுதே. வாலண்டியரா நாமளேபோய் வண்டில ஏறுறோமோ!' உள்ளேயிருந்த இரண்டு பேருக்கும் சேர்த்து, ஆளுக்கொரு பாதாம்பால் வாங்கிக் குடித்துவிட்டு, வேனைத் திருப்பினார்கள்.

"ஆறு இருபத்தியொண்ணு... நூத்தி இருபத்தாறு ரூவா போச்சு!"

சாயங்காலம் சவரியை அழைத்தபோது, "என்னா சார்... சும்மா சும்மா தொந்தரவு பண்ணீட்டுருக்கீங்க!" என்றான்.

வேன் நேரே அவன் வீட்டுக்குப் போனது. வீட்டில் அவன் இல்லை. வீட்டிலிருந்த சவரியின் அப்பாவைத் தூக்கிக்கொண்டு, சரகத்துக்குப் பக்கத்தில் ஒரு முட்டுச்சந்தில் வந்து நின்றுகொண்டது.

கொஞ்ச நேரத்தில், திருப்பூர் மாவட்ட காவல்துறை ஆணையர் அலுவலகத்திலிருந்து வேனிலிருந்தவர்களுக்கு அழைப்பு வந்தது. "யோவ்... அங்கே போய் அக்யூஸ்ட தேடச்சொன்னா... ஏதேதோ குழப்பத்தை பண்ணி வெச்சுக்கிட்டு இருக்கீங்க. காதுல ரத்தம் வர்ற அளவுக்கு மதுரை கமிஷ்னர் கத்துறாரு. நீங்க அங்கே போய் ரிப்போர்ட் குடுக்கலியா? மதுரைல ஆணி புடுங்குனது போதும். முதல்ல தூக்கிட்டு வந்த அந்தக் கிழவனை ஏரியா ஸ்டேஷன்ல ஒப்படைச்சுட்டு ஊருக்கு வாங்கய்யா."

பக்கத்திலிருந்து சரகத்தில் போய், சொல்லி ஒப்படைத்தபோது, சங்கு முத்தையா அங்கே வந்துசேர்ந்தான். "எந்தூர்யா நீங்க? இங்கே வந்து, கேஸ்க்கு சம்பந்தமில்லாத என் தாத்தாவ தூக்குற அளவுக்கு தைரியம் வந்துருச்சா? தண்ணீ இல்லாத காட்டுக்கு... இல்ல... சீட்டக் கிழிச்சுப்புடுவேன் கிழிச்சு. ஓடுங்க!"

சரக காவல் ஆய்வாளர் எழுந்து நின்றுகொண்டிருந்தார். மற்ற அலுவலர்களும் அவன்முன் பௌவியமாக இருந்தனர். "சார், கொஞ்சம் அமைதியாருங்க. யார்னு தெரியாம செஞ்சுட்டாங்க. இப்ப விட்டுட்டாங்கள்ல. தப்பு நடந்துபோச்சு!" என்று சமாதானப்படுத்துவதுபோல சொல்லிவிட்டு, துறை சகாக்களை எக்குவதுபோல உண்மையாகவோ அல்லது நடிப்பது போலவோ நடந்து கொண்டார். "சாரோட அம்மாவப் பெத்தவரு அவரு!"

வந்தவர்கள் மன்னிப்பு கேட்டுக்கொண்டு, பம்மியபடி வெளியேறினார்கள்.

"வாங்க தாத்தா... நான் வீட்டுல விட்டுர்றேன்! சவரி மாமா எங்கே போனாரு?"

"அவன் காலைலருந்து யாரையோ தேடிக்கிட்டு திரியுறாம்ப்பா!"

காவல்நிலைய வாசலில் கூட்டம் கூடியிருந்தது. வெளியேவந்த சங்கு முத்தையாவைப் பார்த்து, ஒருகூட்டம் கும்பிட்டது. அவன் மெய்சிலிர்த்துப் போனான். கூட்டத்தில் சின்னவயது சேக்காளி ஒருக்கன் நின்றிருந்தான். "டேய்... கருப்பையா. வாடா இங்கே!" என்றான். "என்னடா இந்தப்பக்கம்?"

"இல்ல. சும்மா போய்க்கிட்டுருந்தேன். கூட்டமாருந்துச்சா. எட்டிப்பாத்தேன். பாத்தா நீ... நீங்க!"

"டேய்... நான் இன்னும் பழைய சேக்காளிகளுக்கு, 'இந்தா'தான்டா! அதான் புடிச்சுருக்கு'' முள்கிரீடம் சுமப்பவனைப்போல சலித்துக் கொண்டான். ''சரி. என்ன பண்ற?"

"ஒண்ணும் இல்ல இந்தா. சும்மாத்தான்ருக்கேன்!"

கொஞ்ச நேரம் கார்மீது சாய்ந்துகொண்டு யோசித்தான். "சும்மாருக்கியா? அப்பறம் எப்டிடா பொழப்பு ஓடும். சரி... இல்லவிழா வெச்சுற வேண்டியதுதானே! நாலு காசு வரும். அதை வெச்சு நாலு பேத்துக்குக் குடுத்து நம்ம குலத்தொழில் பைனான்ஸ் பாக்கலாம்ல்ல!"

"இல்ல விழாவா? அதுக்கு நாம செஞ்சுருந்தாதானே திருப்பி செய்வாங்க!"

"ஆமால்ல. சரி... நீ சிறப்பு அழைப்பாளர்னு எம்பேரு போட்டு, நான் சொல்ற ஆளுகளுக்கு பத்திரிக்கை வை! அப்பறம் பாரு!"

நண்பர்களாக இருந்துவிட்டு, காரியம் என்று வந்ததும் சாதி பார்த்துக் கழற்றிவிட்டதில், அவன் மிகவும் கவலையுற்றிருந்தான்.

பந்தல்குடி வாய்க்கால் பாலத்தில் திருமண பிளக்ஸ் ஒன்றைக் கட்டிக்கொண்டிருப்பதை வேடிக்கைப் பார்த்த அவன், தனது மற்ற சகாக்களுடன் பேசும்போது, "நாமளும் அவிய்ங்கள மாதிரி நடந்துக்கணும்டா!" என்றான்.

"எந்த மாதிரிடா?" கேட்டவனின் வார்த்தைகளில் மென்மை இருந்தது.

"அவிய்ங்களுக்குள்ள ஆயிரம் பிரச்சனை இருந்தாலும் வெளில ஒண்ணுன்னா ஒண்ணா கூடிர்றாய்ங்க."

"நம்மட்ட அவிய்ங்க பழகுறதெல்லாம் எந்தளவுக்கு உண்மைனு தெரியல. எல்லா இடத்துலயும் அவிய்ங்க நட்பா இருக்குறதில்ல. 'நாமளும் அவிய்ங்கள மாதிரி நடந்துக்கணும்டா'னு நீ சொல்றதப் பாத்தா, எனக்கு அது சரியாப்படல. நாமளும் ஏன் அவிய்ங்க மாதிரி நடந்துக்கணும்?' அவிய்ங்களக் காட்டிலும் நாம உயர்ந்தோம்னா அவிய்ங்களால நம்மளத் தவிர்க்க முடியாதுடா. அப்டி பாக்கணும்!"

"அவிய்ங்களப் பாரேன்... ஒருத்தன் வசதில கீழே இருந்தான்னா... ஒண்ணுமில்லாம ஒரு இல்ல விழா... மொய் விழானு நடத்தி, கைதூக்கி விட்டுர்றாய்ங்க. அவன் மேல வந்துட்டு, அடுத்தடுத்து செய்றான். நம்ம சமூகத்துல அப்டியெல்லாம் இல்ல."

"இப்பத்தான் நாம படிச்சு, ஏதோ கொஞ்சம் சம்பாதிக்க ஆரம்பிச்சுருக்கோம். போகப்போகத்தான் மாற்றம் உண்டாக்கணும்."

"அதுதான் எப்ப?"

"பாரு... அவிய்ங்களோட மூலதனம் எல்லாமே மத்தவங்களோட பயம்தான்! பயத்துலருந்து எப்டி வெளில வர்றதுனு முதல்ல பாக்கணும். நாம மேல வந்துறலாம்!"

"....................................."

"என்ன பேசமாட்டேங்க்ற? முதல்ல அவன் இப்டியிருக்கான். இவன் இப்டியிருக்கான்னு ஒப்பீடு பண்றத விட்டுட்டு, நாம மேல வர்றதுக்கு என்னென்ன வழியிருக்குனு பார்த்து, அதை நம்ம ஆளுகளுக்கு வழிகாட்டுனாலே போதும். நாம எதையும் தாண்டிப் போறது சாத்தியம்தான்!"

"............................"

"நமக்கு வழிகாட்டுறதுக்கு நல்ல தலைவர் இருந்தாரு. அறிவுல, தகுதில, சமூகத்துல நம்மள எப்டியெல்லாம் வளத்துக்கணும்னு சொன்னாரு. அவரோட வழிகாட்டுதல பின்பற்றியிருந்தா இந்நேரம் நாம பெருசா வந்துருக்கலாம். இப்பவும் ஒண்ணும் கெட்டுப்போயிடல. அவரு எழுதி வெச்சத பின்பற்றுனாலே போதும். அத நமக்கு முன்னே இருந்தவங்க செய்யல. அதவிட்டுட்டு திசை மாறிட்டாங்க. அதக் கொண்டு சேக்கவும் சரியான ஆளுக நம்மட்ட இல்ல. கொண்டு சேக்குறதா சொல்லி வந்தவங்களும் கொஞ்ச நாள்ல வேற வழித்தடத்துல போனதுமில்லாம, இளைஞர்கள அவங்க பாதைக்குத் திருப்பி விட்டுட்டாங்க. ஒரு கட்டத்துக்கு மேல அவங்கள மட்டுமே வளத்துக்க ஆரம்பிச்சுட்டாங்க. இத இப்ப இருக்குற இளைஞர்க உணர்ந்துகிட்டாங்க. அதான் இது மாதிரியான கேள்விகளுக்கு அடிப்படை. இந்தக்கேள்விகள் வரத்தொடங்கிட்டாலே அவங்க அடுத்த கட்டத்த நோக்கி நகருறாங்கன்னுதான் அர்த்தம். அதுல நீயும் ஒரு ஆளு. மாற்றம் ரொம்ப தூரத்துலயெல்லாம் இல்ல!"

18

ரஃபியுத்தீன் சேகரித்த விவரங்கள், இதுவரை அவர்கொண்டிருந்த அனுபவங்களும் கேள்விப்பட்டிருந்த சம்பவங்களும் ஒன்றுமேயில்லை என்பதைப் பறைசாற்றின. தையல்கடை சண்முகமும், ஜோசப் நாடாரும் இறந்து போயிருந்தார்கள். வீட்டு புரோக்கராக பிழைப்பு நடத்தி, ஓய்ந்துபோயிருந்த தவசித்தேவரும் தபால்துறையில் பணிபுரிந்து பல்லாண்டுகளுக்கு முன்பு ஓய்வுபெற்றிருந்த ரஷீதும் உடனடியாகக் கிடைத்தார்கள். அவர்களின் நினைவும் பேச்சும் தப்பாமல் இருந்தது, அவர் அதிர்ஷ்டம். எழுத்தாளர் கருணைவேந்தன் உடல்நிலை சரியில்லாமல் இருந்தார். வேறொருநாளில் அவரைச் சந்தித்துக் கொள்ளலாம் என்று வந்துவிட்டார்.

வீட்டு புரோக்கர் தவசித்தேவரின் தகவல்கள் பயனுள்ளதாக இருந்தன. நினைவிலிருந்து காலத்தை சற்று முன்னும் பின்னுமாகச் சொன்னாலும் உயிரோடிருக்கும் ஓர் ஆவணமாக அவர் தெரிந்தார். ரஃபியுத்தீன் அவரை அறிந்திருக்கிறார். தவசித்தேவர் எதையும் நடித்துக்காட்டியே சொல்பவராக இருந்தார். 'இந்தாருக்கு ரேசங்கடை. அப்டியே ஒரு எட்டு. அங்கன எல்லாம் நம்ம பையங்கதான். சொல்லி வெச்சுர்றேன். எவ்வள கூட்டம் இருந்தாலும் நீங்கபோனதும் வாங்கிட்டு வந்துறலாம். ஆமா. வரிசைலயெல்லாம் நிக்க வேண்டியதில்ல. அந்தாருக்கு மார்க்கெட்டு. விடியக்காலைலருந்து ராத்திரி பத்து பதினொண்ணு வரைக்கும் யாவாரந்தான். அன்னாடங்காய்ச்சிக கூலி வாங்கிட்டு வந்து காய்ச்சிக் குடிக்கணும்ல. நல்லதண்ணீக்கொழாய் பாய் வீட்டு காம்பவுண்டல

மட்டுந்தான் இருக்கு. மத்த காம்பவுண்ட்ல நீங்க தெருவுக்குத்தான் போகணும்' என்று வாடகைக்கு வீடுதேடி வருபவர்களிடம் அள்ளிவிடுவதில் பலவிஷயங்களுக்கு முன்னோடியாக இருந்தவர் அவர். வெட்டவெளிக்கு முன்னால் நின்றுகொண்டு, 'சென்னைக்கு இங்கேருந்து நிமிஷத்துக்கு ரெண்டு பஸ். காம்பவுண்ட் வாலுக்கு அந்தப் பக்கம் ரயில்வே ஸ்டேஷன். எதுக்க சென்ட்ரல் ஸ்கூல் என்று தொலைக்காட்சிகளில் சொல்பவர்கள் ரஃபியுத்தீனுக்குள் வந்துபோனார்கள்.

இப்போது தவசித்தேவர் வாழ்க்கையில் ரொம்பவே சலிப்பு அடைந்திருந்தார். வாடகைக்கு வீடுகள் கிடைப்பதும், கேட்டு வருவதும் அபூர்வமாகி விட்டது என்ற தன் பிரச்சனையைச் சொன்னார். ரஃபியுத்தீனை வாடகை வீடு கேட்டுவந்தவராக நினைத்துத்தான் உற்சாகமாகப்பேச ஆரம்பித்தார். விவரம்சொன்னதும், "அட... பாய் மகனா நீ?" என்று உரிமையாய்க் கேட்டார். கொஞ்சநேரம் கூர்ந்து பார்த்தார். "உங்க பாவா தன்னை ஹைதர் அலி பரம்பரைனு சொல்லிக்குவார். அவரோட மூக்கும் மீசையும் அப்டியே உனக்கும் இருக்கு தம்பி. நீங்கள்லாம் எப்பேர்ப்பட்ட பரம்பரை. இருந்து என்ன பண்ண? போ! உரிமை கொண்டாட ஆளிருக்கப்பவே, வீட்ல புகுந்து, ஆயுதங்க காட்டி மிரட்டி, பத்திரங்கள்ல கையெழுத்து வாங்கிற்ற கிங்கரய்ங்க இவிய்ங்க. உரிமைகொண்டாட ஆளில்லாட்டா விடுவாய்ங்களா?" என்றார்.

ரஃபியுத்தீன் பாவாவின் இறப்புக்குப் பின், இடத்தை போலி ஆவணங்கள் மூலம் அபகரித்த விஷயத்தை அழகாக விவரித்தார். "சியான், அவனுக முட்டாப்பயலுக. எதையும் செய்யத் தயாராயிருக்காய்ங்க. முன்னமாச்சும் போலீஸ் அது இதுன்னு கொஞ்சநஞ்ச பயம் இருந்துச்சு. இப்ப சுத்தமா பயம் அத்துப்போச்சு. உதுத்தவிய்ங்க ஆயிட்டாய்ங்க. காசுதான். காசுக்காக எதையும் தைரியமா செய்றாய்ங்க. தைரியமா செய்றதால அதுதான் சரிங்க்ற மாதிரி ஆகிப்போச்சு. என்னத்த சொல்றது!"

அவர் சொல்லச் சொல்ல, ஓங்குதாங்கான உருவங்களும் வகை வகையான மீசைகளும் வெள்ளை வேட்டி, வெள்ளைச் சட்டைகளும் ஒருவித மிரட்சியைத் தருவதாக இருப்பதை ரஃபியுத்தீன் உணர்ந்தார். எங்கு நோக்கினும் இந்த உருவங்கள் அசைவதாய் இருந்தன. மற்றவர்களின் மிரட்சியை அவர்கள் தங்கள் ஆயுதமாக ஆக்கியிருந்தனர்.

"அவங்க உங்க சொந்தக்காரங்கதானே?"

“சொந்தக்காரய்ங்கதான். அதுக்காக? வீடு புடிச்சுக் குடுக்குறப்ப பத்துரூவாகூட வாங்கிறணும்னு ஆசப்பட்டவன்தான் நானும். அது பொழைப்பு. இவனுக செய்றது அதாட்டியம். யப்பா! ஒங்க பாவா பவர் குடுத்தமாதிரி பத்திரம் தயார் பண்ணி, அவரு உயிரோட இருக்கும்போதே வித்துட்டதா ஜோலிய முடிச்சுட்டானுக. ஒங்க பாவாவுக்கு பணத்தை செட்டில் பண்ணுன மாதிரியும் முன்தேதிபோட்டு பத்திரத்தைப் பதிஞ் சுருக்காய்ங்க. பத்திரமே போலினு நிரூபிக்கணும். பாத்துக்குங்க. அது அவ்வள சுளு இல்ல. சட்டம் அவிய்ங்க பக்கம் சாஞ்சு நிக்குது!”

தபால்துறை ரஷீத் அந்த விவரங்களை முத்திரை குத்தி ஊர்ஜிதப்படுத்த மட்டுமே செய்தார். “அந்த இடம் ஒனக்குத் தெரியுமா ரஃபி? கபரஸ்தானை ஒட்டி வடக்கே திரும்புனா வருதுல்ல வெள்ளையா ஆறுமாடி காம்ப்ளக்ஸ். அதுதான். இவுனுகளுக்கு ஏது இந்த எடம்? இந்தப் பயலுகளுக்கு ஊருக்குள்ளாற ஒரு அடி எடம்கூட கிடையாது. இப்பப்பாரு ஊருலருக்குற அம்புட்டு எடமும் அவனுககிட்டதானுருக்கு. ஆரம்பத்துல அண்டிப்பொழைக்க வந்தவனுக. இப்ப அதிகாரமா மாறிட்டாய்ங்க. என்ன செய்யப் போற?”

அவருடன் உட்கார்ந்து பேசியதில், புதிய தகவலொன்றைச் சொன்னார். “ஜம்புரோபுரம்னு ஒரு ஏரியா இங்கே இருந்துச்சு தெரியுமா? பனைமரமா நெறஞ்சுருக்கும். இப்ப பனைமரமும் இல்லை. ஜம்புரோபுரமும் இல்லை. மரத்தை மனுஷன் அழிச்சுட்டான். ஜம்புரோபுரம் பேரு, தானா அழிஞ்சு போயிருச்சு!”

இப்போதைய மதுரை மாவட்ட ஆட்சியரை டெல்லியில் ரஃபியுத்தீன் சந்தித்திருக்கிறார். ஆட்சியரின் உதவியாளரிடம் அறிமுக அட்டையைக் கொடுத்த மாத்திரத்திலேயே உள்ளே அழைத்தார். அவரது நேரத்தை வீணாக்காமல் ரஃபியுத்தீன் நேரடியாக, தனது கோரிக்கையை முன்வைத்தார்.

ஆட்சியர், “காபி சாப்டலாமே!” என்று வரவழைத்தார். அவரும் நேரடியாகவே, “இதுமாதிரி பல கம்ப்ளைண்ட் வந்துருக்கு, ரஃபி சார். எல்லாம் பக்காவா பேப்பர் ஒர்க் பண்ணி, காரியத்தைச் செஞ்சுருக்காங்க. ஆரம்பத்துல படிப்பு வாசனையே இல்லாத அவுங்களுக்கு பல அதிகாரிகள் பேக்ரவுண்ட்ல இருந்து, காசுக்காக காரியம் செஞ்சு தந்தாங்க. படிக்காதவன் பள்ளிக்கூடம் நடத்துறான். படிச்சவன் அவன்ட்ட வேலைக்கு கைகட்டி நிக்கிறான்னு ஒரு பழமொழிகூட அவங்களுக்காகவே மதுரைல உருவாயிருந்துச்சு. இப்ப பள்ளிக்கூடம் நடத்துற

அவங்களும் படிக்க ஆரம்பிச்சு... இதுக்குமேல சொல்லணுமா? உங்க கம்ப்ளைண்ட என்ன பண்ண முடியுமோ அத நான் செய்றேன். என்னபேரு சொன்னீங்க. முட்டை முருகனா? ஆம்மா... அவரு அமைச்சரோட ஆளு. டெல்லில உங்கக்கிட்ட நான் உதவிகேட்டு வந்தப்ப, உடனே செஞ்சு தந்தீங்க. இப்போ தமிழ்நாட்டுல அதிகாரிகளோட நிலை என்னன்னு உங்களுக்குத் தெரிஞ்சுருக்கும். படிச்சு அதிகாரமிக்க இந்தவேலைக்கு வந்தும், யார்யார்ட்டயோ கைகட்டி நிக்க வேண்டியிருக் குது. உதறிட்டுப்போக முடியல. வெக்கமா இருக்கு, சார். பெர்சனலா சொல்றேன். இதுல அஃபீஷியலா ஹெல்ப் பண்ண வழி எதுவுமில்ல. கோர்ட், கேஸ்னு காலம் இழுத்துக்கிட்டே போயிரும். அவனுகளும் கடுப்பாயிருவானுக. முடியல... பவர்ல இருக்குறவங்களும் கண்டுக்காம இருந்துக்குறாங்க. அவங்களுக்கு எல்லாவிதத்துலயும் இவங்களால பலன் இருக்கு. யார் பவர்ல இருந்தாலும் இதுதான் நிலை. ஏதும் அண்டர்ஸ்டாண்டிங்ல முடிச்சாதான் ஆச்சு. எதுக்கும் நீங்க ஒருதடவை அமைச்சர் மகனோட பிரண்ட் சங்கு முத்தையாவப் பாருங்க. அவரு நினைச்சா ஏதும் நடக்கலாம்."

அந்தப் பெயரை உச்சரிக்கும்போது லேசான பதற்றம் ஆட்சியரிடம் தெரிந்தது. "இன்னிக்கு மனுநீதி நாள். மத்த ஆபீஸர்ஸ் எனக்காக வெயிட் பண்றாங்க!" என்றார்.

ஓர் அதிகாரியால் இவ்வளவுதான் செய்ய முடியும் என்பதைத் தாண்டி, தெரிந்தவர் என்பதால், கூடுதலாக சில ஆலோசனைகள் மட்டுமே அவரால் சொல்ல முடிந்தது. இயலாமையில் ஆட்சியர் அசடாய்ச் சிரித்துக்கொண்டே எழுந்தார். "ஒன்மோர் திங். பை த பை. யூ ஷல் லாட்ஜ் எ கம்ப்ளைண்ட் வித் போலீஸ் கமிஷனர்."

ரஃபியுத்தீன் வெளியில் வந்தபோது, எழுத்தாளர் கருணைவேந்தனை யதேச்சையாக சந்திக்க முடிந்தது. "உடம்புக்கு நல்லா ஆயிருச்சுங்களா?"

"பரவால்ல. இன்னிக்கு மனுநீதி நாள்ல எழுத்தாளர்கள் கோட்டாவுல ஒரு வீடு கேட்டு மனுகுடுக்கலாம்னு வந்தேன். இது, பத்தாவது மனு. இந்தக் கலெக்டர் என்னமோ சகாயம்செய்வாருனு சொன்னாங்க. எவ்ளோ நேரமாகுதோ தெரில. நேரம் கிடைக்குறப்ப வீட்டுப்பக்கம் வந்தா... பேசலாம்!"

"வர்றேன்!"

ரஃபியுத்தீனுக்கு மறுபடியும் ஒரு தேநீர் குடிக்கவேண்டும்போல இருந்தது. ஆட்சியர் அலுவலக வளாகத்தின் தென்கிழக்கு

மூலையிலுள்ள கடைக்குப் போனார். ஆளுங்கட்சிக் கரைவேட்டிக்காரர்கள் ஏழெட்டுப் பேர் உட்கார்ந்துகொண்டும், நின்றுகொண்டும் பேசிக்கொண்டு இருந்தார்கள். அவர்களைத் தாண்டி ஒரு மூலையில் போய் உட்கார்ந்தார். தேநீருக்குச் சொன்னார்.

“இல்ல வட்டம். ஆளுங்கட்சியாருந்து பிரயோசனம் இல்ல. வார்டுக்குள்ள போக முடியல. குடிதண்ணீலருந்து சாக்கடை வரைக்கும் ரேசங்கடை பிரச்சனைலருந்து ஆதார் அட்டை பிரச்சனை வரைக்கும் இழுத்துக்கிட்டே போகுது. ஓட்டுப்போட்டவய்ங்க நிப்பாட்டி ஓட்டுறாய்ங்க. என்னோட வார்டு படிச்சவய்ங்க வார்டு. கூப்ட்டுவெச்சு சொல்றாய்ங்க. செய்றேன்னுதான் சொல்ல வேண்டியிருக்கு. ஆனா செய்ய முடியல. அடுத்த நாளே தினமலர்ல செய்தி போட்டுவிட்டுர்றாய்ங்க.”

“அட விடுய்யா... ஒண்ணொண்ணுக்கும் நாம யார்ட்டயோ போய் நிக்க வேண்டியிருக்கு. மாவட்டமும் மினிஸ்டரும் ஒண்ணாருந்தா நமக்கு ஏதும் லாபம் இருக்கும்னு இந்தாளு பின்னால தொங்குனோம். அந்தாளு எவனையோ நொட்டவிட்டுக்கிட்டுருக்கான். அவன் எல்லா விஷயத்துலயும் நாய் வாய்வெச்ச மாதிரி, வாய்வெக்கிறான். எதிர்க்கட்சிக்காரன் ‘நீங்கள்லாம் அவ்வளவுதானா? வீட்லயாச்சும்னு...’ இழுவையா கேக்குறப்ப நாக்க புடுங்கிக்கிட்டு சாகலாம்போல தோணுது!”

“அடப்போ மாப்ளே, நீ வேற. கொக்கியான் ஒருத்தன்தானே இருக்கான். கூட்டத்துல அந்தத் தீர்மானத்துக்கு எதிர்ப்பா ஸ்டெடியா நின்னுட்டான். கிழிகிழின்னு தொங்கவிட்டான். மறுநாள் காலை பேப்பர்ல அவன்தான் தலைப்புச் செய்தி. ஆனாலும் தீர்மானம் ஜெயிச்சுருச்சு.”

தேநீர் அவருக்குக் கசந்தது. எழுந்து வெளியில் வந்தார்.

மாவட்டச் செயலாளரும் அமைச்சருமான சென்றாயனுக்கு, ‘சங்கு முத்தையா கேரளாவுல மந்திரிச்ச மை வெச்சுட்டான். அதான் அந்தாளு இந்த சின்னப்பையன் சொல்றதக் கேட்டு ஆடுறாரு’ என்றபேச்சு பரவலாக இருந்தது. கட்சிக்காரர்கள் ரகசியக் காரியங்களுக்கு, ‘மை பாத்தாச்சா’ என்று சங்கேத வார்த்தையைப் புழங்கினார்கள். அதிகாரிகளுமேகூட தங்களுக்குள், ‘மை பாக்கணும்’ என்று பேசிக்கொண்டார்கள்.

இரண்டுமூன்று ஆண்டுகளிலேயே சங்கு முத்தையாவின் வளர்ச்சி அளப்பரியதாக ஆகியிருந்தது. தன்னைச்சுற்றி ஓர் அதிகார மையம் தானாகவே வளர்ந்திருப்பதை அவன் கண்டுகொண்டான். ‘இதற்குத்தானே ஆசைப்பட்டோம்?’

என்பதையும் அவன் தனக்குள் அடிக்கடி சொல்லிக்கொண்டான். கட்சியிலும் மாவட்ட நிர்வாகத்திலும் அவனைத் தவிர்த்துவிட்டு எதையும் பார்க்க முடியாது என்பதாக இருந்தது. நாளிதழ்களின் பெரும்பாலான பக்கங்கள் அவனைப் பற்றி அதிகமாகப் பேசத் தொடங்கியிருந்தன. 'புலனாய்வு'ப் பத்திரிகைகள் அவன் குறித்தச் செய்திகளை வெளியிட்டால் கூடுதலாக விற்பனை ஆயின. ஏதேனும் ஒரு வகையில் அவன் பரவிக்கொண்டே இருந்தான்.

அதற்கேற்ப, அடுத்தநாளின் சில மணிநேரங்களை முன்கூட்டிக் கடன் வாங்கிக் கொண்டு இயங்குபவனாக இருந்தான். அவனைச் சந்திப்பதற்கு பல படிகளைத் தாண்டிச் செல்ல வேண்டியும் இருந்தது. எதிர்பாராத சில வேளைகளில் அவனே பல படிகள் இறங்கி வந்தான். கட்சிக்காரர்களை, கான்ட்ராக்டர்களை, அதிகாரிகளை, காரியம் சாதிக்க வருபவர்களை ஆட்களுக்கு ஏற்றவாறு வெவ்வேறு இடங்களில் சந்தித்தான். கட்சிக்காரர்களை மார்க்கெட்டையொட்டியுள்ள மாநகராட்சி கக்கூஸுக்கு அருகிலுள்ள அலுவலகத்திலோ, சிலவேளைகளில் கக்கூஸிலோகூட சந்திப்பான். மாநகராட்சி கக்கூஸ்கள் அத்தனையுமே அவனது பினாமி பெயரில் ஏலம் எடுக்கப்பட்டிருந்தன.

"ஏப்பா, இது 'அவிய்ங்க' பொழைப்புப்பா. ஓவ்வொண்ணா கை வெச்சீங்க. இப்ப இதுலயுமா?" கட்சியின் மூத்த உறுப்பினர் ஒருவர், சங்கு முத்தையாவிடம் நேரடியாகவே கேட்டுவிட்டார்.

அவருக்கு அவன் மரியாதையெல்லாம் தருபவனாக இல்லை. அவருக்கு மட்டுமல்ல, எவருக்குமே மரியாதை தருபவனாக அவன் இல்லை. அதற்கான அதிகாரம் தனக்கு இருப்பதாகக் கருதிக்கொண்டான். பலவேளைகளில் அதிகாரிகளை நிற்கவைத்துப் பேசினான். 'என்னய்யா புடுங்குறீங்க?' என்று 'மேலான' வார்த்தைகளால் ஏசினான். எந்தவொரு பொறுப்பிலுமில்லாத அவனைப் பார்த்து அதிகாரிகள் பயந்தார்கள்.

"பெருசு, நீ என் சாதிக்காரன்னு சொல்லிக்கவே எனக்கு வெக்கமாருக்குய்யா!"

'நீ என் சாதிக்காரன்' என்று அவன்சொன்ன 'பெருசு'க்கு வயது எழுபதைத் தாண்டியிருக்கும். "இங்கே பாரு... காசுன்னு வந்துருச்சுன்னா, அதுல சாதியுமில்ல. ஒரு பு.... புண்ணாக்கும் இல்ல. அம்பேத்கார் படம் போட்டு கவர்மெண்ட்டு நோட்டு அச்சடிச்சா, அய்யோ... தீட்டுன்னு நீ தொடமாட்டியாக்கும்? வாங்கி நெஞ்சுக்குநேரா சட்டைப் பாக்கெட்டுல

திணிச்சுக்குவேயில்ல. அப்பறமென்ன! கழுவுறதுக்கு நம்ம பயலுக மட்டுமில்ல, எல்லா சாதிக்காரனுமே தயாரா இருக்கான். பாக்குறியா?"

சற்று தூரத்தில் ஏதோ வேலைசெய்துகொண்டிருந்த தன் சொந்தக்கார இளைஞன் ஒருவனை அழைத்த சங்கு முத்தையா, "எவ்வளடா கூலி தர்றாய்ங்க?" என்று கேட்டான். அந்த இளைஞன் சொன்ன தொகையைக் கேட்டவன், "த்தூ... இவ்ளதானா? நாளைலருந்து அந்தக் கூலியோட தெனம் ரெண்டு ரூவா சேத்துத் தருவாய்ங்க. உஞ்சட்டையக் கழட்டு" என்றான்.

அந்த இளைஞன் மறுபேச்சு பேசவில்லை. கழற்றினான். அவனிடம், "கக்கூஸ் கோப்பைய உஞ்சட்டையால துடை!" என்றான்.

அவன் தயக்கமேதும் கொள்ளவில்லை. வார்த்தைகள் முடியுமுன்னமே மலம் படிந்தக் கோப்பையை சட்டையால் துடைக்க ஆரம்பித்தான். துடைத்துவிட்டு நிமிர்ந்தவனிடம், "சட்டைய போட்டுக்க!" என்றான்.

தெய்வ தரிசனம் கண்ட பக்தன், பூசாரி நீட்டும் மாலையை கழுத்தில் வாங்கிக்கொள்ளும் பயபக்தியுடன், அடுத்த வார்த்தைப் பேசாமல் பவ்வியத்துடன் சட்டையை அணிந்துகொண்டான்.

அந்த இளைஞனுக்குத் தெரியும். சொன்னதைச் செய்யவில்லையென்றால் சங்கு முத்தையா அடித்துக்கொன்றுவிடுவான். அதற்கான அதிகாரம் அவன் வைத்திருந்தான். 'வாழ்வதற்காக மனிதன் எதையும் செய்யலாம்' என்று நினைத்துக்கொண்டே அந்த இளைஞன் தன் வேலைக்குப் போய்விட்டான்.

"பாத்தேயில்ல. அவனும் உஞ்சாதிக்காரன்தான். இப்ப காசுதான் சாதி. காசு வெச்சுருக்கவன் மேல்சாதி. இல்லாதவன் கீழ்சாதி. இந்த கக்கூஸுக்கு ஏலம் எவ்வளவு தெரியுமா? மூணுலட்சம். வேற எவனையும் ஏலம் எடுக்கவிடாம செய்ய, உள்ளடிக்கான செலவு தெரியுமா? ஒரு லட்சம் ஓவா! ஒருவாரமா இந்தப்பிச்சக்கார ஆபீசர்ஸ்க்கு அம்மா மெஸ்லயும் சந்திரன் மெஸ்லயும் அயிரைமீனும் நண்டும் நெய்சோறுமா வாங்கிப் போட்டதுக்கான செலவு மட்டும் நாப்பத்தேழாயிரம் ஆயிருக்கு. இதுல ஒருத்தன் ஜானகிராம் சுக்காதான் வேணுங்க்றான். இதுக்கு அவங்க...வத்தான் கூட்டிவிடணும். இந்த பக்கிரிப் பயலுகளாலதான் அந்த மெஸ்களே ஓடுது. இதுல வீட்டுக்கு பார்சல்வேற வாங்கிட்டுப் போனான் ஒரு பிக்காலி. அப்பறம்

இங்கே வேலைபாக்குற இவிய்ங்க சம்பளம். கரண்ட் பில். ஆபீஸர்க்கு லஞ்சம். இங்கே வந்து நிக்கும்போதுதான் அந்த ஆபீசர்ஸ் பவ்வியம் காட்டுறதெல்லாம். தெரியாமலா இருக்கு. பேளுறதுலயும் காசு பாக்குறவனுகதான் அதிகாரிய்ங்க. அவனுகளுக்கும் அழுதுட்டு, மோள்றதுக்கு வர்றவன் தர்ற ஒவ்வொத்த ரூவாயா வாங்கி, வருஷம் முழுசுக்கும் வெக்கமில்லாம கல்லால போடுறவனுக்குத் தெரியும் பொ....சு வலி. நாங்க சமத்துவத்த நெலை நாட்டுறோம். எஞ்சாதிக்காரனும் கக்கூஸ் கழுவுறான். காசுன்னா இப்ப எவனும் கழுவுவான்!"

கேட்டவர் எழுந்துநின்றார். 'தலைமுறை மாறிவிட்டது. கொஞ்சம் அல்ல... ரொம்பவே! ... அப்படியிப்படி என்று நடந்துகிட்டவிய்ங்கதான். ஆனாலும் ஏதோ ஓரிடத்தில் தார்மீக பயம் இருந்தது. இப்போது அது அற்றுப் போய்விட்டது' என்று கருதினார். அது அவருக்குப் புரிய எழுபது வயதாகியிருந்தது. லேசாகத் தலை சுற்றியது. 'கேட்டிருக்கக் கூடாது' என்று முணுமுணுத்தவர், தன்னை தன் கையாலேயே செருப்பால் அடித்துக் கொள்ளவும் தயாராக இருந்தார்.

வெளியில்வந்து, "ரொம்ப சீக்கிரம் இவனுக்கு கட்சிசெலவுலயே சிலை வெச்சுருவாய்ங்க!" என்றுசொன்ன கதையை, எழுத்தாளர் கருணைவேந்தனை சந்தித்தபோது ரஃபியுத்தீன் கேட்டுத் தெரிந்து கொண்டார். அவர்தான் காட்டுவா தப்பிப்போன பின்பு நடந்த கதை, அவன் வீடேறிச்சென்று காதலித்த (?) அழகு பைத்தியமாகி, 'டேய்... நான் உன் பாம்புடா... வாடா... வந்து ரசிடா!' என்று புலம்பியபடி அவனைத் தெருவெல்லாம் தேடித்திரிந்த கதை, அந்தப் பைத்தியப் பெண்ணை தெரு நாய்கள் நான்கு பேர் வல்லுறவு கொண்ட கதை, அதில் அவள் இறந்த கதை, பிணத்தைப் பார்த்து அவளது குழந்தைகள் கதறிய கதை, டாக்கா என்ற அப்துல் அஜீஸ் போலீஸ் அடித்த அடியில் புத்தி பேதலித்து ரோட்டில் திரிந்த கதை, பார்ப்பவர்களிடமெல்லாம், 'கஞ்சா வாங்கித்தா' என்று கெஞ்சிய கதை, லாரிக்குக் கீழே படுத்துக் கிடந்து நசுங்கிச் செத்த கதை, ராமச்சந்திரன் சிறையில் 'வவுத்தால'ப்போய் செத்த கதை எல்லாவற்றையும் சொன்னார். "நல்லவேள காட்டுவா போலீஸ்ட்டருந்து தப்பிச்சுட்டான். தப்பிக்காம இருந்தான்னாலும் சரி, தப்புனவன் மாட்டிருந்தாலும் சரி, அவங்கதையும் இப்டித்தான் ஆயிருக்கும். சரி விடு. பழசைப் பேசி இப்ப என்னா ஆகப்போகுது. ஆக வேண்டியதைப் பாக்கலாம்" என்று பாவைக் கதைகள் மாதிரியும், பட்டி விக்கிரமாதித்தன் கதை மாதிரியும் காதம்பரி சொன்ன காதல் கதைகள் மாதிரியும் தொடர்ச்சியாய்ச் சொன்னார்.

கிளம்ப நினைத்த ரஃபியுத்தீனை அவர் விடவில்லை. 'அட உக்காருங்க. இன்னொரு டீ சாப்டலாம்' என்று, கதைகேட்க அடிமைசிக்கிய சந்தோஷத்தில், சமகால கதைக்கு வந்தார். "சங்கு முத்தையாவுக்கு அடுத்த வாரம் கல்யாணம். சிஎம் வர்றாராம். ப்ளக்ஸ் பாக்கலயா. முக்குக்கு முக்கு அதானே இருக்கு. லோக்கல் மினிஸ்டர் அவனத் தூக்கிவெச்சுக் கொண்டாடுறாரு. மினிஸ்டருக்கு கட்சில ஆறு மாவட்டங்களுக்கான பொறுப்பு. அதனால இவனும் ஆறு மாவட்டங்கள்ல அசைக்க முடியாதபடிக்கு ஆயிட்டான்" என்றார். "அறுவத்தேழு வருஷமா நான் குடியிருந்த காம்பவுண்ட் வீடு அது. நாயக்கர் கம்பவுண்ட். ஒரு பிரச்சனையில்ல. அவரு செத்தாரு. பிள்ளைங்க அடிச்சுக்கிட்டானுக. கோர்ட், கேஸ்னு ஆகி எவனோ ஒருத்தன் வாங்கிட்டானாம். சாமானுகள ஒரே ராத்திரில வெளில தூக்கியெறிஞ்சு காலிபண்ண வெச்சானுக. அறுபத்தியாறு குடும்பங்க. ஆறுவருஷமாச்சு. எழுத்தாளர் கோட்டால வீடு கேட்டு வருஷத்துக்கு ரெண்டு மனுன்னு குடுத்துக்கிட்டுதான் இருக்கேன். எதுவும் ஆகலை. இதுக்கு மூணாயிரம் வாடகை. எழுதி எந்த வருமானமும் இல்லாமல் எப்டி காலத்தைக் கழிக்கிறதுனு தெரியல. கதைக்கு ஐநூறு ரூவா வர்றதே பெருசாருக்கு. அஞ்சு கதை, ஆறு கதைனு போட்ட ஆனந்த விகடன்லயும் குமுதத்துலயும் இப்பல்லாம் ஒருகதை போடுறாங்க. ஒரு வாரம்விட்டு ஒரு வாரம்னு என்னோட கதைகள் எல்லா புத்தகங்கள்லயும் வந்துகிட்டுருந்துச்சு. இப்ப அதுகள்ல வருஷத்துக்கு ஒருகதை வர்றதே பாடா இருக்கு. அங்கேயே நூத்துக்கணக்கான சப் எடிட்டர்ஸ் இருக்காய்ங்களாமே. அவனுக ஆளுக்கு ஒருபக்கம் எழுதுனாலே இன்னொரு புத்தகம் மீதியா இருக்கும். இந்த நிலைல கட்டுரைக்கு முந்நூறு ஓவா தர்றாய்ங்க. அதுவும் ஆறுமாசம் கழிச்சு. புட்ஓர்க் பண்ணி, போட்டோ எடுத்து, போக்குவரத்து செலவு, அன்னிக்கு சாப்பாட்டுச் செலவு அது இதுனு பார்த்து, கட்டுரைக்கு ரெண்டாயிரம் ரூவா ஆகிருது. நோகாம போட்டுக்குறாங்க. சிற்றிதழ நடத்தவே தள்ளாடுறவங்க, எப்டி எழுத்தாளனுக்கு சன்மானம் தரமுடியும்! அவிய்ங்கதான் அப்டின்னா... இந்த பப்ளிஷர்ஸ். சொல்ல முடியல. ராயல்டினு கேட்டோம்னா அவிய்ங்க வீட்லருந்து எதையோ கேட்டுட்ட மாதிரி எதிரியாயிர்றாய்ங்க. வருஷத்துக்கு ஒரு தடவை கணக்கு அனுப்புவோம்னு எல்லாம் சிரிச்சுக்கிட்டுதான் சொல்றாய்ங்க. அவிய்ங்ககிட்ட பொஸ்தகத்தைப் போட்டுட்டு சிரிப்பா சிரிக்க வேண்டியிருக்கு. கேட்டா நாங்க பெரிய கம்பெனி, மயிரு கம்பெனிங்க்றாய்ங்க. வெக்கக்கேடு!"

ரஃபியுத்தீன் சிரித்துக்கொண்டார். டெல்லி வாழ்க்கை ஒருநொடியில் அவருக்குள் புகுந்து புறப்பட்டது. அரசு செயலர்கள், இயக்குநர்கள், அமைச்சர்கள் எழுந்து நின்று கை குலுக்கும் காட்சிகள், சொல்லி முடிக்குமுன்னமே நடந்த காரியங்கள் அவரை நெளிய வைத்தன. இயலாமை அவரை வதைத்தது.

அதைக் கவனித்துவிட்ட கருணைவேந்தன், மெல்ல திசைமாற்றம் செய்தார். "சரி... இந்தக் காட்டுவாவை நீங்க சந்திச்சீங்களா?"

ரஃபியுத்தீன் சிலநிமிடங்கள்வரை அமைதியாக இருந்தார். "எங்க ரெண்டுபேர்ல அவன்தான் பிரில்லியண்ட். ஆக்டிவானவன். படிக்க மாட்டேன்னுட்டான். அந்தவயசுக்கு உரிய சேட்டைதான் அவன் செஞ்சது. ஆனா சேட்டு மர்டர், ராபரி கேஸ்ல அவனுக்கு சம்பந்தம் இருக்காதுனுதான் நான் நினைக்கிறேன். போலீஸ் அட்ராசிட்டிக்கு பயந்துதான் அவன் ஓடிருக்கணும். அந்தநேரத்துல நான் இங்கேதான் இருந்தேன். இத்தனை வருஷ இடைவெளில நான் அவனை பாக்கவே இல்ல!"

அவரைக் கிளறியிருக்க வேண்டாமோ என்றுகூட எழுத்தாளர் கருணைவேந்தனுக்குத் தோன்றியது. ஆனாலும் சில விஷயங்களைத் தவிர்க்க முடியாது. "ஏழெட்டு பத்து வருஷத்துக்கு முந்தி, அவன் செத்துட்டதா ஒருதகவல் பரவுச்சு. அப்ப ஓங்க வீட்டு ஆளுக யாரும் இங்கே இல்ல! ஆனா அந்த சேட்டைக் கொன்னது அவங்க சொந்தத்துல ஒருத்தன்னு ரெண்டு வருஷத்துக்கு அப்பறமா போலீஸ்ல கண்டுபுடிச்சாய்ங்க. சொந்தப் பகையாம். போட்டுத் தள்ளிட்டாய்ங்க. ஆனா பேப்பர்லயெல்லாம் அந்தக் குருட்டுப்பய சோமு படம்போட்டு பேட்டியெல்லாம் மொதல்ல வந்துச்சு. நம்ம பயலுகதான் சேட்டைக்காரனுகதானே. வேற ஏதோ திட்டம் போட்டுருந்துருக்காய்ங்க. இந்தக் குருட்டுப்பய ரெண்டையும் ஒண்ணாக்கிட்டான்."

பெருமௌனம் அங்கே படர்ந்து விரிந்தது. சோர்வுடன் விடை பெற்றார்.

வாசலில் கருணைவேந்தனின் மனைவியுடன் அவருடைய பேத்தி சொட்டாங்கல் விளையாடிக் கொண்டிருந்தாள். ரஃபியுத்தீன் நின்று விட்டார். அந்த விளையாட்டு அவருக்குப் பிடிக்கும். சிறுவயதில் அம்மாவுடனும் தங்கைகளுடனும் விளையாடி, ஜெயித்தும் தோற்றுமிருக்கிறார். பெரிய சூத்திரமெல்லாமம் அந்த விளையாட்டில் இல்லை. ஆனாலும்

சுவாரசியம் நிறைந்தது. ஐந்துகற்களைக்கொண்டு விளையாடும் விளையாட்டது. ஒவ்வொரு கல்லுக்கும் ஒரு செய்தியுடன் பாடும் பாட்டும் அந்த விளையாட்டுக்கு உண்டு. அந்தப் பாட்டு ஏனோ உடனே நினைவில் வரவில்லை.

இந்தச் சிறுமி நீண்டதொரு பாடலை வைத்திருப்பவள்போலப் பாடுகின்றாள். புதிதாக இருந்தது. அவர் பாடி, விளையாடிய பாடல் அது இல்லை. சிறுமி, சுயமாக இட்டுக்கட்டியதா என்று தெரியவில்லை. எழுத்தாளர் பேத்தி இல்லையா... ஒருவேளை உருவாக்கியிருக்கலாம். ஆனால் அவள் பாடிய பாடலில் ராவணன் வந்தான். அவனை அவள் 'பிராமணா' என்று விளித்தாள். முழுப்பாடலையும் கேட்டுவிட அடுத்த ஆட்டம் தொடங்கும்வரை காத்திருந்தார். சோர்வு பறந்திருந்தது.

இப்போது பாட்டியின் முறை. ரஃபியுத்தீன், "அவள் ஆடட்டுமே!" என்றார். பாட்டி விட்டுக்கொடுத்ததும் பேத்திக்கு மகிழ்ச்சியாகிப் போனது.

"ஓராங்கல்லு...
ஓரி உலகெலாம்
உலகெலாம் சூரியன்
சூரியன் தங்கச்சி
சுந்தரவல்லிக்கு
கல்யாணம்"

என்றவள், முதல்கல்லை மேலே தூக்கிப்போட்டு கீழே விழுந்துவிடாமல் கையில் பிடித்தாள்.

அடுத்து, இரண்டாம்கல்லை எடுக்க,

"ரெண்டாங்கல்லு...
ஈரிப்பு செண்டுப்பூ
ஈரிப்பு செண்டுப்பூ
இருதலையும் முல்லைப் பூ
சூடி முடிப்பவர்க்கு
கொண்டையெல்லாம் தாழம்பூ"

இரண்டு கற்களைத் தூக்கிப்போட்டு கீழே விழுந்து விடாமல் பிடித்தாள். இப்போது அவள் கையில் இரண்டு கற்கள் இருந்தன.

மூன்றாம் கல்லுக்கு,

"மூவன்னா ராவணா
மூவன்னா ராவணா
சாதி பிராமணா" என்றாள்.

இது புதிதாக இருந்தது. அவர், '...முக்கி முக்கி மூணு கல்லு...'

என்று ஏதோ ஒரு வரி பாடி விளையாடியது மட்டும் நினைவுக்கு வந்தது. பாடிப் பார்த்தார். சரியாக வரவில்லை. 'இதில் ராவணன் எங்கே வந்தான்?' என ரஃபியுத்தீன் யோசித்துக் கொண்டிருக்கும்போது அவள் அடுத்தக் கட்டத்துக்குப் போய்விட்டாள்.

"நாலவெச்சு ரெண்டெடு
நாலவெச்சு ரெண்டெடு
நாராயணன் பேரிடு.
பேரச்சொல்லி பிச்சையெடு"

என்று சொல்லிக்கொண்டே நான்கு கற்களை வாரி எடுத்தவள், ஐந்தாவது கல்லுக்கு,

"அஞ்சலம் குஞ்சலம்
அஞ்சலம் குஞ்சலம்
தம்பி சிதம்பரம்
தங்கச்சி மாப்பிள்ளை
தாந்தின்னி வெங்கலம்"

ஐந்து கற்களை வாரியெடுத்தாள். ஒருகல் தவறி விழுந்தது.

"ஆட்டை போச்சு. இப்ப நான் வெளாடணும்!" என்றார் பாட்டி. சிணுங்கிக்கொண்டே சிறுமி கற்களை பாட்டிப் பக்கமாக நகர்த்தினாள்.

"கவனமா வெளாடணும். நீதானேவிட்டே. இதுக்கு சிணுங்குனா எப்டி?" சிறுமியின் சிணுங்கல் அவருக்குப் பிடித்திருந்தது. ஆனால் அவள் பாடிய பாடல் அவருக்குள் ஏதோ ஒரு சலனத்தைத் தந்திருந்தது. "எங்கே மீதிப்பாட்டு பாடு. கேக்கலாம்!" என்றார்.

அவள் பாடினாள்.

"ஆறு குறுகுறு
ஆறு குறுகுறு
அன்னத்தாய் பேரிடு...
ஏழான்... ம்... ஏழான்... தெரியலியே."

"சரி. மேல பாடு"

"ம்ம்ம். எட்டானும் தெரில.
ஒம்பதாம்மா சாவாளோ
ஒம்பதாம்மா சாவாளோ
சாகும்போது ஏவாளோ
சங்கு சத்தம் கேட்பாளோ
பத்தாங்கல்லு...
பத்தே பதிச்சுக்கோ

பத்தே பதிச்சுக்கோ
வயித்த தெறிச்சக்கோ
சொக்கலிங்க நாதருக்கு
சோத்தை வடிச்சுக்கோ
கட்டே கடேசிக்கா
கட்டே கடேசிக்கா
கம்மங்கட்டே கடேசிக்கா
கொக்கோ கொரிச்சுவா
கோழி முட்டையிட்டுவா
நித்தங்குளிச்சுவா
நீலப்பட்டு உடுத்திவா!"

என்று அவரைப் பார்த்து சிரித்தபடி நிறுத்தினாள்.

"இந்தப்பாட்டு உனக்கு யார் சொல்லிக் குடுத்தா?"

"இந்தப் பாட்டா... அந்தா... அந்த அய்யர் வீட்டு மாமி வெளாடும்போது பாடுவாங்க. அப்ப நான் கேட்டேன்!"

அவள் தலையில் கைவைத்து வருடிய ரஃபியுத்தீன், தனது சட்டைப் பையிலிருந்து அவர் பயன்படுத்தும் பார்க்கர் பேனாவை எடுத்து, சிறுமியின் கையில் கொடுத்து, "நல்லா படிக்கணும்" என்று வாழ்த்தினார்.

எழுத்தாளர் கருணைவேந்தன் சொன்னதுபோல, முக்குக்கு முக்கு சங்கு முத்தையாவின் திருமணத்தை வாழ்த்தும் பெரிய பெரிய ப்ளக்ஸ்கள் நிறுத்தப்பட்டிருந்தன. வகைவகையான மீசை கிருதாவுடன், சிரித்தபடி, நடந்தபடி, பல்வேறு புகழ்களைப் பாடி வாழ்த்திய முகங்கள் சிரித்தபடியிருந்தன. வாகனப் போக்குவரத்துக்கு இடைஞ்சலாக இருந்தது. ஒருபோலீஸ் வேன் ப்ளக்ஸ்களுக்கு காவல் இருந்தது. தேநீர்க் கடைகளிலும் சிகை திருத்தகங்களிலும் அல்லது நான்கு பேர் கூடும் இடத்தில் ஒவ்வொருநாளும் சங்கு முத்தையாவின் திருமண நிகழ்ச்சி ஏற்பாடுகளை, நேரடி ஒலிபரப்புபோல யாராவது ஒருவர் வர்ணித்துக்கொண்டே இருந்தார்கள்.

"பத்திரிகைய ஆறு வகைல அடிச்சுருக்கான். அவனோட குடும்பம் கொஞ்சம் பெருசு. மேப்படியாங்க வேறயா? வசூல்ல செம கறாரா இருப்பாய்ங்க! பத்தாயிரம் வரைக்கும் மொய் செய்றவய்ங்களுக்கு ஒருவகைப் பத்திரிகை. பத்தாயிரத்துக்குமேல செய்வாய்ங்கனு தெரிஞ்சா, அவிய்ங்களுக்கு ஒருவகைப் பத்திரிகை. கட்சிக்காரங்களுக்கு ஒருவகை. அமைச்சர்களுக்கு ஒருவகை. அதிகாரிகளுக்கு ஒருவகை. இன்னும் சொல்லவா? மொய் வசூலிக்க, பத்தாயிரத்துக்கு கீழே செய்றவங்களுக்கு ஒருவரிசை. மேல செய்றவங்களுக்கு ஒருவரிசை. நோட்டுகளை எண்ண

மூணு மிசின் வாங்கி வெச்சுருக்காய்ங்க. எச்சி தொட்டுத்தொட்டு எண்ண முடியாதுல்ல. கை வலிக்கும் பாரு!"

இதையெல்லாம் கேட்கும்போது, காரியத்துக்காக இல்லாவிட்டாலும் அவனை 'சும்மாக்காச்சுக்கேணும்' ஒருமுறை சந்திக்கவேண்டும் என்ற எண்ணம் ரஃபியுத்தீன் மனதில் வேரூன்றியது.

அடுத்திருந்த ஓட்டுசாப்பு, சின்ன வயதில் தினசரிகளைப் படித்த படிப்பகம். ஓங்கியுயர்ந்த மற்ற கட்டிடங்களுக்கு இடையில் நறுங்கிப்போன சவலைக் குழந்தையாக இன்னும் இருப்பது ரஃபியுத்தீனுக்கு ஆச்சரியம் தருவதாக இருந்தது. எட்டிப்பார்த்தார். தீக்கதிரும் செம்மலரும் அங்கே கிடந்தன. முன்னமெல்லாம் கட்சிப் பத்திரிகைகள் தாண்டி, மற்ற கட்சிகளின் நாளிதழ்கள், பொதுவான வார இதழ்கள், ஆங்கில இதழ்களுமே கிடக்கும். அதைப் படித்து ஆங்கில அறிவை வளர்த்துக் கொண்டவர்கள், பின்னாளில் சிறந்த மொழிபெயர்ப்பாளர்களாக மாறியிருக்கிறார்கள். உள்ளேபோய் அவற்றை எடுத்துப் புரட்டினார். பல ஆண்டுகளுக்குப் பின்னால் கையில் தீக்கதிரும் செம்மலரும். மடிப்புக்கலையாத ஆடைகளாய் சீராக இருந்தன. ஆட்கள் வந்துபோகின்ற இடமாகத் தெரியவில்லை. புழுக்கமாக இருந்தது. திறந்து வைத்திருக்கிறார்கள்.

ஒரு காலத்தில் இந்தப் படிப்பகம் தோழர்களாலும் வாசிப்பாளர்களாலும் எப்போதும் நிரம்பிக் கிடந்த இடம். கூட்டங்கள் நடந்தபடி இருக்கும். இளைஞர்களும் முதியவர்களும் வநதுபோய்க் கொண்டிருப்பார்கள். விவாதங்களும் பேச்சுகளும் காரசாரமாக நடந்து கொண்டேயிருக்கும். "என்ன பேச்சு பேசுறீங்க தோழர்? அவன் ஏகாதிபத்தியக்காரன். சுரண்டல் பேர்வழி. நாம யாரு? நமக்குனு கொள்கை இருக்கு! பீபிள்ஸ் டெமாக்ரஸில எழுதிருக்கான் பாருங்க. நாமளே இப்டியிருந்தா எப்டி?" முகம் திருப்பிக் கொள்வதுபோல நடந்துகொள்வார்கள். வரப்புச்சண்டை முற்றி, அடுத்தநொடியில் அடித்துக்கொள்வதற்கான சாத்தியங்கள் அத்தனையுமே இருப்பதுபோலத் தெரியும். தோளில் கிடக்கும் துண்டை எடுத்து உதறுவதில், 'டப்... டப்...'பென்று சத்தம் கேட்கும். படிப்பகத்திலிருந்து வெளியே வந்துவிட்டால், உள்ளே எதுவுமே நடக்காததுபோல நடந்துகொள்வார்கள். ஒன்பை டூ டீ குடிப்பார்கள். "தோழர் பீடி குடுங்க!" என்று வாங்கிப் புகைப்பார்கள்.

"நம்மட்ட ஒருத்தன் வர்றான்னா, அவன் எல்லா இடத்துக்கும் போய்ட்டு எதுவும் நடக்காம, கடைசியா 'இவனுகக்கிட்டப்

போனாலாவது, நல்லது நடக்காதா'ங்க்ற ஒரு நம்பிக்கைலதான் வர்றான். அவனுக்கு நாம நம்பிக்கையூட்டணும். ஆதரவு தரணும். அவனுக்கு என்ன செஞ்சு தரமுடியுமோ அதை செஞ்சு தரணும். எளிமையான அணுகுமுறை வேணும். சாதாரணமா முடியிறத எதுக்கு தொரட்டா இழுத்துக்கிட்டு பெருசாக்கணும். நமக்கும் மத்த கட்சிகளுக்கும் நிறைய வேறுபாடு இருக்கு. நாமதான் எப்பவும் மக்களோட இருக்குற கட்சி. மத்ததெல்லாம் மக்கள்ட்ட ஓட்டு வாங்குறப்ப மட்டும் அணுகுற கட்சிக. ஆமா!" எப்போதோ, யாரோ ஒரு மூத்த தோழர் சொன்னது, ரஃபியுத்தீன் மூளைக்குள்ளிருந்து பீறிட்டுக்கொண்டு வந்தது. அதன்படி பெரும்பாலான நேரங்களில் தான் நடந்துகொண்டிருப்பதாக எண்ணிக்கொண்டார். சந்தோஷமாக இருந்தது.

மோட்டர் சைக்கிளில் கடந்துசென்ற இளைஞனொருவன் வண்டியை நிறுத்தி இறங்கிவந்தான். அவரைப் பார்த்து புன்னகைத்தான். "தோழர் வணக்கம்" என்றான். அவர்களுக்கு எல்லோருமே தோழர்கள்தான். பதில் வணக்கம் சொன்ன ரஃபியுத்தீனை, அந்த இளைஞனின் நடவடிக்கைகளும் பேச்சும் சுவாரசியப்படுத்தின.

அச்சகமொன்றில் பணிபுரிவதாகச் சொன்னான். நீண்டபேச்சு முடிவடையும்போது, "முன்னமாதிரி கட்சியில்ல தோழர்!" என்றான். ஆதங்கமும் பதற்றமுமாக இருந்தான். "நம்மது தேசியக் கட்சி. சொல்லப்போனா உலகக் கட்சி. ஆனா திமுக., அண்ணா திமுக., மாதிரியே நம்ம கட்சியும் ஆகிப்போச்சு. வெளியேதான் செவப்புக்கரை தெரியுது. மத்தபடி கருப்போ, கருப்பு வெள்ளையோ சேந்தவங்களாத்தான் இருக்காங்க. காங்கிரஸையும் பிஜேபியையும் சொல்ல வேணாம். காங்கிரஸ் இங்கே செத்து ரொம்ப நாளாச்சு. பதினஞ்சு பெர்சன்ட் ஓட்டு இருந்துச்சு. இப்போ புள்ளி பதினஞ்சுகூட இல்லை. ஆனா புள்ளிலருந்து எப்டியாச்சும் வளந்துறணும்னு தாமரை மாதிரியே தண்ணீல தத்தளிக்குது பிஜேபி. மக்கள் பகட்டுக்கு ஆசைப்படறாங்க. அதைத்தான் விரும்புறாங்க. மதரீதியா அது நடந்துக்குறதால இங்கேயும் எங்கே எந்திரிச்சுருமோங்க்ற பயம் இருக்கு. இளைஞர்கள அவங்க கவர்ந்துட்டாங்க. இளைஞர்களுக்கு வரலாறு தெரியல. உணர்ச்சிக்கு ஆளாறவங்களா இளைஞர்கள் இருக்காங்க. அதனால அவங்க பின்னால ஓடுறாங்க. அப்பா, அம்மா ரெண்டுபேருமே செங்கொடிக்காக உயிரைவிட்டவங்க. இப்ப நானும் உறுப்பினர்தான். இளைஞர்கள கட்சி இழந்துட்டே வருது. உள்ளே எதுவும் பேச முடியல. இந்தாப்பாருங்க... ஆதிதிராவிடர் மக்களுக்காக ஒதுக்கப்பட்ட ஒரு பொது இடம்.

பதிமூணு கிரவுண்ட்டு. ஆளுங்கட்சிக்காரன் ஆக்கிரமிச்சுட்டான். அந்தப் பகுதி ஆதிதிராவிடர்கள் அத்தனை பேரும் நம்ம கட்சி ஆதரவாளர்கதான். ஆட்டையப் போட்ட ஆளுங்கட்சிக்காரன் நம்ம கட்சி வார்டு செகரட்டரிக்கு சொந்தக்காரன். அதனால வாயத் தெறக்க மாட்டேங்க்கிறாரு. புதுசா மொளைச்சு இருக்குற சாதியமைப்பு, பிரச்சனைய கைல எடுத்துருக்கு. அதைவந்து பார்ட்டில சொன்னா, 'அது நம்மவார்டுல இல்ல'னு தள்ளிவிடுறாங்க. என்ன செய்யச் சொல்றீங்க? புது ஆளுங்க ரெண்டு எடத்துல மறியல் பண்ணீட்டாங்க. பாருங்க... கொஞ்ச நாள்ல அந்த சாதிக்கட்சி வளர்ந்துரும். நாம... தேஞ்சுக்கிட்டே இருப்போம்! பகுதி கமிட்டிக்கு கொண்டுபோனா, அங்கேவந்த வார்டு செக்ரட்டரி, 'பேசாம ஒரு கமிட்டிபோட்டு அதுக்கு இவனையே தலைவராக்கிருங்க!'னு எகத்தாளம் பேசுறாரு. கட்சில பெரியாளு சின்னஆளுனு பாக்க ஆரம்பிச்சுட்டாங்க!" லேசாக முளைவிட்டிருந்த தாடியைத் தேய்த்துக் கொண்டான்.

அவனுக்குள் அரசியல் ஞானம் இருப்பது புரிபட்டது. முறையாக பயிற்சியும் வாய்ப்பும் கொடுத்தால் மிகப்பெரிய போராளியாக உருவெடுப்பான். களம் காணுவான். மக்கள் குழுவை நடத்திச்செல்வான் என்றுபட்டது. அவனிடம் பேசிக்கொண்டிருக்கலாம் என்றும் தோன்றியது.

"நம்ம கட்சியப் பத்தி இவ்வளவு தெரிஞ்சு வெச்சுருக்கீங்க. வேற கட்சிகள்ல உங்கள மாதிரி செயற்பாட்டாளர்கள பயன்படுத்திக்கு வாங்கள்ல. வேற ஏதும் யோசிச்சீங்களா? வாய்ப்பு இருக்குமே!"

"இல்ல தோழர். இப்ப ஆண்டுகிட்டுருக்குற கட்சியும் எதிர்க்கட்சியுமே ரெண்டும் ஒண்ணுதான். துளி வித்தியாசம்கூட பாக்க முடியாது. என்னா... இந்தத் தேர்தல்ல எதிர் பாத்ததவிட எதிர்க்கட்சி அசுர பலத்தோட இருக்குது. அவ்வளவுதான். ஆனா எதுவும் செஞ்சுருவாங்கன்னு நெனைக்கிறீங்களா? நிச்சயமா ஒண்ணும் இல்ல. இந்தத்தேர்தல்ல வந்த முடிவுகள் அதிர்ச்சிதான். ஆனா போன சட்டசபைல ஆளுங்கட்சியும் எதிர்க்கட்சியும் தேர்தல்ல கூட்டணி வெச்சு போட்டியிட்டவங்கதான். மாநிலத்துல எதிர்க்கட்சியாருந்த கட்சிக்கு, சட்டமன்றத்துல போதுமான எண்ணிக்கை இல்லாததால, எதிர்க்கட்சியாக முடியல. கூட்டணில ஒண்ணா போட்டியிட்டவங்கள்ல அதிக இடத்தைப் புடிச்சவங்க ஆட்சியிலயும், அடுத்த இடம் புடிச்சவங்க எதிர்க்கட்சியாவும் இருக்காங்க. ஒண்ணா ஓட்டுகேட்டவங்க எப்டி எதுத்து அரசியல் பண்ண முடியும்? அதனால, 'என்னாலத்தான் நீ ஜெயிச்ச. என்னாலதான் நீ ஜெயிச்ச!'னு அடிச்சுக்குர்றாங்க. அந்தக் கடுப்புல ஆளுங்கட்சி,

சாதகமான ஆளுகள இழுத்து, பயங்காட்டிக்கிட்டுருக்கு. என்ன பண்றதுன்னு தெரியாத திரிசங்கு நிலை கூட்டணிலருந்து எதிர்க்கட்சியானவங்களுக்கு. அதுனால அந்தக்கட்சியோட தலைவர் ஔறிக்கிட்டுத் திரியுறாரு. உண்மையிலேயே மாநிலத்துல எதிர்க்கட்சியா இருக்கவேண்டிய மக்களோட அரசியல் பண்ணுனவரு, இப்ப மகன்களோடயும் மகளோடயும் அரசியல் பண்ணிக்கிட்டுருக்காரு. ஆளுங்கட்சி தறிகெட்டுப் போயிட்டுருக்கு. எதிர்க்கட்சிகள் நிலை சரியில்லாம இருக்கு. பாருங்க... தேர்தல் வர்றதுக்கு இன்னும் எவ்வளவு காலம் இருக்கு. இப்பவே யார்ட்ட ஒத்த சீட் கேக்குறதுன்னும் ரெண்டு சீட் கேக்குறதுன்னும் தங்களுக்குள்ளேயே அடிச்சுக்கிட்டு கட்சிய உடைச்சுக்குர்றாங்க. மக்கள் பிரச்சனையெல்லாம் மத்தகட்சிகளுக்கு சின்னப் பிரச்சனை. நமக்கு வாழ்க்கைப் பிரச்சனை. அதுக்கு நம்மகட்சி எவ்வளவோ மேல. மக்களோட களத்துல இருக்குது!"

கடந்த பத்தாண்டுகால அரசியலை அழகாகப் பேசும் அந்த இளைஞனிடம் அதற்கு மேல், 'என்ன பேசுவது?' என்று ரஃபியுத்தீன் அமைதியாகிப் போனார்.

அந்த இளைஞன் சொல்லிக் கொண்டிருக்கும்போதே சாதிய அமைப்பு ஒன்றின் ஊர்வலம் அவர்களைக் கடந்துபோனது. ஏழெட்டு பத்துபேர்தான் இருந்தார்கள். மாநில அளவில் அந்த அமைப்பில் முகம் தெரிந்த ஒருநபர் முன்வரிசையில் நடந்துபோனார். "சொன்னேன் பாத்தீங்களா? அந்தப் பிரச்சனைக்கான ஊர்வலம்தான். பாதிக்கப்பட்டவங்க படிப்படியா அணிதிரண்டுருவாங்கள்ல. இப்டித்தானே ஆரம்பத்துல நாமளும் கட்சிய கட்டிருப்போம். முன்னால போறவரு வடமாவட்டத்துக்காரரு. அரசுவேலை பாக்குறாரு. ஏற்கனவெ கட்டியிருக்குற ஒரு அமைப்ப அவரு வழிநடத்துறாரு. நமக்கு உள்ளூருலேயே அவ்வளவு பலமும் இருக்கு" ஆவலாதியும் பதற்றமுமாகப் பேசிய அந்த இளைஞன் அவருக்கு உயிர்ப்பாகத் தெரிந்தான்.

19

மாநகர காவல் ஆணையர் அலுவலகம் அதற்கேயான பரபரப்புடன் இருந்தது. ரஃபியுத்தீன் இரவெல்லாம் கண்விழித்துத் தயாரித்த புகார் மனுவை கையிலெடுத்துக்கொண்டு போனபோது, அறிமுக அட்டையைத் திருப்பித் திருப்பிப் பார்த்த வரவேற்பு அதிகாரி, “சிஓபி ஒரு என்கொயரி நடத்திட்டுருக்காரு. வர நேரமாகும். கம்ப்ளைண்ட்னா குடுத்துட்டுப் போங்க” என்றார்.

ரஃபியுத்தீன் முறுவலுடன், “இல்ல... நேர்ல பார்க்கணும்” என்று தயங்கினார். “இட்ஸ் ஆல்ரைட். இருந்துபார்த்துட்டே போங்க!” ஓர் இருக்கையை காட்டினார்.

வேறுவேறு இருக்கைகளில், கைகளில் கேமராவுடன் சில இளைஞர்கள் அமர்ந்திருந்தார்கள். வெளியில் ஒரு தொலைக்காட்சி நிறுவனத்தின் நேரடி ஒளிபரப்பு வாகனம், வானம்நோக்கி தனது குடையை மல்லாத்தியபடி நின்றிருந்ததைப் பார்த்துக்கொண்டு தான் உள்ளே வந்திருந்தார். அலுவலகத்துக்கு அருகில் பத்துக்கும் அதிகமான வாட்ட சாட்ட ஆட்கள் கரை வேட்டியுடனும் ஜீன்ஸ் டி சர்ட்களிலுமாக நின்றிருந்தார்கள்.

மாநகர காவல் ஆணையர் இளைஞர். வடநாட்டவர். சுறுசுறுப்பும் சாகச மனசும் கொண்ட நபர். தாடையில் பசுமை தெறிக்கும் நிறம். நாட்டில் குற்றங்களைக் குறைப்பேன் என்று எல்லோரையும்போல உறுதிமொழி எடுத்திருந்தாலும், அதை நிறைவேற்ற ஓரளவு பாடுபடுபவர்களில் அவர் ஒருவராக இருந்தார். வந்த கொஞ்ச நாட்களிலேயே மதுரைத் தமிழை பேசவும் படிக்கவும் எழுதவும் ஆர்வமாய்க் கற்றுக்கொண்டிருந்தார்.

தொலைக்காட்சி நிறுவன இளைஞர்களின் பேச்சில், நில அபகரிப்பு சம்பந்தமான வழக்கில் தொடர்புடைய ஒருவரிடம் ஆணையர் விசாரித்துக் கொண்டிருப்பதை ரஃபியுத்தீன் யூகம் செய்திருந்தார். விசாரணை வளையத்தில் சிக்கியிருப்பது, முக்கியமான நபராக இருக்க வேண்டும். இல்லாவிட்டால், நேரடி ஒளிபரப்பு வாகனமெல்லாம் வராது. இன்று விசாரணை நடக்கிறது என்பதை மோப்பம் பிடித்துத்தான் இந்தக்குழு காத்துக் கொண்டிருக்க வேண்டும். டிஆர்பி ரேட்டிங் அவர்களுக்கு முக்கியம். எவ்வளவு நேரமாகுமோ தெரியவில்லையே! ஆனாலும் வந்தது, வந்தாகிவிட்டது. இருந்து பார்த்துவிட்டே போகலாம் என்று உட்கார்ந்துவிட்டார்.

அவர் அமர்ந்திருக்கும் வரவேற்பறைக்கும் விசாரணை நடந்து கொண்டிருக்கும் உள்ளறைக்கும் இடையிலான சுவர் மட்டும் இல்லாதபட்சத்தில், அவர் விசாரணைக் காட்சியை நேரடியாகவே பார்த்திருக்க முடியும்.

மாநகர காவல் ஆணையர் ஒரு நாற்காலியில் அமர்ந்திருந்தார். சற்றே தள்ளி இரண்டு அதிகாரிகள் சீருடையிலேயே இருந்தார்கள். எதிரே ஒரு இளைஞன் அடக்க ஒடுக்கமாக நின்றிருந்தான். முப்பத்தைந்தை ஒட்டிய வயது இருக்கலாம். உருண்டு திரண்டிருந்தான். செல்வத்தின் திடீர் செருக்கு அவன் உடம்பிலும் முகத்திலும் பூத்திருந்தது. தன்னிச்சையான அதிகாரத்தைச் செயல்படுத்துபவனாக தெனாவட்டு வெளிப்பட்டுக் கொண்டிருந்தது. அதைக் கட்டுப்படுத்திக்கொண்டு நின்றிருந்தான். பீதியின் சுவடை முதல்முதலாக உணர்பவனாகவும் இருந்தான்.

எதிர்ப்புறத்தில் கிடந்த நாற்காலியில் ஆணையர் அவனை உட்காரச் சொன்னார். “அய்யோ சாமி... அதெல்லாம் வேண்டாங்க. நான் நிக்கிறேன்” என்றுவிட்டு கண்களை மூடிக்கொண்டான். கொஞ்சம் உரத்த குரலில் ஆணையர் பேசினால், அருகில் நிற்கும் அதிகாரிகள் ஓடிவந்து அடித்துத் துவைத்து விடுவார்களோ என்ற அச்சமும் அவனுக்குள் இருந்தது. கட்டியிருந்த கரைவேட்டி இடுப்பிலிருந்து நழுவி விடும்போல உணர்ந்தான். அது இப்போது பயன் தரவில்லை. கட்சியின் பொதுக்கூட்ட மேடையில் தனக்கு நாற்காலி போடவில்லை என்று, கட்சியின் மாநில நிர்வாகிகள் முன்னிலையில், நிகழ்ச்சி ஏற்பாடு செய்திருந்த மாநகர் மாவட்ட துணைத்தலைவரை தூக்கிப்போட்டு பந்தாடி, “என்ன நெனைச்சுக்கிட்டான், இவன். ....ளி. எம்பேர எறும்பு சைஸ்ல போடுறான். மேடைல நாக்காலி தரமாட்டேங்க்றான். இந்த ஓ.கே. ரவி இல்லாம

மதுரைல கட்சி வளத்துருவீங்களாடா?" என்று ஒருமையில் இல்லை... பன்மையில் பேசி, மற்ற நாற்காலிகளை தூரத் தள்ளிவிட்டு, மாநில நிர்வாகியை விரல்சுண்டி எழச்செய்து, அந்த நாற்காலியில் கால்மேல் கால்போட்டு அமர்ந்து, போட்டோக்கள் எடுத்துக்கொண்டவன்.

"ஃபைல் பாத்தேன். நீ பெரிய ரவுடினு சட்டைக்காலரை தூக்கிவிட்டு, ஸ்டைலா சொல்லிக்குவியாமே. எங்கே அப்டிசொல்லிட்டே செஞ்சுகாட்டு. பாக்கலாம்."

"அய்யா... அப்டியெல்லாம் இந்த ஓ.கே. ரவி சொன்னது இல்லைங்கையா!"

"ரெக்கார்ட்ஸ்ல இருக்கே. அப்போ, போலீஸ் நீ சொல்லாததை ரெக்கார்ட் பண்ணி வெச்சுருக்குனு சொல்றியா!"

"அப்டியில்லீங்கய்யா... ஓ.கேங்கய்யா... இந்தா... இந்தா... அய்யா அப்டி செஞ்சாதான்யா கட்சில மதிப்பாய்ங்க. அதான்!"

"அதுசரி. உங்க அப்பா பேரு... ஆங்... என்னாது..."

"ஓகேங்கய்யா.. நானே சொல்றேங்கய்யா... பஞ் சவர்ணமுங்கய்யா!"

"பஞ்சவர்ணம். அப்டின்னா உனக்கு இனிஷியல் பியோ... பாவோதானே வரணும்? நீ எதுக்கு ஓ.கேன்னு போட்டுக்குறே!"

"அய்யா... அது சும்மாக்காச்சுக்குங்கய்யா! ஒரு ஸ்டைலுங்கய்யா!"

"அப்பன் இனிஷியலையே போட்டுக்க முடியல. இதுல உனக்கு பந்தா. ஆமா... நீ ரவுடியா? ரவுடின்னா... இந்த நடுநடுங்குற!"

அவன் பதிலேதும் பேசவில்லை. 'எந்த நேரத்தில் பொறிப்பாய்ங்களோ?' என்று உள்ளுக்குள் மனசு பதறிக்கொண்டிருந்தது.

"ரவுடிய நீ பாத்துருக்கியா?"

அவன் பதிலேதும் பேசவில்லை. எதையாவது சொல்லி, ஏதாவது ஏடாகூடமாகி விடக் கூடாதென்பதில் கவனமாக இருந்தான்.

"ரவுடின்னா ரவுடித்தனம் செய்வான். ரவுடித்தனம்ன்னா தெருல நின்னு சலம்பறது. சவுண்ட்டு மட்டும்தான் இருக்கும். கொஞ்ச நேரம் சலம்பிட்டு ஓஞ்சுருவான். போதைல இருந்தான்னா போதை எறங்குனதும் சுருண்டுருவான். அவ்வளவுதான். அவன் சலம்புறப்போ, யாராச்சும் பொம்பளைங்க தெருவுல வர்றாங்கனு வெச்சுக்க. அவன் பம்முவான். அவங்களப்

பாத்துக் கும்புடுவான். 'தாயி... நீங்க போங்க தாயி'னு சலம்புறத விட்டுட்டு, அவங்க போறவரைக்கும் தன்னை ஏசிக்குவான். அப்பறம் வீட்டுக்குப் போயிருவான். இதுதான் ரவுடியோட நேச்சர். டெபனிஷன். நீ அப்டியா?"

"ஓகே சார்... இல்ல சார்"

"ஓகேயா... இல்லையா?"

"சார்... நான் அந்தமாதிரி ரவுடியில்ல சார்!"

"அப்பறம் நீ யாரு?"

"வீட்டவிட்டு என்னால தனியாக்கூட வரமுடியாது சார். யாராச்சும் போட்டுருவாய்ங்களோனு பயம் இருந்துக்கிட்டே இருக்கும் சார். ராத்திரில பூனை டம்ளர உருட்டி விட்டுருச்சுனா அலறிக்கிட்டு எந்திரிச்சுருவேன். அப்பறம் தூக்கமே வராது சார்!"

"அப்டின்னா நீ யாரு?"

"நான் ரவுடியெல்லாம் இல்ல சார். அமைச்சர்பேரைச் சொல்லிக்கிட்டு அலப்பறை பண்ற அல்லக்கை சார்!"

"அப்டின்னா ஒனக்கு ஒருதோட்டாவே அதிகம். ஓடவிட்டு போட்டுறலாம். சரி... இப்ப உன்னைய வெளிலவிடுறேன்னு வெச்சுக்க. நீ என்ன செய்வ?"

'மசுரு... என்னைய மாதிரி அல்லக்கைய, யாருக்கும் தெரியாமத் தூக்கிட்டுவந்து பெருசா படங்காட்டி நொட்டு. அங்கே ஓம் புருஷங்க திசைக்கு ஏழு பேர்னு ஊரறிய கிரிமினல் வேலைய செஞ்சுக்கிட்டுருக்காய்ங்க. அவிய்ங்களப் பாத்து, ஊ.... ஊளைக்கும் புடு போடு!' மனதுக்குள் நினைத்துக்கொண்டவன், "நேரா வீட்டுக்கு ஓடிப்போவேன். யார் யார்ட்ட என்னென்ன பறிச்சேனோ, எந்தெந்த இடத்தை அபகரிச்சேனோ, அதெல்லாம் அவங்கக்கிட்ட நானேபோய் ஒப்படைப்பேன்... ஆக்கிரமிச்ச இடங்களைக் காலிபண்ணுவேன். ஓ.கேயாங்க சார்... அப்டியே ஊர்பக்கத்துல கொத்தனார் வேலை, புல் புடுங்குற வேலைக்குப் போயிருவேன்!" தரையில்விழுந்து கும்பிட்டான்.

அவன் செய்கை ஆணையருக்கு சிரிப்பை வரவழைத்தது. "ரவுடின்னா ரவுடி மாதிரி தில்லா இருக்கணும். ரவுடிகபேரை கெடுத்துக்கிட்டு திரியுறானுக, தொடை நடுங்கி அல்லக்கைப் பசங்க!"

ரஃபியுத்தீனை உள்ளே போகச்சொல்லி, அனுமதி கொடுத்தார், வரவேற்பு அதிகாரி. அவர் சொன்னதை அமைதியாகவும், பொறுமையாகவும் கேட்டுக்கொண்டார்,

ஆணையர். "மதுரை பிகேம் ஓர்ஸ்ட். நான் படிச்சுருக்கேன். இது, ரொம்ப அருமையான, அமைதியான, அழகான நகரம்னு. எங்க தாத்தா பாட்டியெல்லாம் மதுரை, ராமேஸ்வரம், கன்யாகுமரி பத்தி பல கதைகள் சொல்லிருக்காங்க. ஆனா பாருங்க, வரலாற்றுப் போர்களைக் காட்டிலும் ரொம்ப மோசமா இருக்குது, இந்த பீபிள்ஸோட ஆட்டிடியூட். ஒரு டிவைன் சிட்டிய இப்டி டெஸ்டிராய்ட் பண்ணிக்கிட்டுருக்காங்க. எனக்கு ரொம்ப கஷ்டமாருக்கு. போலீஸ் இன்டிவிஜுவலா ஆக்ட்பண்ண முடியல. நில அபகரிப்புதான் இப்ப இங்கே முக்கியப் பிரச்சனையா இருக்கு. அதுக்கு பேக்போனா இருக்குறது, ரவுடியிஸம்ங்க்ற பேர்ல அட்ராசிடி. பொலிடிசியன், போலீஸ், ஆமா... போலீஸும் இந்த அட்ராசிடியை வளத்துவிடுது. இப்ப ரவுடினு ஒருபயந்தாங்கொள்ளி வந்தானே, அல்லக்கை. இவனுகளுக்கு எல்லாக் கட்சிகள்லயுமிருந்து சப்போர்ட் பண்ணிக்கிட்டு ஆள் வந்துருது. போலீஸ்லயும் தகவல் சொல்ல ஆளிருக்கு. இவனுகளக்கூட நாலுசாத்து சாத்துனா சரி பண்ணீறலாம். ஆனா பொலிடிசியன்ஸ் பின்னாலயும் போலீஸ் பின்னாலயும் இருக்குறவங்களை தட்டிக்கேட்க முடியல. கையக்கட்டிப் போட்டுர்றாங்க. உங்க பிராப்ளம் அதுமாதிரிதான். மேஜர் பிராப்ளம். போர்ஜரி, ஆள் மாறாட்டம், சீட்டிங், ட்ரெஸ்பாசிங் எல்லாமே இருக்கு. ஆனா அந்த ஆளு மினிஸ்டரோட பேக்கிங்ல இருக்கான். தப்பு செய்ற நாலுபேத்தை நடுரோட்ல வெச்சுப்போட்டா, அடுத்தவன் செய்ய யோசிப்பான். இங்கேதான் சட்டம், நீதி, மனிதஉரிமைனு கொடி பிடிச்சுர்றாங்களே. சொல்லப்போனா, போலீஸ்கே பலவிஷயங்கள் வர்றதில்லை. எல்லாமே லோக்கல் அண்டர்ஸ்டாண்டிங்லயே முடிச்சுக்குறாங்க. அதுக்குனு ஒரு குரூப் பார்ம் ஆகி செயல்பட்டுக்கிட்டுருக்கு. வாட் எ பிடி? ஐவில் டூ மை பெஸ்ட்!" என்றார்.

ஒரு காலத்தில் மதுரை போலீஸ் பற்றி நல்ல அபிப்ராயம் எல்லோருக்கும் இருந்தது. சின்ன வயதில் போலீஸ் அதிகாரிகள் ரவுடிகளுக்கும் கிரிமினல்களுக்கும் 'டெரர்' ஆக இருந்திருக்கிறார்கள். தீச்சட்டி கோவிந்தன், பின்னாளில் வெள்ளைச்சாமி, வேலுச்சாமி, கருப்புச்சாமி என்று நேர்மையான அதிகாரிகள் இங்கே பணியில் இருந்துவிட்டுப் போனதை ரஃபியுத்தீன் கேள்விப்பட்டிருக்கிறார். 'அந்த காலகட்டத்தில் ஒருத்தனும் வாலாட்டலை' என்று பெருசுகள் பெருமை பேசிக் கேட்டிருக்கிறார்.

அந்த அலுவலகம் டெல்லியின் தூதரக அலுவலகங்களைக் காட்டிலும் வனப்புடன் இருந்தது. மிகுந்த பிரயாசைக்குப்

பின்பு, 'டெல்லி... அப்படியிப்படி...' என்று சொல்லித்தான் ரஃபியுத்தீனால் நேரம்வாங்க முடிந்திருந்தது.

கண்ணியமான தோற்றத்தில் ஒருவர், அவருக்கு முன்பே வந்து காத்திருந்தார். சிநேகமாய்ப் புன்னகைத்தார். அவரும் நம்மைப் போலத்தான் ஏதாவது ஒருசிக்கலுடன் வந்திருக்க வேண்டும் என்பதை முகம்காட்டியது. 'அடுத்தவருக்கு என்ன பிரச்சனையாக இருக்கும்?' என்பதை அறிந்துகொள்ள எப்போதுமே மனம் பரபரக்கத்தான் செய்கின்றது. நம்மைக் காட்டிலும் அடுத்தவருக்கு பெரிய பிரச்சனை என்றால் ஆசுவாசம் கொள்ளும் மனம், பிரச்சனை சிறியது என்றால் பொறாமைக் கொள்கின்றது.

'அவருக்கு என்ன பிரச்சனையாக இருக்கும்?' என்று இரண்டு பேருமே யோசித்துக் கொண்டிருந்தார்கள். 'நிச்சயமாக நம்ம பிரச்சனை மாதிரி அவருக்கு இருக்க வாய்ப்பில்லை!' என்று அந்த நபர் லேசான பொறாமையுடன் பார்ப்பது தெரிந்தது. நினைக்கும்போதே அந்த நபரின் மனதுக்குள் படம் விரிந்தது.

'நீங்க எவ்வள பெரிய ஆளாருந்து என்ன பண்ண? எத்தனை கேஸ் ஹேண்டில் செஞ்சு சக்சஸ் பண்ணி என்ன பிரயோசனம்? அவனுக்கு நம்ம மகன் வயசு இருக்கும். இந்த வயசுலயும் 'நீ' அழகாருக்கனு என்னையும் தொட்டான். ஒருமுறை போதும்... எங்க ஆளுக ஆக்கிரமிச்ச எடத்தை விட்டுட்டுப் போயிருவாங்கங்க்றான்!'

கருப்புக்கோட் அணிந்து கம்பீரமாக, கையில் வைத்திருக்கும் ஆவணங்களை ஆட்டியாட்டி நீதிமன்றங்களில் வாதாடும் அவர் எண்ணங்களில், மருமகள் அழுது நின்ற காட்சி, தீயில் எரியும் புகைப்படமாய் உருகி வழிந்தது. 'வெளியில் சொன்னால் வெட்கமாயிற்றே... இதை எப்படிக் கையாளுவது?' என்று தெரியாமல் மேல் நடுத்தர வர்க்கமாய்த் தன்னைச் சிலுப்பிக் கொண்டார்.

"ர.. ரப்பி... ஆங்... ரபியுத்தீனா... ரஃபியுத்தீன்... வாங்க!" இந்த இடம் சங்கு முத்தையா முக்கியமான விஷயங்களை மட்டுமே கைக்கொள்ளும் இடம். பக்கத்தில் எப்போதுமே அணுக்கமான நபர்களை மட்டும் வைத்துக் கொள்வான். அவர்களில் ஒருவன்தான் வெளியில் வந்து பெயர் சொல்லி அழைத்தது. வெள்ளை வேட்டி, வெள்ளை சட்டை அணிந்து துலக்கமாக இருந்தாலும், தான் 'மேப்படியான்' என்பதை நிரூபித்தான்.

முதலில் வந்தவர் காத்திருக்க, இரண்டாவதாக வந்த தனக்கு அழைப்பு வந்ததையெண்ணி, முதலாமவரின் முகம்பார்த்தார்.

இப்போது அவர் முகத்தில் எதையும் வாசிக்க முடிய வில்லை.

சங்கு முத்தையாவுடன் இரண்டுபேர் இருந்தார்கள். புதிய நபர் வந்திருப்பதைக் கண்டுகொள்ளாமல் அவர்களின் பேச்சு தொடர்ந்தபடியேயிருந்தது. "நீங்க பாட்ல விட்டுட்டுப் போயிறாதீங்கடா. இப்பல்லாம் கொஞ்சம் பயமாருக்கு. தெருவுல எறங்கணும்னாலே நாலுபேர் தொணை வேண்டியிருக்குது. முந்திமாதிரி தெருவுல தனியாப்போக யோசனை செய்ற மாதிரியாருக்கு!" என்று அவர்களிடம் சொல்லிக்கொண்டிருந்தான். "அவ ரொம்ப பயப்புடுறா. தொணதொணக்குறா. இந்த ஒசரத்துக்கு வர்றதுனா சும்மாவா? என்ன நான் சொல்றது! வந்துட்டோம். கிடைச்சதைத் தக்கவெச்சுக்கணும்ல்ல? அதுசரி... யார்ரா அவிங்க. புள்ளையார் ஊர்வலத்துக்கு பான்சர் செய்றவிய்ங்க. அனுமன் சேனானு போட்டுருக்காய்ங்க. அனுமானுக்கும் புள்ளையார்க்கும் என்னாடா தொடர்பு? இந்திரா நகர்காரய்ங்கள பெரியாளாக்காம விடமாட்டாய்ங்கப்போல. எவ்வள பெரிய புள்ளையார் சிலை. போன வருஷமும் செஞ் சாய்ங்கல்ல!"

பேசிக்கொண்டே அறிமுக அட்டையை திருப்பித் திருப்பிப் பார்த்தான். கல்யாண மெழுமை உடம்பில் ஏறியிருந்தது. இந்தவயதில் இத்தனை அலும்பு அதிகம்தான் என்று பட்டது. ரஃபியுத்தீனை ஒரு காட்சிப்பொருள் போல ஏறிட்டுப் பார்த்தான். "நீங்க நேரம் கேட்டு போனதுக்கப்பறம் உங்களப்பத்தி விசாரிச்சேன். டெல்லில பெரிய பெரிய காரியம்ல்லாம் செஞ் சவருனு சொன்னாய்ங்க. அதுசரி... அவ்வளவு பெரிய ஆளு 'நம்மள'த்தேடி வந்துருக்குறது ஆச்சரியமாருக்கு. தேடிவந்த உங்களுக்கு ஏதாவது செஞ்சு தரணும். ம்ம்ம்... சொல்லுங்க!" வார்த்தைகளில் ஒரு ரட்சகனின் பாவமும் இருந்தது. 'இவர் என்ன சொல்ல வருகிறார் கேட்போமே' என்ற ஆவலும் இருந்தது.

விஷயத்தை கேட்டுக்கொண்ட சங்கு முத்தையாவுக்குள் சந்தோஷம் ஊற்றெடுத்தது. 'தனக்கு எதிராளிகளே இல்லை' என்று செய்துவிடும் வாய்ப்பு ஒன்று, தானாக வந்து அமைகின்றது எனும் கிளர்ச்சி பீறிட்டது. கட்சியிலும் அமைச்சரிடத்திலும் மூத்த ஆளாக இருந்துகொண்டு, தனது வளர்ச்சி கண்டு பொறாமைப்பட்டுக் கொண்டிருக்கும் முட்டை முருகனை எப்படியாவது ஓரம் கட்டிவிடவேண்டும் என்று உள்ளுக்குள் ஓடிக்கொண்டே இருந்ததை அவரது கோரிக்கை எரியும் தீயில்

எண்ணெய் ஊற்றியதுடன் அதைத் தூண்டியும்விட்டது. "டேய்... முட்டைக்கு போன் போடுறா!" உற்சாகமானான்.

முட்டைக்கு என்றதும் அவனுடன் இருந்தவர்கள், "எதுக் குண்ணே அவனுக்கெல்லாம் போன்!" என்று இழுத்தார்கள்.

"போடுறான்னா!"

தொடர்பு எல்லைக்குள் இருந்த முட்டை முருகன் எதிர்முனையில், "ஹலோ" என்றதுதான் தாமதம், "இங்கே பாருய்யா... அதான், அந்த அல்லாகோவில் வடக்கு முக்குலருக்குற ஆறு அடுக்கு காம்ப்ளக்ஸ் எடத்தை நீ ஆட்டையப் போட்டுக் கட்டிருக்கேனு எனக்கு ரொம்ப நாளாத் தெரியும். பயலுகளும் சொல்லிக்கிட்டேருந்தாய்ங்க. இப்ப எடத்துக்கு உரியவங்க வந்தாச்சு. என்னையத் தேடிவந்துருக்காங்க!" என்று ரத்தினச் சுருக்கமாகச் சொன்னான்.

தனது வார்த்தைகளுக்கு அத்தனை வீரியம் உண்டு என்பதை அவன் வெளிப்படுத்திய தொனியில், எதிரே இருப்பவர் புரிந்துகொள்ள வேண்டும் என்பதில் அதிக அக்கறைக் காட்டினான்.

எதிர்முனையில் முட்டை முருகன் பேசிய, "இங்க பாரு சங்கு... என்விஷயத்துல நீ ரொம்ப தலையிடுற. இது நல்லதுக்கில்ல!" என்றதை, அவன் கேட்க விரும்பவில்லை. அதைத்தான் அவன் சொல்லுவான் என்று அவனுக்குத் தெரியும்.

"என்ட்ட வந்துட்டீங்கள்ல. முடிச்சுத் தர்றேன். நீங்க போங்க. பாத்துக்கலாம்!" என்று வழியனுப்பி வைத்தான்.

சங்கு முத்தையாவை ரஃபியுத்தீன் பார்த்துவிட்டு வந்தது, இருநாட்டுப் பேச்சுவார்த்தை போல ஆச்சரியமாகப் பேசப்பட்டது. அவர் தங்கியிருந்த தர்ஹா அலுவலகத்தின் மேல் மாடிக்கே வந்து நிர்வாகிகள் விசாரித்துவிட்டுப் போனார்கள். "இங்கே வந்து நீங்க தங்குனீங்கள்ல... அதான் காரியம் சுளுவாயிருச்சு. எல்லாம் அவுலியாகளோட கராமத்து தான்!"

ரஃபியுத்தீன் தங்கியிருக்கும் அறையிலிருந்து பார்த்தால், அந்த ஆறடுக்குக் குடியிருப்பு, செதுக்கிவைத்த கல் துண்டாட்டம் தனியாகத் தெரிந்தது. இழைத்து இழைத்து எழுப்பியிருந்தான். அபகரித்த ஒரு இடத்தில் இத்தனைப் பெரியக் கட்டடம் கட்ட அதற்கென்றே ஒரு மனதைரியம் வேண்டும். இந்தத் தைரியத்தை அதிகாரமும் அதனை அண்டியிருக்கும் செல்வாக்கும் தந்து விடுகின்றது.

ரஃபியுத்தீன் நீண்டநேரமாக அந்தக் குடியிருப்பைப் பார்த்துக் கொண்டிருந்தார். மஞ்சப்பையில் தினம்தினம்

பாவா கொண்டு வந்த ரூபாய் நோட்டுகளின் வாசம் கட்டிடத்தின் அடித்தளத்திலிருந்து கிளம்பி தன்னை நோக்கி வருவதாக உணர்ந்தார். சொத்துகளை உருவாக்குவது பெரிய விஷயமில்லை. அதை முறையாகப் பராமரித்து, அனுபவித்து, அடுத்தத் தலைமுறைக்கு அறிவைப்போல கைமாற்றிச் செல்ல வேண்டும்.

அந்தக் குடியிருப்பு ஆறு தளங்களுடன் தளத்துக்கு எட்டாக, நாற்பத்தெட்டு வீடுகளையும் கீழே முன்பக்கமாய் பத்து கடைகளையும் கொண்டிருந்தது. பகலில் வானநீலத்திலும் இரவில் மினுக்கும் வெள்ளையுமாக அது ஒளிர்ந்தது. அத்தனையையும் வாடகைக்கு விட்டிருந்தான். வீடுகளுக்கு பத்தாயிரம். கடைகளுக்கும் பத்தாயிரம். சுளையாக மாதத்துக்கு ஆறு லட்சத்தைத் தொட்டது. எந்த ஜென்மத்திலும் முட்டை முருகனால் சம்பாதித்து வாங்க முடியாது. அனாமத்துச் சொத்தை அழகாக வாரியிருந்தான்.

சங்கு முத்தையா அலைபேசி வழியாகப் பேசியதிலிருந்து குடியிருப்பின் பாதுகாப்புக்கு கூடுதலாக ஆள்போட்டிருந்தான் முட்டை முருகன். சொந்தக் கிராமத்திலிருந்து உறவுக்காரர்களை வரவழைத்திருந்தான். கூலிக்காக 'செய்கை' செய்ய வெளியூருக்குப் போய் வந்த இரண்டு மூன்று பேர் அவனுடன் இருந்தார்கள். சங்கு முத்தையாவை எதிலாவது சிக்க வைத்துவிட வேண்டும் என்று கண்கொத்தியாய் அவன் பார்த்துக் கொண்டிருந்தான். ஆனால், அதிகாரிகள் சங்கு முத்தையாவின் சொல் கேட்பவர்களாக இருந்தார்கள்.

'நாம்போய் பேசியவுடன், ஏதோ கடைசியில் பொருள் வாங்கித் தருவதுபோல, "என்ட்ட வந்துட்டீங்கள்ல. முடிச்சுத் தர்றேன். நீங்க போங்க. பாத்துக்கலாம்!" என்று சொல்வதென்றால்... 'அதற்குள்ளிருக்கும் அரசியல் என்னவாக இருக்கும்?...'

முட்டை முருகன் பேசிய எதையும் காதில்வாங்கிக்கொள்ளாத சங்கு முத்தையாவுக்கு வெளியில் நடக்கும் சங்கதிகள் எல்லாமே வார்த்தை பிசகாமல் வந்து கொண்டிருந்தன. தகவல் கொண்டுவந்து தருவதற்கு குருவிகள், காகங்கள், ஆந்தைகள், கழுகுகள் என்று நிறையபேர் இருந்தார்கள். அவர்களைச் சந்திப்பதற்கென்று தனியாக நேரம் ஒதுக்கினான். மிகவும் நம்பகமானவர்களுக்கு ரகசிய செல்போன் எண் தந்திருந்தான். அது அருகில் இருப்பவர்களுக்கே தெரியாததாக இருந்தது. இப்போதுகூட ஒருவன் அங்கே தகவல் பரிமாறிக்கொண்டுதான் இருந்தான்.

"அந்தவெண்ணே... புளியங்கொட்டைய பிதுக்குறமாதிரி என்னைய பிதுக்குவானாமா? பாப்போமே... நான்

முட்டை மாதிரி அவன ஒடைக்கிறேனா... அவன் என்னை பிதுக்குறானான்னு!"

விஷயம் மாவட்டச் செயலாளரும் அமைச்சருமான சென்றாயனிடம் சென்றபோது, அவர் அமைதி காத்தார். இரண்டு தரப்பின் செய்கைகளையும் அறிந்து வைத்திருந்தார். எத்தனையெத்தனை படிகளைத் தாண்டி, மிதித்து, குதித்து இந்த இடத்துக்கு ஏறி வந்திருப்பார். உள்ளுக்குள் சிரித்துக் கொண்டார். 'ரெண்டுபயலுகளும் முட்டல் மோதல்னு இருந்தாத்தான்... நாம நிம்மதியா இருக்கமுடியும். அதுக்காகத்தானே ஒருத்தனுக்கு ரெண்டுபேரா உருவாக்குறது!' என்பது அவர் மனக்கணக்கு. அதை அவரால் வெளியில் சொல்ல முடியுமா?

அப்போதே சங்கு முத்தையா காரியத்தில் இறங்கியிருந்தான். தன்னைப் பார்க்க வந்த மின்வாரிய அதிகாரியிடம் லேசான சமிக்ஞை மட்டும்தான் செய்தான். அந்த ஆறு அடுக்குக் குடியிருப்புக்கு மட்டும் மின்சாரம் வரும் பாதை துண்டாகிப்போனது. மின்வாரிய ஆட்கள் வந்து வந்து 'ப்யூஸ்' போனதை பார்த்துவிட்டுப் பார்த்துவிட்டுப் போனார்கள். மாற்றி மாற்றி லைன் கொடுத்தார்கள். மின்சாரம் வரவேயில்லை. குடியிருந்தவர்களில் பாதிப்பேர் அதிகாரிகள். மற்றவர்கள் வியாபாரிகள். மின்வாரிய அதிகாரி ஒருவர்கூட அந்தக் குடியிருப்பில் குடியிருந்தார். இரவு முழுவதும் தத்தளித்துப் போனார்கள். மறுநாள் காலையில் அக்குடியிருப்பின் அத்தனை வீட்டு இன்வெர்ட்டர்களும் 'கீங்கீங்'கென்று விதவிதமாகக் கதறின.

இன்று காலையில் வரவேண்டிய மாநகராட்சிக் குடிநீர், அந்தக் குடியிருப்புக்கு மட்டும் காற்றாய் வந்தது. மற்ற குழாய்களில் தண்ணீர் வந்தது. மாறாக, குடியிருந்தவர்களின் ஒட்டுமொத்தக் கூப்பாடும் கட்டிடத்தின் உரிமையாளரான முட்டை முருகனிடம் போனது. ஒரு கட்டத்தில் மாவட்டம் அனுப்பி, ஹேப்பி ஹானிகான்ஸில் வசூல் செய்யப் போய், அந்த நிறுவனத்து ஆட்கள், 'குடுத்தா வச்சுருக்காரு உங்க மாவட்டம்?' என்று எதிர்க்கேள்வி கேட்டு உருவான சச்சரவில், மறுநாள் அந்தக் கடைக்கு முன் மாபெரும் குப்பை வளாகம் உருவாக்கியதில், முட்டை முருகனின் அதிரடி மாநிலமெங்கும் பேசப்பட்டது. ஐந்து நாட்கள் அந்தப் பகுதி நாறிப்போனது. அப்புறம் யாரோ டெல்லி பக்கத்திலிருந்து பேசி சரிகட்டினார்கள். 'அப்படியாப்பட்ட அந்த முட்டையையே ஒருவன் மந்திரிச்சுப் பாக்குறான்னா, அவனுக்கு என்னா தைரியம்?' முட்டை முருகன்

தனக்கு வேண்டிய அதிகாரிகளைத் தொடர்பு கொண்டான். அவர்களும் வந்துவந்து பார்த்தார்கள். அவர்களை அதிகாரத்தின் இன்னொரு தரப்பு, வேறு வேலைகளைப் பார்க்கச் சொல்லி திசை திருப்பியது.

'சங்கு நம்மட்டயே வேலை காட்டுறான். அவனை நொங்கு எடுத்தாத்தான் சரிப்படுவான்' என்று கருவினான், முட்டை முருகன். 'தனக்குத் தடையாக இருக்கின்றானே!'

அவனுடன் இருந்த ஊர்க்காரர்களில் ஒருவன், "பங்காளி... எதுக்கு மறுகிக்கிட்டு கெடக்க. ஒரு பத்துலட்சத்த இந்தப்பக்கமா வெட்டிவிடு. நீ மாட்டிக்கிறாத மாதிரி சத்தமில்லாம காரியத்தை முடிச்சுர்றேன். அப்பறம் நானும் எங்கிட்டாவதுபோய் பொழைச்சுக்குவேன். நீயும் நிம்மதியா இருக்கலாம். உன்ட்ட இருந்ததுக்கு நீயும் எனக்கு செஞ்சது மாதிரி ஆயிரும். நானும் உனக்கு செஞ்சது மாதிரி ஆயிரும். என்ன சொல்ற?" என்றான்.

"நம்மள பொழைக்கவிட மாட்டேங்குறான். சாதிக்காரன். கட்சிக்காரன். வேற சாதி, வேற கட்சின்னாலும் பரவால்ல. இவன் சொந்தத்துல நாய் திங்க்கிறவனாருக்கான்."

"பொலம்புறத நிறுத்து முருகா. ஓரளவுக்குமேல பணம் வந்துருச்சுன்னா வெளில சாதியெல்லாம் காட்டிக்க மாட்டாய்ங்க. தெரியாதும்கூட. அவனுக்குனு வர்றப்பதான் சாதிய தொணைக்கு எடுப்பாய்ங்க. மத்த எல்லா நேரத்துலயும் சாதி பாக்காத ஜனநாயகவாதியா பெரும்போக்குவாதியாத்தான் இருப்பாய்ங்க. இதுக்கு இந்த மயிரு மட்டும் விதிவிலக்கா என்ன? நான் கேக்குறதக் குடுத்துட்டேன்னா... ஒன் நிம்மதிக்கு வழி பண்ணீருவேன்ல!"

"நீ பத்து லட்சம் கேக்குற!"

"இங்கே பாரு முருகா... ஒனக்கு இப்ப அதெல்லாம் ஒரு பணமா? ஒனக்குன்னே முட்டை வாரியம்னு ஒண்ணு அரசாங்கமே உருவாக்கித் தந்துருக்கு. அதுல நீ வாரு வாருனு வாருறே. ஒனக்குனு கோழியெல்லாம் எடை குறைஞ்ச முட்டை போடுது. எப்டிய்யா இதெல்லாம்? பத்து நாள் முட்டைய ஒரே டிரிப்ல எறக்கி வெச்சுட்டு, அதுக்கானத டிரான்ஸ்போர்ட் சிட்டைல பாத்துர்ற பாரு, அது இந்த பிசாத்து காசுக்கு ஈடாகுமா? சரி விடு... மதுரைக்கு நீ கௌம்புறப்ப போட்டுக்கிட்டு வந்த பாரு கட்டம்போட்ட ஒரு பச்சை கலர் சட்டை. அது இன்னும் என் கண்ணுக்குள்ளாற இருக்குது, முருகா!"

முட்டை முருகன் தன் வெள்ளைச் சட்டை மீது வந்தமர்ந்த கொசுவை ஆள் காட்டி விரலால் சுண்டி விரட்டினான். "நிறுத்துறா. பழசெல்லாம் பேசிக்கிட்டு."

தகவல் பரிமாறியவன், சங்கு முத்தையா எடுத்துப்போட்ட ஐயாயிரத்தை பவ்வியமாக வாரியெடுத்து, "சன்னலைத் தெறந்து வெக்கிறேன். கேளுங்க. எதிர்க்கட்சித் தலைவர் மகன்... வருங்கால முதல்வர் பேசிக்கிட்டருக்கார்" என்றுவிட்டுப் போனான்.

"எங்களுக்கு வாக்களித்து நாங்கள் ஆட்சிக்கு வந்தால்... நிழலாய் ஆட்சி செய்பவர்களிடமிருந்து மதுரையை மீட்டெடுப்போம்" என்று காற்றில் மிதந்து வந்த குரல் சன்னலின் வழியாக உள்ளே நுழைந்தது.

20

மாவட்டச் செயலாளரும் அமைச்சருமான சென்றாயன், மகன் அறிவுமணி, கட்சியில் எந்தப் பொறுப்பிலும் இல்லாத சங்கு முத்தையா மூன்றுபேரும் சேர்ந்துதான் அந்த முடிவை எடுத்தார்கள். கோரிப்பாளையம் தர்ஹாவுக்கு எதிரே, எதிர்க்கட்சி நடத்திய அதே இடத்தில், ஆளுங்கட்சியின் சாதனைகள் விளக்கப் பொதுக்கூட்டம் நடத்துவது என்று. நாளும் குறிக்கப்பட்டது.

அமைச்சர் சென்றாயன், 'நான் கூப்ட்டா நீ வரணும். நீ கூப்ட்டா நான் வருவேன்' எனும் கல்லூரி, பல்கலைக்கழக பண்ட, பரிமாற்று வாத்தியார்களின் கலாச்சார அடிப்படையில் மூன்று அமைச்சர்களை அழைத்திருந்தார். அதில் ஒருவர், ஆதிதிராவிடர் நலத்துறை அமைச்சர், ஒருவர் சிறுபான்மையின மக்கள் நலத்துறை அமைச்சர், மூன்றாமவர் சமூகநலத்துறை அமைச்சர். அவர் மட்டும் பெண் அமைச்சர். முதல் இரண்டுபேருக்கும் சாதிய விகிதாச்சார ஒதுக்கீடுதான் அமைச்சராகும் வாய்ப்பைத் தந்திருந்தது. மூன்றாமவருக்கு 'சகலவிதமான' அரசியல் அந்தஸ்தும் இருந்தது.

அதனால், மூன்றாமவரின் பெயர் பிரதானமாக, சுவரொட்டிகளில் அச்சிடப்பட்டிருந்தது. அவர் சிலஆண்டுகளுக்கு முன்புதான் கட்சி மாறி இங்கே வந்தார். வந்த வேகத்திலேயே பொறுப்புகள் பல பெற்றார். ஒன்றியம், மாவட்டத் துணைத்தலைவர், பால்வள ஒன்றியத் தலைவர், எம்.எல்.ஏ., அமைச்சர் என அவர் வளர்ச்சி எகிறியபடி இருக்கிறது. அங்கே இருந்தபோது, கட்சித்தலைவருக்கு மிக நெருக்கமாகவும், அவர்களின் ஆட்சியின்போதும் சமூக நலத்துறை அமைச்சராகவும் ஆக்கப்பெற்று,

கட்சித் தலைவருக்கு பல்வேறு சமூக நலங்களை ஆற்றியவர் என்ற அனுபவமும் அவருக்கு இருந்தது.

போஸ்டரில் 'தங்கம்மா' பெயரைப் பார்த்து, கட்சி அபிமானிகள் மச்சான் நடிகையின் படத்துக்கு இணையாக எழுத்துகளிலேயே கிளுகிளுத்துப் போனார்கள். சூடேற்றும் அவரது பேச்சு கேட்பவர்களின் இரவை நீடிக்கச் செய்துவிடும். அவரை 'பொம்பள தீப்பொறி' என்றழைத்தார்கள். கட்சி பாகுபாடின்றி போஸ்டரை நின்று பார்த்தவர்களின் மனதில், பெயரைப் படித்ததுமே ஒரு முன்கதைச் சுருக்கம் ஓடி, நினைவைக் கிளறி, எப்படியும் தங்கம்மாவின் பேச்சைக் கேட்டுவிடவேண்டும் என்ற எண்ணம் நங்கூரமிட்டு நிறுத்திவிடும். தான் ஓட்டிவந்த இருசக்கர வாகனத்தை ஓரமாக நிறுத்தி, தலைக் கவசத்தை கவனமாகக் கழற்றி, பக்கவாட்டில் பார்க்கும் கண்ணாடியில் மாட்டிவிட்டு, ஒருவர் பெயரைப் படித்தார். எதிர் தேநீர்க் கடையிலிருந்த பாட்டுப்பெட்டியில் 'டங்கா மாரி... டங்கா மாரி...' என்ற பாட்டும் ஆட்டமும் ஓடியது.

கூட்டம் மாலை ஆறுமணிக்கு என்று போட்டிருந்தாலும் ஆளும்கட்சியின் ஜபர்தஸ்தில், நான்குமணிக்கே சிறுதலைகள் தென்படத் தொடங்கியிருந்தன. உள்ளூர் அமைச்சருடன் சேர்த்து நான்குபேரும் 'தாஜ் ஹோட்டல் மௌன்டன் ரிசார்ட்'டில் தங்கியிருந்தார்கள். அன்றுமதியம் மேயர் ஆறுமுகம் சக்கரை வீட்டில் உணவுக்கு ஏற்பாடாகியிருந்தது. உள்ளுக்குள் கனறினாலும் மேயர் ஆறுமுகம் சக்கரையும் மாவட்டச் செயலாளரும் அமைச்சருமான சென்றாயனும் ஒன்றுசேர்ந்து செயல்படுவதில் கில்லாடிகளாக இருந்தார்கள். சாதியைத்தாண்டி மட்டுமல்ல,வேற்று ஆட்கள் யாரும் பொறுப்புக்கு வந்து விடக்கூடாது என்பதில், வேற்றுமையில் அதிக ஒற்றுமை காட்டினார்கள். கட்சியில் மூத்த, திறமையுள்ள பலர் ஓரம் கட்டப்பட்டிருந்தார்கள்.

மேயர் ஆறுமுகம் சக்கரை வீட்டுவாசலிலும் 'தாஜ் ஹோட்டல் -மௌன்டன் ரிசார்ட்'டிலும் கட்சிக்காரர்களின் கூட்டம் நிறைந்திருந்தது. அவர்களுடன் கட்சியுறவைப் பேணி தங்களை வளர்த்துக்கொள்ளும் நப்பாசையுடன் காத்துக் கிடந்தார்கள். அதுபோல தேர்தலுக்கு முன்பான கூட்டணிக்கட்சியினரிலும் தேர்தலுக்குப் பின்பான கூட்டணிக் கட்சியினரிலும் ஓரிரு தலைகள் தென்பட்டன. அவர்கள் 'நட்பை'த் தொடர்ந்து பேணவும், சில சலுகைகளைப் பெறவும், சில பல கோரிக்கைகளை வைக்கவும் வந்திருந்தனர். வெளியில் அமைச்சர்கள் நடந்துவரும் அந்த ஓரிருநிமிட இடைவெளியில், அறிமுகமும் காரியங்களும் 'மளமள'வென நடக்கும் அற்புதங்கள் நிகழ்ந்தன. அமைச்சர்கள்

தங்களுக்குப் புதிய ஆதரவாளர்களை உருவாக்கிக் கொண்டனர். அமைச்சர்களின் துறை அதிகாரிகள் கைகளில் கோப்புகளுடனும் கோப்புகள் இல்லாமலும் நின்றிருந்தனர்.

கூட்டம் வெகுசிறப்பாக நடப்பதற்கான அத்தனை முஸ்தீபுகளையும் வருவாய்த் துறை ஆட்களும் அமைச்சரின் துறை ஆட்களும் அதிகாரப்பூர்வமாகவே செய்தார்கள். காவல்துறை வழக்கம்போல ஆளுங்கட்சிக்கான சேவையைச் செய்ய ஆயத்தமாக இருந்தது. கூட்டம் போனவாரம் நடந்ததைக் காட்டிலும் வளமும் செறிவுமாக நடத்தப்படுவதற்கான அறிகுறிகள் தென்பட்டன. மின்சாரத்தை அருகிலிருந்த விளக்குத்தூண் கம்பிகளில் கொக்கிபோட்டு இழுத்துப் பகலாக்கியிருந்தனர்.

தங்கம்மாவின் பேச்சைக் கேட்பதற்காக, அரசியல் பேச்சுக் கேட்கும் ஆர்வம் கொண்ட பொதுவானவர்கள் ஆங்காங்கே நிறைந்திருந்தனர். கட்சிக்காரர்களின் காதுகளும் தங்கம்மாவின் பேச்சுக்காக திறந்தே கிடந்தன. அதற்கான நேரம் வந்தேவிட்டது. கும்பிடுபோட்டபடி எழுந்து, போடியத்துக்கு தங்கம்மா வந்தபோது, கைத்தட்டலும் விசில் சத்தமும் காதைப் பிளந்தது.

சத்தம் நிசப்தமாகும்வரை தங்கம்மாள் புன்னகையுடன் காத்துக்கொண்டிருந்தாள். 'மதுரைக்காரங்க... அரசியல் ஆர்வம் தனி ரகம்தான்!' மெல்ல முணுமுணுத்துக் கொண்டாள். இதுவரைக் கிடைத்த கைத்தட்டல்களிலும் விசில் சத்தத்திலும் இது கூடுதலானது. இதற்கு முன்பும் பலமுறை வந்து பேசியிருந்தபோதும் இது மகிழ்ச்சிதரும் அனுபவமாக மாறிக்கொண்டிருந்தது. அதுவே தங்கம்மாவை கூடுதலாக உற்சாகப்படுத்தியிருந்தது. சடங்குப் பேச்சுகள் அத்தனையையும் முடித்து விட்டு, அவள் கனைத்தபடி நின்றபோது, "வெடிகுண்டு தங்கம்மா!" என்றொரு குரல் விண்ணைப் பிளந்தது.

யாரும் ஏற்பாடு செய்யாதது, அந்தக்குரல். பேச்சைக் கேட்கும் ஆர்வத்தில் எழுந்த தன்னிச்சைக் குரல். அதற்கு பதில் குரல்கள் கூட்டம் முழுவதிலிருந்தும் எதிரொலித்தன.

"இந்தா ஆரம்பிச்சுர்றேன் என் கண்மணிகளா... மதுரைன்னாலே எனக்கும் குஷி வந்துருது!" என்று நிறுத்தினாள். அவளுக்குத் தெரியும், எங்கே நிறுத்த வேண்டும். எவ்வளவு நிமிடங்கள் காத்திருக்க வேண்டும் என்பது.

இதே மதுரையில் தமிழ்நாட்டுக் கட்சிகளின் தலைவர்கள் மட்டுமின்றி தேசியத் தலைவர்கள் அத்தனை பேருமே வந்து பேசிவிட்டுப் போயிருக்கிறார்கள். எதிர்க்கட்சியைக் காத்திரமாக விமர்சனம் செய்தாலும் தனிநபர் அர்ச்சனை, தனிப்பட்ட வாழ்க்கை ஆகியவற்றை அவர்கள் பேசியதில்லை. பேச்சில்

கண்ணியம் இருக்கும். அவர்களை விளிப்பதிலேயே ஒரு மரியாதை இருக்கும். அதையெல்லாம் மதுரை மறந்து பலகாலம் ஆகிவிட்டது. பதில் கூட்டம்போடுபவர்கள் அப்படியே ஆரோக்கியமாக நடந்துகொண்டு பதில் சொல்வார்களே தவிர நாராசமாய் நடந்துகொள்ள மாட்டார்கள். அதில் நவரசம் இருக்கும்.

கைத்தட்டல் ஓய்ந்ததும், "போனவாரம் இங்கே ஒருத்தன்வந்து வித்தைக் காட்டிட்டுப் போனா...மே?" என்று கூட்டத்தைப் பார்த்துக் கேள்வி எழுப்பினாள், தங்கம்மா. கூட்டம் ஆர்ப்பரித்தது.

தங்கம்மாவின் வார்த்தைகளில் எதிர்க்கட்சியினரின் பெயர்ச் சொற்களும் விளிப்பும் நாராசமாக இருந்தன. "அவ...க்கு ஒரு அறுவது வயசு இருக்குமா? பாவம் பச்சைப் புள்ளே... இப்பத்தான் சைக்கிள் ஓட்டவே கத்துக்குது!" என்று நிறுத்தினாள்.

கேட்பவர்கள் குஷியானார்கள். தெருக்களில் போய்க் கொண்டிருந்தவர்களை 'குழாய் லேடியா' வழியாக நிரவிய சத்தம் நிறுத்திவைத்தது. "என்ன பண்றது? அவங்கப்பனே இந்த வயசு வரைக்கும் விடாம சைக்கிள் ஓட்டிக்கிட்டுருந்தா, புள்ளைகளுக்கு வாய்ப்பு வருமா? சொல்லுங்க!" என்று கூட்டத்தைப் பார்த்துக் கேட்டாள். ஆளுங்கட்சி எனும் தைரியம் அவளுக்கிருந்தது. அதிலும் அமைச்சர் எனும் அந்தஸ்து எதையும் கண்டுகொள்ளாமல் பேசச்செய்தது.

"வராது... வாய்ப்பே வராது!" பல திசைகளிலிருந்து குரல் எழுந்தது.

"அவங்கப்பன் ஓட்டாத சைக்கிள்களா? விதவிதமான சைக்கிள்கள ஒவ்வொரு ஊர்லயும் வாடகைக்கு எடுத்து ஓட்டுவான். பழைய சைக்கிள்கனா ரொம்பப் பிடிக்கும், அவனுக்கு. அதுலயும் அடுத்தவங்க ஓட்டுற சொந்த சைக்கிள்ன்னா ரொம்ப ரொம்பப் பிடிக்கும். இப்டி அடுத்தவங்க சொந்த சைக்கிள இரவல் எடுத்து ஓட்டுறதுல கில்லாடி. அந்தாளு இப்பவரைக்கும் ஓட்டுனதால, பாவம் அந்தாளு பெத்த புள்ளைகளால சைக்கிள் ஓட்டமுடியல. அதான் புள்ளை இங்கவந்து சைக்கிள் ஓட்டிப் பழகிருக்கு போல!" என்று ஏதோ சைகை செய்தபோது, கைத்தட்டல்களும் விசில் சத்தமும் தெருவின் இருபக்கத்துக் கட்டிடங்களின் சுவர்களில் மோதி எதிரொலித்தன.

"அப்பறம், அவனுக்கு முன்னாடி பெறந்தவன்... பெரிய வீரன் ஒருத்தன் இருந்தான். பேசாம காரியங்கள செய்றதுல, அவனும் அப்பன்மாதிரி தான். தமிழ்நாட்ட பாகம் பிரிச்சுக்கிட்டு அப்பனும் மகனுமா செஞ்சாய்ங்க.

உங்கஊரு பாஷைய நான் சரியா பேசுறேனா?" என்று கேட்டு உறுதிசெய்து கொண்டாள். "முதல்ல அப்பனும் மகனும் பிரிச்சுக்கிட்டு செஞ்சாய்ங்க. அப்ப தம்பிக்காரன் வேடிக்கைப் பார்த்தான். அப்பறம் அப்பா ரிட்டையர்ட் ஆயிருவாருனு மகனாவே முயற்சி செஞ்சு, அப்பா இடத்துக்கு தான் வந்துறணும்னு அண்ணனும் தம்பியுமா பாகம் பிரிச்சுக்கிட்டாய்ங்க. தோள்ல கைபோட்டுக்கிட்டு, ஒருத்தன ஒருத்தன் கவுக்க வேலை செஞ்சானுக. அண்ணன் கவுந்துட்டாப்பல. கவுந்ததும் குதிரை தள்ளிவிட்டதுமில்லாம குழியயும் பறிச்சது மாதிரி தம்பிய எந்திரிக்கவிடாம காலி பண்றாப்ல. அதனால தம்பி வித்தைக்காரன் மாதிரி ஏதேதோ செஞ்சுட்டுப் போயிருக்கான். என்ன செய்ய முடியுமோ அதுதானே செய்ய முடியும். அடிக்கடி வெளி நாட்டுக்கு கம்பி நீட்டிட்டுப் போய் சிகிச்சை எடுத்துக்கிட்டு வர்றான். ஆமா... அதுக்கு ஏதோ பேரு வெச்சுருக்கானாமே..."

கைதட்டல்கள் அடங்க வெகுநேரமாகியது.

"இவனுகளுக்கெல்லாம் முன்னாடி ஒரு சீனியர் வித்தைக்காரன் அந்தக் கட்சில இருந்தான். 'தலைவா... தலைவா'னு அப்பங்காரன் பின்னாடியே திரிவான். அப்பல்லாம் அழுது அழுதுப்பேசி, ஒவ்வொரு கூட்ட மேடையிலயும் கண்ணீர் ஆறா பெருக்கெடுத்து ஓடும். இவிய்ங்களோட இம்சை தாங்காமலா... இல்லையில்லை... இவனோட இம்சைத் தாங்காம ஒருநாள் பழிபோட்டு, அவனைத் தொரத்தி அடிச்சுட்டாய்ங்க. அது மகனுக்காக அப்பங்காரன் செஞ்சது தொரத்தப்பட்ட இந்த ஆளு தெருத்தெருவா நடைபயணம் போய்க்கிட்டுருக்கான். வீட்ல இருந்த ஆள எங்கேடா காணோம்னா... ஏதாவது ஒரு ஊர்ல அந்தாளு நடந்துகிட்டு இருப்பா...ம். இத நான் சொல்லல. அந்தாளோட வீட்டுக்காரம்மா சொல்லுது. அவ...ம் இந்த வித்தைக்காரன் மாதிரி டிராக்டர் ஓட்டுறது. தலைல தலப்பா கட்டிக்குறதுனு பலவேஷம் கட்டுற ஆளுதான். அந்த வேஷத்தை அவ...தான் போட்டுட்டுப் போகட்டுமே... அதையும் இந்த மகன்காரன் விட்டுவைக்கல. சைக்கிள் ஓட்டுறது, மாட்டுவண்டி ஓட்டுறது, டிராக்டர் ஓட்டுறதுனு நடிச்சுப்பாக்குறான். எடுபடல. இன்னிக்குக் காலைலகூட எங்கியோ கம்பு சுத்துனானாம்மா. நீ எந்த கொம்ப சுத்துனாலும் ஒனக்கு இந்த ஊர்க்காரங்க ஓட்டுபோட மாட்டாங்க. போடவே மாட்டாங்க. ஆமா!"

கைத்தட்டல் சத்தம் அதிகரித்தபடியே இருந்தது.

"அண்ணங்காரனே தம்பியோட வித்தையைப் பார்த்து, 'காமடி பீசுங்க்றான்!'"

நாட்டிலுள்ள எந்த எதிர்க்கட்சியையும் அமைச்சர் விட்டுவைக்கவில்லை.

"ஒருத்தன் தண்ணீல தவளை மாதிரி தத்தளிச்சுக்கிட்டு இருந்தான். நாமதான் கைகுடுத்து அவனத் தூக்கிவிட்டோம். கரைக்கு வந்துட்டு அவன் சொல்றான், 'எங்களாலதான் நீங்க கரைசேந்தீங்க'னு. அவன் கோபக்காரனாம். நாக்க நாக்க துருத்துறான்யா. நாக்க வெச்சு என்ன பண்ணுவான்? சொவத்துல கால்வெச்சு எதிரிகள எட்டியெட்டி ஒதைப்பானாம். வாடா... என்ட்ட வாடா... நான் இப்ப ஒனக்கு எதிரிதான்டா. என்னிய நீ ஒதைடா பாப்போம்" என்று போடியத்திலிருந்து நகர்ந்து எல்லோருக்கும் தெரிவதுபோல, சேலையை முழங்கால்வரை ஏற்றி நிறுத்திவிட்டாள். விசில் சத்தமும், "வெடிகுண்டு தங்கம்மா" முழக்கங்களும் அடங்க மறுத்தன. ஒற்றைக் குரலாகித் தேய வெகுநேரம் தேவைப்பட்டது.

"இது மதுரை... இங்கே மாங்கா யாவாரிகளுக்கெல்லாம் இடமில்ல. இதுவும் ஒரு டாட் -சன் கதைதான். ஆத்துல ஒருகாலும் ஆ...ங்... அங்கே ஒருகாலும் வைக்கிறவிய்ங்க. அவிங்க ஒரு வேஸ்ட். டோட்டல் வேஸ்ட். அப்பறம் பாருங்களேன்... ஒரு தம்பி. சுவத்துக்கு சுவரு முறுக்குன மீசையோட மைக்ல பேசுறமாதிரி போஸ் குடுத்துக் கிட்டுருக்கும். அதுபோதும்னு நினைச்சுட்டுருந்த அந்தத்தம்பியக் கூப்புட்டு அடையாளப் படுத்திவிட்டதே நம்ப கட்சிதான். ஒண்ணுரெண்டு இல்ல... ஒம்போது எம்எல்ஏ சீட் ஜெயிச்சுச்சு. ஜெயிக்க வெச்சுட்டோம்னு நம்மமேல என்னாகோவமோ, அப்பன் கட்சிக்கிட்ட போச்சு. அங்கே அந்த அப்பன், 'ஆகா... இவன் வளந்துருவான் போலருக்கே'னு ஒரு கோழியவிட்டு அமுக்குனான் பாரு, ஒரு அமுக்கு. என்னருந்தாலும் ஊருக்கு ஒரு கோழினு அமுக்குன அனுபவமுள்ள அப்பன்காரன்ல்ல. தம்பி சீக்கு கோழியாகிருச்சு. அப்பறம் ஒண்ணு ரெண்டு காரைப்பொடிக இருக்குதுக. அதுகள நாம பேசித்தான் பெரியாளாக்குனோம். இப்ப அதுக நம்மட்டயே நீதிங்குதுக. நேர்மைங்க்குதுக. ''நமக்கு அது புல்லுங்க மாதிரி''' என்று எதையோ பிடுங்கிக் காட்டினாள்.

அப்படியே அமைதியாக கூட்டத்தை நோக்கினாள். அந்த அமைதியை கேட்பவர்களே ரசித்தார்கள். "இன்னும் ஒரே ஒரு குரூப் மட்டும்தான் பாக்கி. அவங்க ட்வின்ஸ். ஆமா... நல்லாத்தான் இருந்தாங்க, நம்ம காம்ரேட்ஸ். நம்மளோட இருந்தப்ப பத்துக்குப் பத்தும் வாங்குனவங்க. அவுங்க இல்லாட்டாலும் நாம ஜெயிப்போம்ங்க்ற நம்பிக்கை இன்னும் இருக்கு. ஆனா அவுங்க ஜெயிப்பாங்களானு நீங்கதான் சொல்லணும்..." என்று சகட்டுமேனிக்கு எல்லா கட்சிகளையும் வறுத்தெடுத்துவிட்டு

அமர்ந்தபோது, வழக்கமாக கூட்டத்தை முடிக்கவேண்டிய பத்துமணியைத் தாண்டி நெடுநேரமாகியிருந்தது. பத்து ஆவதற்கு முன்னமே மற்ற கட்சிக்காரர்களிடம், 'சீக்கிரமா முடிக்கச் சொல்லுங்க' என்று சொல்லும் போலீஸ், இன்று பேச்சு சுவாரசியத்தில் மறந்துவிட்டதுபோல!

முடிந்த கூட்டம் கலையவே ரொம்ப நேரம் ஆனது. அமைச்சர்கள் மூன்று பேருமே சென்றாயனிடம், "நல்ல அரேன்ஞ்மென்ட்ண்ணே... மேடையே அற்புதம். கூட்டமும் நல்ல கூட்டம்" என்று பாராட்டினார்கள். பக்கத்தில்தான் அறிவுமணியும் சங்கு முத்தையாவும் இருந்தார்கள். "இப்ப மாவட்டத்துல எதுன்னாலும் இவங்க ரெண்டு பேரும்தான் பாத்துக்குறாங்க!" என்று கைகாட்டினார்.

அருகிலிருந்த அறிவுமணி, "அப்பா பேச்சுக்கு சொல்றாங்க. எல்லாத்தையும் சங்குதான் பாத்துக்குறாரு!" என்றான்.

உணவு ஏற்பாடு செய்திருந்த முட்டை முருகன் அதைக்கேட்டு உள்ளுக்குள் உடைந்து போனான். அவனைப் பார்த்து சங்கு முத்தையா 'நமுட்டாக'ச் சிரித்தான். அமைச்சரின் அத்தனை அசைவுகளையும் அறிந்துவைத்திருந்த முட்டை முருகனுக்குள் ஒரு குறளி எழுந்து நின்று பேயாட்டம் போட்டது. அமைச்சரின் அந்தரங்கங்களையும் அவரது நடவடிக்கைகளையும் முழுவதுமாக அறிந்தவன் அவன்.

அமைச்சருக்கு மற்ற அமைச்சர்களிடத்திலும் அதிகாரிகளிடத்திலும் நல்ல பெயர் இருந்தது. அவருக்கானதைத் தந்துவிட்டால், அவர் எதையும் கண்டுகொள்ள மாட்டார். மற்ற அமைச்சர்கள், அவரவர் மாவட்டங்களில் சென்றாயன் துறை சம்பந்தமான மாறுதல் உள்ளிட்ட அதிரடிகளை செய்து சம்பாதித்துக் கொள்ளலாம். அதை, தகவலாக மட்டும் சென்றாயனிடம் சொல்லிவிட வேண்டும். அதேபோல மற்ற அமைச்சர்களின் துறை சார்ந்த செயல்பாடுகளை தன் மாவட்டத்தில் சென்றாயனே கவனித்துக்கொள்வார். தடுக்கக்கூடாது. மாவட்டத்தின் ரேசன்கடை காலி சாக்குகள், டாஸ்மாக் அட்டைப் பெட்டி, காலிபாட்டில்களின் கணக்கு அவரது விரல்நுனியில் இருந்தது. டாஸ்மாக் வாசலில் குப்பைப் பொறுக்கும் ஒரு நபர், "இப்பல்லாம் பாட்டில் குப்பைல விழவேமாட்டேங்குது. அமைச்சரே பொறுக்கிருராமே... நானே பிச்சைக்காரன். எம்பொழப்புல கை வெக்கிறாரே. அவரு என்னயவிட பிச்சைக்காரரா?" குப்பைபோட வந்த அங்குக் குடியிருந்த ஓர் அதிகாரியிடம் அதிகாலையில் கேட்டதாக ஒருபேச்சு நிலவுகிறது.

அமைச்சரை எதிர்த்துக்கொண்டு முட்டை முருகன் வெளியில் போய்விட முடியாது. அப்படிப்போனால் எதுவும் நடக்கலாம். மூன்று செய்கைகளில் முக்கிய ஆளாக அவன் இருந்திருக்கின்றான். அந்த பயம் அவனுக்குள் இருந்தது.

தன்னைப் பார்க்க வந்திருந்த நபரைக் கண்டு வியந்துபோனார், ரஃபியுத்தீன். யார் எவரென்றே அவருக்குத் தெரியவில்லை. தன்னையொரு மீடியேட்டர் என்று அறிமுகம் செய்துகொண்டு, ஆதி முதல் அந்தம் வரை ரஃபியுத்தீனின் குடும்பம், சொத்து, வாரிசுகள், தற்போதைய நிலை என்று புள்ளி விவரங்களுடன் எடுத்து வைத்தார். அழகாக வேறு பேசினார். ரஃபியுத்தீனின் அனுபவம், செயல்பாட்டுமுறை எல்லாவற்றையும் பின்னுக்குத் தள்ளிவிடுவதாய் இருந்தது, அவரது அணுகுமுறை. இவர் டெல்லியிலிருந்தால் ஒரே நாளில் நீரா ராடியாக்களையெல்லாம் காலி செய்து விடுவார்போலத் தோன்றியது.

"பாருங்க, உரிமைப்படியும் தார்மீகப்படியும் அது உங்க இடம்தான். உங்கக் குடும்பச் சொத்து. ஆனா அதுல நீங்க எந்தவொரு பலனையும் அடைய முடியாதபடிக்கு ஆகிப்போச்சு. இன்னிக்கு இருக்குற பத்திரங்கள்படி அது இன்னொருத்தரோட பிராபர்ட்டி. அந்த இன்னொருத்தர் எதையும் செய்யத்தயாரா இருக்குற ஆளு. அமைச்சர் பக்கத்துல வேற அவர் இருக்காரு. அமைச்சர் எதுக்கு பக்கத்துலயே வெச்சுருக்காரு தெரியுமா... அமைச்சர்மேல ஒருசில விஷயத்துல கொஞ்சம் சந்தேகம் இருக்குது. அதை செஞ்சது, இந்த ஆளுதான். அவன் என்ன செஞ்சாலும் அமைச்சர் அவனைக் காப்பாத்த வேண்டிய இடத்துல இருக்காரு. இப்ப ஒங்க எடத்தோட மதிப்பு, அரசு மதிப்பீடுபடி இன்னிக்கு பதினாறு கோடி ரூபாய் வருது. ஆனா இந்த எடத்தோட வெளி மார்க்கெட் மதிப்புபடி நாப்பதுகோடி ரூபாய நெருங்கி வருது. துல்லியமாக்கூட கணக்குபோட்டுப் பாத்துக்கலாம். இப்ப அது பிரச்சனையில்ல. ஆளுஇல்லாம அனாமத்தாப் போய்ட்ட அந்த இடத்த, ரெக்கார்ட்ஸ்படி வாங்கியிருக்குற முட்டை முருகன், அதுமேல நாலுகோடி ரூவா செலவு பண்ணி அட்டகாசமா கட்டிடத்தைக் கட்டியிருக்காரு. இப்ப அந்த குடியிருப்போட மதிப்பு தோராயமா நூறுகோடி" இடத்துக்கு ஏற்றபடி எதிராளியை அவர் என்றும் அவன் என்றும் பேசியதில் ஒருநாசூக்கு இருந்தது.

"சரி... இப்ப நீங்க என்ன சொல்ல வர்றீங்க?"

"அந்த இடத்தை நீங்க மீட்டெடுக்குற ஐடியா இருந்துச்சுன்னா, நான் பேசி முடிச்சுத் திருப்பி வாங்கித் தர்றேன். என்னால முடியும். சிந்தாமணி டாக்கீஸ பேசி, ராஜ்மஹாலுக்கு முடிச்சுத் தந்தது, நாந்தான். ரொம்ப வருஷமா பூட்டிக்கிடந்த தங்கம்

தியேட்டரை தி சென்னை சில்க்ஸ்க்கு முடிச்சுத் தந்ததும் நான்தான். நீங்க இந்த இடத்துக்கு வில்லங்கம்போட்டுப் பாத்தது, கலெக்டர் ஆபிஸ்க்குபோய் கலெக்டரை பாத்தது. கமிஷனர் ஆபீஸ் போனது, அப்டியே சங்குட்ட போய் உதவி கேட்டது எல்லாம் தெரியும். நான் உங்களுக்கு உதவமுடியும். நீங்க சொன்னீங்கன்னா காரியத்துல எறங்குவேன்.”

ரஃபியுத்தீன் அவரைக் கூர்ந்துபார்த்தார். சொன்னதைச் செய்யும் ஆள் போலவே தோற்றத்தில் தெரிந்தார். வார்த்தைகளில் ஒரு தடங்கல் இல்லை. தடுமாற்றம் இல்லாமல் துலக்கிய செப்புப் பாத்திரம்போல வார்த்தைகள் துல்லியமாக வந்தன. ‘செஞ்சு குடுத்துருவாரோ?’ என்றுகூட ரஃபியுத்தீன் மனதுக்குள் சபலம் ஓடியது.

“இப்ப எடத்தை வெச்சுருக்கிறவர்ட்ட இதுபத்தி முன்னாடி பேசிருக்கீங்களா?”

“உண்மையான எடத்துக்காரரு நீங்கதான்னு எனக்குத் தெரியும். நீங்க என்ன ஐடியால இருக்கீங்கன்னு தெரிஞ்சாதானே காரியத்துல எறங்க முடியும்!” கத்திமேல் நடப்பதற்கு சத்தியம் செய்து வந்திருப்பவர்போல நிதானமாகச் சொல்லிவிட்டு புன்னகை சிந்தினார். அதில் அனுபூதி தெரிந்தது. ‘அவுலியாக்கதான் இந்த ஆளை அனுப்பியிருப்பாங்களோ?’ லேசாக அவருக்கு தடுமாற்றம் வந்தது.

வந்திருந்த நபருக்கு அப்போது செல்போன் அழைப்பு ஒன்று வந்தது. “அப்டியா... பத்திர ஆபீஸ்க்கு வரச்சொல்லுங்க. இந்தா வந்துட்டேன்!” பேசிக்கொண்டே ரஃபியுத்தீன் முகத்தை ஏறிட்டார். “அவசரவேலையா தாமரைப்பட்டி பத்திர ஆபீஸ்க்குப் போறேன். பிஆர்பிக்கு ஒரு எடத்தைக் காட்டுனேன். பதிய வந்துருக்காராம். எவ்வள பிரச்சனைக்கு இடைலயும் எடம் முடிச்சுத் தந்துருவேன். நீங்க டெல்லி. வந்து ஒருவாரம்தான் ஆகுதுனு சொன்னாங்க. நீங்க மதுரைல பிக் ஷாட் பிஆர்பிய கேள்விப்பட்டுருக்கீங்கள்ல! அவருக்கு தலைக்குமேலே பிரச்சனை. இருந்தும் வேலை நடந்துகிட்டுதானே இருக்கு. எந்தக்கல்லையும் நகட்டிருவேனாக்கும். பத்துகோடி ரூபா இருந்துச்சுன்னா எடத்தை மீட்டுறலாம். யோசிச்சு வைங்க!” அவசரமாகப் படிகளில் இறங்கி வேகவேகமாகப் போனார்.

‘என்ன நடக்கின்றது இங்கே?’

எத்தனைப் பெரிய நிறுவனங்களுக்காக ரஃபியுத்தீன் பணிபுரிந்திருந்தாலும் அவர் பத்துகோடி ரூபாயை ஒருங்கே சேர்த்துப் பார்த்ததில்லை. ‘ஒருலட்சத்துக்கு குறைந்தபட்சமாக

நூறு ஆயிரம்ரூபாய் தாள்கள். பத்தாயிரம் ஆயிரம்ரூபாய் தாள்கள் ஒரு கோடிக்கு. ஒரு லட்சம் ஆயிரம் ரூபாய் தாள்கள் பத்துகோடி. இதே ஐநூறு ரூபாய் தாள்கள் என்றால் இரண்டு லட்சம் ஐநூறு ரூபாய் தாள்கள். அம்மாடியோவ்... அவ்வளவுக்கு எங்கே போவது? ஏடிஎம்மைச் சுரண்டினால் மாதத்துக்கு அதிகபட்சம் நாற்பது தாள்களாய் இருபதாயிரம் ரூபாய் எடுக்க முடியும். இத்தனை ஆண்டுகள் அதிகார மையங்களில் புரண்டும் ஒரு கோல்ட் கார்டுகூட வாங்க முடியவில்லை. அப்படியென்றாலும் ஒருவேளைக்கு ஒரு லட்சரூபாய் வரைதானே எடுக்க முடியும்.'

'அதுபோகட்டும்... யார் இவர்? ஒருவேளை நம்மை வேவு பார்க்கிறார்களோ? இத்தனைநாள் இல்லாமல் இப்போது வந்திருக்கும் நம்மை ஏதாவது செய்ய நோட்டம் விடுகிறார்களோ. டெல்லியில் இதெல்லாம் சாதாரணம். இங்கேயும் அந்தவழக்கம் வந்து விட்டதோ. யாரறிவார்! மூத்தகுடிகள் வாழ்ந்த தமிழ்நாடல்லவா? தானாகவே கழுத்தறுத்துக்கொண்டு செத்தவர்கள் என்று நீதிமன்றமே சொல்கின்றதே! தப்பாகக் கணக்கு போடும் கால்குலேட்டர்களை வைத்திருக்கும் நீதிமன்றங்கள் இருக்கும் நாடல்லவா?... இன்னிக்கு இருக்குற பத்திரங்கள்படி அது இன்னொருத்தரோட பிராபர்ட்டி. அந்த இன்னொருத்தர் எதையும் செய்யத் தயாரா இருக்குற ஆளு. அமைச்சர் பக்கத்துல வேற அவர் இருக்காரு. அமைச்சர் எதுக்கு பக்கத்துலயே வெச்சுருக்காரு தெரியுமா... அமைச்சர்மேல ஒருசில விஷயத்துல கொஞ்சம் சந்தேகம் இருக்குது. அமைச்சருக்காக அதை செஞ்சது, இந்த ஆளுதான். அவன் என்ன செஞ்சாலும் அமைச்சர் அவனைக் காப்பாத்த வேண்டிய இடத்துல இருக்காரு என்று எதற்கு மிரட்டலாகச் சொல்ல வேண்டும்?'

நேற்றைய பகல்பொழுதில் ரஃபியுத்தீன் அந்த ஆறு அடுக்குக் குடியிருப்புக்குப் போயிருந்தார். கட்டிடத்தைச் சுற்றிச்சுற்றி வந்தார். கீழே ஒரு அலுவலகம் செயல்பட்டுக் கொண்டிருந்தது. அவரைக் கண்டதும், 'யார்?' என்று விசாரித்தார்கள்.

"நானா?" என்றுவிட்டு விரக்தியாக ஒருசிரிப்பை உதிர்த்தார். "இந்த எடம் எங்க குடும்பத்துக்கு உரியது!" என்றார். அவ்வளவுதான். அங்கிருந்தவர்கள் பதறிப்போனார்கள். ஒருவன் செல்போனில் யாருக்கோ பதற்றமாய் தகவல்கடத்தினான். ஏழெட்டுப் பத்து நிமிடங்களில் வெள்ளைநிற ஸ்கார்ப்பியோ வந்துநின்றது. ஐந்து கதவுகளும் ஒருசேர திறந்துகொண்டன. நீருக்குள் முதலைகள் நழுவி இறங்குவதுபோல, பக்கத்து இரண்டு பேர் இறங்கினார்கள். வாகனத்தின் இடதுபுற இருக்கையிலிருந்து இறங்கியவனுக்கும் காருக்கும் தொடர்பில்லாமல் இருந்தது.

எஸ். அர்ஷியா ◆ 241

ஆனால் அவனைத்தான் மற்றவர்கள் சுற்றி நின்றார்கள். அவன் தனியாகச் செல்லும் பழக்கம் இல்லாதவனாகத் தெரிந்தான். "எங்கேய்யா அந்தாளு!"

ரஃபியுத்தீன் இரண்டாம் தளத்திலிருந்து இறங்கிக்கொண்டிருந்தார். அவனே அவரை நெருங்கிப்போனான். தன்னை அவரிடம், "நான்தான் முருகன். முட்டை முருகன்" என்று அறிமுகப்படுத்திக் கொண்டான். அவனது செய்கை அவனுடன் இருந்தவர்களுக்கே அதிசயமாக இருந்தது. யாரிடமும் தன்னை அறிமுகம் செய்துகொள்ள மாட்டான். தெனாவட்டாய் 'அண்ணே வந்திருக்கேனு சொல்லுடா!' என்று தன்னுடன் இருப்பவர்களிடம் சொல்லி அனுப்புவான். அவர்கள்தான் புதிய இடத்திலோ அல்லது புதிய மனிதர்களைச் சந்திக்கச் செல்லும்போது, அவனைப் பற்றி விலாவரியாக எடுத்துரைப்பார்கள். அதன்பின்புதான் 'என்ட்டரி' ஆவான். அதுதான் அவன் பழக்கம். இப்போது அவனே தன்னை அறிமுகம் செய்துகொண்டதால், மற்றவர்கள் ஒதுங்கி நின்றார்கள்.

"யார் நீங்க?" என்றான்.

"என்பேரு ரஃபியுத்தீன். டெல்லியில நாலஞ்சு கம்பெனிகளுக்கு லையசன்... எக்ஸ்சிக்யூடிவ் ஆபீஸரா இருக்கேன்!" என்றார்.

"நம்ம இடத்துல ஏதும் வாடகைக்கு இடம்வேணுமா?"

"எனக்கு வாடகைக்கெல்லாம் வேண்டாம். இந்த எடமே எங்கதுதான். எங்கப்பாட்ட இடம்வாங்குனதா போலிப்பத்திரம் போட்டு, பிராடு பண்ணி இடத்தை அபகரிச்சு அதுல கட்டிடம்வேற கட்டிருக்கீங்க!"

சங்கு முத்தையாவின் எச்சரிக்கை, இப்போது சம்பந்தப்பட்ட நபரே நேரடியாக இடத்துக்கு வந்திருப்பது, முட்டை முருகனுக்குள் எச்சரிக்கை உணர்வைத் தந்திருந்தது. கையமர்த்தினான். "பத்திரங்களைப் பாத்துட்டுப் பேசுங்க. ஏதோ லையர்... என்னாது... ஆங்... லையசன் ஆபீசர்ங்க்றீங்க. அதுனால இவ்வள அமைதியாப் பேசுறேன். எம்பயலு களுக்கே நான் இப்டிப் பேசுறது புதுசு. அசந்துபோய் நிக்கிறாய்ங்க. இல்லாட்டி, பிராடு பண்ணி இடத்தை அபகரிச்சு அதுல கட்டிடம்வேற கட்டிருக்கீங்கனு சொன்னதுக்கே தூக்கிருப்பாய்ங்க. போகட்டும்... ரெண்டுநாள்ல உங்கள என்னோட லாயர் சந்திச்சு எல்லா டீடெய்லும் சொல்லுவாரு..." என்று வழக்கத்துக்கு மாறாகப் பேசினான்.

தனியாகப் போனதில் ரஃபியுத்தீனுக்கும் கொஞ்சம் படபடப்பு இருந்தது. இருந்தும் சுதாரிப்பாய் நடந்துகொண்டார். வெளிக்காட்டிக் கொள்ளவில்லை. அவர் அந்த இடத்திலிருந்து

வெளியேறுமுன்னமே ஒருவன், "யார்ண்ணே இந்தாளு... உங்களை பிராடுனு சொல்றான்!" என்று காதுபடவே கேட்டு, "போட்டுறலாமா!" என்றும் அவனிடம் அனுமதி கேட்டான்.

"எடத்துக்காரன்டா... என்னமோ ஆபீசர்ங்க்றான். எங்கியோ போய் இவ்வள காலம் மயிரு புடுங்கிக்கிட்டு இருந்தான்போல. அனாமத்தா கெடக்கேனு நாம போட்டுட்டோம். இப்ப வந்துட்டான். இவன் நமக்கு ஆளுல்ல. இந்நேரம் நம்மளப் பத்தி விசாரிக்காமலா இருப்பான். தெரிஞ்சுருக்கும். இந்த சங்குதான் இதை கைல எடுத்துக்கிட்டு ஊதுறான்" என்று சொன்னதும் அவருக்குக் கேட்டிருந்தது.

'அதுதொடர்பாக ஆளைஅனுப்பி, ஒருவேளை முட்டை முருகன் வேவு பார்க்கின்றானோ?'

அடுத்த வாரம் தர்ஹாவில் சந்தனக்கூடு வைபவம். அதற்கான கொடியேற்றம் நடந்து கொண்டிருந்தது. வழக்கத்தைக் காட்டிலும் அதிக அளவில் தர்ஹாவில் கூட்டம் இருந்தது. ரஃபியுத்தீன் கீழே இறங்கி, கொடிக் கம்பத்துக்கு அருகில் வந்து நின்றார். நேர்ந்து கொள்பவர்கள், வேண்டிக் கொள்பவர்கள் என்று 'கசகசத்த' சத்தத்துக்கிடையில், யாரோ சொல்லிக்கொண்டிருந்தார்கள்.

"ஒவ்வொரு வருஷமும் பள்ளபட்டிலருந்து நான் வந்துருவேன். கொடியேத்துற நாள்லருந்து கொடி இறக்குற நாள்வரைக்கும் இங்கேதான் நம்ம தங்கல். அவுலியாக்க கராமத்துகாரங்க. எப்டியும் ரெண்டு அவுலியாக்களும் ஏதாவது ஒருநாள் கனவுல வந்து எனக்குக் காட்சி தந்துருவாங்க. பதினைஞ்சு வருஷமா பாத்துக்கிட்டுருக்கேன். இந்த சந்தனக்கூட்டு கந்தூரிலயாவது, மூணாவது தம்பி அவுலியாகள பாத்துறணும்னு நிய்யத் செஞ் சுருக்கேன். கொஞ்சநாளா கனவுல ஒருத்தரு வர்றாரு. மொகம் கொஞ்சம் கொரங்கு மாதிரி இருக்குது. சிலநாட்கள்ல வயசான ஒரு உருவமா தெரியுது. இந்த முறை எப்டியும் அவுலியாகளோட தம்பி வந்துருவாங்கனு எனக்கு நம்பிக்கையிருக்கு."

ரஃபியுத்தீன் சின்ன வயதிலிருந்தே அவுலியாகளின் தம்பியொருவர் வந்துவிடுவார் என்று சொல்லப்படுவதை கேள்விப்பட்டு வருகின்றார். மக்கள் எத்தனை நம்பிக்கை கொண்டிருக்கின்றார்கள்? அப்படிச் சொல்லிக் கொண்டிருந்தவரைப் பார்த்து, இணக்கமாகப் புன்னகைத்தார். அவர் உடனே, "சலாம் அலைக்கும்... என்பேரு அஸ்கர் அலி.. நான் பள்ளபட்டிக்காரன்!" என்றான்.

ஒரு ஊரின் பெருமை உள்ளூர்க்காரனைவிட அயலூர்க் காரனுக்குத்தான் நன்றாகத் தெரியும் என்பதுபோல, அஸ்கர்

அலி மதுரை பற்றியும் தர்ஹாபற்றியும் பேசிக்கொண்டே இருந்தான். அத்தனையும் அவுலியாக்களைப் பற்றியும் அவர்களின் கராமத்துகளைப் பற்றியும்தான். கொடியேற்றியபின் துவா ஓதி, நாரிஜா கொடுத்தார்கள். ரஃபியுத்தீனும் வாங்கிக்கொண்டார்.

'பொதுக்க' கன்னியம்மா, நாரிஜாவுக்கு சண்டை போட்டுக் கொண்டிருந்தாள். "அவுலியாக்களோட இந்த எடத்துல நான் ராத்தங்கத் தொடங்கி, அம்பது சந்தனக் கூடு கண்டவளாக்கும். நீ என்ன எனக்க நாரிஜா குடுக்குறது. அவுலியாகளே எனக்கு குடுத்தனுப்புவாங்க பாரு!" எப்போதும் உட்காரும் இடத்தில் போய் உட்கார்ந்தாள். அவளைச் சுற்றி ஏழெட்டுப் பொடிப் பொண்டுகள் உட்கார்ந்துகொண்டனர்.

யாரோ ஒருவர், பிரியாணிப் பொட்டலங்களைக் கட்டிக்கொண்டு, "இங்கே ஒரு கெழவி ஒக்காந்துருக்குமே... அது எங்கே?" என்று விசாரித்தபடி கூட்டத்தில் நீந்திக் கொண்டிருந்தார்.

மூட்டை முருகனின் குலதெய்வக் கோவில் பன்னிமடை வலசுவில் இருந்தது. இராமநாதபுரம் மாவட்டம் முதுகுளத்தூர் தாலுகாவில் இன்னுமே போக்குவரத்து வசதியில்லாத உள்ளடங்கிய குக்கிராமம், அது. பன்னிமடை வலசுவில் மொத்தமே ஐம்பது குடும்பங்கள்தான். அத்தனைக் குடும்பங்களும் ஒரே சமூகம். ஊருக்குக் கிழக்கே, கருவேலம் காட்டுக்குள் ஓர் ஆலமரத்தடியில் நிறுத்தப்பட்டிருக்கும் ஒன்னரையடி உயரமே வெளியில் தெரியும் வடிவமற்ற ஒரு கல்தான், அவனது குலதெய்வம். பெயர் சக்கரமுண்ட சூரன். திருட்டை தொழிலாகச் செய்யும் ஊர். காவல்துறைப் பதிவுகளில் நிரந்தரமான பெயர். சிவப்பு மையால் எழுதியிருப்பார்கள். ஊருக்குள் போவதற்காக வாகனத்தை வழிமறித்து நிறுத்துகின்றானா அல்லது வழிப்பறிசெய்ய மறிக்கின்றானா என்பதை உணர்ந்து கொள்ளமுடியாத அளவிலான தனித்தீவு. கணக்கெடுக்கப் போகும் அதிகாரிகள், பட்டுவாடாவுக்குப் போகும் தபால் ஊழியர், லைன் மாற்றப்போகும் மின்துறை ஊழியர் உயிரைக் கையில் பிடித்துக்கொண்டு போவதுதான் வழக்கம்.

இப்போது யாரும் திருட்டுத் தொழில் செய்வதில்லை. கொஞ்ச காலம் தொழில் மாற்றி வழிப்பறி செய்தார்கள். அந்தப்பகுதியை வசதியானவர்கள் யாரும் கடந்து போவதற்கு கோவில் குளங்களோ, வியாபார இடங்களோ இல்லை. எண்பது கிலோ மீட்டர் சுற்றி மாற்றுப் பாதையில் சென்று வந்தார்கள். தொடர்ந்து ஆடு, மாடுகளைத் திருட முடியவில்லை. திருட்டுக்

கொடுத்தவர்கள், வழிப்பறிக்கு உள்ளானவர்கள் நேராக இங்கே வந்து நின்று விடுகிறார்கள். துப்புக்கூலிகூட பெரியளவில் பெயரவில்லை. அதனால் அப்படியே நகரங்களை நோக்கி நகர்ந்து, அரசியல்வாதிகளுக்கு பாதுகாப்பு அடிப்பொடிகளாக... வீட்டுப் பாதுகாப்பு வேலைகள் செய்பவர்களாக, கூட்டங்களுக்கு ஆள் சேர்ப்பவர்களாக, கொஞ்சம் கொஞ்சமாக உருப்பெற்றார்கள்.

முட்டை முருகன் அப்படித்தான் மதுரைக்கு வந்தான். சாதி அவனைச் சென்றாயனிடம் சேர்த்துவைத்தது. அப்போது அவர் சாதாரணமாக வளர்ந்துகொண்டிருந்தார். அவரது வளர்ச்சியில் முட்டை முருகனின் உள்ளடிவேலைகளும் இருந்தன. அவனை அவர் பயன்படுத்திக் கொண்டார். அப்போது அவன் வெறும் முருகன்தான். இன்று தன்னைத் தேவையில்லை என்று மாவட்டச் செயலாளரும் அமைச்சருமான சென்றாயன் நினைப்பதாக முட்டை முருகன் கருதிக் கொண்டான். உண்மையும் அதுதான். ஆனால் சட்டென்று அவனை அறுத்துவிட முடியாது.

அவரது ஆதிமுதல் அந்தம்வரை தெரிந்தவன் அவன். எம்.எல்.ஏ., ஆவதற்கே ஏழு குண்டிக்கர்ணம் அடித்தவர் சென்றாயன். அமைச்சர் ஆகிவிடும் வாய்ப்பு இருப்பதை அறிந்ததும் அதைப்பற்றி முதலில் பேசியதும் முருகனிடம்தான். "அமைச்சர் ஆனதும் வீட்டுக்கெல்லாம் போகக்கூடாதுடா முருகா. சர்க்கியூட் ஹவுஸ்ல அண்ணன் மாரிமுத்து தங்குவாரு பாரு, அந்த ரூம நமக்கு ஒதுக்கச் சொல்லணும். சீனியாரிட்டி அது இதுன்னாய்ங்க அந்த ஆபீசர தூக்கிப்போட்டு மிதிச்சுரு. மத்தத நான் பாத்துக்குறேன். என் கனவுடா அந்தரூம்ல ஒரு நைட் முழுசும்.... அப்பறம் அந்தப் பொ... முண்ட பேச்சாளர் மல்லிகா. நம்மள என்னா பாடுபடுத்திட்டா. அவள... வரவச்சு... அப்பறம்தான்டா வீட்டுக்கே போகணும்" என்றதும் அவனிடம்தான். ஒரே ஆளை எல்லா விஷயத்துக்கும் பயன்படுத்திக்கொள்வது அரசியலில் ஆபத்து என்பதை சென்றாயன் உணர்ந்திருந்தார். எப்போதுமே யாராவது ஒருவர் வளருவார்கள். அவர்களெல்லாம் முட்டை முருகனுக்கு எதிரானவர்களாகத் தெரியவில்லை. ஆனால் சங்கு முத்தையாவின் வருகையும் வளர்ச்சியும் அவனது செயல்பாடுகளும் எடுத்துக்கொண்ட அதிகாரமும் முட்டை முருகனை அசைத்து விட்டது. அமைச்சரும் அவரது மகனும் குடும்பமுமே சங்கு முத்தையாவைத்தான் நம்புகிறது. இத்தனைக்கும் முட்டை முருகன் அமைச்சரும் தானும் மதுரைக்கு கிழக்குப் பக்கத்து ஆட்கள் என்று மறுகினான். சங்கு முத்தையா மதுரைக்கு மேற்குப் பக்கத்து ஆள்.

‘ஏதாவது செய்தே ஆகவேண்டும். தன் வளர்ச்சியைத் தடுக்கும் அவனை ஏதாவது செய்தே ஆகவேண்டும்.’ செய்கை செய்வது ஒன்றும் தனக்குப் புதியதல்ல. ஆனால் இந்தளவுக்கு வளர்ந்துவிட்ட பின்பு நாமே களமிறங்குவது ஆபத்து என்று கருதினான். கூர் வளர்ந்திருந்தது. அது சினிமாவில் மட்டுமே பார்க்க நன்றாக இருக்கும். நாம் அழைத்துவந்த ஆள், வளர்த்துவிட்ட ஆள், கைகட்டி நின்ற ஆள் நம்மிடமே பத்து லட்சம் கேட்டுப் பேரம் பேசுகின்றான். அப்போதே அவன் மீது முட்டை முருகன் வன்மம் வைத்துவிட்டான். சங்கு முத்தையாவை ஏதாவது செய்ய நினைக்கும்போது, உடனிருக்கும் கிருமி, நோயாய் நம்மைத் தாக்குகிறது. முதலில் கிருமியை ஒழிக்க வேண்டும்.

நான்குநாட்களுக்கு முன் ஒரு சாயங்காலம் அமைச்சருக்குப் பின்னால்போன ஒரு கார் மட்டும் மரத்தில் மோதி கவிழ்ந்த செய்தி, நாளிதழ்களில் வந்ததா? அது கவிழ்ந்ததில், முட்டை முருகனின் கைவேலை இருக்கின்றது. ‘இனி, பத்து லட்சம் கேட்டவன், மதுரைக்கு நீ கௌம்புறப்ப போட்டுக்கிட்டுவந்த பாரு கட்டம்போட்ட ஒரு பச்சைக் கலர் சட்டை. அது இன்னும் என் கண்ணுக்குள்ளாற இருக்குது, முருகா! என்று சொன்னவன் தர்ம ஆஸ்பத்திரியிலிருந்து எழுந்துவருவதற்கு நாலைந்து வருடங்களாவது ஆகும். அவன் உடல்நலம்பெற இனி ஒருபைசா தருவேன். எந்திருச்சு வந்து, எனக்கு எதிரா நிப்பானே!’ எனும் நினைப்பை மூட்டைக்கட்டிவிட்டு, ‘தான் செய்யப்போகும் செய்கைக்கு துணை நிற்கவேண்டும்’ என்று கருவேலம் காட்டு ஆலமரத்தடியில் நிறுத்தப்பட்டிருக்கும் ஒன்னரையடி உயரக்கல்லான குலதெய்வம் சக்கரமுண்ட சூரனிடம் வேண்டிக் கொண்டான். காரியம்முடிந்ததும் சக்கரமுண்ட சூரனை அழகியகோவில் கட்டிடத்துக்குள் வைப்பதாகவும் ‘டீலிங்’ போட்டுக்கொண்டான்.

அந்த டீலிங்கை சக்கரமுண்ட சூரன் ஏற்றுக்கொண்டதா என்று தெரியவில்லை. அங்குநிலவிய அமைதியைக் கலைத்து, கடும்வெய்யிலில் மின்னல் ஒன்று வெட்டிவிட்டுப்போனது. முட்டை முருகன் வானத்தைநோக்கி இருகைகளையும் ஏந்தினான். “உத்தரவுகொடுத்துட்ட.... சூரா. இனி எனக்கு நல்லநேரம்தான்!” வாய்விட்டுப் பேசினான். காட்டுக்குள்ளிருந்து நடந்து கிராமவீட்டுக்கு வந்து, மதுரைக்குப் புறப்பட ஆயத்தமானவன், தன்னுடன் இரண்டுபேரை அழைத்துக்கொண்டான்.

அவர்களை மற்றயாரும் சந்தித்து விடாமல் மதுரைக்கு வெளியில் சுக்காம்பட்டி கிராமத்தில் கடைசியாக

வாங்கிப்போட்ட தோட்ட வீட்டில் தங்கவைத்தான். 'சொல்றப்ப வந்து செய்கை செஞ்சுட்டு, காசுவாங்கிட்டு காணாமப் போயிறணும்' என்பது அவன் கொடுத்திருக்கும் அசைன்மெண்ட். அவர்களுக்குத் தேவையான எல்லாமே அந்தவீட்டில் இருந்தது. பூட்டிக்கொண்டு இருந்தார்கள். முட்டை முருகன் மனதுக்குள் ஒருதேதி குறித்திருந்தான். அந்தத் தேதியை அவன் அழைத்துவந்த இரண்டு பேரிடமும் சொல்லவில்லை.

இந்தவிஷயத்தை மோப்பம்பிடித்த ஒரு பருந்து, சங்கு முத்தையாவைச் சந்தித்து, தகவலைச் சொல்லி, நல்லதொகையை வாங்கிக்கொண்டது. முட்டை முருகனுடன் வந்திருக்கும் இரண்டுபேரையும் சேர்த்துப் போட்டுவிட வேண்டும் என்று மனதுக்குள் வன்மம் கொண்டவன், அதற்கான நாளையும் குறித்துக் கொண்டான்.

21

இரவு சேவையாக ஓடிய N அரசுப் பேருந்துகளின் முகப்பலகைகள் மாற்றப்பட்டு, சாதாரணப் பேருந்துகளாக இயங்கத்தொடங்கிய விடிகாலை. கோரிப்பாளையம் பேருந்து நிறுத்தத்தின் இருபுறத்திலும் நின்று, ஆட்களை ஏற்றிக்கொண்டு பேருந்துகள் சோம்பலாய்ப் புறப்பட்டன. வெளியூரிலிருந்து வந்திறங்கும் பயணிகளைக் குறிவைத்து, பங்கு ஆட்டோக்களும் தனி ஆட்டோக்களும் காத்திருந்தன. ஓரிரு சென்னைப் பேருந்துகள் விருதுநகர், சிவகாசி, திருநெல்வேலி, செங்கோட்டைக்கு சுற்றுச்சாலையைப் புறக்கணித்து, நகருக்குள் புகுந்து கோரிப்பாளையத்தைக் கடந்துசென்றன. தேவர் சிலைக்கு அன்றாட அலங்காரம் செய்யும் நபர், குளித்து முடித்து சர்வ பூராரியாய் வந்து படிகள் ஏறிக்கொண்டிருந்தார். அவர் கையில் மாலை இருந்தது. பந்தல்குடி வாய்க்காலையொட்டிய சேட்டு பள்ளிக்கூட வாசலிலுள்ள நெஞ்சளவேயான அம்பேத்கார் சிலை வெளியே தெரியாதபடிக்கு இரவு காவல் போலீஸ் வேன்கள் இரண்டு மறைத்தபடி நின்றிருந்தன.

அரசு ஒன்றிய ஆவின் பால் விநியோகம் முடித்துக் கொண்ட லாரிகள் சாத்தமங்கலம் பால்பண்ணைக்கு வேகம்குறையாமல் திரும்பிக் கொண்டிருந்தன. அதிகாலை வாடிக்கையாளர்களுக்கு பசுங்காய்கறிகளைக் கொடுக்க, குளிருக்குத் தலையில் உருமா கட்டிய சிறு வியாபாரிகள் எம் 80களிலும், டிவிஎஸ் 50களிலும் காய்கறி மூட்டைகளைக் கட்டிக்கொண்டு மாட்டுத்தாவணியிலிருந்து கோரிப்பாளையம் வழியாக, தங்கள் இடம்நோக்கிப் பறந்துகொண்டிருந்தனர். சைக்கிளில் செல்வோர்

பீடி புகைத்து, அதிகாலைக் காற்றை அசுத்தப்படுத்திக்கொண்டு போனார்கள்.

பள்ளிவாசல் தெருமுக்கு விசாலம் காபிக் கடையில் நடைபயிற்சிக்குப் போகும் நாலைந்து பேர் பொரணி பேசியபடி, 'ஆத்தியாத்தி' காபி குடித்துக் கொண்டிருந்தார்கள்.

பேருந்து நிறுத்தத்தில், அடைக்கப்பட்டிருந்த அமெரிக்கன் கல்லூரி வளாகக்கடைகளின் வாசல்முன்னே இறக்கப்பட்டிருந்த நாளிதழ்களில், இணைப்புகளைக் கோர்த்து, விளம்பர நோட்டீஸ்கள் வைத்து, கடைகளுக்கும் வீடுகளுக்கும் விநியோகிக்கும் சைக்கிள் பையன்களின் பேச்சுச் சத்தமும் சிரிப்புச் சத்தமும் அதிகாலைப் பொழுதை ரம்மியமாக்கியது. அவர்கள் சுறுசுறுப்பாக இருந்தார்கள். தங்கத்தைக் கரைத்து ஊற்றியது போல சோடியம் விளக்குகளும் தேவர் சிலை ஹைமாஸ் விளக்குகளும் இரவுக்கும் பகலுக்கும் இணைப்பை 'கனெக்டிங் பீபிளாக' உருவாக்கிக் கொண்டிருந்தன.

தூரமாக வேலைக்குச்செல்லும் பெண்களை கணவன்மார்கள் பேருந்து ஏற்றிவிட ஒவ்வொருவராய் வந்துகொண்டிருந்தார்கள். திருமங்கலம் சென்று பேருந்து மாறும் ஓரிரு பெண்கள் ஏற்கனவே வந்து காத்துக் கொண்டிருந்தார்கள். புன்சிரிப்புடன் அவர்களின் அரட்டைக் கச்சேரி ஆரம்பமானது. பேருந்தில் ஏறி பயணச்சீட்டு வாங்கியதும் காலைத் தூக்கத்திற்குப் போய்விடுவார்கள். கோரிப்பாளையத்தைச் சுற்றி காய் விற்க, தலைச்சுமைக் கூடைப் பெண்கள் அதிகாலையிலேயே வாயில் வெற்றிலைப் புகையிலையைக் குதப்பிக்கொண்டு, துளிசிதறாமல் பேசிக்கொண்டும் போனார்கள்.

பரபரப்பு துவங்கியிருந்த அதிகாலைச் சாலையில் குளிர்காற்று எங்கோ பயணப்பட்டுக் கொண்டிருந்தது. மதுரையைச் சுற்றியுள்ள மாவட்டங்களின் பொறியியல் கல்லூரிகளின் பேருந்துகள் மாணவர்களை அழைத்துச் செல்ல ஒவ்வொன்றாய் கோரிப்பாளையத்தை கடந்துகொண்டிருந்தன. ராஜாஜி அரசு மருத்துவமனைக்கு சிகிச்சைப் பெறவரும் வெளிநோயாளிகள் மதுரைக்கு 'மொத பஸ்'களில் வந்திறங்கி, எந்தப்பக்கம் போக வேண்டும் என்று லேசான தடுமாற்றத்துடன் திசை பார்த்து நடந்தார்கள். அரசு மருத்துவமனை செவிலியர்கள் அங்கொன்றும் இங்கொன்றுமாய் சிட்டுகள்போலப் பரபரத்து ஓடினார்கள். மருத்துவர்களின் கார்கள் வாசலுக்குள் புகுந்தவண்ணமிருந்தன.

எதிர்ப்பக்கத்துக் கடைகள் உயிர்பெற்று, 'கற்பூர நாயகியே கனகவல்லி' என்றோ, 'சேர்ப்பதுவும் பிரிப்பதுவும் தேவனின் செயலாகும்' என்றோ, 'நாயகமே... நபி நாயகமே..' என்றோ

ஆன்மிகத்தை ஒலிபரப்பிக் கொண்டிருந்தன. எல்லாப் பாடல்களும் ஒன்றாய்க் கலந்து ஒலித்துக் கொண்டிருந்தன.

விலையேற்றக் குறியீடுபோல, பரபரப்பு மெல்ல மேல்நோக்கிக் கொண்டிருந்தது. காலைப் பருவ வகுப்புக்கு வெள்ளைக்கோட் அணிந்த மருத்துவ மாணவ, மாணவிகள் அணி அணியாய் பேசிக்கொண்டே நடந்தார்கள். கட்டிட வேலைக்குச் செல்லும் கூலித் தொழிலாளர்கள், 'இன்னிக்குப் பொழப்பு நமக்கு எங்கேயோ!' என்பது தெரியாமல் வந்து கூடத் தொடங்கியிருந்தனர்.

தெருக்களின் உட்புறத்தில் சைக்கிள் பால் மணிச்சத்தம் 'கிணிகிணிகிணி'யென்றது. வீட்டுவாசலில் தண்ணீர் தெளித்து கோலம் போட்ட பெண்கள் பால் வாங்க, கிண்ணங்களை ஏந்தினர். உட்சந்து இட்லிக் கடைகளில் பணியாரத்துக்காக சிறு குழந்தைகள் கிண்ணமும் காசுமாக வரிசை கட்டியிருந்தன. பலசரக்குக் கடைகளில், அவசரத்துக்கு சீனியும் இன்ஸ்டன்ட் காபித்தூளும் வாங்க, ஒதுக்கப்பட்ட வீட்டுப்பெருசுகள் தளர்நடையில் வந்து நின்றிருந்தார்கள்.

தெருமேய்ச்சலுக்கு அவிழ்த்துவிடப்பட்ட மாடு ஒன்று, நடுத்தெருவில் நின்று வாலை உயர்த்தி, இளமஞ்சள் நிறத்தில் சிறுநீர் கழித்தது. மற்றொரு கன்றுக்குட்டி சாணி போட்டது.

சுற்றிலுமுள்ள தேநீர்க் கடைகளில் வழக்கத்திற்கு அதிசயமாகவே ஏழெட்டுப் பத்து லிட்டர் பால் அதிகமாகவே வாங்கியிருந்தார்கள். எல்லாவற்றுக்கும் மேலாக, அந்தப் பகுதியிலுள்ள அனைத்து சமூக வீடுகளிலும் ஒரு குதூகலம் உயிர்த்திருந்தது.

இன்று கோரிப்பாளையம் தர்ஹா கந்தூரி நிகழ்வின் கடைசி நாள். ஆட்டிறைச்சிக் கடைகளிலும் கோழிக்கறிக் கடைகளிலும் நடப்பனவும் பறப்பனவும் கூடுதல் எண்ணிக்கையில் கட்டப்பட்டும் அடைக்கப்பட்டும் கிடந்தன. காலையிலேயே இரண்டு கடைக்கும்போய் வாங்கிவிட்ட பாய் ஒருவர், மார்க்கெட் பக்கத்தில் 'சொக்கா கீரை' தேடி அலைந்தார்.

பள்ளிவாசல் தெருவில் தற்காலிக பிளாட்பார சிறுகடைகள் விரிக்கப்பட்டன. வழக்கமாய் கடைபோடும் கிழவியொருத்தி, ஓரடி இடத்துக்கு சண்டைபோட்டுக் கொண்டிருந்தாள்.

"இன்னக்கி ஒருநா போடுவோம். நாளைக்கு எங்க பொழைப்பு வேற எங்கேயோ. இப்டி அலட்டிக்கிர்றியே!"

“ஒனக்கு அது ஒரு அடி இடமா தெரியும். இன்னிக்கு விட்டுக் குடுத்தேன்னா, நாளைக்கு அது எனக்கானது இல்ல!” தத்துவம் உதிர்த்துவிட்டு, விரிக்கப்பட்டிருந்த சாக்கை காலால் எத்தி, நகர்த்தினாள்.

இன்றுதான் பெரிய விசேஷ நாள். சந்தனக்கூடு. வெளியூர் ஆட்களின் கூட்டம் வந்தபடியிருந்தது. அவர்கள் பசியாறுவதற்கு கிரெளன் பள்ளிக்கூட நிர்வாகம் காலை உணவுக்கு ஏற்பாடு செய்திருந்தது. தகவலும் விவரமும் தெரிந்தவர்கள் தர்ஹாவுக்கு எதிரிலுள்ள அங்கே சாப்பிட்டு வந்தார்கள். யார் வந்தாலும் உணவு அளிக்கப்பட்டது.

பத்துமணி வாக்கில் எங்கிருந்தோ திடீரென்று வந்த இருபது முப்பது இளைஞர்கள், “நீதிமன்றத்தில் தமிழில் வழக்கை நடத்த அனுமதி... தமிழ் எங்கள் உயிர்... தமிழ் எங்கள் மூச்சு...” என்று குரல் எழுப்பியபடி, சாலையை மறித்துக்கொண்டு தேவர் சிலையின் நான்குபக்கங்களிலும் உட்கார்ந்து விட்டனர். முன்னறிவிப்பு ஏதுமின்றி நடந்த இந்தப் போராட்டத்தில் அதிர்ச்சியுற்ற போலீஸ், அவசர அவசரமாகக் காரியத்தில் இறங்கி, அவர்களை லேசான தடியடியுடன் கலைத்தது. போக்குவரத்து சீர்குலைந்து கொஞ்ச நேரம் பரபரப்பாகிவிட்டது.

அதையடுத்து தலைக்கவசம் அணியாமல் இருசக்கர வாகனத்தில் வந்த இளம் வழக்கறிஞர் ஒருவரை போலீஸ் தடுத்து நிறுத்த, அவர் தாக்கப்பட்டதாக செய்தி பரவி, மறுபடியும் அந்த இடம் களேபரமானது. போலீஸ் இங்குமங்குமாய் பரபரத்தது.

“சின்னக்கம்மா தெருல தண்ணீ வரலைனு பஸ் மறியல் நடக்குது. அதான் போலீஸ் தெறிச்சு அங்கே ஓடுது.” போகிறபோக்கில் ஒருகுரல் சொல்லிப் போனது.

பதினோரு மணிவாக்கில் தர்ஹா வளாகத்திற்குள் நிற்க இடமில்லாத அளவுக்கு கூட்டம் கூடியிருந்தது. மாலையில்தான் நிகழ்ச்சிகள். சந்தல்கடா, ஊத்தான்* ஊர்வலத் துக்கு நள்ளிரவு ஆகிவிடும். அதற்குமுன்பு பாகல்கானின் கவாலி இருக்கின்றது. புரிகிறதோ... புரியவில்லையோ... அதைக் கேட்பதற்கும் ரசித்துத் தலையாட்டுவதற்கும் ஒரு கூட்டம் இருக்கும். “பாகல்கான் கச்சேரிக்குப் போகலியா?” என்றொரு கேள்வியும் பார்க்கும் யாரிடமும் இருக்கும்.

பாகல்கான் காலையிலேயே தன் குழுவினருடன் வந்திறங்கியிருந்தார். அருகிலுள்ள ‘நார்த்கேட்’டில் முக்கியப் புள்ளிகளுக்கான தங்குமிட வாடகை, ‘ஸ்பான்சர்’

---

* சந்தனக்கூடு, சாம்பிராணி

செய்யப்பட்டிருந்தது. முதல்முறையாக கவாலி கேட்கும் ஆசையிலிருந்த பெரிசு ஒன்று, அவர்கள் வந்திறங்கியிருந்ததைப் பார்த்து, "கவ்வாலில ஆட்டமும் இருக்குமா? பொம்பளைங்களும் வந்துருக்காங்க!" என்றுகேட்டு முக்கியமான பிரச்சனையைத் தெளிவுபடுத்திக் கொண்டது.

தர்ஹா வளாகத்திலும் சுற்றியுள்ள கபர்களிலும் பின்பக்கம் பக்கவாட்டிலிருந்த கபரஸ்தான்களிலும் புல்பூண்டு அகற்றி, சுவர்களுக்கு வர்ணம் பூசியிருந்ததில் புதுவாச நெடி வேறு தூக்கலாக இருந்தது. சுவரில் சாய்ந்து உட்கார்ந்தால், வர்ணம் ஒட்டும் போல தோன்றியது. ஒவ்வா வாசத்தால் சிலர் தும்மினார்கள்.

பாத்திஹாவும் யாசின் ஓதுதல்களும் துவா படித்தல்களும் தூள் பறந்துகொண்டிருந்தன. தட்டுகள் ரூபாய் நோட்டுகளால் நிறைந்தபடியிருந்தன. ஹக்தார்கள் கூடுதல் மகிழ்ச்சியில் திரிந்தார்கள். மற்ற சமூகத்து ஆட்கள் பிறந்த குழந்தைகளைக் கொண்டு வந்து அவுலியாகளின் டேர் வாசல் படிக்கட்டில் கிடத்தி, எடுத்துச்சென்றார்கள். அதற்கு தனிக்கட்டணம் வசூலிப்பதுபோலத் தெரிந்தது.

மூன்று மணிவாக்கில் கூட்டம் கட்டுக்கடங்காமல் இருந்தது. எல்லாமே வெளியூர் ஆட்களின் கூட்டம்தான். உள்ளூர்க்காரர்களுக்கு நிறைய அனுபவம் இருந்தது. நேரத்துக்கு வந்து, அவுலியாகளிடம் 'அர்ஷ்' வாங்கிக்கொண்டு, நேரத்துக்குப் போகின்றவர்களாக அவர்கள் ஆகியிருந்தார்கள். பெரிய இடைவெளிக்குப்பின் பார்க்கும் உறவு, நட்புக் கூட்டத்தின் எண்ணிக்கை அதிகமாகவே இருந்தது. அவரவர் பாடு அவர்களை நகர்த்திக் கொண்டிருந்தது. 'கண்டதும் காமாட்சி விளக்கு. காணாட்டி பூனை மோண்ட தரித்திரியம்' என்பதுபோல, கண்டதும் "மச்சான்... மாப்ளே... மாமா, அக்காவ்" குரல்கள் கேட்டன. "பாக்கவே முடியல" என்ற அங்கலாய்ப்பு வேறு அலையாடியது.

சந்தனக்கூடு வண்டியும், சாம்பிராணி வண்டியும் தயாராக இருந்தன. அதனை பாரம்பரியமாக ஓட்டிவரும் தமிழ்க்குடும்பத்து இளைஞர்கள் ஆளுக்கொரு வண்டியில் தயாராக இருந்தார்கள். அது அவர்களுக்கான உரிமையாக ஆக்கப்பட்டிருந்தது. ஏழெட்டுப் பத்து நூறுவருடங்களாக அந்தப் பாரம்பரியம் தொடர்ந்தபடியிருந்தது. ஹக்தார்கள் குடும்பத்தைப் போலவே நிர்வாகத்தில் அந்தக்குடும்பத்தின் ஆலோசனைக்கும் மதிப்பிருந்தது. வண்டிகள் அலங்கரிக்கப்பட்டு இருந்தன. சந்தனமும் சாம்பிராணியும் முறையாக ஓதப்பட்ட பின்பு, வண்டியில் ஏற்றப்படும். பிறகு, அது ஊர்வலமாகக்

கிளம்பி, அந்தப் பகுதியின் முக்கியமான இடங்களுக்குச் சென்றுவரும். புறப்பட்ட இடத்துக்கு திரும்ப வந்துசேர காலை ஆகிவிடும். சிலதடவை இன்னும் அதிகமாக ஆகியிருக்கிறது.

வெயில் தாழத்தொடங்கிய நேரத்தில் பள்ளிவாசல் தெரு திருவிழா அரிதாரம் பூசிக்கொண்டது. பலூன், வாட்ச், கூலிங் கிளாஸ், கைதட்டி பொம்மை மிட்டாய்க்காரர்களை சிறுவர் சிறுமிகள் கூட்டம் மொய்த்திருந்தது. கைதட்டி பொம்மை மிட்டாய்க்காரர் அவர்கள் கேட்ட பாம்பு, பல்லி, தேள், கடிகாரம் ஆகியவற்றை சவ்வு மிட்டாயில் செய்து கைகளில் கட்டிவிட்டார். நெக்லஸ் செய்து கழுத்தில் மாட்டிவிட்டார். ஓசியாய் ஒரு துண்டு பிய்த்து குழந்தைகளின் கன்னத்தில் ஒட்டிவிட்டதும் அவர்களுக்கு சந்தோஷம் தாங்க முடியவில்லை.

தள்ளுவண்டியில் ஒரு ஜிகர்தண்டா கடை இருந்தது. ஜிகர்தண்டா வண்டிக்காரன் ஐஸ்கட்டியைத் தூளாக்க, கரண்டியைத் திருப்பி வைத்து 'மடேர்... மடேர்' என்று அடித்த அடியில் சிதறிவந்த துணுக்கு ஒன்று சிறுமி ஒருத்தியை ஜில்லிட வைத்தது. சுகமாகத்தான் இருந்தது. கண்களை இடுக்கி அனுபவித்தாள்.

இன்னொரு ஐஸ் வண்டியும் அங்கிருந்தது. ஐஸ்கட்டியைச் சீய்த்து ஓர் அச்சில் இறுக்கி, பிடித்துச் சுவைப்பதற்குத் தோதாக நடுவில் குச்சி செருகி, கலர் கலராய் இனிப்பை பாட்டில்களிலிருந்து பீய்ச்சிக் கொடுத்தார், அந்த வண்டிக்காரர். குழந்தைகளுக்கு அது புதிதாக இருந்தது. ஆர்வமாய் வாங்கிச் சுவைத்தார்கள்.

மாலையாகி விட்டது. பகுதியைச் சேர்ந்த அனைத்து சமூக மக்களுமே தர்ஹாவுக்கு ஓரிருவராய், தம்பதிகளாய், குடும்பத்துடன் புறப்பட்டுவந்தார்கள். இளவட்டப் பசங்களும் சிரிப்புடன் 'ஸ்டைல் ஸ்டைலாய்' வந்து சேர்ந்தார்கள். வீட்டிலேயே அடைந்து கிடக்கும் பெண்களுக்கு அந்த வெளி ஏதோ சுதந்திரமாகப்பட்டது. என்னவென்று அவர்களால் அறுதியிட முடியவில்லை. ஆனால் மகிழ்ச்சியாக இருந்தது. பட்டாம்பூச்சித்தனம் அவர்களுக்குள் முளைத்திருந்தது. முன்பின் அறியாத முகங்கள் நிறைந்திருந்தன. பார்க்கும் யாவரும் பிடித்தவர்களாய் இருந்தார்கள். முன்னைக்காட்டிலும் இந்த ஆண்டு கூட்டம் அதிகமாக இருந்தது.

விளக்கு வைத்தபின் தர்ஹா ஜொலிஜொலித்தது. சுவர்களுக்குப் பூசப்பட்டிருந்த பச்சைநிறம் வெளிச்சத்தில் கூடுதலாய் மினுத்தது. கொடிக்கம்பத்தின் புதியகொடி அசைந்தாடியது.

பாகல்கான் தன் குழுவினருடன் மேடையேறியிருந்தார். மேடையின் பிரமாண்டம் அவரை அசத்தியது. குழுவினர் தங்கள் இசைக்கருவிகளை ஒழுங்குபடுத்தி, சோதனை செய்துகொண்டிருந்தனர்.

அவுலியாகளின் கராமத்துகளை சிறுவயதிலிருந்தே கேள்விப்பட்டிருந்த அமைச்சர் சென்றாயன், சொன்ன நேரத்துக்கு முன்னமே வந்து, மேடையேறி பாகல்கானுக்கு சிறப்பு செய்யும் அழைப்புக்காக, தர்ஹா அலுவலக மாடியில் அமர்ந்திருந்தார். அவருடன் அறிவுமணியும், சங்கு முத்தையாவும், முட்டை முருகனுமே வந்திருந்தார்கள்.

யாரோ ஒருவன் கூட்டத்துக்கு இடையே புகுந்து, அலைபாயும் இளைஞர்களைக் குறிவைத்து, “ஐட்டம் இருக்கு. ப்ரஷ் ஐட்டம்!” என்று ஆள்பிடித்துக் கொண்டிருந்தான். நிறைந்த நெஞ்சுடன் திரியும் மோனிகா, அங்கே சுற்றிச்சுற்றி வந்தபடியிருந்தாள். தல்லாகுளம் காவல்நிலைய பெண் போலீஸ் உமா, அவள் நடவடிக்கைகளை உன்னிப்பாக பார்த்துக் கொண்டேயிருந்தாள். கூட இரண்டு ஆண் காவலர்களும் இருந்தார்கள். தன்னைக் காட்டித்தான் அவர்கள் பேசுகிறார்கள் என்பதை நிறைந்த நெஞ்சு மோனிகா புரிந்துகொண்டாள். பிழைப்பு போச்சு. “ஆமா... ரேசன்ல அரிசிய ஒழுங்கா போடமாட்டேங்க்றாய்ங்க. வர்ற அரிசிய கடைக்காரன் கடத்திர்றான். அவனுகளப் புடிக்கத் துப்புல்ல. புடிச்சுத்தந்தாலும் விட்டுர்றாய்ங்க. இங்கே வந்துட்டாய்ங்க, யூனிபார்ம் மாட்டிட்டு பொழப்பக்கூட பாக்கவிட மாட்டேங்க்றாய்ங்க. கொள்ளையடிக்கிறவனுகளுக்கு பாதுகாப்பா போய் நின்னு சலாம் வைப்பாய்ங்க.”

தர்ஹாவுக்கு வரமுடியாதவர்கள் பேருந்துகளிலிருந்தும், தங்கள் வாகனங்களிலிருந்தும் இருந்தபடியே தர்ஹா கட்டிடத்தைப் பார்த்து, அவரவர் வழக்கப்படி கும்பிட்டுக் கொண்டார்கள்.

தர்ஹா வளாகத்திலிருந்த ஆலமரத்தின் மேடையைச் சுற்றிக் கூட்டம் இருந்தது. “அன்னைக்கு வந்துருந்தார்ல அவுலியாக தம்பி. அவருதான் இவரு!” என்றான் ஒருவன். ஆழ்தியானத்தில் அமர்ந்திருந்த பள்ளபட்டி அஸ்கர் அலி, அதைக்கேட்டு கண் திறந்தான். கூட்டம் அவனை ஈர்த்தது. எழுந்துசென்று பார்த்தான். ஆலமரத்தின் மேடையில் இரண்டுபேர் மட்டும் உட்கார்ந்திருந்தார்கள். அதில் ஓர் உருவத்துக்கு லேசாக குரங்கு முகம் இருந்தது. அமைதியும் சாந்தமுமாக அது தெரிந்தது. அருகிலிருந்த முதியவர் கூட்டத்தை வேடிக்கை பார்த்தபடியிருந்தார்.

பள்ளபட்டி அஸ்கர் அலி துணுக்குற்றுப் போனான். கனவில் வந்த இரண்டு உருவங்களும் அங்கே அமர்ந்திருப்பது அவனுக்கு ஆச்சரியத்தைக் கொடுத்தது. அவுலியாகளை நினைக்கும்போது தொடர்ச்சியாய் வந்த கனவுகளில் தெரிந்த 'இந்த' உருவங்களைப் பற்றி யாரிடமாவது சொல்ல வேண்டும் என்ற உந்துதல் அவனுக்குள் உருவானது. ஏதோ சொல்லவொண்ணாத தவிப்பு அவனிடம் பெருகிக்கொண்டிருந்தது. பரவசமாகிப் போனான். 'நிச்சயமாக அவுலியாகளின் தம்பிதான். ஆனால் ஒருவர் மட்டும் தானே தம்பி. இங்கே இரண்டுபேர் இருக்கிறார்களே!'

யதேச்சையாக தர்ஹா அலுவலகத்தின் மாடிப்பகுதியை திரும்பிப் பார்த்தான். ரஃபியுத்தீன் நின்றிருந்தார். அவரைநோக்கிக் கையாட்டினான். அவரது பார்வை கூட்டத்துக்குள் வேடிக்கை பார்த்தபடியிருந்தது. அந்த இடத்திலிருந்து விலகி, அலுவலகம் நோக்கி அவசர அவசரமாக கூட்டத்துக்கிடையில் நீந்தி, மாடிப்படிகள் ஏறி, அவரை நெருங்கிப் போனான்.

"ஏம்பாய்... இப்டி பதறியடிச்சுக்கிட்டு வர்றீங்க?"

"நான் சொன்னேன்ல கனவுல ஒரு உருவம் வருது. ஒருதடவை பார்க்கும்போது குரங்கு மொகத்தோடயும் வேறொருதடவை கிழவன் வடிவத்துலயுமுன்னு. அந்த ரெண்டு வடிவத்துலயும் உருவங்கள் ஆலமரத்தடி மேடைல உக்காந்துருக்குது பாருங்க. அவுங்க அவுலியாகளோட தம்பியேதான். வாங்க போய் பேசுவோம்!"

ரஃபியுத்தீனுக்கு அதைக்கேட்க சுவாரசியமாக இருந்தது.

அவுலியா பத்தாம் நூற்றாண்டைச் சேர்ந்தவர் என்பதை அவர் அறிவார். ஏறத்தாழ ஆயிரம் ஆண்டுகளுக்கு முன்பு வாழ்ந்தவர். அவருடைய தம்பி எனும்போது, கிட்டத்தட்ட அதே காலகட்டத்தைச் சேர்ந்தவராகத்தான் இருக்க முடியும். இத்தனை ஆண்டுகள் உயிருடன் நீடித்திருப்பது அவரது அறிவுக்கு சந்தேகமாகத்தான் இருந்தது. பள்ளபட்டி அஸ்கர் அலியுடன் படிக்கட்டுகளின் வழியே கீழிறங்கினார். 'அறிவைத் தாண்டியும் ஏதோ ஓர் சக்தி இருக்கின்றதோ?' கேள்வியே அவரை வழிநடத்திச்சென்றது.

கூட்டத்தை விலக்கி, நீந்தி, ஆலமரத்தடி மேடையை அவர்கள் நெருங்கியபோது, நீண்டநாட்களாய் நடக்கமுடியாமல் நோய்வாய்ப்பட்டு, அங்கே நிரந்தரமாய் தங்கிவிட்டிருந்த ஒருவன், குரங்கு முக உருவத்தின் கைப்பட்டதும் துள்ளிக்குதித்தான். அங்கும் இங்கும் ஓடினான். அந்தச்செய்தியை கூட்டத்தில் அவனே பரிமாறினான்.

எஸ். அர்ஷியா

இருவரும் அவ்வுருவங்களின் அருகில் சென்றுவிட்டார்கள். தன்னை நெருங்கி வந்து நின்ற ரஃபியுத்தீனை அருகிலிருந்த முதியவர், புன்சிரிப்புடன் பார்த்தார். தன் அருகில் வரச்சொன்னார். 'நீ... நீ... ரஃபியுத்தீன்?'

ரஃபியுத்தீனுக்கு ஆச்சரியமாக இருந்தது. அவரை சில நாட்களுக்கு முன் எங்கோ பார்த்ததுபோல இருந்தது. நினைவைத் தட்டுமுன்பே, தங்கள் இடத்தை அபகரித்து முட்டை முருகன் கட்டியிருக்கும் குடியிருப்பின் வாசலில் உட்கார்ந்து, அந்தக் கட்டடத்தை பார்த்தபடியிருந்தார்.

"ரொம்பநாள் வேற ஊர்ல இருந்துட்டு, இப்ப சொந்த மண்ணுக்கு வந்துருக்க!"

அந்த உருவத்தை உற்றுநோக்கினார். 'ஏதோ சொல்லிவைத்ததுபோல, அருகிருந்து பார்த்ததுபோல பேசுகின்றதே!'

அந்த உருவம் பேசும்போது அந்தக்குரலும் உடல்மொழியும் யாரையோ நினைவு படுத்தியது. 'யார்?' என்று குழம்பினார். நீண்ட யோசனைக்குப்பின் அது, தன் தம்பி காஜா மொகையத்தீனாக இருக்குமோ என்று சந்தேகப்பட்டுப் பார்த்தார். முகம் அப்படித்தான் இருந்தது. "நீ... நீங்க... காஜா மொகையத்தீனா?" என்று ஆர்வமுடன் கேட்டார்.

அவரிடமிருந்து இளநகையொன்று மட்டுமே அரும்பியது.

ஆலமர மேடையைச் சுற்றி கூட்டம் அதிகரித்தது. நெட்டித்தள்ளிக்கொண்டு மேடையேற முயற்சித்தது. அவர்கள் யாரும் ஏறிவிட முடியாமல் மேடையின் உயரம் அதிகரித்தது. அங்கே குரங்கு முக உருவமும் கிழ உருவமும் ஒன்றாய்ப் பிணைந்து ஓருருவமானது. கூடியிருந்த அத்தனைபேரும் பார்த்துக்கொண்டிருக்கும்போதே, ஒற்றை உருவமாகிப்போன அவர்கள் இருவரும் ஆலமர உயரத்தைத் தாண்டி, ஒரு புகைக் கற்றைப்போல வெளியில் மிதந்து, மேகத்தில் நுழைந்து, வானிலிருந்த நட்சத்திரத்துக்கு அருகில் புள்ளியாகிப் போனார்கள்.

ரஃபியுத்தீன் துக்கித்துப்போனார். காட்டுவா - காஜா மொகையத்தீனை சந்தித்தும் விலாவரியாக.... வேண்டாம் குறைந்தபட்சம், "எப்டியிருக்க?" என்றுகூட கேட்கமுடியாது போனதில் உருவான வருத்தம், நொடிகளில் மறைந்துபோனதையும் உணர்ந்தார். தனது தோள்களில் ஏறியிருந்த சுமை யாருக்கோ கைமாற்றிவிட்டதுபோலானதோர் உணர்வும் அவருக்கிருந்தது.

யாரோ, ‘அவுலியாக்க நெனச்சா கைவிட்டுப் போனதெல்லாம் திரும்ப அவங்கவங்க கைக்குக் கிடைச்சுரும்’ என்று சொல்லிக் கொண்டிருந்தார்கள். அதை தன்னை நோக்கிச் சொல்வதாய் உணர்ந்தார், ரஃபியுத்தீன். மனசும் லேசாகியிருந்தது. கவாலி அவரையும் அழைத்தது.

அலங்கார மேடைக்கு அமைச்சர் சென்றாயன் வந்திருந்தார். அவர் கையில் கொடுக்கப்பட்ட விலையுயர்ந்த பொன்னாடையை வலிக்காமல் பிரித்து, லேசாக உதறி விரித்து, பாகல்கானுக்குப் போர்த்தினார். அவரது குழுவின் முக்கியமானவர்கள் சிலருக்கும் போர்த்தினார். அமைச்சர் சென்றாயனுக்கு தர்ஹாவின் மூத்த அறங்காவலர் பொன்னாடைப் போர்த்திக் கௌரவித்தார். அவரிடம் ஒலிவாங்கி கொடுக்கப்பட்டது.

‘என்ன பேசுவது?’ என்று முதலில் கொஞ்சம் தடுமாறியவர், இதுவரை தான் கேள்விப்பட்டிருந்த அவுலியாகளின் அற்புதங்களை அங்கொன்றும் இங்கொன்றுமாய்க் கோர்த்துப் பேசி, “பெரிய பெரிய மேதைகள் மேடைல இருக்காங்க. அவங்கள கௌரவிக்கிறப் பெருமை எனக்கு முஸ்லீம் சமுதாயம் குடுத்துருக்கு. இந்த அவுலியாக்க எனக்குள்ள இருந்து என்னையப் பாதுகாத்துக்கிட்டு இருக்காங்க. அது நான் பெற்ற பாக்கியம். நிகழ்ச்சி முடியுறவரைக்கும் நான் இங்கேயிருப்பேன். அதுதான் அவுலியாகளுக்கு நான் செலுத்துற காணிக்கை” ஒலிவாங்கியைக் கொடுத்துவிட்டு மேடையை விட்டுக் கீழே இறங்கியவர், முதல்வரிசையில் உட்கார்ந்து கொண்டார்.

அவருக்குப்பின் வரிசையில், அறிவுமணியும் சங்கு முத்தையாவும் முட்டை முருகனும் மற்றும் சிலரும் இடம்பிடித்தார்கள். நிகழ்ச்சி ஆரம்பமானது.

‘என்ன அமைச்சரு இப்டிப் பண்ணிட்டாரு. பொன்னாடைப் போத்தியாச்சுன்னா, ஏதோ ரெண்டு வார்த்தைப் பேசிட்டுப் பொறப்பட வேண்டியதுதானே? டிக்கானா போட்டுட்டாரு. நம்மவேலை கெட்டுப்போகுதே!’ முட்டை முருகனுக்குள் பயசுரப்பிகள் திரவம் பீய்ச்சி, ‘கடமுட’க்கச் செய்தன. சுக்காம்பட்டி தோப்பு வீட்டிலிருந்து புறப்பட்ட அவனது ஆட்கள், கோரிப்பாளையம் வந்துவிட்டதாகவும் தகவல் தந்துவிட்டார்கள். கூட்டத்தில் ஏதோ ஓரிடத்தில் இருப்பார்கள். நினைத்ததுபோலவே, ‘சங்கு முத்தையா துணைக்கு யாருமில்லாமல் டிரைவருடன் மட்டும் வந்திருக்கின்றான். இது அருமையான தருணம். இதை விட்டால் வேறு வாய்ப்பு எப்போது அமையும்?’

'ஏற்பாடுசெய்த ஆட்கள் வந்துவிட்டார்களா?' என்று தேடிப்பார்க்க முட்டை முருகனின் மனம் பரபரத்தது. மற்றவர்களுக்கு சந்தேகம் வந்துவிடாதபடிக்கு, பின்னால் யாரையோ தேடுவதுபோல தலையைத் திருப்பிப் பார்த்தான். சந்தனக்கூட்டு வண்டியிலும் ஊத்தான் வண்டியிலும் சர்க்கரை, பத்தி கொடுத்து, பாத்திஹா ஓதும் கூட்டத்தின் அலைவில் அவர்களைக் கண்டடைய முடியவில்லை. 'மூணுபேரும் கிளம்பி அவங்கவங்க பாதைல போறப்ப, செய்கை செய்றது ஈசி. யாருக்கும் சந்தேகம் வராது. இந்தாளு சொதப்பிட்டானே!'

மொழி புரியாவிட்டாலும் குரலும், பாவனைகளும் அமைச்சர் சென்றாயனுக்குப் பிடித்திருந்தது. அதைக் கேட்கக்கேட்க மனசு இலகுவாக மாறுவதை உணர்ந்தார். 'இசைக்கு அத்தனை மகத்துவமா?' எங்கே இசை கேட்க முடிகின்றது. பள்ளிக்கூட வாசலில் அம்மா மிட்டாய், கடலை உருண்டை, கடுகு மாங்காய் விற்பார்கள். சின்ன வயதில் மணி அடிக்கும்வரை அவருக்குத் துணையாக இருக்கவேண்டும். அப்புறம் ரீசஸ் மணி. ஓடிவந்து உதவ வேண்டும். அதன்பின்பு மதிய இடைவேளை. பள்ளிக்கூட மணி ஒன்றுதான் வாழ்வின் இசையாக இருந்தது. கட்சி என்று வந்த பின்னால், கொள்கைப் பாடல்கள்தான். இங்கே ஏக தலைவலிகள். பதவியைத் தக்கவைத்துக் கொள்ளும் போராட்டம், கால்வாறல்களைக் கண்டு களையெடுக்கும் நூதனம், மாநிலம் முழுவதும் உட்கட்சிப் பிரச்சனை, அதனைத் தீர்த்துவைப்பதற்குள் தீர்ந்துவிடுகின்ற தாவு. 'எனக்குப் பதவி, போஸ்டர்ல சின்னதா பேர் போட்டுருக்கான்' என்ற நொச்சுகள். அப்பப்பா... சமாளிக்க முடியவில்லை. ஆட்சியில் என்று எடுத்துக்கொண்டால், 'இந்த அதிகாரிகள் பண்ணும் அலும்பு, சொல்லும் சால்ஜாப்புகள், அரசியல்வாதிகளுக்கு இணையாக அவங்க அடிக்கிற கொள்ளை', பேலன்ஸ் பண்ணிப்போறதுக்குள்ள இந்த அமைச்சர் பதவி வேணுமானு மனசு கேக்குது. பதவில இருந்து பாத்தாத்தானே அதோட சொகம் தெரியும். இந்த மாதிரி நேரங்கள்லதான் ரிலாக்ஸ் பண்ணிக்கணும். என்ன பண்றது?'

முட்டை முருகன் பரிதவிப்பதை ரொம்ப நேரமாகவே சங்கு முத்தையா கவனித்துக் கொண்டிருந்தான். அவனுக்குள் லேசான சந்தேகம் அரும்பியிருந்தது. 'அவனை போடுறதுக்காக நாம போட்டுருந்த திட்டம் ஏதும் தெரிஞ்சுருக்குமோ? நமக்கு தகவல் வர்ற மாதிரி, நம்மட்டருந்து ஏதும் தகவல் கசிஞ்சுருக்குமோ? ஆளு பதட்டமாருக்கானே!' நேருக்குநேர் இருவரின் கண்களும் சந்தித்துக்கொண்டபோது, அவை மற்றவரைப் பார்த்துச்

சிரிப்பதுபோல மலர்ந்தன. உள்ளுக்குள் 'இன்னியோட ஒன் கதை ஓவர்டீ!' என்று பரிகசித்தன.

மணி நள்ளிரவு ஒன்றைத் தாண்டியிருந்தது. சந்தனக்கூட்டு வண்டியும் சாம்பிராணி கூடு வண்டியும் புறப்படுவதற்கான ஆயத்தங்கள் தென்பட்டன. தர்ஹாவுக்குள் கூட்டம் குறைந்திருந்தது. கிடைத்த இடங்களில் ஆட்கள் உட்கார்ந்திருந்தார்கள்.

விசேஷத்துக்காகவே வெளியூரிலிருந்து வந்திருந்த வயதான நாலைந்துபேரில் இரண்டுபேர் வேறு சமூகத்தைச் சேர்ந்தவர்கள். "எங்களுக்கு எல்லாமே இந்த அவுலியாதான். எம்பத்தெட்டு வயசாகுது. கந்தூரிக்கு ஒவ்வொரு வருஷமும் வந்துட்டேதான் இருக்கோம். அவுலியாககிட்ட உத்தரவு கேக்காம நாங்க எதுவும் செய்றதில்ல. நாங்க மொத தடவையா வந்தப்ப, ஊரு இவ்வளவு பெருசெல்லாம் இல்ல. ஏழெட்டு தம்பள குடிகள்தான் இங்கேருந்துச்சு. குடிவந்த தம்பள ஆளுகளுக்கு சாயிபுமார்களே எடமெல்லாம் குடுத்தாங்க. குடிபெருகி ஊரு ஒண்ணும் மண்ணுமா இருந்துச்சு. பத்து இருவது வருஷத்துக்கு முந்திவரைக்கும் எல்லாம் நல்லாத்தான் இருந்துச்சு. ஒருத்தருக்கு ஒண்ணுனா அடுத்தவங்க முன்ன நிப்பாங்க. இப்ப எங்க பாரு பணத்தாசை, பேராசை, சாதி, மதம், நான் பெரியவங்க்ற தருதலைத்தனம். எல்லாம் முத்திப்போச்சு. காலம்" என்று தொடர்ந்தபடியிருந்தனர்.

அதைக்கேட்டுக் கொண்டிருந்த 'பொதுக்க' கன்னியம்மா, தன்னைச் சுற்றி உட்கார்ந்திருந்தவர்களிடம் தன் பங்குக்கு பிரலாபித்துக் கொண்டிருந்தாள். "நம்புறவங்கள அவுலியாக எத்தனை பாதுகாப்பா வெச்சுக்குவாங்க தெரியுமா?"

சந்தனக்கூட்டு வண்டியும் சாம்பிராணி கூடுவண்டியும் கிளம்பி விட்டன.

பாகல்கான் குழுவில் ஒருபெண் தமிழ் பாட்டொன்றை கவாலியாகப் பாடிக் கொண்டிருந்தாள். அந்தப் பாட்டுடன் நிகழ்ச்சி முடிந்துவிடும் என்று சூழலில் தெரிந்ததும், முட்டை முருகன் பரபரப்பானான். அமைச்சர் சென்றாயன் 'போலாமா?' என்பதுபோல தலை அசைத்தார். தர்ஹாவின் மூத்த அறங்காவலர் எழுந்து நின்றார். கூட்டம் கலைய ஆரம்பித்தது. மேடையேறிய அமைச்சர் சென்றாயன் பாகல்கானுக்கு கைகொடுத்து வாழ்த்தினார். பாகல்கானுக்கு தமிழ் தெரியாது. ஆனால் அமைச்சர் சொன்ன வாழ்த்தை மனமுவந்து ஏற்றுக்கொண்டது அவர் முகத்தில் தெரிந்தது. மூத்த அறங்காவலர் தமிழை

உருதுவில் மொழிபெயர்த்துச் சொன்னபோது, 'ஆஹா...' என்று மகிழ்ந்தார்.

முட்டை முருகன் ஏற்பாடு செய்திருந்த ஆட்கள், அவன் பார்ப்பதற்காகவே ஒரு முறை கடந்துபோனார்கள். 'யூதமுத்தம்போல' அவர்களிடம் சங்கு முத்தையாவை அவன் கண்களால் அடையாளம் காட்டினான்.

அமைச்சர் சென்றாயன் காரில் ஏறிய மறுநிமிடம், சங்கு முத்தையா பதற்றத்தை வெளியில் காட்டிக்கொள்ளாமல் சாவகாசமாய் நடப்பதுபோல நடந்து, தன் கார் இருக்கும் இடத்துக்குப் போய், காத்திருந்த கார் டிரைவரிடம், "எங்கேயும் நிறுத்தாம சீக்கிரமா வீட்டுக்குப்போ!" என்றான். அவன் குரலில் இப்போது கூடுதல் பதற்றம் இருந்தது. உள்ளுக்குள் ஏதோ ஒன்று, எதையோ ஒன்றை உணர்த்தியது.

"அண்ணே!"

"வண்டிய சீக்கிரமா எடுறா வெண்ணே... அண்ணே நொண்ணேன்னுக்கிட்டு!"

கோபத்தைப் புரிந்துகொண்ட கார் டிரைவர், அடுத்த சிலநொடிகளில் அந்த இடத்திலிருந்து காரை அகற்றிக்கொண்டு பறந்தான். 'தொரத்தி வந்து போட்டுருவாய்ங்களோ? அவ்வளவு சீக்கிரம் நான் சாவேனா? இன்னும் வாழவேண்டியது எவ்வள இருக்கு? இந்நேரம் நம்மாளுக முட்டைய ஒடைச்சுருப்பாய்ங்களே!' வீடிருக்கும் சந்துமுனையை கார் திரும்பிய பின்புதான், சங்கு முத்தையாவுக்கு உடம்பில் உயிர்தங்கியது. வெளியே ஜபர்தஸ்தாகக் காட்டிக்கொண்டாலும் உள்ளுக்குள் உதறல் எடுத்தபடிதான் இருந்தது.

காரை போர்டிகோவில் ஏற்றி நிறுத்திய கார் டிரைவர், படிகள் ஏறி, சங்கு முத்தையாவின் புது மனைவி கதவைத் திறக்கும்வரைக் காத்திருந்தான். சங்கு முத்தையா உள்ளே நுழைய முற்படும்போது, "அண்ணே நான் வேணுன்னா இன்னிக்கு இங்கே தங்கட்டுமா? உங்கக்கிட்ட ஒரு பதற்றம் இருக்குது!" என்றான்.

"போடா... இவனே. நான் எதுக்குடா பதற்றமா இருக்கேன். வீட்டுக்கு வந்துட்டேன்ல்ல.நீ போ!" என்று அனுப்பிவைத்தான். இனி, 'முட்டைய ஒடைச்சாச்சு!' என்கிற சேதி மட்டும் அவனை வந்தடைய வேண்டும்.

கோகலே ரோடு திருப்பத்தில் முட்டை முருகன் போய்க் கொண்டிருந்தபோது, பக்கவாட்டு கமலா தெருவிலிருந்து அவனது மற்றொரு கார் வந்து நின்றது. காரைக் கண்டதும்

நிறுத்தும்படி சைகை செய்தான். அதிலிருந்து முட்டை முருகன் அனுப்பி வைத்த இரண்டுபேரும் இறங்கினார்கள். "என்னடா... அதுக்குள்ள முடிச்சுட்டீங்களா?" என்று கேட்டுக்கொண்டு ஆவலாக இறங்கினான்.

"ஆமாண்ணே... முடிச்சாச்சு!" என்றபடி அவனை நெருங்கியவர்கள், பின்னால் செருகியிருந்த ஆயுதங்களால் அவனை வெட்டிச் சாய்த்தார்கள்.

"டேய்... டேய்... டேய்... என்னடா பண்றீங்க? அண்ணன் உங்களை சங்கு முத்தையாவப் போடச் சொல்லிருந்தாருடா!" டிரைவர் பதறிக்கொண்டு இறங்கினான்.

முட்டை முருகன் வெட்டுக் காயங்கள் வாங்கிக்கொண்டு, "ஏன்டா நாய்களா... என் காசைத் தின்னுட்டு என்னையவே வெட்டுறீங்களா? யார்டா நீங்க!" என்று தடுத்தான். டிரைவரும் இருவரில் ஒருவனை எட்டி உதைக்க முற்பட்டான்.

அவர்கள் ஏதோ ஒருமொழியில் பேசினார்கள். வெட்டியவர்களில் ஒருவனுக்கு குரங்குபோன்ற முகம் இருந்தது. மற்றவன் வயதானவனாகத் தோற்றமளித்தான்.

முட்டை முருகனின் செல்போன் அலறியது. எதிர்முனையில் அவன் அனுப்பிய ஆட்கள், 'அண்ணே... நாங்க செய்கைக்குப் போறதுக்கு முன்னால அவன் வீட்டுக்குள்ளாறப் போய்ட்டாண்ணே. உள்ளே நுழைய முடியல!' என்று சொல்வதற்காகக் காத்திருந்தார்கள்.

தர்ஹாவுக்குப் போய் சந்தனக்கூடு பார்த்தபின்பு, கவாலி கேட்டுவிட்டு வீடு திரும்பும் மக்கள் கூட்டம் அங்கே நடந்த சம்பவத்தைப் பார்த்துப் பதறினார்கள். போலீஸுக்கு யாரோ தகவல் சொன்னார்கள்.

சில நிமிடங்களிலேயே அமைச்சருக்குத் தகவல் போனது.

அந்த நள்ளிரவிலேயே காவல் ஆய்வாளர், துணை ஆணையர், இணை ஆணையர், ஆணையர் அத்தனைப் பேரும் படையுடன் வந்திறங்கினார்கள்.

ஏதோ பொறி தட்ட, அமைச்சர் சென்றாயன் சங்கு முத்தையாவுக்கு எண்களை அழுத்தினார்.

தன்முன்னே நின்றிருந்த இரண்டுபேரிடம், "மினிஸ்டர் லைன்ல வர்றாரு... இருங்க!" என்றுசொன்ன சங்கு முத்தையா, செல்லிடைப்பேசியை உயிர்ப்பித்து, "அப்பா... என்னப்பா இந்தநேரத்துல?" என்றான், ஏதும் அறியாதவன்போல.

“முட்டைய யாரோ ரெண்டுபேரு வெட்டிட்டாய்ங்க. அவன் ஸ்பாட்லயே செத்துட்டான். டிரைவர் உயிருக்குப் போராடிட்டுருக்கான்!” என்றார்.

“அப்பா... நீங்க கவனமா இருங்கப்பா...” என்றுசொன்ன சங்கு முத்தையாவை, அப்போது எதிரே நின்றிருந்த இரண்டு பேரும் ஒருசேர வெட்டத் தொடங்கினார்கள்.

“அய்யோ... யார்றா நீங்க!” என்று அவன் அலறிய சத்தம், அமைச்சர் சென்றாயனின் காதில் ஒரு ராட்சசக் குரலாய்க் கேட்டது.

ஊர்வலம் போயிருந்த சந்தனக்கூட்டு வண்டியும் சாம்பிராணி வண்டியும் திரும்பி விட்டிருந்தன. அவ்வண்டிகளிலிருந்த சந்தனத்தையும் சாம்பிராணியையும் அவுலியாக்களின் டேர்களின் மீது தெளிக்க, ஹக்தார்களுடன் ஹஜரத், பேஷ் இமாம், மௌஜன், நேர்த்திக்கடன் வைத்துக் கொண்டவர்கள் கூட்டமாய் உள்ளே போனார்கள். அவுலியாக்களின் இரண்டு டேர்களுக்குமிடையில் இருந்த கபர் குழியில் ஏதோ அசைவதுபோல தெரிந்தது. முதலில் அதைக் கண்டவர் மூத்த அறங்காவலர்தான். தன் அருகில் நின்றிருந்த பேஷ் இமாமிடம், “அது என்ன பாருங்க!” என்றார்.

அவர் அந்த குழிக்குள் எட்டிப் பார்த்துவிட்டு, “யாரோ உள்ளே போனமாதிரி பட்டுது” என்று நிமிர்ந்தார்.

“யாரு... யாராருக்கும்? உள்ளே ஒருத்தரையும் காணாமே!”

மௌஜன் மறுபடியும் வலிந்து சொன்னார். “நான் ரெண்டுமூணு தடவை பாத்ததா சொல்றேன். யாருமே கேக்க மாட்டேங்க்றீங்க. அது அவுலியாகளோட தம்பிதான். இது அவுலியாகளோட கராமத்!”

இரவோடிரவாக பிரேத அறைக்குக் கொண்டு வரப்பட்ட இரண்டு பிணங்களும் அருகருகே கிடந்தன.

உயிருக்குப் போராடும் டிரைவரை அரசு மருத்துவமனையில் சேர்த்து, உடனடியாக டிஸ்சார்ஜ் செய்து, தனியார் மருத்துவமனைக்கு கொண்டு சென்றிருந்தார்கள்.

மாட்டு ஈயொன்று இருபிணங்களின் மீதும் அமர்ந்து அமர்ந்து எழுந்தது. “யார்னே தெரியலியே... அவனுகள முன்னப்பின்ன பாத்ததுமில்லியே...” நடுராத்திரில வந்து கதவு தட்டுனதும் அவரு, ‘என்ன... பழம்தானே!’னு கேட்டுக்கிட்டே தொறந்துவிட்டாரு. ‘ஆமாண்ணே’னு சொல்லி, நல்லபடியாத்தான் பேசிக்கிட்டு இருந்தாங்க. திடீர்னு பாஞ்சு பாஞ்சு வெட்டுனாய்ங்களே... அதுல ஒரு ஆளுக்கு கொரங்கு மூஞ்சி. இன்னொரு ஆளு

கொஞ்சம் வயசான கெழவன்மாதிரி இருந்தானே... அவங்க யார்னே தெரியலியே! இனி நான் என்ன பண்ணுவேன்? என்னோட பூ போச்சே... என்னோட பொட்டு போச்சே!" சங்கு முத்தையாவின் இளம்மனைவி கேவிக்கொண்டிருந்தாள்.

தல்லாகுளம் காவல் நிலையத்தில் சங்கு முத்தையாவை கொலை செய்ததாக கூலிப்படையினர் இரண்டுபேரை கைதுசெய்து உட்கார வைத்திருந்தார்கள். அவர்களிடம் ஆணையர் முன்னிலையில் ஆய்வாளர் ஒருவர் விசாரித்துக் கொண்டிருந்தார்.

செல்லூர் காவல் நிலையத்தில் கைதுசெய்யப்பட்ட இரண்டுபேர் அடி, உதை எதுவுமில்லாமலேயே உண்மையைச் சொல்லிக் கொண்டிருந்தார்கள். அங்கிருந்த உதவி ஆணையர் செல்போனில் ஆணையருக்குத் தகவல் சொல்லிக்கொண்டிருந்தார். "ஆமா சார்... இவனுகளும் அப்டித்தான் சொல்றாய்ங்க. ஆனா... சங்கு முத்தையா ஒய்ப் யாரோ கொரங்கு மூஞ்சி, கிழவன்னு சொல்லுதே..."

"வெயிட் பண்ணுவோம்.... டிரைவருக்கு கான்ஷியஸ் வந்து வேற ஏதாச்சும் சொல்றானானு பாப்போம். அதுல ஏதும் க்ளூ கெடைக்கலாம். செத்த ரெண்டுபேருமே ரூலிங் பார்ட்டி ஆளுங்க."

"எதுக்கு சார் தொரட்டப் போட்டு இழுத்துக்கிட்டு. ரெண்டு மர்டரயும் அவிய்ங்கதான் ஒத்துக்கிட்டாய்ங்கல்ல. அப்பறமென்ன?"

அறையின் சுவரில் பல்லியொன்று நடத்தும் வேட்டையை கொஞ்ச நேரம் யோசித்தபடி வேடிக்கை பார்த்தார். "அப்டியா சொல்றீங்க. சரி... அப்ப பார்மாலிட்டிஸ் ஆரம்பிங்க!"

ஆணையருக்கு எதிரில் உட்கார்ந்திருந்த அமைச்சர் சென்றாயன் தூக்கமில்லாமல் அமைதியாய் பார்த்துக்கொண்டிருந்தார். "மாத்தி மாத்தி இப்டி பண்ணிக்கிட்டாய்ங்களே!" என்று சொன்னார். அவருக்குக் கொட்டாவி வந்தது. வாயைப் பிளந்து, "ஹாஆஆஆ!" என்றார்.

அங்கிருந்த எல்லோரும் ஒவ்வொருவராய்க் கொட்டாவி விடத் தொடங்கினார்கள்.

இரவு சேவையாக ஓடிய அரசுப் பேருந்துகளின் முகப்பலகைகள் மாற்றப்பட்டு, சாதாரணப் பேருந்துகளாக இயங்கத் தொடங்கிய விடிகாலை. கோரிப்பாளையம் பேருந்து நிறுத்தத்தின் இருபுறத்திலும் நின்று, ஆட்களை ஏற்றிக்கொண்டு பேருந்துகள் சோம்பலாய்ப் புறப்பட்டன.

வெளியூரிலிருந்து வந்திறங்கும் பயணிகளைக் குறிவைத்து, பங்கு ஆட்டோக்களும் தனி ஆட்டோக்களும் காத்திருந்தன. ஓரிரு சென்னைப் பேருந்துகள் விருதுநகர், சிவகாசி, திருநெல்வேலி, செங்கோட்டைக்கு சுற்றுச்சாலையைப் புறக்கணித்து, நகருக்குள் புகுந்து கோரிப்பாளையத்தைக் கடந்து சென்றன. தேவர் சிலைக்கு அன்றாட அலங்காரம் செய்யும் நபர், குளித்து முடித்து சர்வபூசாரியாய் வந்து படிகள் ஏறிக்கொண்டிருந்தார். அவர் கையில் மாலை இருந்தது. பந்தல்குடி வாய்க்காலையொட்டிய சேட்டு பள்ளிக்கூட வாசலிலுள்ள நெஞ்சளவேயான அம்பேத்கார் சிலை வெளியே தெரியாதபடிக்கு இரவு காவல் போலீஸ் வேன்கள் இரண்டு மறைத்தபடி நின்றிருந்தன....

அவரவர்கள் வேலைக்கு அவரவர்கள் ஓடிக்கொண்டிருந்தார்கள்...